ಮಹಾರಾಣಾ ಪ್ರತಾಪರ ಹೆಸರನ್ನು ಹೇಳುತ್ತಲೆ ಮೊಗಲ್ ಸಾಮ್ರಾಜ್ಯದ ಪ್ರಭುತ್ವಕ್ಕೆ ಕರೆ ಕೊಡುವ ಶೌರ್ಯದ ಓರ್ವ ಅಪ್ರತಿಮ ವೀರ ಯೋಧನ ಬಿಂಬ ನಮ್ಮೆದರು ಅನಾಯಾಸವಾಗಿಯೇ ಮೂರ್ತ ರೂಪವನ್ನು ಧರಿಸುತ್ತದೆ. ಅವರು ಸ್ವಾತಂತ್ರ್ಯಕ್ಕಾಗಿ ವಿಷಮ ಪರಿಸ್ಥಿತಿಗಳಲ್ಲಿಯೂ ಮಾಡಿದ ಸಂಘರ್ಷವನ್ನು ಸಾಮಾನ್ಯ ಜನರು ಕಲ್ಪಿಸಿಕೊಳ್ಳಲಾರರು. ಅವರು ಮೇವಾಡದ ರಾಜರಾಗಿದ್ದಾಗ್ಯೂ ಅವರ ಜೀವನದ ಬಹುತೇಕ ಭಾಗ ಕಾಡುಗಳು ಮತ್ತು ಪರ್ವತಗಳಲ್ಲಿ ಅಲೆದಾಡುತ್ತಾ ಕಳೆಯಿತು. ಅವರು ತಮ್ಮ ಅದಮ್ಯ ಶಕ್ತಿ ಮತ್ತು ರಣ-ಕೌಶಲದಿಂದ ಕೊನೆಯಲ್ಲಿ ಮೇವಾಡವನ್ನು ಸ್ವಾಧೀನ ಪಡಿಸುವಲ್ಲಿ ಸಮರ್ಥರಾದರು.

ಭೌತಿಕ ಸುಖ-ಲಾಭಗಳನ್ನು ಉಪೇಕ್ಷಿಸುತ್ತಾ ಮಾತೃಭೂಮಿಯ ಸ್ವಾತಂತ್ರ್ಯದ ರಕ್ಷಣೆಗಾಗಿ ಅವರು ಮಾಡಿದ ಅನವರತ ಸಂಘರ್ಷ ಇತಿಹಾಸದಲ್ಲಿ ಒಂದು ಸುವರ್ಣ ಅಧ್ಯಾಯವಾಗಿದೆ. ಇಲ್ಲಿ ಮಹಾರಾಣಾ ಪ್ರತಾಪರ ಸಂಕ್ಷಿಪ್ತ ಜೀವನ ಚರಿತ್ರೆಯನ್ನು ಸರಳ ಮತ್ತು ಸುಬೋಧ ಭಾಷೆಯಲ್ಲಿ ಪ್ರಸ್ತುತಪಡಿಸಲಾಗಿದೆ.

ಮಹಾರಾಣಾ ಪ್ರತಾಪ್

ಹಿಂದಿಯಲ್ಲಿ : ಡಾ. ಭವಾನ್ ಸಿಂಹ ರಾಣಾ

ಕನ್ನಡಕ್ಕೆ : ಡಿ.ಎನ್. ಶ್ರೀನಾಥ್

ಡೈಮಂಡ್ ಪಾಕೇಟ್ ಬುಕ್ಸ್

© ಪ್ರಕಟಣೆಯ ಅಡಿಯಲ್ಲಿ

ಪ್ರಕಾಶಕರು : ಡೈಮಂಡ್ ಪಾಕೆಟ್ ಬುಕ್ಸ್ (ಪ್ರೈ.) ಲಿಮಿಟೆಡ್.

X-30, ಓಖ್ಲಾ ಇಂಡಸ್ಟ್ರಿಯಲ್ ಏರಿಯಾ ಹಂತ-11

ನವದೆಹಲಿ-110020

ದೂರವಾಣಿ : 011-40712200

ಇ-ಮೇಲ್: sales@dpb.in

ವೆಬ್‌ಸೈಟ್: www.diamondbook.in

ಆವೃತ್ತಿ: 2023

MAHARANA PRATAP
By : *Dr. Bhawansingh Rana*
Translated By : *D.N. Srinath*

ಎರಡು ಮಾತುಗಳು

ದೇಶಪ್ರೇಮ, ತ್ಯಾಗ, ಬಲಿದಾನ, ಸಂಘರ್ಷ ಮುಂತಾದ ಗುಣಗಳಿಗೆ ಪ್ರತಿರೂಪವಾಗಿರುವ ಮಹಾರಾಣಾ ಪ್ರತಾಪ್ ಭಾರತೀಯರಿಗೆ ಶ್ರದ್ಧೆ ಮತ್ತು ಅಭಿಮಾನದ ವಿಷಯವಾಗಿದ್ದಾರೆ. ಅವರ ಹೆಸರು ಹೇಳುತ್ತಲೇ ಮೊಗಲ್ ಸಾಮ್ರಾಜ್ಯದ ಪ್ರಭುತ್ವಕ್ಕೆ ಕರೆಕೊಡುವ ಶೌರ್ಯ-ವೀರದ ಅಪ್ರತಿಮ ಯೋಧನೊಬ್ಬನ ಚಿತ್ರ ನಮ್ಮೆದುರು ಅನಾಯಾಸವಾಗಿಯೇ ಮೂರ್ತ ರೂಪವನ್ನು ತಾಳಿ ನಿಲ್ಲುತ್ತದೆ. ಅವರು ಸ್ವಾತಂತ್ರ್ಯಕ್ಕಾಗಿ ವಿಷಮ ಪರಿಸ್ಥಿತಿಗಳಲ್ಲಿಯೂ ಮಾಡಿದ ಸಂಘರ್ಷ ಸಾಮಾನ್ಯ ಜನರ ಕಲ್ಪನೆಗೂ ನಿಲುಕದ್ದು. ಅವರು ಮೇವಾಡದ ರಾಜರಾಗಿದ್ದಾಗ್ಯೂ ಅವರ ಜೀವನದ ಬಹುತೇಕ ವರ್ಷಗಳು ಕಾಡುಗಳು ಮತ್ತು ಪರ್ವತಗಳಲ್ಲಿ ಅಲೆದಾಡುತ್ತಾ ಕಳೆದವು. ಮಹಾರಾಣಾ ಪ್ರತಾಪರು ಕಡೆಗೆ ತಮ್ಮ ಅದಮ್ಯ ಇಚ್ಛಾಶಕ್ತಿ ಮತ್ತು ಅಪೂರ್ವ ರಣ-ಕೌಶಲದಿಂದ ಮೇವಾಡವನ್ನು ಸ್ವತಂತ್ರಗೊಳಿಸುವಲ್ಲಿ ಸಮರ್ಥರಾದರು.

ಭೌತಿಕ ಸುಖ-ಲಾಭಗಳನ್ನು ಉಪೇಕ್ಷಿಸುತ್ತಾ ಮಾತೃಭೂಮಿಯ ಸ್ವಾತಂತ್ರ್ಯದ ರಕ್ಷಣೆಗಾಗಿ ಅವರು ಮಾಡಿದ ಅನವರತ ಸಂಘರ್ಷ ಇತಿಹಸದ ಒಂದು ಸುವರ್ಣ ಅಧ್ಯಾಯುವಾಗಿದೆ. ಅವರಂಥ ವ್ಯಕ್ತಿತ್ವ ದೇಶ ಮತ್ತು ಜಾತಿಗೆ ಯುಗ-ಯುಗಾಂತರಗಳವರೆಗೆ ಪ್ರೇರಣೆಯನ್ನು ನೀಡುತ್ತದೆ. ಇಂದು ಭಾರತದ ರಾಷ್ಟ್ರೀಯ ಪ್ರಜ್ಞೆ ದುರ್ಬಲವಾಗುತ್ತಿರುವಂತೆ ತೋರುತ್ತದೆ. ಇಂಥ ಸಮಯದಲ್ಲಿ ಮಹಾರಾಣಾ ಪ್ರತಾಪರ ಜೀವನ-ಚರಿತ್ರೆ ಆದರ್ಶಮಯವಾಗಿದೆ. ಇದರಿಂದಾಗಿಯೇ ಅವರು ಮಾತೃಭೂಮಿಯ ಸ್ವಾತಂತ್ರ್ಯ-ಭಕ್ತರಿಗೆ ಪ್ರಾತಃಸ್ಮರಣೀಯರು ಮತ್ತು ವಂದನೀಯರು ಆಗಿದ್ದಾರೆ.

ಈ ಪುಸ್ತಕದ ರಚನೆಗಾಗಿ ವಿಷಯಗಳನ್ನು ಸಂಗ್ರಹಿಸಲು ಡಾ. ಗೌರಿ ಶಂಕರ್ ಹೀರಾಚಂದ್ ಓಝಾ, ಮಹಾಮಹೋಪಾಧ್ಯಾಯ ಕವಿರಾಜ ಶ್ಯಾಮಲದಾಸರು [ವೀರವಿನೋದ್]. ಡಾ. ಗೋಪಿನಾಥ್ ಶರ್ಮಾ, ಡಾ. ಆಶೀರ್ವಾದಿಲಾಲ್, ಮಹಾಪಂಡಿತ್ ರಾಹುಲ್ ಸಾಂಸ್ಕೃತ್ಯಾಯನ್, ಕರ್ನಲ್ ಟಾಡ್, ಡಾ. ರಾಮ ಪ್ರಸಾದ್ ತ್ರಿಪಾಠಿ, ಶ್ರೀ ರಾಜೇಂದ್ರ ಬೀಡಾ, ಶ್ರೀ ರಾಜೇಂದ್ರ ಶಂಕರ್ ಭಟ್ಟ ಮುಂತಾದ ಇತಿಹಾಸಜ್ಞ ವಿದ್ವಾಂಸರ ಪುಸ್ತಕಗಳಿಂದ ಸಹಾಯವನ್ನು ಪಡೆಯಲಾಗಿದೆ. ಇವರೆಲ್ಲರಿಗೂ ನಾನು ಕೃತಜ್ಞೆಯನ್ನು ವ್ಯಕ್ತಪಡಿಸುತ್ತೇನೆ.

–ಡಾ. ಭವಾನಸಿಂಹ ರಾಣಾ

ಪರಿವಿಡಿ

ಮೊದಲ ಅಧ್ಯಾಯ

ಮೇವಾಡ ಮತ್ತು ಅದರ ರಾಜವಂಶ

ಭಾರತದ ಇತಿಹಾಸದಲ್ಲಿ ರಜಪೂತ ವಂಶಸ್ಥರಿಗೆ ಗೌರವದ ಸ್ಥಾನವಿದೆ. ಇಲ್ಲಿಯ ಯೋಧರು ದೇಶ, ಜಾತಿ ಮತ್ತು ಸ್ವಾತಂತ್ರ್ಯದ ರಕ್ಷಣೆಗಾಗಿ ತಮ್ಮ ಪ್ರಾಣವನ್ನೇ ತ್ಯಾಗ ಮಾಡಲು ಎಂದೂ ಹಿಂಜರಿಯಲಿಲ್ಲ. ಅವರ ಈ ತ್ಯಾಗಕ್ಕೆ ಇಡೀ ಭಾರತಕ್ಕೆ ಹೆಮ್ಮೆಯಿದೆ. ವೀರ ರಸದ ಈ ಭೂಮಿಯಲ್ಲಿ ರಜಪೂತರ ಸಣ್ಣ–ಪುಟ್ಟ ಅನೇಕ ರಾಜ್ಯಗಳಿದ್ದವು, ಇವು ಭಾರತದ ಇತಿಹಾಸದ ಅನೇಕ ಉಜ್ವಲ ಅಧ್ಯಾಯಗಳನ್ನು ರಚಿಸಿದವು. ಈ ರಾಜ್ಯಗಳಲ್ಲಿ ಮೇವಾಡಕ್ಕೆ ತನ್ನದೇ ಆದ ಒಂದು ವಿಶಿಷ್ಟ ಸ್ಥಾನವಿದೆ; ಇಲ್ಲಿ ಇತಿಹಾಸದ ಪ್ರತಿಷ್ಠಿತ ವಪ್ಪಾರಲ್, ಖುಮಾಣ್ ಪ್ರಥಮ ಮಹಾರಾಣಾ ಹಮ್ಮೀರ, ಮಹಾರಾಣಾ ಕುಂಭಾ, ಮಹಾರಾಣಾ ಸಾಂಗಾ ಮತ್ತು ಈ ಪುಸ್ತಕದ ಚರಿತ್ರೆಯ ನಾಯಕ ವೀರ ಶಿರೋಮಣಿ ಮಹಾರಾಣಾ ಪ್ರತಾಪರಂಥ ಇತಿಹಾಸ ನಿರ್ಮಾಪಕ ವೀರರು ಜನಿಸಿದರು.

ಮೇವಾಡದ ಭೌಗೋಲಿಕ ಪರಿಸ್ಥಿತಿ

ಮೇವಾಡದ ಇತಿಹಾಸ ಈ ರಾಜ್ಯದ ಆರಂಭದಿಂದಲೇ ಅತ್ಯಂತ ಪ್ರತಿಷ್ಠಿತವಾಗಿದೆ. ಮಧ್ಯಕಾಲದಲ್ಲಿ ಇಲ್ಲಿಯ ರಾಜರು ಮತ್ತು ಪ್ರಜೆಗಳು ತಮ್ಮ ಸ್ವಾತಂತ್ರ್ಯದ ರಕ್ಷಣೆಗಾಗಿ ಮುಸಲ್ಮಾನ ಸುಲ್ತಾನರ ವಿರುದ್ಧ ಮಾಡಿದ ಸಂಘರ್ಷ ಇತಿಹಾಸದಲ್ಲಿ ಅದ್ವಿತೀಯವಾಗಿದೆ. ಈ ರಾಜ್ಯದ ಇತಿಹಾಸದಲ್ಲಿ ಶೌರ್ಯ, ತ್ಯಾಗ, ಬಲಿದಾನ ಮತ್ತು ಸ್ವಾತಂತ್ರ್ಯ–ಪ್ರೀತಿಯ ಒಂದು ಅದ್ಭುತ

11

ಸಮನ್ವಯ ಕಾಣ ಬರುತ್ತದೆ. ಇದರ ವಿಶಿಷ್ಟತೆಗೆ ಮತ್ತೊಂದು ಮಹತ್ವದ ಕಾರಣ, ಇದರ ಭೌಗೋಳಿಕ ಪರಿಸ್ಥಿತಿ ಉಳಿದ ರಾಜಸ್ಥಾನಕ್ಕಿಂತ ಸಾಕಷ್ಟು ಭಿನ್ನವಾಗಿದೆ. ಇದು 23.49 ರಿಂದ 25.58 ಉತ್ತರದ ಅಕ್ಷಾಂಶ ಮತ್ತು 73.1. ರಿಂದ 75.49 ದಕ್ಷಿಣ ದೇಶಾಂತರದವರೆಗಿದೆ. ವರ್ತಮಾನದಲ್ಲಿ ಈ ರಾಜ್ಯ ಭೀಲವಾಡಾ, ಚಿತ್ತೌಡ ಮತ್ತು ಉದಯಪುರದಲ್ಲಿ ಹಂಚಿದೆ. ಇದರ ಪೂರ್ವದಲ್ಲಿ ನೀಮಚ್, ಟೋಂಕ್, ಕೋಟಾ ಮತ್ತು ಬೂಂದಿ; ದಕ್ಷಿಣದಲ್ಲಿ ಡೂಂಗರಪುರ, ಬಾಂಸವಾಡಾ ಮತ್ತು ಪ್ರತಾಪಗಢ; ದಕ್ಷಿಣ–ಪಶ್ಚಿಮದಲ್ಲಿ ಈಶ್ವರ, ಪಶ್ಚಿಮದಲ್ಲಿ ಜೋಧಪುರ ಮತ್ತು ಸಿರೋಹಿ; ಉತ್ತರದಲ್ಲಿ ಅಜಮೇರ್, ಮೆರವಾಡಾ ಮತ್ತು ಭೀಲವಾಡಾದ ಕೆಲವು ಭಾಗಗಳು ಹಾಗೂ ಉತ್ತರ–ಪೂರ್ವದಲ್ಲಿ ಜಯಪುರವಿದೆ.

ಮೇವಾಡವನ್ನು ನಾಲ್ಕು ಪ್ರಾಕೃತಿಕ ಭಾಗಗಳಲ್ಲಿ ವಿಭಾಜಿಸಲಾಗುತ್ತದೆ–

(1) ಪಶ್ಚಿಮದ ಪರ್ವತಶ್ರೇಣಿಗಳು

(2) ಪೂರ್ವದ ಪರ್ವತಶ್ರೇಣಿಗಳು

(3) ದಕ್ಷಿಣದ ಪರ್ವತಶ್ರೇಣಿಗಳು

(4) ಮಧ್ಯಭಾಗದ ಬಯಲು ಪ್ರದೇಶಗಳು

ಪಶ್ಚಿಮದ ಪರ್ವತಶ್ರೇಣಿಗಳು ಉತ್ತರದಲ್ಲಿ ದಿವೇರ್‌ನಿಂದ ಆರಂಭಗೊಂಡು ದಕ್ಷಿಣದಲ್ಲಿ ದೇವಲ್‌ವರೆಗೆ ಹಬ್ಬಿದೆ. ಈ ಪರ್ವತಶ್ರೇಣಿಗಳನ್ನು ಅರಾವಲಿ ಅಥವಾ ಅಡಾವಲದ ಪರ್ವತಶ್ರೇಣಿಗಳೆಂದು ಹೇಳಲಾಗುತ್ತದೆ. ಇದರ ಅತ್ಯಂತ ಎತ್ತರದ ಶಿಖರ ಕುಂಬಲಗಢದ ಸಮೀಪ ಜರಗಾ ಎಂಬ ಸ್ಥಳದಲ್ಲಿದೆ; ಇದರ ಎತ್ತರ ಸಮುದ್ರ ಮಟ್ಟದಿಂದ 4315 ಅಡಿ ಇದೆ. ಈ ಪರ್ವತಶ್ರೇಣಿಗಳಲ್ಲಿ ಅನೇಕ ಸಂಕೀರ್ಣ ಕಣಿವೆಗಳಿವೆ. ಇವುಗಳಿಗೆ ಸ್ಥಳೀಯ ಭಾಷೆಯಲ್ಲಿ ಕಾಲುವೆ ಎನ್ನಲಾಗುತ್ತದೆ. ಇವುಗಳಲ್ಲಿ ದೇಸೂರಿ, ಹಾಥಿಗುಡೋ, ಜೀಲವಾಡಾ ಮುಂತಾದ ಕಾಲುವೆಗಳು ಪ್ರಸಿದ್ಧವಾಗಿವೆ. ಹೊರಗಿನಿಂದ ಶತ್ರುಗಳ ಪ್ರವೇಶವನ್ನು ತಡೆಯಲು ಈ ಕಾಲುವೆಗಳಿಗೆ ಸುರಕ್ಷತೆಯನ್ನು ಕೊಡಲಾಗಿತ್ತು. ಹಾಥಿಗುಡಾದಲ್ಲಿ ಸ್ವಾತಂತ್ರ್ಯದ ರಕ್ಷಣೆಗಾಗಿ ಪ್ರಾಣವನ್ನು ತ್ಯಾಗ ಮಾಡುವ ವೀರರ ಸ್ಮಾರಕಗಳು ನಿರ್ಮಾಣಗೊಂಡಿವೆ. ಈ ಪರ್ವತಶ್ರೇಣಿಗಳಿಂದ ಅನೇಕ ಚಿಕ್ಕ–ದೊಡ್ಡ ನದಿಗಳು ಹರಿಯುತ್ತವೆ; ಇವು ಮೇವಾಡದ ಬಯಲು ಪ್ರದೇಶದಲ್ಲಿ ಕೃಷಿಗೆ ವರದಾನದಂತಿವೆ. ಈ ಪ್ರದೇಶದ ನಡುವೆ ಭೀಲರು ಮತ್ತು ಇನ್ನಿತರ ವನವಾಸಿಗಳ ನಿವಾಸ ಸ್ಥಳಗಳಿವೆ. ಅಲ್ಲಲ್ಲಿ ಕೃಷಿಗೆ ಯೋಗ್ಯವಾದ ಭೂಮಿ ಸಹ ಇದೆ. ಈ ಪರ್ವತಶ್ರೇಣಿಯ ದಕ್ಷಿಣದ ಭಾಗ ಗೋಗೂಂದಾವರೆಗೆ ಹಬ್ಬಿದೆ, ಇದನ್ನು ಭೋಮಟ್ ಎನ್ನಲಾಗುತ್ತದೆ. ಈ ಪರ್ವತಶ್ರೇಣಿ ಮೇವಾಡವನ್ನು ಈ ದಿಕ್ಕಿನಿಂದ ಪ್ರಾಕೃತಿಕವಾಗಿ ರಕ್ಷಣೆಯ ಕೆಲಸವನ್ನು ಮಾಡುತ್ತಿತ್ತು. ಇಲ್ಲಿಂದಲೇ ಉದಯಸಿಂಹ ಮತ್ತು ಮಹಾರಾಣಾ ಪ್ರತಾಪರು ಮೊಗಲರ ರಾಜ ಅಕ್ಬರನ ವಿರುದ್ಧ ಗುರಿಲ್ಲಾ ಯುದ್ಧವನ್ನು ನಡೆಸಿದ್ದರು.

ಅರಾವಲಿಯಿಂದಲೇ ಒಂದು ಚಿಕ್ಕ ಪರ್ವತಶ್ರೇಣಿ ಉತ್ತರ–ಪೂರ್ವದಲ್ಲಿ ದೇವಲಿಯಿಂದ ಭೀಲವಾಡಾದವರೆಗೆ ಹೋಗಿದೆ. ಮತ್ತೊಂದು ಶ್ರೇಣಿ ದೇವಲಿಯಿಂದ ಮಾಂಡಲಗಢ, ಬಿಜೋಲಿಯಾ, ಮೇನಾಲ್‌ನಿಂದ ಹಾದು ಚಿತ್ತೌಡಗಢದವರೆಗೆ ಸಾಗಿದೆ. ಈ ಚಿಕ್ಕ

ಪರ್ವತಶ್ರೇಣಿಗಳಿಗೆ ಪೂರ್ವದ ಪಠಾರ್ ಎನ್ನಲಾಗುತ್ತದೆ. ಈ ಪ್ರದೇಶದ ಅತಿ ಎತ್ತರ 2000 ಅಡಿ ಇದೆ. ಈ ಪ್ರ್ರದೇಶವನ್ನು ಅಪರಮಲ ಎಂದೂ ಹೇಳಲಾಗುತ್ತದೆ. ಇಲ್ಲಿ ಅನೇಕ ಸನಾತನ ಮತ್ತು ಜೈನರ ತೀರ್ಥಕ್ಷೇತ್ರಗಳು ಸಹ ಇವೆ. ಪುರಾತನ ಕಾಲದಲ್ಲಿ ಇದೊಂದು ಸಮೃದ್ಧವಾದ ವ್ಯಾಪಾರದ ಕೇಂದ್ರವಾಗಿತ್ತು.

ದಕ್ಷಿಣದ ಪರ್ವತಶ್ರೇಣಿಗಳ ಪ್ರದೇಶಗಳಲ್ಲಿ ಛಾಪನ್ ಮತ್ತು ಮಗರೆ ಜಿಲ್ಲಿಯ ಕಾಡುಗಳು ಮತ್ತು ಪರ್ವತಗಳು ಸಮ್ಮಿಳಿತವಾಗಿವೆ. ಈ ಪ್ರದೇಶ ಗುಜರಾತಿನ ಗಡಿಯೊಂದಿಗೆ ಸೇರಿದೆ. ಇದರಲ್ಲಿ ಪರ್ವತಗಳ ಕಣಿವೆಗಳ ನಡುವೆ ಚಿಕ್ಕ-ಚಿಕ್ಕ ಹಳ್ಳಿಗಳಿವೆ. ಗುಜರಾತಿನ ಇದೇ ಪ್ರದೇಶದಿಂದ ಮೇವಾಡದ ಮೇಲೆ ಆಕ್ರಮಣಗಳು ನಡೆದಿದ್ದವು. ಇಲ್ಲಿಂದ ಕಾಡಿನ ಸಂಪತ್ತು ಮತ್ತು ಖನಿಜ ಪದಾರ್ಥಗಳು ಸಹ ದೊರೆಯುತ್ತವೆ. ಇಲ್ಲಿ ಮಧೂಕ, ಸಾಗವಾನಿ, ಹುಣಸೆ, ಅಶ್ವತ್ಥ, ಸೀಸಮ್, ಖರ್ಜೂರ, ನೇರಳೆ ಮುಂತಾದ ವೃಕ್ಷಗಳು ಹೆಚ್ಚಿನ ಪ್ರಮಾಣದಲ್ಲಿವೆ. ಹಲ್ದಿಘಾಟಿ ಯುದ್ಧದ ನಂತರ ಮಹಾರಾಣಾ ಪ್ರತಾಪರು ಇಲ್ಲಿದ್ದ ಚಾವಂಡವನ್ನು ತಮ್ಮ ರಾಜಧಾನಿಯಾಗಿ ಮಾಡಿಕೊಂಡಿದ್ದರು. ಮೊದಲು ಜಾವರದಿಂದ ವರ್ಷಕ್ಕೆ ಮೂರು ಲಕ್ಷ ಹಣದ ಚಿನ್ನವನ್ನು ಹೊರತೆಗೆಯಲಾಗುತ್ತಿತ್ತು ಎನ್ನಲಾಗುತ್ತದೆ; ಇಲ್ಲಿ ತಾಮ್ರದ ಅನೇಕ ಗಣಿಗಳೂ ಇದ್ದವು; ಇಂದೂ ಸಹ ಇಲ್ಲಿ ನಿರ್ಮಾಣ ಕಾರ್ಯ ಮತ್ತು ಬೀಸೋ ಕಲ್ಲು ತಯರಿಸುವ ಕಲ್ಲುಗಳು ಹೆಚ್ಚು ಪ್ರಮಾಣದಲ್ಲಿ ಕಂಡು ಬರುತ್ತದೆ.

ಚಿತ್ತೌಡ, ಭೀಲವಾಡಾ, ಉದಯಪುರ, ನಾಥದ್ವಾರಾ ಮತ್ತು ಮಗರಾ ಜಿಲ್ಲಿನ ನಡುವಿನ ಭೂ-ಪ್ರದೇಶವನ್ನು ಮಧ್ಯವರ್ತಿ ಬಯಲು ಪ್ರದೇಶವೆಂದು ಹೇಳಲಾಗುತ್ತದೆ. ಈ ಭಾಗದಲ್ಲಿ ಅನೇಕ ಮಹತ್ವದ ನದಿಗಳು ಹರಿಯುತ್ತವೆ. ಮೇವಾಡದ ಇತಿಹಾಸಕ್ಕೆ ಸಂಬಂಧಿಸಿದ ಅನೇಕ ಮಹತ್ವದ ಧಾರ್ಮಿಕ ಸ್ಥಳಗಳು ಸಹ ಇದೇ ಪ್ರದೇಶದಲ್ಲಿವೆ.

ಪರ್ವತ-ಪ್ರದೇಶಗಳಿಂದ ಹೊರಟ ನದಿಗಳು ಬಯಲು ಪ್ರದೇಶದ ಕೃಷಿಗೆ ವರದಾನವಾಗಿದೆ. ಮೇವಾಡದ ಉತ್ತರದಲ್ಲಿ ಒಂದು ಉಪ್ಪು ನದಿಯಿದೆ, ಇದು ಅಜಮೇರಿನ ಸಮೀಪ ಬನಾಸ್ ನದಿಯಲ್ಲಿ ಸೇರುತ್ತದೆ. ಇದೇ ನದಿ ಅಜಮೇರ ಮತ್ತು ಮೇವಾಡ ಪ್ರದೇಶವನ್ನು ವಿಭಜಿಸುವ ರೇಖೆಯೂ ಆಗಿದೆ. ಬನಾಸ್ ಮೇವಾಡದ ಅತಿ ದೊಡ್ಡ ನದಿಯಾಗಿದೆ, ಇದು ಕುಂಬಲಗಢದ ಸಮೀಪದ ಒಂದು ಸ್ಥಳದಿಂದ ಹುಟ್ಟುತ್ತದೆ. ಇದರ ಉದ್ದ ಸುಮಾರು 290 ಕಿ. ಮೀ. ಆಗಿದ್ದು, ಕೋಠಾರಿ, ಮೇನಾಲ್, ಬೇಡಚ್ ಮುಂತಾದ ಸಹಾಯಕ ನದಿಗಳನ್ನು ತನ್ನೊಳಗೆ ಸೇರಿಸಿಕೊಂಡು, ರಾಮೇಶ್ವರ ತೀರ್ಥ [ಮಧ್ಯ ಪ್ರದೇಶ] ದಲ್ಲಿ ಚಂಬಲ್‌ನೊಂದಿಗೆ ಸೇರುತ್ತದೆ. ಹಲ್ದಿಘಾಟಿಯ ಪ್ರಸಿದ್ಧ ಯುದ್ಧ ಇದೇ ನದಿಯ ತೀರದಲ್ಲಿ ಖಮನೋರ್ ಸಮೀಪದಲ್ಲಿ ನಡೆದಿತ್ತು. ಗಂಭೌರಿ, ಬೇಡಚ್, ಅಹಾಡ್, ಜಾಕುಮ್, ಬಾಕಲ್ ಮುಂತಾದವುಗಲು ಮೇವಾಡದ ಇನ್ನಿತರ ನದಿಗಳಾಗಿವೆ. ಜಾಕುಮ್ ಮತ್ತು ಬಾಕಲ್‌ನಲ್ಲಿ ಮಳೆಗಾಲದಲ್ಲಿ ಹೆಚ್ಚು ನೀರಿರುತ್ತದೆ. ಇದರ ನೀರು ಆರೋಗ್ಯದ ದೃಷ್ಟಿಯಿಂದ ಹಾನಿಕಾರಕವಾಗಿದೆ. ಪ್ರವಾಹ ಬಂದಾಗ ಈ ನದಿಗಳಿಂದ ಜನ-ಧನದ ಸಾಕಷ್ಟು ಹಾನಿಯಾಗುತ್ತದೆ, ಅದರೆ ಬಾಹ್ಯ ಆಕ್ರಮಣಗಳಿಂದ ಈ ನದಿಗಳು ಮಳೆಗಾಲದಲ್ಲಿ

ಮೇವಾಡವನ್ನು ರಕ್ಷಿಸುವ ಸಾಧನಗಳಾಗುತ್ತಿದ್ದವು. ರಾಣಾ ಕುಂಭಾನ ಕಾಲದಲ್ಲಿ ಮಾಲವಾದ ರಾಜರು ಅನೇಕ ಬಾರಿ ಈ ನದಿಗಳಿಂದಾಗಿ ಸೋಲಿನ ಮುಖವನ್ನು ಕಾಣ ಬೇಕಾಗಿ ಬಂದಿತ್ತು.

ಮೇವಾಡದ ಹವಾಗುಣ ಸುಮಾರಾಗಿ ಅಲ್ಲಿಯ ನಿವಾಸಿಗಳಿಗೆ ಹಿತಕರವಾಗಿದೆ, ಆದರೆ ಹೊರಗಿನ ಜನರಿಗೆ ಇದು ಅನುಕೂಲವಾಗಿರುವುದಿಲ್ಲ. ಪರ್ವತ–ಪ್ರದೇಶದ ಹವಾಗುಣ ಬಯಲು ಪ್ರದೇಶಕ್ಕಿಂತ ಹೆಚ್ಚು ಅನಾರೋಗ್ಯಕರ. ಇಲ್ಲಿ ಗ್ರೀಷ್ಮ ಋತುವಿನಲ್ಲಿ ಬಿಸಿಲಿನ ಪ್ರಕೋಪ ತೀವ್ರವಾಗಿದ್ದು, ಹೊರಗಿನ ಜನರು ಇದನ್ನು ಸಹಿಸುವುದು ಕಷ್ಟವಾಗುತ್ತದೆ. ಹಲ್ದಿಘಾಟಿಯ ಯುದ್ಧದಲ್ಲಿ ತಮ್ಮ ಅನುಭವಗಳನ್ನು ವರ್ಣಿಸುತ್ತಾ ಬದಾಯೂನಿ ಬರೆದಿದ್ದಾನೆ–'ಮಧ್ಯಾಹ್ನದ ಬಿಸಿಲು ಎಷ್ಟು ತೀವ್ರವಾಗಿತ್ತೆಂದರೆ ನನ್ನ ತಲೆಯ ರಕ್ತ ಕುದಿಯುತ್ತಿತ್ತು.' ಹೀಗಾಗಿ ಈ ಹವಾಗುಣ ಆಕ್ರಮಣವೆಸಗುವ ಶತ್ರು ಸೈನಿಕರನ್ನು ಸೋಲಿಸಲು ಅಥವಾ ಅವರ ಉತ್ಸಾಹವನ್ನು ಭಂಗಗೊಳಿಸುವಲ್ಲಿ ಮುಖ್ಯ ಭೂಮಿಕೆಯಾಗಿತ್ತು.

ಮೇವಾಡದ ಈ ಪ್ರಾಕೃತಿಕ ಸುರಕ್ಷತೆಯ ಸಾಧನಗಳೊಂದಿಗೆ, ಇಲ್ಲಿಯ ಸರೋವರಗಳು ಹೆಚ್ಚಿದ್ದು, ಇವೂ ಸಹ ಸಹಕಾರಿಯಾಗಿವೆ. ಹೀಗಾಗಿ ಈ ಭೂ–ಪ್ರದೇಶವನ್ನು ಸರೋವರಗಳ ಪ್ರದೇಶ ಎಂದೂ ಹೇಳಲಾಗುತ್ತದೆ. ಮಹಾರಾಣಾ ಜಯಸಿಂಹ ಉದಯಪುರದಿಂದ ಸುಮಾರು 51. ಕಿ.ಮೀ. ದೂರದ ಜಯಸಮುದ್ರ ಎಂಬ ವಿಶಾಲ ಸರೋವರವನ್ನು ನಿರ್ಮಿಸಿದ, ಇದು ಮೇವಾಡದ ಅತ್ಯಂತ ವಿಶಾಲ ಸರೋವರವಾಗಿದೆ. ರಾಜಸಮುದ್ರ, ಉದಯಸಾಗರ, ಪಿಛೋಲಾ, ಫತಹಸಾಗರ ಮತ್ತು ಸ್ವರೂಪಸಾಗರ ಮುಂತಾದ ಸರೋವರಗಳು ಸಹ ಇದೇ ಪ್ರದೇಶದಲ್ಲಿವೆ.

ಮೇವಾಡದ ಇತಿಹಾಸ ರಜಪೂತ ರಾಜರುಗಳ ಇತಿಹಾಸವಾಗಿದ್ದಾಗ್ಯೂ, ಇಲ್ಲಿಯ ಭೀಲ್ ಜಾತಿಗೂ ಸಹ ಇತಿಹಾಸದಲ್ಲಿ ಒಂದು ಮಹತ್ವದ ಸ್ಥಾನವಿದೆ. ಭೀಲ್ ಮೇವಾಡದ ದಟ್ಟ ಕಾಡುಗಳ ಒಂದು ವೀರ ಜನಾಂಗವಾಗಿತ್ತು. ಇವರ ಮುಖ್ಯ ಕಸುಬು ವ್ಯವಸಾಯ, ಕೃಷಿ ಮತ್ತು ಪಶುಪಾಲನೆಯಾಗಿದೆ, ಅದರೂ ಇವರು ಯುದ್ಧಭೂಮಿಯಲ್ಲಿ ತಮ್ಮ ಶೌರ್ಯವನ್ನು ಪ್ರದರ್ಶಿಸಿದರು. ಮಹಾರಾಣಾ ಪ್ರತಾಪರೊಂದಿಗೆ ಮೊಗಲರ ಯುದ್ಧಗಳಲ್ಲಿ ಭೀಲ್ ಜನಾಂಗ ಮಹಾರಾಣಾ ಪ್ರತಾಪರಿಗೆ ಅವರ ವಿಷಮ ಪರಿಸ್ಥಿತಿಗಳಲ್ಲಿ ಸಹಾಯ ಮಾಡಿದ್ದು ಇತಿಹಾಸದಲ್ಲಿ ಶೌರ್ಯ, ಸ್ವಾಮಿಭಕ್ತಿ, ನಿಸ್ವಾರ್ಥತೆ ಮುಂತಾದ ಗುಣಗಳಿಗೆ ಉತ್ತಮ ಉದಾಹರಣೆಗಳಾಗಿವೆ.

ಮೇವಾಡಕ್ಕೆ ಕಾಲ–ಕಾಲಕ್ಕೆ ವಿಭಿನ್ನ ಹೆಸರುಗಳು ಪ್ರಯೋಗವಾಗಿವೆ. ವಿಕ್ರಮ್ ಸಂವತ್ 1000 ರ ಆಹಡ್ ಶಿಲಾಲೇಖನ ಮತ್ತು ಇನ್ನಿತರ ಪ್ರಾಚೀನ ಸಾಹಿತ್ಯದಲ್ಲಿ ಇದರ ಹೆಸರು 'ಮೇದಪಾಟ್' ಎಂದು ಲಭಿಸುತ್ತದೆ. ಮೇದಪಾಟ್ ಶಬ್ದದ ಪ್ರಚಲಿತ ರೂಪವೇ ಇಂದು ಮೇವಾಡವಾಗಿದೆ. ಡಾ. ಗೌರೀಶಂಕರ್ ಹೀರಾಚಂದ್ ಓಝಾರ ಅಭಿಪ್ರಾಯದಂತೆ, ಈ ಭೂ–ಪ್ರದೇಶದಲ್ಲಿ ಮೇದ [ಮೇವ್ ಅಥವಾ ಮೇರ್] ಜನಾಂಗದ ಆಡಳಿತವಿತ್ತು. ಹೀಗಾಗಿ ಇದರ ಹೆಸರು ಮೇವಾಡ ಎಂದಾಯಿತು. ಕರನವೇಲ್ ಅವರ ಲೇಖನದಿಂದ, ಪ್ರಾಚೀನ

ಕಾಲದಲ್ಲಿ ಮೇವಾಡದ ಹೆಸರು ಪ್ರಾಮ್ವಾಟ್ ಎಂದೂ ಸಹ ಇತ್ತು ಎಂಬುದು ತಿಳಿದು ಬರುತ್ತದೆ. 300 ವರ್ಷದ ಹಿಂದೆ ವಿಕ್ರಮಿಯ ನಾಣ್ಯಗಳಿಂದ, ಇದರ ತತ್ಕಾಲೀನ ಹೆಸರು 'ಶಿವಿ ಜನಪದ' ಎಂದಿತ್ತು ಎಂದು ಪ್ರಮಾಣೀಕೃತವಾಗುತ್ತದೆ. ಹೀಗಾಗಿ ಇದರ ಹೆಸರು ಮೇದಪಾಟ್ ಎಂದು ಏಕಾಯಿತು ಎಂಬ ಬಗ್ಗೆ ವಿದ್ವಾಂಸರು ಒಮ್ಮತಾಭಿಪ್ರಾಯಕ್ಕೆ ಬಂದಿಲ್ಲ. ಡಾ. ಓಝಾ ಮೇವ ಜನಾಂಗದೊಂದಿಗೆ ಇದರ ಸಂಬಂಧವನ್ನು ಹೇಳುತ್ತಾ, 'ಮೇವಾಡದ ಒಂದು ಭಾಗ ಮೇವಲ್ ಮತ್ತು ಇನ್ನೊಂದು ಭಾಗ ಮೆರವಾಡ ಎನ್ನಲಾಗುತ್ತದೆ. ಆದರೆ ಒಂದು ವಿಶೇಷ ಜನಾಂಗದೊಂದಿಗೆ ಸಮಸ್ತ ಮೇವಾಡ್ ಮೆವ ಅಥವಾ ಮೇರ್ ಜನಾಂಗದ ದೇಶ ಎನ್ನುವುದು ತರ್ಕಬದ್ಧವೆಂದು ತೋರುವುದಿಲ್ಲ.' ಎನ್ನುತ್ತಾರೆ. ಈ ಬಗ್ಗೆ ಡಾ. ಗೋಪಿನಾಥ ಶರ್ಮಾ ಬರೆಯುತ್ತಾರೆ–

"ಡಾ. ಓಝಾ ಹೇಳುವುದೇನೆಂದರೆ, 'ಈ ದೇಶದಲ್ಲಿ ಮೊದಲು ಮೇದ್ ಅಂದರೆ ಮೆವ್ ಅಥವಾ ಮೇರ್ ಜನಾಂಗದ ಆಡಳಿತ ಇದ್ದುದ್ದರಿಂದ ಇದರ ಹೆಸರು ಮೇದಪಾಟ್ ಎಂದಾಯಿತು!' ಈ ತರ್ಕದ ಪುಷ್ಟೀಕರಣದಲ್ಲಿ ಅವರು ಬರೆಯುತ್ತಾರೆ, "ಮೇವಾಡದ ಒಂದು ಭಾಗ ಮೇವಲ್ ಮತ್ತು ಇನ್ನೊಂದು ಭಾಗ ಮೇರವಾಡಾ ಎನ್ನಲಾಗುತ್ತದೆ. ನಮ್ಮ ಅಭಿಪ್ರಾಯದಲ್ಲಿ, ಒಂದು ಜನಾಂಗದಿಂದ ಇಡೀ ಮೇವಾಡ ಮೇದ್ ಅಥವಾ ಮೇವ್ ಜನಾಂಗದ ದೇಶವೆಂದು ಹೇಳಲಾಗದು. ಅಲ್ಲದೆ ಇಲ್ಲಿ ಇನ್ನಿತರ ಜನಾಂಗಗಳು ಸಹ ಪ್ರಾಚೀನ ಕಾಲದಿಂದ ಪ್ರಭಾವಶಾಲಿಗಳಾಗಿವೆ. ವಾಸ್ತವವಾಗಿ ಈ ಹೆಸರು ಮೇವಾಡದ ಪರಂಪರಾಗತ ಶೌರ್ಯಕ್ಕೆ ಸಂಬಂಧಿಸಿದೆ. ಮೇದದ ಅರ್ಥ ಮ್ಲೇಚ್ಛ, ಪಾಟ್‌ದ ಅರ್ಥ ಶತ್ರುವಿನ ನಾಶ. ಮೇವಾಡ ಶತಮಾನಗಳಿಂದ ಶತ್ರುಗಳೊಂದಿಗೆ ಹೋರಾಡುತ್ತಾ, ಅದನ್ನು ಧ್ವಂಸಗೊಳಿಸುತ್ತಿದೆ ಎಂಬುದು ನಮಗೆ ಗೊತ್ತಿದೆ."

ವಾಸ್ತವವಾಗಿ ಮೇದಿನಿಯಂತೆಯೇ ಮೇದಪಾಟ್‌ನ ಉದ್ಗಮವಾಗಿದೆ ಎಂದು ತಿಳಿಯಲಾಗುತ್ತದೆ. ಪುರಾಣದ ಕಥೆಗಳ ಪ್ರಕಾರ, ದೇವರಿಂದ ವಧಿಸಲ್ಪಟ್ಟ ರಾಕ್ಷಸನ ಮೇದಾ [ಕೊಬ್ಬು] ದಿಂದ ಮೇದಿನಿ [ಪೃಥ್ವಿ] ಯ ನಿರ್ಮಾಣವಾಗಿತ್ತು. ಅಂತೆಯೇ ಮೇದಘಾಟ್‌ದ ಅರ್ಥ, ಶತ್ರುಗಳನ್ನು ನಾಶ ಮಾಡಿ ಅವರಿಂದ ಸಮತಲಗೊಳಿಸಲಾಗಿದೆ ಎಂದಾಗುತ್ತದೆ.

ಮೇವಾಡದ ರಾಜವಂಶ

ಕ್ರಿಸ್ತಪೂರ್ವದಲ್ಲೂ ಮೆವಾಡದಲ್ಲಿ ಜನರು ಜೀವನ ಮಾಡಿದ ಕುರುಹುಗಳಿದ್ದವು ಎಂಬುದಕ್ಕೆ ಸಾಕ್ಷಿ ಸಿಗುತ್ತವೆ. ಆಹಾಡವನ್ನು ತೋಡಿದ್ದರಿಂದ, ಅಲ್ಲಿ ಆ ಕಾಲದಲ್ಲೇ ನದಿಗಳ ತೀರದಲ್ಲಿ ಮಾನವರ ವಾಸಸ್ಥಳಗಳಿದ್ದವು ಎಂಬುದು ತಿಳಿದು ಬರುತ್ತದೆ. ಕ್ರಿಸ್ತಪೂರ್ವ ಎರಡನೆಯ ಶತಮಾನದಿಂದ ಮೊದಲ ಶತಮಾನದವರೆಗೆ ಆಹಾಡದ ಕಾಲವಾಗಿತ್ತು ಎಂದು ತಿಳಿಯಲಾಗುತ್ತದೆ. ಇದೆಲ್ಲದರಿಂದ, ಮೇವಾಡ ಭೂಮಿಯ ಇತಿಹಾಸ ತುಂಬಾ ಪ್ರಾಚೀನವಾಗಿದೆ ಎಂದು ಸ್ಪಷ್ಟವಾಗುತ್ತದೆ. ಮಹಾರಾಣಾ ಪ್ರತಾಪರ ಪೂರ್ವಿಕರು ಈ ನೆಲದಲ್ಲಿ ಮೊದಲು

ಆರನೆಯ ಶತಮಾನದಲ್ಲಿ ರಾಜ್ಯವನ್ನು ಸ್ಥಾಪಿಸಿದರು. ಇಲ್ಲಿ ಹೊಸ ರಾಜವಂಶವನ್ನು ಕಟ್ಟಿದ ರಾಜ ಗುಹಾದಿತ್ಯನಾಗಿದ್ದ. ಹೀಗಾಗಿ ಈ ವಂಶದ ಮೊದಲ ರಾಮ ಗುಹಿಲ್ ಆಗಿದ್ದ ಅಥವಾ ಗುಹಿಲೋತ ವಂಶವಾಗಿದೆ. ಇದರ ಒಂದು ಶಾಖೆಯನ್ನು ನಂತರದಲ್ಲಿ ಸಿಸೌದಿಯಾ ವಂಶ ಎನ್ನಲಾಯಿತು.

ಗುಹಾದಿತ್ಯನ ಮೂಲ ಸ್ಥಳ ಬಲಮಿ ರಾಜ್ಯವಾಗಿತ್ತು. ತನ್ನ ತಂದೆಯ ಮರಣದ ನಂತರ ಅವನು ಬಲಮಿಯನ್ನು ಬಿಡಬೇಕಾಯಿತು. ಅವನು ಅಲ್ಲಿಂದ ಪಲಾಯನ ಮಾಡಿ ಈಡರ್‌ನಿಂದ ಹಾದು ನಾಗದಾ ತಲುಪಿದ. ಅವನು ನಾಗದಾದಿಂದ ಮೇವಾಡದ ಮೇಲೆ ಆಕ್ರಮಣವೆಸಗಿ, ಅದನ್ನು ಗೆದ್ದ. ನಂತರ ಅವನೇ ಇಲ್ಲಿ ಹೊಸ ರಾಜವಂಶವನ್ನು ಸ್ಥಾಪಿಸಿದ. ಈ ವಂಶವನ್ನು ಪರಂಪರೆಯಂತೆ ಸೂರ್ಯವಂಶದ ರಾಜ ರಾಮನ ಪುತ್ರ ಕುಶನ ಸಂತಾನವೆಂದು ತಿಳಿಯಲಾಗುತ್ತದೆ. ಗುಹಾದಿತ್ಯನ ನಂತರ ಈ ವಂಶದಲ್ಲಿ ಮುಂದುವರೆದು ಮಹಾನ್ ಪ್ರತಾಪಿ ರಾಜ ಕಾಲಭಾಜ ಬಂದ, ಇವನ ಇನ್ನೊಂದು ಹೆಸರು ವಪ್ಪಾ ಅಥವಾ ವಾಪಾ ರಾವಲ್ ಎಂದೂ ಇದೆ. ಅವನು ಚಿತ್ತೌಡಿನ ತತ್ಕಾಲದ ರಾಜ ಮಾನಸಿಂಹನನ್ನು ಯುದ್ಧದಲ್ಲಿ ಸೋಲಿಸಿ ಚಿತ್ತೌಡನ್ನು ವಶಪಡಿಸಿಕೊಂಡ. ಹೀಗೆ ಚಿತ್ತೌಡ್ ಸಹ ಮೇವಾಡ ರಾಜ್ಯದ ಭಾಗವಾಯಿತು. ವಪ್ಪಾ ರಾವಲನ ಆಡಳಿತದ ಅವಧಿ ಸನ್ 734 ರಿಂದ 753 ರವರೆಗಿತ್ತು ಎಂದು ತಿಳಿಯಲಾಗುತ್ತದೆ. ಅವನು ವಿದೇಶಿ ಆಕ್ರಮಣಕಾರರಾದ ಅರಬರಿಂದ ಮಾತೃಭೂಮಿಯನ್ನು ರಕ್ಷಿಸುವಲ್ಲಿ ಅಪ್ರತಿಮ ವೀರನಾಗಿದ್ದ. ವಪ್ಪಾ ರಾವಲನ ನಂತರ ಅವನ ವಂಶಜನಾದ ಖುಮಾನ್ ದ್ವಿತೀಯ ಸಹ ಓರ್ವ ಪ್ರಸಿದ್ಧ ಆಡಳಿತಗಾರನಾಗಿದ್ದ. ಅವನ ಅಧಿಕಾರದ ಅವಧಿ ಸನ್ 812 ರಿಂದ 836 ರವರೆಗೆ ಸುಮಾರು ಇಪ್ಪತ್ತನಾಲ್ಕು ವರ್ಷಗಳಿದ್ದವು. [ಅನೇಕ ಇತಿಹಾಸಕಾರರ ಅಭಿಪ್ರಾಯದಂತೆ ಅರಬರಿಂದ ದೇಶದ ರಕ್ಷಣೆ ಖುಮಾಣ ಪ್ರಥಮ ಮಾಡಿದ, ವಪ್ಪಾ ರಾವಲ್ ಅಲ್ಲ. ಬಹುಶಃ ಅವನು ಗುಜರಾತ್ ಮತ್ತು ಕಾಠಿಯಾವಾಡದ ರಾಜರುಗಳೊಂದಿಗೆ ಸೇರಿ ಅರಬ್ ಆಕ್ರಮಣಕಾರಿಗಳನ್ನು ಮುಲ್ತಾನ್ ಮತ್ತು ಸಿಂಧ್‌ನಲ್ಲಿ ಸೋಲಿಸಿ, ಅವರು ಮುಂದುವರೆಯುವುದನ್ನು ತಡೆದ.]

ಖುಮಾಣ್ ದ್ವಿತೀಯನ ಅನೇಕ ಪೀಳಿಗೆಯ ನಂತರ ಸನ್ 1191 ರಲ್ಲಿ ಮೇವಾಡದಲ್ಲಿ ಅವನ ವಂಶಜ ಸುಮೇರಸಿಂಹನ ಆಡಳಿತವಿತ್ತು. ಇದೇ ವೇಳೆಗೆ ಶಹಾಬುದ್ದೀನ್ ಗೋರಿ ಭಾರತದ ಮೇಲೆ ಆಕ್ರಮಣ ಮಾಡಿದ್ದ. ರತ್ನಸಿಂಹ ಸುಮೇರಸಿಂಹನ ಎಂಟನೆಯ ವಂಶಜನಾಗಿದ್ದ, ಇವನ ಹೆಂಡತಿ ಪದ್ಮಿನಿಯಾಗಿದ್ದಳು. ಅಲಾಉದ್ದೀನ್ ಖಿಲಜಿ ಚಿತ್ತೌಡ್‌ನ ಮೇಲೆ ಆಕ್ರಮಣ ಮಾಡಿದಾಗ ರಾಣಿ ಪದ್ಮಿನಿಯ 'ಜೌಹರ್ ವ್ರತ'ದ [ಯುದ್ಧದಲ್ಲಿ ಶತ್ರುಗಳು ಗೆಲ್ಲುವುದು ನಿಶ್ಚಯವೆಂದು ಕಂಡುಬಂದಾಗ ರಜಪೂತ ಸ್ತ್ರೀಯರು ಸಾಮೂಹಿಕವಾಗಿ ಉರಿಯುವ ಚಿತೆಗೆ ಹಾರಿ ಪ್ರಾಣ ನೀಗುತ್ತಿದ್ದ ಪದ್ಧತಿ.] ಕಥೆ ತುಂಬಾ ಪ್ರಸಿದ್ಧವಾಗಿದೆ. ರಾಣಿ ಪದ್ಮಿನಿಯ ಜೀವನದಿಂದ ಪ್ರೇರಣೆಯನ್ನು ಪಡೆದು ಸುಪ್ರಸಿದ್ಧ ಸೂಫಿ ಸಂತ ಮಲಿಕ್ ಮುಹಮ್ಮದ್ ಜಾಯಸಿ ಪದ್ಮಾವತ್ ಮಹಾಕಾವ್ಯವನ್ನು ರಚಿಸಿದ. ಇದು ಹಿಂದಿ ಸಾಹಿತ್ಯದ ಒಂದು ಅಮೂಲ್ಯ ನಿಧಿಯಾಗಿದೆ; ಈ ವಿಷಯ ಇನ್ನಿತರ ಇತಿಹಾಸದ ಪುಸ್ತಕಗಳಲ್ಲಿ ಈ 'ಜೌಹರ್ ವ್ರತ'ದ ಉಲ್ಲೇಖ ಸಹ ಇಲ್ಲ.

ಅದ್ದರಿಂದ ಐತಿಹಾಸಿಕ ದೃಷ್ಟಿಯಿಂದ ಅನೇಕ ಜನಪದ ಕಥೆಗಳಂತೆ ಪದ್ಮಿನಿಯ ಕಥೆಯನ್ನೂ ಅಪ್ರಾಮಾಣಿಕ ಮತ್ತು ಗಾಳಿಸುದ್ದಿ ಎಂದಷ್ಟೇ ತಿಳಿಯಲಾಗುತ್ತದೆ.

ಖುಮಾಣ್ ದ್ವಿತೀಯನ ಅನೇಕ ಪೀಳಿಗೆಗಳ ನಂತರ ಈ ವಂಶದಲ್ಲಿ ಹಮೀರ ಎಂಬ ರಾಜ ಬಂದ; ಇವನು ಈ ನಡುವಿನ ಅನೇಕ ರಾಜರುಗಳಲ್ಲಿ ಏಕಮಾತ್ರ ಉಲ್ಲೇಖನೀಯ ರಾಜನಾಗಿದ್ದ. ಅವನ ಆಡಳಿತ ಅವಧಿ 1326 ರಿಂದ 1364 ರವರೆಗಿತ್ತು. ಇವನ ಆಡಳಿತಕ್ಕೂ ಮೊದಲು 1303 ರ ಇಸ್ವಿಯಲ್ಲಿ ಅಲಾಉದ್ದೀನ್ ಖಿಲಜಿ ಮೇವಾಡದ ಮೇಲೆ ಆಕ್ರಮಣವೆಸಗಿ ರಾಜಧಾನಿ ಚಿತ್ತೌಡದ ಮೇಲೆ ಅಧಿಕಾರ ಸ್ಥಾಪಿಸಿದ್ದ; ಅಲ್ಲದೆ ತನ್ನ ಮಗನನ್ನು ಇಲ್ಲಿಯ ಪ್ರಧಾನ ಅಧಿಕಾರಿಯಾಗಿ ನೇಮಿಸಿದ್ದ. ಮಹಾರಾಜ ಹಮೀರ್ ವಪ್ಪಾ ರಾವಲನಂತೆಯೇ ವೀರ ರಾಜನಾಗಿದ್ದ. ಚಿತ್ತೌಡದ ಮೇಲೆ ವಿದೇಶಿ ಶಾಸಕರ ಅಧಿಕಾರವನ್ನೇ ಅವನು ಅವಮಾನಕರ ಮತ್ತು ತನ್ನ ಪ್ರತಿಷ್ಠಿತ ಪರಂಪರೆಗೆ ವಿರುದ್ಧವೆಂದು ತಿಳಿಯುತ್ತಿದ್ದ. ಅವನು ಈ ವಿದೇಶಿ ಆಡಳಿತವನ್ನು ಕಿತ್ತೊಗೆಯುವ ಕನಸು ಕಾಣುತ್ತಿದ್ದ.

ಹಮೀರ ಸಿಂಹಾಸನದಲ್ಲಿ ಕೂರುತ್ತಲೇ ಮೊದಲು ತನ್ನ ಸೈನ್ಯ-ಶಕ್ತಿಯನ್ನು ಹೆಚ್ಚಿಸಲು ಆರಂಭಿಸಿದ; ಅವನು ಕಡಿಮೆ ಅವಧಿಯಲ್ಲಿಯೇ ತನ್ನ ಶಕ್ತಿಯನ್ನು ಹೆಚ್ಚಿಸಿಕೊಂಡ. ತಾನು ಅಲಾಉದ್ದೀನ್ ಖಿಲಜಿಯನ್ನು ಎದುರಿಸುವಲ್ಲಿ ಸಮರ್ಥನೆಂದು ನಂಬಿಕೆ ಬಂದ ನಂತರ ಅವನು ಚಿತ್ತೌಡದ ಮೇಲೆ ಆಕ್ರಮಣವೆಸಿಗಿದ. ಎರಡೂ ಪಕ್ಷದಲ್ಲಿ ಯುದ್ಧ ನಡೆದು ಹಮೀರ ಚಿತ್ತೌಡವನ್ನು ವಶಪಡಿಸಿಕೊಂಡ. ನಿಶ್ಚಿತವಾಗಿಯೂ ಅವನ ಈ ಕಾರ್ಯ ಪ್ರಶಂಸನೀಯವಾಗಿದ್ದು, ವೀರೋಚಿತವಾಗಿತ್ತು. ಹಮೀರನೇ ಮೊದಲು ಮಹಾರಾಣಾನ ಪದವಿಯನ್ನು ಅಲಂಕರಿಸಿದ, ಇದು ಕಾಲಾಂತರದಲ್ಲಿ ಅವನ ವಂಶಸ್ಥರ ಶಾಶ್ವತ ಪದವಿಯಾಯಿತು. ನಂತರ ಮೇವಾಡ ರಾಜ್ಯದ ವಿಸ್ತಾರವಾಗುವುದು ಆರಂಭಗೊಂಡಿತು. ಖಿಲಜಿ ವಂಶದ ರಾಜಕುಮಾರನನ್ನು ಸೋಲಿಸಿದ ನಂತರ ಹಮೀರ ತುಗಲಕ್ ಶಾಸಕನೊಂದಿಗೆ ಯುದ್ಧವನ್ನು ಮಾಡಿದ. ಈ ಯುದ್ಧಗಳಲ್ಲಿ ಅವನು ಗೆದ್ದ. ಈ ಗೆಲುವುಗಳಿಂದಾಗಿ ಜೀಲವಾಡಾ, ಚೇತಾಖ್ಯಪುರ, ಪಾಲನಪುರ ಮತ್ತು ಈಡರ್ ಸಹ ಮೇವಾಡದ ರಾಜ್ಯದಲ್ಲಿ ಸೇರಿಕೊಂಡವು. ಹಮೀರ ತನ್ನ ಜೀವಿತಾವಧಿಯಲ್ಲಿಯೇ ತನ್ನ ಜ್ಯೇಷ್ಠ ಪುತ್ರ ಕ್ಷೇತ್ರಸಿಂಹನಿಗೆ ರಾಜ್ಯದ ಭಾರವನ್ನು ಒಪ್ಪಿಸಿದ. ಕ್ಷೇತ್ರಸಿಂಹ ಒಬ್ಬ ಯೋಗ್ಯ ಪುತ್ರನಾಗಿದ್ದ. ಅವನು ತನ್ನ ತಂದೆಯ ಕಾರ್ಯಗಳನ್ನು ಮುಂದುವರೆಸಿದ; ಅಲ್ಲದೆ ಅಜಮೇರ್, ಜಹಾಜಪುರ, ಮಾಂಡಲಗಢ ಮತ್ತು ಛಪ್ಪನ್ ಮೇಲೆ ಅಧಿಕಾರವನ್ನು ಸ್ಥಾಪಿಸಿ ರಾಜ್ಯವನ್ನು ವಿಸ್ತರಿಸಿದ. ಅವನು ತನ್ನ ಪರಾಕ್ರಮದಿಂದ ಮಾಲವಾ ರಾಜ ಅಮೀಶಾಹನನ್ನು ಸಹ ಯುದ್ಧದಲ್ಲಿ ಸೋಲಿಸಿದ. ತದನಂತರ ಅವನ ಪುತ್ರ ಲಾಖಾ 1382 ರ ಇಸ್ವಿಯಲ್ಲಿ ಮೇವಾಡದ ರಾಜನಾದ, ಆದರೆ ಇವನು ಅನೇಕ ಬಾರಿ ಮುಸಲ್ಮಾರ ಆಕ್ರಮಣಗಳನ್ನು ಎದುರಿಸಬೇಕಾಯಿತು. ತನ್ನ ಆಡಳಿತದ ಅವಧಿಯಲ್ಲಿ ಲಾಖಾ, ಜನಹಿತದ ಅನೇಕ ಕೆಲಸಗಳನ್ನು ಮಾಡಿದ, ಇದು ಅನೇಕ ಶಿಲಾ ಲೇಖನಗಳಿಂದ ತಿಳಿದು ಬರುತ್ತದೆ. ನಂತರ ಅವನ ಪುತ್ರ ಮೋಕಲ್ ಮೇವಾಡದ ಸಿಂಹಾಸನದಲ್ಲಿ ಕೂತ; ಇವನು 1428 ಇಸ್ವಿಯಲ್ಲಿ ನಾಗೌರ್

ರಾಜ ಫಿರೋಜ್ ಖಾನ್‌ನನ್ನು ಸೋಲಿಸಿ ಕೀರ್ತಿಶಾಲಿಯಾದ.

1433 ಇಸ್ವಿಯಲ್ಲಿ ಮೆವಾಡದ ಅಧಿಕಾರ ಮಹಾರಾಣಾ ಕುಂಭಾನ ಕೈಗೆ ಬಂತು; ಇದನ್ನು ಇತಿಹಾಸಕಾರರು ಮೇವಾಡದ ಪ್ರತಿಷ್ಠೆಗೆ ಇದೊಂದು ಸುವರ್ಣ ಕಾಲ ಎಂದು ಹೇಳುತ್ತಾರೆ. ಅವನು ಮಾಲವಾ ಮತ್ತು ಗುಜರಾತಿನ ರಾಜರುಗಳನ್ನು ಅನೇಕ ಯುದ್ಧಗಳಲ್ಲಿ ಸೋಲಿಸಿದ, ವಿದೇಶಿಯರನ್ನು ಸದೆ ಬಡಿದ ಹಾಗೂ 1433 ಇಸ್ವಿಯಿಂದ 1437 ಇಸ್ವಿಯ ಮಧ್ಯೆ ಆಬೂ, ವಸಂತಗಢ ಮುಂತಾದವುಗಳನ್ನು ವಶಪಡಿಸಿಕೊಂಡ. ಅವನು ಬೂಂದಿಯ ಹಾಡಾ ರಾಜನನ್ನು ಸೋಲಿಸಿ ಮಾಂಡಲಗಢ ಮತ್ತು ನಾರಾಣಾವನ್ನು ವಶಪಡಿಸಿಕೊಂಡ. ಅಜಮೇರ್ ಸಹ ಅವನ ಆಡಳಿತದ ಅವಧಿಯಲ್ಲಿ ಮೇವಾಡದ ಭಾಗವಾಯಿತು. ಅವನು ರಾಜ್ಯದ ಸುರಕ್ಷತೆಗಾಗಿ ಅನೇಕ ಕೋಟೆಗಳನ್ನು ನಿರ್ಮಿಸಿದ. ಅವನು ಯೋಧನೊಂದಿಗೆ ವಿದ್ಯಾನುರಾಗಿ, ಕಲಾಪ್ರೇಮಿಯಾಗಿದ್ದು, ವಿದ್ವಾಂಸರನ್ನು ಗೌರವಿಸುತ್ತಿದ್ದ; ರಾಜನಿಗೆ ಯೋಗ್ಯವಾದ ಗುಣಗಳಿಂದಲೂ ಹೆಸರುವಾಸಿಯಾಗಿದ್ದ. ನಂತರ ಅವನು ದಿಲ್ಲಿ ಆಡಳಿತದ ಕೆಲವು ಭಾಗಗಳನ್ನು ಸಹ ತನ್ನ ವಶಕ್ಕೆ ತೆಗೆದುಕೊಂಡ. ಈ ರಾಜರುಗಳು ಅವನ ಶೌರ್ಯದಿಂದ ಸಂತಸಗೊಂಡು ಅವನಿಗೆ ಹಿಂದೂ 'ಖಿರತ್ರಾಣ' ಎಂಬ ಬಿರುದನ್ನು ಕೊಟ್ಟರು. ಈ ಮಹಾನ್ ರಾಜನ ಪ್ರತಾಪದಿಂದ ಮೇವಾಡ ರಜಪೂತರ ಪ್ರಧಾನ ರಾಜ್ಯವಾಯಿತು.

ಒಮ್ಮೆಮ್ಮೆ ಸುಂದರವಾದ ಮತ್ತು ಫಲವತ್ತಾದ ಭೂಮಿಯಲ್ಲಿಯೂ ಮುಳ್ಳು-ಪೊದೆಗಳು ಬೆಳೆಯುತ್ತವೆ, ಅವು ಆ ನೆಲವನ್ನು ಹಾಳು ಮಾಡುತ್ತವೆ. ರಾಣಾ ಕುಂಭನಿಗೂ ಇಂಥ ಪರಿಸ್ಥಿತಿ ಬಂತು. ಈ ಮಹಾಪ್ರತಾಪಿ ಮತ್ತು ಗುಣವಂತ ರಾಜನನ್ನು ಅವನ ಪುತ್ರ ಉದಾ ಹತ್ಯೆಗೈದ. ಉದಾ ಒಬ್ಬ ಅಯೋಗ್ಯ ಮತ್ತು ಕ್ರೂರ ರಾಜನಾಗಿದ್ದ. ಹೀಗಾಗಿ ರಾಜ್ಯದ ಎಲ್ಲಾ ಸಾಮಂತರು ಅವನ ವಿರೋಧಿಗಳಾದರು. ಅವರು ಉದಾನ ತಮ್ಮ ರಾಯಮಲನನ್ನು ಮೇವಾಡದ ರಾಜ ಮಾಡಲು ನಿರ್ಧರಿಸಿದರು. ಅವನು ಆಗ ತನ್ನ ಮಾವನ ಮನೆಯಿದ್ದ ಈಡರ್‌ನಲ್ಲಿದ್ದ. ಎಲ್ಲಾ ಸಾಮಂತರು ರಾಯಮಲನನ್ನು ಸಮರ್ಥಿಸಿದರು. ದುರಾಸೆಯ ಉದಾ ಆ ಸಾಮಂತರ ಮಾತನ್ನು ಒಪ್ಪಲು ಹೇಗೆ ಸಾಧ್ಯ? ಹೀಗಾಗಿ ರಾಯಮಲನ ನೇತೃತ್ವದಲ್ಲಿ ಎಲ್ಲಾ ಸಾಮಂತರ ಸೈನ್ಯ ಉದಾನ ಸೈನ್ಯದೊಂದಿಗೆ ಯುದ್ಧ ಮಾಡಿತು. ದಾಡಿಮಪುರ, ಜಾವಿ, ಪಾನಗಢ ಮತ್ತು ಚಿತ್ತೌಡ್ ಎಲ್ಲೆಡೆಯಲ್ಲೂ ಉದಾ ಸೋಲಿನ ಮುಖವನ್ನು ನೋಡಬೇಕಾಯಿತು. ಕಡೆಗೆ 1437 ರ ಇಸ್ವಿಯಲ್ಲಿ ಸಂಪೂರ್ಣ ಮೇವಾಡವನ್ನು ರಾಯಮಲ ತನ್ನ ವಶಕ್ಕೆ ಪಡೆದ. ರಾಯಮಲ ಓರ್ವ ಯೋಗ್ಯ ರಾಜನಾಗಿದ್ದ. ಅವನು ತನ್ನ ಹಿಂದಿನ ರಾಜರುಗಳಂತೆ ಮಾಂಡೂ ಮುಂತಾದ ರಾಜರೊಂದಿಗೆ ಯುದ್ಧವನ್ನು ಮಾಡುತ್ತಿದ್ದ, ಆದರೆ ದುರದೃಷ್ಟದಿಂದ ರಾಯಮಲ ತನ್ನ ಮಕ್ಕಳು, ಸಹೋದರರು ಮತ್ತು ಸಹೋದರರ ಮಕ್ಕಳ ವಿರೋಧವನ್ನು ಸಹ ಎದುರಿಸಬೇಕಾಯಿತು. ಮನೆಯ ಈ ವ್ಯಾಜ್ಯದಿಂದ ಮೇವಾಡದ ಆಂತರಿಕ ಪರಿಸ್ಥಿತಿ ದಯನೀಯವಾಗುವುದು ಸಹಜವಾಗಿತ್ತು. ಮೇವಾಡದ ಆರ್ಥಿಕ ವ್ಯವಸ್ಥೆ ಹದಗೆಟ್ಟಿತ್ತು. ಅವನ ಅದೃಷ್ಟದಿಂದ ಪರಿವಾರದ ಹೊರಗೆ ಅವನ ಪ್ರತಿಷ್ಠೆ ಹಾಗೆಯೇ ಇತ್ತು. ಆಗ ದಿಲ್ಲಿಯಲ್ಲಿ ಸಿಕಂದರ್ ಲೋದಿಯ ಆಡಳಿತವಿತ್ತು, ಅವನು ತನ್ನ

ಸಮೀಪದ ವಿರೋಧಿಗಳನ್ನು ಹತ್ತಿಕ್ಕುವಲ್ಲಿ ಮಗ್ನನಾಗಿದ್ದ. ಅವನು ಓರ್ವ ಯೋಗ್ಯ ಮತ್ತು ದೂರದರ್ಶಿ ಶಾಸಕನಾಗಿದ್ದ. ಆದ್ದರಿಂದ ಅವನು ಮೇವಾಡದೊಂದಿಗೆ ವಿರೋಧ ಕಟ್ಟಿಕೊಳ್ಳುವುದು ಉಚಿತವೆಂದು ತಿಳಿಯಲಿಲ್ಲ. ಮಾಲವಾ ಮತ್ತು ಗುಜರಾತಿನ ರಾಜರು ಸಹ ದಿಲ್ಲಿಯ ಕನಸು ಕಾಣುತ್ತಿದ್ದರು. ಇದಕ್ಕೂ ಮೊದಲಿನ ರಾಜರುಗಳು ಯುದ್ಧ ಮಾಡಿ ಸಾಕಷ್ಟು ಹಾನಿಯನ್ನು ಅನುಭವಿಸಿದ್ದರು, ಹೀಗಾಗಿ ಯಾರೂ ಮೇವಾಡದೊಂದಿಗೆ ವಿರೋಧವನ್ನು ಕಟ್ಟಿಕೊಳ್ಳುವುದು ಉಚಿತವೆಂದು ತಿಳಿಯುತ್ತಿರಲಿಲ್ಲ.

ಈ ವಿಷಮ ಪರಿಸ್ಥಿತಿಗಳಲ್ಲಿ 4 ಮೇ 1508 ರಂದು ಮೇವಾಡದ ಸಿಂಹಾಸನಕ್ಕೆ ರಾಣಾಸಂಗ್ರಾಮ ಸಿಂಹನ ಪಟ್ಟಾಭಿಷೇಕವಾಯಿತು. ರಾಣಾ ಸಂಗ್ರಾಮ ಭಾರತೀಯ ಇತಿಹಾಸದಲ್ಲಿ ರಾಣಾ ಸಾಂಗಾ ಎಂಬ ಹೆಸರಿನಿಂದ ಪ್ರಸಿದ್ಧನಾಗಿದ್ದಾನೆ. ರಾಣಾ ಸಾಂಗಾ ಸಿಂಹಾಸನದಲ್ಲಿ ಕೂರುವಾಗ ಅವನ ವಯಸ್ಸು ಇಪ್ಪತ್ತೇಳು ಮಾತ್ರವಾಗಿತ್ತು. ರಾಣಾ ಸಾಂಗಾ ರಾಜನಾಗುತ್ತಲೇ ಮೊದಲು, ರಾಣಾ ಕುಂಭಾನ ನಂತರ ಬೇರೆ-ಬೇರೆ ರಾಜ್ಯಗಳ ವಶವಾಗಿದ್ದ ಪ್ರದೇಶಗಳನ್ನು ವಶಪಸಿಕೊಳ್ಳಲು ಯೋಚಿಸಿದ. ಅವನು ಮಾಲವಾದ ಸುಲ್ತಾನ್ ಮಹಮೂದನನ್ನು ಸೋಲಿಸಿ, ಅವನನ್ನು ಸೆರೆ ಹಿಡಿದ; ರಣಥಂಭೌರ್, ಕಾಲಪಿ, ಗಾಗರೌನ್, ಮಿಲಸಾ ಮತ್ತು ಚಂದೇರಿಯನ್ನು ವಶಪಡಿಸಿಕೊಂಡ. ಈ ಗೆಲುವುಗಳಿಂದ ಅವನ ಉತ್ಸಾಹ ಹೆಚ್ಚಿತು; ಅವನು ದಿಲ್ಲಿಯ ಸುಲ್ತಾನರ ಕೆಲವು ಪ್ರದೇಶಗಳನ್ನು ಸಹ ವಶಪಡಿಸಿಕೊಂಡ. ಗುಜರಾತ್ ರಾಜ್ಯವನ್ನು ಕೊಳ್ಳೆಹೊಡೆದು, ನಂತರ ಅದನ್ನು ಬಿಟ್ಟ. ಸಂಪೂರ್ಣ ರಜಪೂತರು ಮತ್ತು ಇನ್ನಿತರ ಕೆಲವು ರಾಜರು ಸಹ ಅವನ ಅಧೀನತೆಯನ್ನು ಒಪ್ಪಿಕೊಂಡರು.

ರಾಣಾ ಸಾಂಗಾ ಭಾರತೀಯ ಇತಿಹಾಸದ ಓರ್ವ ಅಪ್ರತಿಮ ವೀರ ಮತ್ತು ಪರಮ ದೇಶಭಕ್ತನಾದ ರಾಜನಾಗಿದ್ದ, ಆದರೆ ಅವನು ಬಾಬರನಿಗೆ ಭಾರತದ ಮೇಲೆ ಆಕ್ರಮಣ ಮಾಡಲು ಆಹ್ವಾನಿಸಿದ್ದು ನಿಶ್ಚಿತವಾಗಿಯೂ ಅವನ ಯಶಸ್ಸಿಗೆ ಸ್ವಲ್ಪ ಹಾನಿಯನ್ನುಂಟು ಮಾಡುತ್ತದೆ. ಅವನು ದಿಲ್ಲಿಯ ಸುಲ್ತಾನ್ ಇಬ್ರಾಹಿಮ್ ಲೋದಿಯನ್ನು ಸೋಲಿಸಲು ಬಾಬರನನ್ನು ಆಹ್ವಾನಿಸಿದ. ಇಬ್ರಾಹಿಮ್ ಲೋದಿಯನ್ನು ಸೋಲಿಸಿದ ನಂತರ ಬಾಬರ್ ಮರಳಿ ಹೋಗುತ್ತಾನೆ ಎಂಬುದು ಬಹುಶಃ ಅವನ ಯೋಚನೆಯಾಗಿರಬಹುದು. ಅದರೆ ಹೀಗಾಗಲಿಲ್ಲ; ನಂತರದಲ್ಲಿ ರಾಣಾ ಸಾಂಗಾ ಸಹ ಬಾಬರನೊಂದಿಗೆ ಯುದ್ಧವನ್ನು ಮಾಡಬೇಕಾಯಿತು. ಮಾರ್ಚ್ 1527 ರಲ್ಲಿ ಖಾನವಾ ಯುದ್ಧದಲ್ಲಿ ಬಾಬರನಿಂದ ಸೋತ ನಂತರ ಅವನ ಪ್ರತಿಷ್ಠೆಗೆ ಅತೀವ ಆಘಾತವಾಯಿತು.

ಮೇವಾಡದಲ್ಲಿ ಅವ್ಯವಸ್ಥೆಯ ಕಾಲ

30 ಜನವರಿ, 1528 ರಂದು ಮಹಾರಾಣಾ ಸಾಂಗಾನ ನಿಧನದ ನಂತರ ಮೇವಾಡದಲ್ಲಿ ಅವ್ಯವಸ್ಥೆಯ ಕಾಲ ಆರಂಭವಾಯಿತು. ರಾಣಾ ಸಾಂಗಾ ಅನೇಕ ಗುಣಗಳನ್ನು

ಹೊಂದಿದ್ದಾಗ್ಯೂ ಅವನಲ್ಲಿ ರಾಜಕೀಯ ದೂರದರ್ಶಿತ್ವದ ಅಭಾವವಿತ್ತು. ಅವನು ತನ್ನ ರಾಣಿ ಕರ್ಮವತಿಯ ಪುತ್ರರಾದ ವಿಕ್ರಮಾಜೀತ ಮತ್ತು ಉದಯಸಿಂಹ ರಣಥಂಭೌರರಿಗೆ ಜಹಗೀರು ಕೊಟ್ಟ. ಮೇವಾಡದ ಇತಿಹಾಸದಲ್ಲಿ ಇದು ಪ್ರಥಮಬಾರಿಗೆ ಘಟಿಸಿತ್ತು. ಇದರ ಹಿಂದೆ ಮುಖ್ಯ ಭೂಮಿಕೆಯನ್ನು ರಾಣಿ ಕರ್ಮವತಿ ನಿರ್ವಹಿಸಿದ್ದಳು. ರಾಣಾನ ಈ ತೀರ್ಮಾನದಿಂದ ಮೇವಾಡದ ವಾತಾವರಣ ಅಶಾಂತಗೊಂಡಿತು. ಮೇವಾಡದ ರಾಜ-ಸಿಂಹಾಸನದಲ್ಲಿ ಸಾಂಗಾ ನಂತರ ಅವನ ಪುತ್ರ ರತನಸಿಂಹನ ಅಧಿಕಾರವಿತ್ತು. ಅವನು ಪ್ರಭುತ್ವದ ಅಧಿಕಾರವನ್ನು ಪಡೆಯುತ್ತಲೇ ರಣಥಂಭೌರಿನ ಜಹಗೀರನ್ನು ಮರಳಿ ತೆಗೆದುಕೊಳ್ಳಲು ಬಯಸಿದ. ಇದರಿಂದ ರಾಜ-ಪರಿವಾರದಲ್ಲಿಯೇ ಒಡಕು ಮತ್ತು ಗುಂಪುಗಾರಿಕೆ ಮೂಡಿತು. ರತನಸಿಂಹ ಓರ್ವ ಅಯೋಗ್ಯ, ಪುಕ್ಕಲು ಸ್ವಭಾವದ, ಬೇಜವಾಬ್ದಾರಿ ರಾಜನಾಗಿದ್ದ. ಆ ವೇಳೆಯಲ್ಲಿ ಕರ್ಮವತಿ ತನ್ನ ಸಹೋದರ ಸೂರಜಮಲ್‌ನ ಸಂರಕ್ಷಣೆಯಲ್ಲಿದ್ದಳು. ಅವಳು ತನ್ನ ಮಗನನ್ನು ಮೇವಾಡದ ರಾಜನನ್ನಾಗಿ ಮಾಡಲು ಬಯಸುತ್ತಿದ್ದಳು. ರತನಸಿಂಹ ರಣಥಂಭೌರನ ಜಹಗೀರನ್ನು ಮರಳಿಸುವಂತೆ ಕೇಳಿದಾಗ ಅವಳು ನೆಪ ಹೇಳಲಾರಂಭಿಸಿದಳು. ಅವಳು ಷಡ್ಯಂತ್ರವನ್ನು ಮಾಡಿದಳು. ಬಾಬರನಿಗೆ, 'ನೀವು ನನ್ನ ಪುತ್ರನಿಗೆ ಮೇವಾಡದ ರಾಜ್ಯವನ್ನು ಕೊಡಿಸಲು ಸಹಾಯ ಮಾಡಿ, ಇದಕ್ಕೆ ಪ್ರತಿಯಾಗಿ ನಿಮಗೆ ರಣಥಂಭೌರನ ಕೋಟೆ ಮತ್ತು ಇನ್ನಿತರ ಬಹು ಅಮೂಲ್ಯ ವಸ್ತುಗಳನ್ನು ಉಡುಗೊರೆಯಾಗಿ ಕೊಡಲಾಗುವುದು' ಎಂದು ಸಂದೇಶವನ್ನು ಕಳುಹಿಸಿದಳು. ಬಾಬರ್ ಇದಕ್ಕೆ ಒಪ್ಪಿದ್ದ, ಆದರೆ ಅವನು ಇನ್ನಿತರ ಕೆಲಸಗಳಲ್ಲಿ ಮಗ್ನನಾದ, ಹೀಗಾಗಿ ಕರ್ಮವತಿಗೆ ಸಹಾಯವನ್ನು ಮಾಡದಾದ. ನಂತರ ಕರ್ಮವತಿ ಇನ್ನೊಂದು ಬಲೆಯನ್ನು ಹೆಣೆದಳು. ಅವನ ಸಹೋದರ ಸೂರಜಮಲ್ 1531 ರಲ್ಲಿ ರತ್ನಸಿಂಹನನ್ನು ಬೇಟಯಾಡಲು ಬೂಂದಿಗೆ ಕರೆಯಿಸಿಕೊಂಡು ಅವನನ್ನು ಹತ್ಯೆ ಮಾಡಿದ.

ರತ್ನಸಿಂಹನ ಹತ್ಯೆಯಿಂದ ಮೇವಾಡದಲ್ಲಿ ಗೊಂದಲದ ವಾತಾವರಣ ಹಬ್ಬಿತು. ಜನರು ಅಸುರಕ್ಷತೆಯನ್ನು ಮನಗಂಡರು. ಅಂಥ ವೇಳೆಯಲ್ಲಿ ವಿಕ್ರಮಜೀತ್ ಮೇವಾಡದ ಸಿಂಹಾಸನದಲ್ಲಿ ಕೂತ. ಅವನು ಉದ್ದಂಡ, ಸ್ವೇಚ್ಛಾಚಾರಿ, ಸಿಡುಕ ಮತ್ತು ಸಂಪೂರ್ಣವಾಗಿ ಅಯೋಗ್ಯ ರಾಜನಾಗಿದ್ದ. ಅವನಿಗೆ ರಾಜಕೀಯ ಮತ್ತು ಯುದ್ಧ-ಕಲೆಯ ಬಗ್ಗೆ ಲೇಶಮಾತ್ರವೂ ಜ್ಞಾನವಿರಲಿಲ್ಲ. ಅವನು ಸದಾ ಮದ್ಯ ಮತ್ತು ಸುಂದರಿಯ ಸಹವಾಸದಲ್ಲಿ ಮುಳುಗಿರುತ್ತಿದ್ದ. ಅವನು ರಾಜ್ಯವನ್ನು ಐಶ್ವರ್ಯದ ವಸ್ತುವೆಂದು ತಿಳಿಯುತ್ತಿದ್ದ. ಹೀಗಾಗಿ ರಾಜ್ಯದಲ್ಲಿ ಅರಾಜಕತೆಯ ಪರಿಸ್ಥಿತಿ ಉಂಟಾಯಿತು. ವಿಕ್ರಮಾಜೀತನಿಂದ ಅಸಂತುಷ್ಟರಾದ ಕೆಲವು ರಜಪೂತ ಸಾಮಂತರು ಗುಜರಾತಿನ ರಾಜ ಬಹಾದೂರಶಾಹನ ಬಳಿಗೆ ಹೋಗಿ, ಅವನೊಂದಿಗೆ ಸೇರಿಕೊಂಡು ಮೇವಾಡದ ಮೇಲೆ ಆಕ್ರಮಣವೆಸಗಿದರು. ವಿಕ್ರಮಾಜೀತನಿಗೆ ಈ ಆಕ್ರಮಣವನ್ನು ತಡೆಯುವಷ್ಟು ಯೋಗ್ಯತೆ ಇರಲಿಲ್ಲ. ಕರ್ಮವತಿ ತನ್ನ ಮಕ್ಕಳನ್ನು ಸುರಕ್ಷಿತ ಸ್ಥಳಕ್ಕೆ ಕಳುಹಿಸಿ, ಹುಮಾಯೂಂನನ ಸಹಾಯವನ್ನು ಯಾಚಿಸಿದಳು. ಹುಮಾಯೂಂ ಬಹುಶಃ ಓರ್ವ ರಜಪೂತಳ ಪರವಾಗಿ ತನ್ನ ಸಹಧರ್ಮಿಯೊಂದಿಗೆ

ಯುದ್ಧದಲ್ಲಿ ಸಿಲುಕಿಕೊಳ್ಳಲು ಬಯಸುತ್ತಿರಲಿಲ್ಲ. ಹೀಗಾಗಿ ಕರ್ಮವತಿಯ ಪ್ರಸ್ತಾವವನ್ನು ಒಪ್ಪಿಕೊಂಡರೂ, ಅವನು ಯಾವುದೇ ಸಹಾಯವನ್ನು ಮಾಡಲಿಲ್ಲ. ಕರ್ಮವತಿ 13000 ಮಹಿಳೆಯರು ಮತ್ತು 3000 ಮಕ್ಕಳೊಂದಿಗೆ ಬೆಂಕಿಯಲ್ಲಿ ಬಿದ್ದು ತನ್ನ ಪ್ರಾಣವನ್ನು ಬಲಿಗೊಡಬೇಕಾಯಿತು. ಮಾರ್ಚ್ 1535 ರಂದು ಮೇವಾಡದ ರಾಜಧಾನಿಯನ್ನು ಬಹಾದುರಶಾಹ ವಶಪಡಿಸಿಕೊಂಡ.

ಬಹಾದುರಶಾಹ ಚಿತ್ತೌಡನ್ನು ವಶಪಡಿಸಿಕೊಂಡ ನಂತರ ಅಲ್ಲಿಯ ಆಡಳಿತವನ್ನು ತನ್ನ ಪ್ರತಿನಿಧಿ ಬುರಹಾನ್ ಉಲ್ ಮುಲ್ಕ ಬಂಬಾನಿಗೆ ವಹಿಸಿದ. ಅವನ ಬಹುತೇಕ ಸೈನ್ಯ ಚಿತ್ತೌಡಿನಿಂದ ಹೋಗುತ್ತಲೇ ರಜಪೂತರು ಚಿತ್ತೌಡಿನ ಮೇಲೆ ಮತ್ತೆ ಆಕ್ರಮಣ ಮಾಡಿದರು. ವಿಕ್ರಮಾಜೀತನನ್ನು ಮತ್ತೆ ಮೇವಾಡದ ರಾಜ–ಸಿಂಹಾಸನದಲ್ಲಿ ಕೂರಿಸಲಾಯಿತು. ಬಹುತೇಕ ಇತಿಹಸದ ಪುಸ್ತಕಗಳಲ್ಲಿ, ವಿಕ್ರಮಾಜೀತನನ್ನು ಮತ್ತೆ ಸಿಂಹಾಸನದಲ್ಲಿ ಕೂರಿಸುವಲ್ಲಿ ಹುಮಾಯೂ ಸಹಾಯ ಮಾಡಿದ್ದ ಎಂಬ ಉಲ್ಲೇಖವಿದೆ. ಅದರೆ ಡಾ. ಬ್ಯಾನರ್ಜಿಯವರು, 'ಬಹಾದುರಶಾಹ ಚಿತ್ತೌಡನ್ನು ಘೇರಾಯಿಸಿದಾಗ ಹುಮಾಯೂ ಗ್ವಾಲಿಯರ್‌ನಲ್ಲಿ ವಿಶ್ರಾಂತಿಯನ್ನು ಪಡೆಯುತ್ತಿದ್ದ. ಅವನು ಜೂನ್ 1536 ರಲ್ಲಿ ತನ್ನ ಸಹೋದರ ಅಸಕರಿಯನ್ನು ಹಿಂಬಾಲಿಸುತ್ತಾ ಚಿತ್ತೌಡಿಗೆ ಹೋಗಿದ್ದ. ಇದಕ್ಕೂ ಮೊದಲೇ ವಿಕ್ರಮಾಜೀತನ ರಾಜ್ಯಾಭಿಷೇಕ್ ಮತ್ತೆ ನೆರವೇರಿತ್ತು. ಮತ್ತೆ ಸಿಂಹಾಸನದಲ್ಲಿ ಕೂತಿದ್ದಾಗ್ಯೂ ವಿಕ್ರಮಾಜೀತ ಮೇವಾಡದ ಅಸಂತೋಷವನ್ನು ಹಾಗೂ ಅವ್ಯವಸ್ಥೆಯನ್ನು ದೂರ ಮಾಡದಾದ, ಹೀಗಾಗಿ ಅವನನ್ನು ಸಿಂಹಾಸನದಿಂದ ಕೆಳಗಿಳಿಸಲಾಯಿತು' ಎಂದು ಸ್ಪಷ್ಟಪಡಿಸಿದ್ದಾರೆ.

ವನವೀರನ ಆಡಳಿತ

ಸನ್ 1536 ರಲ್ಲಿ ವಿಕ್ರಮಾಜೀತನ ಪದಚ್ಯುತವಾಗುವಾಗ ಉದಯಸಿಂಹ ಇನ್ನೂ ಬಾಲಕನಾಗಿದ್ದ. ಆದ್ದರಿಂದ ಮೇವಾಡದ ಸಾಮಂತರ ಸಲಹೆಯಂತೆ ವನವೀರನನ್ನು ರಾಜ–ಸಿಂಹಾಸನದ ಮೇಲೆ ಕೂರಿಸಲಾಯಿತು. ಅವನು ರಾಣಾ ಸಾಂಗಾನ ಸಹೋದರ ಪೃಥ್ವಿರಾಜನಿಂದ ಓರ್ವ ಕೆಳ ಜಾತಿಯ ದಾಸಿಯಿಂದ ಹುಟ್ಟಿದ್ದ ಪುತ್ರನಾಗಿದ್ದ. ವನವೀರ ಸಿಂಹಾಸನದಲ್ಲಿ ಕೂರುತ್ತಲೇ ಅವನಲ್ಲಿ ಅಸೂಯೆ ಜಾಗೃತವಾಯಿತು. ಸಿಂಹಾಸನದ ವಾಸ್ತವಿಕ ಉತ್ತರಾಧಿಕಾರಿಗಳನ್ನು ಮುಗಿಸದವರೆಗೆ, ತಾನು ಯಾವ ಕಷ್ಟವಿಲ್ಲದೆ ರಾಜ್ಯವನ್ನು ನಡೆಸಲಾರೆ ಎಂದು ಯೋಚಿಸಿದ. ಹೀಗಾಗಿ ಅವನು ಉದಯಸಿಂಹನನ್ನೂ ಹತ್ಯೆಗೈಯಲು ಬಯಸುತ್ತಿದ್ದ. ಉದಯಸಿಂಹ ಆಗ ತನ್ನ ದಾದಿ ಪನ್ನಾಳ ಸಂರಕ್ಷಣೆಯಲ್ಲಿದ್ದ. ವನವೀರ ಕೈಯಲ್ಲಿ ಕತ್ತಿ ಹಿಡಿದು ಉದಯಸಿಂಹನನ್ನು ಹತ್ಯೆ ಮಾಡಲು ಹೋದ. ಪನ್ನಾಗೆ ವನವೀರನ ಇಚ್ಛೆ ತಿಳಿದಿತ್ತು, ಅವಳು ದೇಶ ಮತ್ತು ಜನಾಂಗದ ಬಗ್ಗೆ ತನ್ನ ಕರ್ತವ್ಯವನ್ನು ಅರಿತುಕೊಂಡು ಉದಯಸಿಂಹನ್ನು ಸುರಕ್ಷಿತವಾಗಿ ಹೊರಗೆ ಕಳುಹಿಸಿ, ಅವನ ಹಾಸಿಗೆಯಲ್ಲಿ ತನ್ನ ಪುತ್ರನನ್ನು ಮಲಗಿಸಿದಳು, ಅವನು ಸಹ ಉದಯಸಿಂಹನ ಸಮವಯಸ್ಕನಾಗಿದ್ದ. ವನವೀರ ಪನ್ನಾ

ದಾದಿಯ ಪುತ್ರನನ್ನು ಉದಹಸಿಂಹನೆಂದು ತಿಳಿದು ಅವನನ್ನು ಕೊಂದು ನೆಮ್ಮದಿಯಿಂದ ಉಸಿರಾಡಿದ. ನಂತರ ಶೀಘ್ರವೇ ವಿಕ್ರಮಾಜೀತ ಮತ್ತು ಉದಯಸಿಂಹನ ಹತ್ಯೆಯ ಸುದ್ದಿ ಇಡೀ ರಾಜ್ಯದಲ್ಲಿ ಹಬ್ಬಿತು. ವನವೀರ ಇದುವರೆಗೆ ಮೇವಾಡದ ಕಾರ್ಯನಿರ್ವಾಹಕ ಶಾಸಕನಾಗಿದ್ದ. ಅವನು ತನ್ನನ್ನು ತಾನೇ ಮೇವಾಡದ ರಾಜನೆಂದು ಘೋಷಿಸಿಕೊಂಡ. ಅವನೊಬ್ಬ ಅತ್ಯಾಚಾರಿ ರಾಜನೆಂದು ಸಾಬೀತಾದ. ಅವನ ಅತ್ಯಾಚಾರದಿಂದ ಪ್ರಜೆಗಳು ಅವನಿಗೆ ವಿರುದ್ಧರಾಗಿ ನಿಂತರು.

1536 ರಲ್ಲಿ ಪನ್ನಾ ಉದಯಸಿಂಹನನ್ನು ಸುರಕ್ಷಿತವಾಗಿ ಕುಂಬಲಗಢಕ್ಕೆ ಕರೆತಂದಳು. ಒಂದು ವರ್ಷದವರೆಗೆ ಅವಳು ಉದಯಸಿಂಹ ಬದುಕಿದ್ದಾನೆಂದು ತಿಳಿಯಲು ಬಿಡಲಿಲ್ಲ. ಕ್ರಮೇಣ ವಿಷಯ ಬಹಿರಂಗವಾಯಿತು. ಇದರಿಂದ ಮೇವಾಡದ ಪ್ರಜೆಗಳಿಗೆ ಅತ್ಯಂತ ಸಂತಸವಾಯಿತು. ಮೇವಾಡದ ಎಲ್ಲಾ ಸಾಮಂತರು ಒಬ್ಬೊಬ್ಬರಾಗಿ ಉದಯಸಿಂಹನನ್ನು ನೋಡಲು ಕುಂಭಲಗಢಕ್ಕೆ ಬಂದರು. ಅನೇಕ ಸಾಮಂತರು ಅಲ್ಲಿಯೇ ಸ್ಥಿರವಾಗಿ ವಾಸಿಸಿದರು. ಎಲ್ಲರೂ ಉದಯಸಿಂಹನ ಬಗ್ಗೆ ತಮ್ಮ ನಿಷ್ಠೆಯನ್ನು ವ್ಯಕ್ತಪಡಿಸಿದರು. ಅಲ್ಲದೆ, ಉದಯಸಿಂಹರೇ ಮೇವಾಡದ ರಾಜ-ಸಿಂಹಾಸನಕ್ಕೆ ವಾಸ್ತವಿಕ ಅಧಿಕಾರಿ ಎಂಬ ನಿಜಾಂಶವನ್ನು ಒಪ್ಪಿದರು. ಉದಯಸಿಂಹ ಅಲ್ಲಿಯೇ ಇದ್ದು ತನ್ನ ಶಕ್ತಿಯನ್ನು ಹೆಚ್ಚಿಸಿಕೊಂಡ, ಏಕೆಂದರೆ ವನವೀರನಿಂದ ಅಧಿಕಾರವನ್ನು ಮರಳಿ ಪಡೆಯುವುದು ಸುಲಭವಾಗಿರಲಿಲ್ಲ. ಅವನಿಗೆ ತನ್ನ ಶಕ್ತಿಯ ಬಗ್ಗೆ ವಿಶ್ವಾಸ ಮೂಡಿದಾಗ, ಅವನು ಸೈನ್ಯದೊಂದಿಗೆ ಚಿತ್ತೌಡನ್ನು ಗೆಲ್ಲಲು ಹೊರಟ. ಉದಯಸಿಂಹನ ಆಕ್ರಮಣದ ಸುದ್ದಿ ಕೇಳಿ ವನವೀರ ಕುಂವರಸಿ ತಂವರನ ನೇತೃತ್ವದಲ್ಲಿ ಸೈನ್ಯವನ್ನು ಕಳುಹಿಸಿದ. ಮಾಹೌಲಿ ಹಳ್ಳಿಯಲ್ಲಿ ಎರಡೂ ಸೈನ್ಯಗಳು ಪರಸ್ಪರ ಎದುರಾದವು. ಭಯಾನಕ ಯುದ್ಧದ ನಂತರ ಉದಯಸಿಂಹನ ಸೈನ್ಯ ಗೆದ್ದಿತು. ಕುವಂರಸಿಂಹ ತಂವರ ತನ್ನ ಅನೇಕ ಸೈನಿಕರೊಂದಿಗೆ ವಧಿಸಲ್ಪಟ್ಟ.

ಈ ಗೆಲುವಿನಿಂದ ಉತ್ಸಾಹಗೊಂಡ ಉದಯಸಿಂಹ ತನ್ನ ಸೈನಿಕರೊಂದಿಗೆ ಚಿತ್ತೌಡ್‌ಗೆ ಹೊರಟ. ವನವೀರ ಸಹ ತನ್ನ ಸೈನ್ಯದೊಂದಿಗೆ ಸ್ವತಃ ಉದಯಸಿಂಹನನ್ನು ಎದುರಿಸಲು ಮುಂದೆ ಬಂದ. ಮತ್ತೆ ಎರಡೂ ಸೈನ್ಯಗಳು ಎದುರು-ಬದುರಾದವು. ಇಲ್ಲಿಯೂ ಉದಯಸಿಂಹನಿಗೆ ಗೆಲುವಾಯಿತು. ವನವೀರ ಯುದ್ಧಭೂಮಿಯಿಂದ ಓಟಕಿತ್ತ. ನಂತರ ಅವನು ಬಹುಶಃ ದಕ್ಷಿಣ ಭಾರತದ ಕಡೆಗೆ ಹೊರಟು ಹೋದ. ನಂತರ ಅವನು ಏನಾದ ಎಂಬ ಬಗ್ಗೆ ನಿಶ್ಚಿತವಾಗಿ ಏನೂ ಹೇಳಲಾಗದು. ಹೀಗೆ ಉದಯಸಿಂಹನಿಗೆ ಅವನ ಅದೃಷ್ಟ ಸಹಕರಿಸಿತು. 1540 ರ ಇಸ್ವಿಯಲ್ಲಿ ಅವನು ತನ್ನ ಪೂರ್ವಿಕರ ರಾಜ್ಯ ಮೇವಾಡದ ರಾಜನಾದ. ಆಗ ಮೇವಾಡದ ಪರಿಸ್ಥಿತಿ ತೃಪ್ತಿಕರವಾಗಿರಲಿಲ್ಲ, ಹೀಗಾಗಿ ಉದಯಸಿಂಹ ಅನೇಕ ಕಷ್ಟಗಳನ್ನು ಎದುರಿಸಬೇಕಾಯಿತು. ಉದಯಸಿಂಹ ಕಠೋರ ಸಂಘರ್ಷದ ನಂತರ ಚಿತ್ತೌಡನ್ನು ವಶಪಡಿಸಿಕೊಂಡು ತನ್ನ ರಾಜ್ಯಾಭಿಷೇಕವನ್ನು ಮಾಡಿಸಿಕೊಂಡಾಗ ಪ್ರತಾಪ ಸುಮಾರು ಹನ್ನೆರಡರ ಬಾಲಕನಾಗಿದ್ದ. ಆದರೆ ಆಗ ಮೇವಾಡ ಆರ್ಥಿಕವಾಗಿ ಬಲಿಷ್ಠವಾಗಿರಲಿಲ್ಲ, ಸುರಕ್ಷಿತವಾಗಿಯೂ ಇರಲಿಲ್ಲ. ಇಡೀ ರಾಜ್ಯದಲ್ಲಿ ಭಯದ ವಾತಾವರಣವಿತ್ತು. ವ್ಯವಸ್ಥೆ

ಹದಗೆಟ್ಟಿತ್ತು. ಉದಯಸಿಂಹ ಸಿಂಹಾಸನದಲ್ಲಿ ಕೂತ ನಾಲ್ಕು ವರ್ಷಗಳ ಒಳಗೇ ಶೇರಶಾಹ ಚಿತ್ತೌಡ್ ಮೇಲೆ ಆಕ್ರಮಣ ಮಾಡಿದ. ನೇರವಾಗಿ ಎದುರಿಸುವಂಥ ಪರಿಸ್ಥಿತಿ ಇರಲಿಲ್ಲ. ಶೇರಶಾಹ ಜಹಾಜಪುರದವರೆಗೆ ಹೋದಾಗ, ಉದಯಸಿಂಹ ಚಿತ್ತೌಡ್‌ನ ಕೋಟೆಯ ಬೀಗದ ಕೈಗಳನ್ನು ಅವನ ಬಳಿಗೆ ಕಳುಹಿಸಿದ. ಈ ಬುದ್ಧಿವಂತಿಕೆ ಉಪಯೋಗಕ್ಕೆ ಬಂತು. ಚಿತ್ತೌಡ್ ಮೇಲೆ ಆಕ್ರಮಣವಾಗಲಿಲ್ಲ. ಚಿತ್ತೌಡ್ ಮೇಲೆ ಉದಯಸಿಂಹನ ಅಧಿಕಾರ ಹಾಗೆಯೇ ಇತ್ತು. ಚಿತ್ತೌಡಿನಲ್ಲಿ ನೇಮಕಗೊಂಡಿದ್ದ ಶೇರಶಾಹನ ಪ್ರತಿನಿಧಿ ಸಹ ಹೆಚ್ಚು ಹಸ್ತಕ್ಷೇಪ ಮಾಡಲಿಲ್ಲ. ಶೇರಶಾಹನ ನಿಧನದ ನಂತರ ಆ ಪ್ರತಿನಿಧಿಯನ್ನು ಅಲ್ಲಿಂದ ಹೊರ ಹಾಕಲಾಯಿತು. ಬಹಿರಂಗ ಸ್ಥಳದಲ್ಲಿದ್ದ ಒಂದು ಕೋಟೆಯ ರಕ್ಷಣೆಗೆ ಇಡೀ ಮೇವಾಡನ್ನು ಪಣಕ್ಕೊಡ್ಡಲಾಗುತ್ತಿತ್ತು. ಈಗ ಈ ನಿಯಮವನ್ನು ತ್ಯಜಿಸಲಾಯಿತು. ಚಿತ್ತೌಡದಿಂದ ಹೆಚ್ಚು ಸುರಕ್ಷಿತವಾಗಿದ್ದ, ಪರ್ವತಗಳಿಂದ ಆವರಿಸಿದ್ದ ಉದಯಪುರವನ್ನು ಹೊಸ ರಾಜಧಾನಿಯಾಗಿ ಮಾಡಲಾಯಿತು. ಸುರಕ್ಷಿತವಲ್ಲದ ನಿವಾಸಿಗಳನ್ನು ಕರೆತಂದು ಅವರಿಗೆ ಉದಯಪುರದ ಅಕ್ಕಪಕ್ಕದಲ್ಲಿರಲು ವ್ಯವಸ್ಥೆಯನ್ನು ಮಾಡಲಾಯಿತು. ನಿರ್ಮಾಣದ ಹೊಸ-ಹೊಸ ಕೆಲಸಗಳನ್ನು ಕೈಗೆತ್ತಿಕೊಳ್ಳಲಾಯಿತು. ಹೀಗೆ ಮೇವಾಡದ ಪ್ರತಿಷ್ಠೆ ಮತ್ತೆ ಆರಂಭವಾಯಿತು. ಉದಯಸಿಂಹನ ಪ್ರಯತ್ನಗಳಿಂದ ಮೇವಾಡದ ಪ್ರತಿಷ್ಠೆ ಸಹ ಹೆಚ್ಚಿತು. ಅಲ್ಲದೆ ಎಲ್ಲೆಡೆಯಲ್ಲೂ ಸುರಕ್ಷತೆ ಮತ್ತು ಶಾಂತಿ ಲಭಿಸಿತು.

ಮೇವಾಡದ ರಾಜವಂಶಾವಳಿ

ಮೇವಾಡದ ರಾಜವಂಶದ ಸಂಬಂಧ ಸೂರ್ಯವಂಶ ಮತ್ತು ಭಾಗವತ್ ಮುಂತಾದ ಧಾರ್ಮಿಕ ಸಾಹಿತ್ಯದಲ್ಲೂ ಇದೆ ಎಂದು ಹೇಳಲಾಗುತ್ತದೆ. ಇತಿಹಾಸಕ್ಕೆ ಸಂಬಂಧಿಸಿದ ಅನೇಕ ಪುಸ್ತಕಗಳಲ್ಲಿಯೂ ಇದರ ವಂಶಾವಳಿ ಲಭಿಸುತ್ತದೆ. ಇವರ ಹೆಸರುಗಳ ಕ್ರಮದಲ್ಲಿ ಸಾಕಷ್ಟು ಅಸಮಾನತೆ ಕಾಣ ಬರುತ್ತದೆ. ಕೆಲವು ಪುಸ್ತಕಗಳಲ್ಲಿ ಕೆಲವು ಹೆಸರುಗಳು ಹಿಂದು-ಮುಂದು ಇವೆ; ಕೆಲವು ಪುಸ್ತಕಗಳಲ್ಲಿ ಹೊಸ ಹೆಸರನ್ನೂ ಸೇರಿಸಲಾಗಿದೆ. ವೀರವಿನೋದದ ಲೇಖಕರು ಸಾಕಷ್ಟು ಸಾಕ್ಷಿಗಳ ಆಧಾರಗಳ ಮೇಲೆ ಗುಹಿಲ್ [ಗುಹಾದಿತ್ಯ] ನಿಂದ ಫತಹಸಿಂಹನವರೆಗೆ ಕೆಳಗಿನಂತೆ ವಂಶಾವಳಿಯನ್ನು ಕೊಟ್ಟಿದ್ದಾರೆ-

1. ಗುಹಿಲ್	7. ಮಹೇಂದ್ರ	13. ನರವಾಹನ್
2. ಭೋಜ್	8. ವಾಪಾ	14. ಶಾಲಿವಾಹನ್
3. ಮಹೇಂದ್ರ	9. ಖುಮಾಣ್	15. ಶಕ್ತಿಕುಮಾರ್
4. ನಾಗ್	10. ಭರ್ತೃಭಟ್ಟ	16. ಶುಚಿವರ್ಮಾ
5. ಶೀಲ್	11. ಸಿಂಹ	17. ನರವರ್ಮಾ
6. ಅಪರಾಜಿತ್	12. ಅಲ್ಲಟ್	18. ಕೀರ್ತಿವರ್ಮಾ

19. ವೈರಟ್
20. ವೈರಸಿಂಹ
21. ವಿಜಯಸಿಂಹ
22. ಅರಸಿಂಹ
23. ಚೌಡಸಿಂಹ
24. ವಿಕ್ರಮಸಿಂಹ
25. ಕ್ಷೇಮಸಿಂಹ
26. ಸಾಮಂತಸಿಂಹ
27. ಕುಮಾರಸಿಂಹ
28. ಮಥನಸಿಂಹ
29. ಪದ್ಮಸಿಂಹ
30. ಜೈತಸಿಂಹ
31. ತೇಜಸಿಂಹ
32. ಸಮರಸಿಂಹ
33. ರತ್ನಸಿಂಹ
34. ಕರ್ಣಸಿಂಹ
35. ರಾಹಪ್ಪ
36. ನರಪತಿ
37. ದಿನಕರಣ್
38. ಜಶಕರಣ್
39. ನಾಗಪಾಲ್
40. ಪೂರ್ಣಪಾಲ್
41. ಪೃಥ್ವಿಪಾಲ್
42. ಭುವನಸಿಂಹ
43. ಭೀಮಸಿಂಹ
44. ಜಯಸಿಂಹ
45. ಲಕ್ಷ್ಮಣಸಿಂಹ
46. ಅಜಯಸಿಂಹ
47. ಅರಿಸಿಂಹ
48. ಹಮೀರಸಿಂಹ
49. ಕ್ಷೇತ್ರಸಿಂಹ
50. ಲಕ್ಷಸಿಂಹ
51. ಮೋಕಲ್
52. ಕುಂಭಕರ್ಣ
53. ಉದಯಕರ್ಣ
54. ರಾಯಮಲ್
55. ಸಂಗ್ರಾಮಸಿಂಹ
56. ರತ್ನಸಿಂಹ
57. ವಿಕ್ರಮಾದಿತ್ಯ
58. ಉದಯಸಿಂಹ
59. **ಮಹಾರಾಣಾ ಪ್ರತಾಪ್**
60. ಅಮರಸಿಂಹ
61. ಕರ್ಣಸಿಂಹ
62. ಜಗತಸಿಂಹ
63. ರಾಜಸಿಂಹ
64. ಜಯಸಿಂಹ
65. ಅಮರಸಿಂಹ
66. ಸಂಗ್ರಾಮಸಿಂಹ
67. ಜಗತಸಿಂಹ
68. ಪ್ರತಾಪಸಿಂಹ
69. ರಾಜಸಿಂಹ
70. ಅರಸಿಂಹ
71. ಹಮೀರಸಿಂಹ
72. ಭೀಮಸಿಂಹ
73. ಜವಾನಸಿಂಹ
74. ಸರದಾರಸಿಂಹ
75. ಸ್ವರೂಪಸಿಂಹ
76. ಶಂಭೂಸಿಂಹ
77. ಸಜ್ಜನ್‌ಸಿಂಹ
78. ಫತಹಸಿಂಹ

ಮಹಾರಾಣಾ ಪ್ರತಾಪರು ಮೇವಾಡದ ಸಿಂಹಾಸನದಲ್ಲಿ ಇಪ್ಪತ್ತೈದು ವರ್ಷಗಳು ಕೂತಿದ್ದರು ಎಂಬುದು ಉಲ್ಲೇಖನೀಯ. ಆದರೆ ಅವರು ಈ ಅವಧಿಯಲ್ಲಿ ಅವರು ಗಳಿಸಿದ ಪ್ರಸಿದ್ಧಿ ದೇಶ-ಕಾಲದ ಸೀಮೆಯನ್ನು ದಾಟಿ ಅಮರವಾಯಿತು. ಅವರು ಮತ್ತು ಅವರ ರಾಜ್ಯ ಶೌರ್ಯ, ಬಲಿದಾನ ಮತ್ತು ದೇಶಾಭಿಮಾನಕ್ಕೆ ಪರ್ಯಾಯವಾಯಿತು. ಮೇವಾಡ ಮೊದಲೇ ರಜಪೂತರ ರಾಜ್ಯಗಳಲ್ಲಿ ಮುಂದಿತ್ತು. ಮೇವಾಡದ ರಾಜರುಗಳು, ತಮ್ಮ ಸಾಮಂತರು ಮತ್ತು ಪ್ರಜೆಗಳ ಸಹಕಾರದಿಂದ ಒಂದು ವಿಶಿಷ್ಟ ಪರಂಪರೆಯನ್ನು ಸೃಷ್ಟಿಸಿದ್ದರು; ಇದರಿಂದ ರಾಜ್ಯದ ಚಿಕ್ಕ ಕ್ಷೇತ್ರಫಲ ಅಥವಾ ಜನಸಂಖ್ಯೆಯ ಕೊರತೆ ಅದರ ಪ್ರತಿಷ್ಠೆಯನ್ನು ಹೆಚ್ಚಿಸುವಲ್ಲಿ

ಬಾಧಕವಾಗಲಿಲ್ಲ. ಇಂಥ ಕಠಿಣ ಸಮಯದಲ್ಲೂ ಮೇವಾಡದ ಧ್ವಜ ಬಾಗುವಂಥ ಸ್ಥಿತಿ ಬಂತು. ಆದರೆ ಮೇವಾಡದ ಪರಾಕ್ರಮ ಮತ್ತು ತೇಜಸ್ಸಿನಿಂದ ಅದರ ಧ್ವಜ ಮತ್ತೆ ಆಗಸದಲ್ಲಿ ಹಾರಾಡಲಾರಂಭಿಸಿತು.

ಒಬ್ಬರ ನಂತರ ಒಬ್ಬರು ಯೋಗ್ಯ ಮತ್ತು ದೇಶಾಭಿಮಾನಿ ರಾಜರು ಮೇವಾಡದ ಸಿಂಹಾಸನದಲ್ಲಿ ಕೂತಿದ್ದು ಮೇವಾಡದ ಅದೃಷ್ಟವೇ ಆಗಿತ್ತು. ಆದರೆ ಈ ನಡುವೆ ಕೆಲವು ದುರ್ಬಲ ರಾಜರೂ ಇದ್ದರು. ಈ ರಾಜ್ಯದ ಸ್ಥಾಪನೆಯಾದ ಸುಮಾರು ಒಂದೂವರೆ ಸಾವಿರ ವರ್ಷಗಳವರೆಗೆ ಅಂದರೆ ವಾಪ್ಪಾ ರಾವಲ್‌ರ ಕಾಲದಿಂದಲೇ ಈ ಕ್ರಮ ಸಾಗುತ್ತಿತ್ತು; ಮಹಾರಾಣಾ ಪ್ರತಾಪರಿಗಿಂತ ಒಂದು ವರ್ಷ ಮೊದಲು, ರಾಣಾ ಸಾಂಗಾ ಮೇವಾಡದ ಪ್ರತಿಷ್ಠೆಯನ್ನು ಶಿಖರಕ್ಕೊಯ್ದರು. ಅದರ ಕೀರ್ತಿ ರಾಜಸ್ಥಾನವನ್ನು ದಾಟಿ ದಿಲ್ಲಿಯವರೆಗೂ ಹಬ್ಬಿತು. ಅದಕ್ಕೂ ಎರಡು ಪೀಳಿಗೆಗೆ ಮೊದಲು ರಾಣಾ ಕುಂಭಾ ತನ್ನ ಗೆಲುವುಗಳು ಮತ್ತು ನಿರ್ಮಾಣ ಕಾರ್ಯಗಳಿಂದಾಗಿ ಮೇವಾಡಿಗೆ ಒಂದು ಹೊಸ ಗೌರವವನ್ನು ಕೊಟ್ಟಿದ್ದರು. ಅವರ ಆಡಳಿತದ ಅವಧಿಯಲ್ಲಿ ಸಾಹಿತ್ಯ ಮತ್ತು ಕಲೆ ಸಹ ಅತ್ಯಂತ ಅಭಿವೃದ್ಧಿಯನ್ನು ಹೊಂದಿತು. ಸ್ವತಃ ರಾಣಾಗೂ ಸಹ ಬರೆಯುವ ಆಸಕ್ತಿಯಿತ್ತು. ಅವರ ರಚನೆಗಳನ್ನು ಇಂದಿಗೂ ಸಹ ಗೌರವದಿಂದ ಪಠಿಸಲಾಗುತ್ತದೆ. ಅವರ ರಾಜ್ಯದ ವಾತಾವರಣ ಉಚ್ಚ ಕೋಟಿಯ ಕಲೆ ಮತ್ತು ಸಾಹಿತ್ಯದ ಸೃಜನಕ್ಕೆ ಅನುಕೂಲಕರವಾಗಿತ್ತು. ಈ ಉಪಲಬ್ಧತೆಗಳು ಒಂದು ಸಂಪೂರ್ಣ ಪರಂಪರೆಯ ಕೊಡುಗೆಗಳಾಗಿದ್ದು, ಇದನ್ನು ಅನೇಕ ಪೀಳಿಗೆಗಳು ಪೋಷಿಸುತ್ತಾ ಬರುತ್ತಿದ್ದವು.

ಎರಡನೆಯ ಅಧ್ಯಾಯ

ಆರಂಭಿಕ ಜೀವನ

ಯಾವ ಸಮಯದಲ್ಲಿ ಉದಯಸಿಂಹರು ಮೇವಾಡದ ರಾಜರಾದರೋ, ಸುಮಾರು ಅದೇ ಸಮಯದಲ್ಲಿ ದಿಲ್ಲಿಯನ್ನು ಶೇರಶಾಹ ಸೂರಿ ವಶಪಡಿಸಿಕೊಂಡಿದ್ದ. ಅವನು ಮೊಗಲರ ರಾಜ ಹುಮಾಯೂನನ್ನು ಭಾರತದಿಂದ ಓಡಿಸಿದ್ದ. ಉದಯಸಿಂಹರ ರಾಜ್ಯಾಭಿಷೇಕವಾದ ನಾಲ್ಕನೆಯ ವರ್ಷ 1544 ಇಸ್ವಿಯಲ್ಲಿ ಶೇರಶಾಹ ರಜಪೂತರ ಮೇಲೆ ಅಧಿಕಾರವನ್ನು ಸ್ಥಾಪಿಸಲು ಹೊರಟ. ಇದೇ ವರ್ಷ ಅವನು ಮಾಲದೇವನನ್ನು ಸೋಲಿಸಿ ಜೋಧಪುರವನ್ನು ವಶಪಡಿಸಿಕೊಂಡ. ನಂತರ ಅವನು ಚಿತ್ತೌಡನ್ನು ವಶಪಡಿಸಿಕೊಳ್ಳಲು ಹೊರಟ. ಅವನು ತನ್ನ ಬಿಡಾರವನ್ನು ಜಹಾಜಪುರದಲ್ಲಿ ಹಾಕಿದ. ಮೇವಾಡದ ದಯನೀಯ ಪರಿಸ್ಥಿತಿಯನ್ನು ಗಮನಿಸಿ, ಉದಯಸಿಂಹ ಬುದ್ಧಿವಂತಿಕೆಯಿಂದ ಕೆಲಸ ಮಾಡಿಕೊಳ್ಳುವುದು ಉಚಿತವೆಂದು ತಿಳಿದ; ಅವನು ಚಿತ್ತೌಡದ ಕೋಟೆಯ ಬೀಗದ ಕೈಗಳನ್ನು ಶಾರಶಾಹನ ಬಳಿಗೆ ಕಳುಹಿಸಿದ. ಶೇರಶಾಹ ಉದಯಸಿಂಹನ ಈ ಆತ್ಮಸಮರ್ಪಣೆಯನ್ನು ಒಪ್ಪಿದ. ಅವನು ಮೇವಾಡದಲ್ಲಿ ತನ್ನ ಔಪಚಾರಿಕ ಪ್ರತಿನಿಧಿಯಾಗಿ ಶಮ್ಸಶಾನ್‌ನನ್ನು ನೇಮಿಸಿದ. ಆದರೆ ವಾಸ್ತವಿಕ ಅಧಿಕಾರ ಉದಯಸಿಂಹನೊಂದಿಗೇ ಇತ್ತು. ಬಹುಶಃ ಮೇವಾಡದಿಂದ ಕರ ವಸೂಲಿಯ ಸೌಲಭ್ಯ ಮತ್ತು ಬಂಡಾಯದ ಅನುಮಾನವನ್ನು ಗಮನಿಸಿದ ಶೇರಶಾಹ ಈ ವ್ಯವಸ್ಥೆಯನ್ನು ಮಾಡಿರಬಹುದು. ಅವನು ಮೇವಾಡದಲ್ಲಿ ಯಾವುದೇ ವಿದಧ ಅಸಂತೋಷ ಹರಡಬಾರದೆಂದು ಬಯಸುತ್ತಿದ್ದ.

ಮೇವಾಡದ ಮೇಲೆ ಹೆಚ್ಚು ಸಮಯದವರೆಗೆ ಶೇರಶಾಹನ ಅಧಿಕಾರವಿರದಾಯಿತು.

ಒಂದು ವರ್ಷದಲ್ಲಿಯೇ ಶೇರಶಾಹನ ನಿಧನವಾದಾಗ ರಜಪೂತರ ಎಲ್ಲಾ ರಾಜ್ಯಗಳು ಆಫ್ಗಾನರನ್ನು ತಮ್ಮಲ್ಲಿಂದ ಓಡಿಸಿ ಸ್ವಾತಂತ್ರ್ಯದ ಘೋಷಣೆಯನ್ನು ಮಾಡಿದರು. ಹೀಗೆ 1645 ರ ಇಸ್ವಿಯಲ್ಲಿ ಚಿತ್ತೌಡ್ ಮತ್ತೆ ಸ್ವತಂತ್ರವಾಯಿತು.

ಪ್ರತಾಪರ ಜನನ

ಪ್ರತಾಪ್ ಮಹಾರಾಣಾ ಉದಯಸಿಂಹರ ಜ್ಯೇಷ್ಠ ಪುತ್ರರಾಗಿದ್ದರು. ಅವರು ರಾಣಿ ಜೈವಂತಾಬಾಯಿಯ ಗರ್ಭದಿಂದ ಜನಿಸಿದ್ದರು. ಅವರ ಜನ್ಮ ದಿನಾಂಕದ ಬಗ್ಗೆ ಇತಿಹಾಸಕಾರರಲ್ಲಿ ಅಭಿಪ್ರಾಯ ಭೇದವಿದೆ. ವೀರವಿನೋದದ ಪ್ರಕಾರ ಮಹಾರಾಣಾ ಪ್ರತಾಪರು ಜ್ಯೇಷ್ಠ ಶುಕ್ಲ 13 ರ ಸಂವತ್ 1596 ವಿಕ್ರಮ್ ಅಂದರೆ 31 ಮೇ, 1539 ರ ಇಸ್ವಿಯಲ್ಲಿ ಜನಿಸಿದ್ದರು. ನೈನಸಿ ಅವರ ಪ್ರಕಾರ ಅವರು 4 ಮೇ ಸನ್ 1540 ರಲ್ಲಿ ಜನಿಸಿದ್ದರು. ಟಾಡ್‌ರವರು ರಚಿಸಿದ ರಜಪೂತರ ಚರಿತ್ರೆಯಲ್ಲಿ ಈ ದಿನಾಂಕ 9 ಮೇ 1549 ಎಂದಿದೆ.

ತಮ್ಮ ತಂದೆ ರಾಣಾ ಸಾಂಗಾರ ನಿಧನದ [30 ಜನವರಿ, 1528] ವೇಳೆಯಲ್ಲಿ ರಾಣಾ ಉದಯಸಿಂಹ ತಮ್ಮ ತಾಯಿಯ ಗರ್ಭದಲ್ಲಿಯೇ ಇದ್ದರು ಎಂದು ಹೇಳಲಾಗುತ್ತದೆ. ಬಹುಶಃ ಅವರು ಹುಟ್ಟಿದ ದಿನಾಂಕ 1528 ಇಸ್ವಿಯ ಫೆಬ್ರವರಿಯಿಂದ ನವೆಂಬರ್ ಅವಧಿಯಲ್ಲಿ ಆಗಿರಬಹುದು. 1539 ಅಥವಾ 1540 ಇಸ್ವಿಯಲ್ಲಿ ಅವರ ವಯಸ್ಸು 13 ಕ್ಕಿಂತ ಹೆಚ್ಚಿಲ್ಲ. ಹೀಗಾಗಿ ಈ ವಯಸ್ಸಿನಲ್ಲಿ ಅವರ ಪುತ್ರನ ಜನನದ ಪ್ರಶ್ನೆಯೇ ಉದ್ಭವಿಸುವುದಿಲ್ಲ. ಆದ್ದರಿಂದ ಕೊನೆಯ ದಿನಾಂಕವೇ ಸರಿ ಎಂದು ಕಾಣ ಬರುತ್ತದೆ. ಆಗ ಉದಯಸಿಂಹರ ವಯಸ್ಸು ಸುಮಾರು 22–23 ಇರಬೇಕೆಂದು ಸಾಬೀತಾಗುತ್ತದೆ.

ಪ್ರತಾಪರ ಸಹೋದರ–ಸಹೋದರಿಯರು

ಆಗಿನ ಸಮಾಜದಲ್ಲಿ ಬಹುಪತ್ನಿತ್ವದ ವಿವಾಹ ಪ್ರಚಲಿತದಲ್ಲಿತ್ತು. ಇದಕ್ಕೆ ಉದಯಸಿಂಹರು ಸಹ ಅಪವಾದವಾಗಿರಲಿಲ್ಲ. ವೀರವಿನೋದದಲ್ಲಿ ಅವರಿಗೆ ಹದಿನೆಂಟು ಪತ್ನಿಯರು ಮತ್ತು 24 ಪುತ್ರರಿರುವ ಬಗ್ಗೆ ದಾಖಲಾಗಿದೆ. ಆದರೆ ಕೆಳಕಾಣಿಸಿದಂತೆ ಏಳು ಪತ್ನಿಯರ ಹೆಸರಷ್ಟೇ ಕೊಡಲಾಗಿದೆ–

ಪತ್ನಿಯರು	ಅವರಿಂದ ಜನಿಸಿದ ಪುತ್ರರು
(1) ಜೈವಂತಾಬಾಯಿ	1. ಪ್ರತಾಪ್
(2) ಸಜ್ಜಾಬಾಯಿ ಸೋಲಂಕಿಣಿ	2. ಶಕ್ತಿಸಿಂಹ
(3) ಜೈವಂತಾಬಾಯಿ ಮಾದಡೆಚಿ	3. ವೀರಮದೇವ
(4) ಲಾಲಾಬಾಯಿ	4. ಜೈತಸಿಂಹ
(5) ವೀರಾಬಾಯಿ ಝಾಲಿ	5. ಕಾನ್ಹ
(6) ಲಕ್ಕಾಬಾಯಿ ಝಾಲಿ	6. ರಾಯಸಿಂಹ

(7) ಧೀರಬಾಯಿ ಭಟಿಯಾಣಿ 7. ಶಾರ್ದೂಲಸಿಂಹ

8. ರುದ್ರಸಿಂಹ

9. ಜಗಮಾಲ್

10. ಸಗರ್

11. ಅಗರ್

12. ಸಾಹ್ ಮತ್ತು

13. ಪಚ್ಯಾಣ್

ಈ ಏಳು ಪತ್ನಿಯರು ಮತ್ತು ಹದಿಮೂರು ಪುತ್ರರೊಂದಿಗೆ ಇನ್ನೂ ಹನ್ನೊಂದು ಪುತ್ರರ ಹೆಸರನ್ನು ಕೊಡಲಾಗಿದೆ. ಉಳಿದ ಹನ್ನೊಂದು ಪುತ್ರರ ಹೆಸರು ಈ ರೀತಿ ಇವೆ–

(1) ನಾರಾಯಣದಾಸ್
(2) ಸುಲ್ತಾನ್
(3) ಲೂಣಕರಣ್
(4) ಮಹೇಶದಾಸ್
(5) ಚಂದಾ
(6) ಭಾವಸಿಂಹ
(7) ನೇತಾಸಿಂಹ
(8) ನಾಗರಾಜ
(9) ವೈರಿಶಾಲ್
(10) ಮಾನಸಿಂಹ
(11) ಸಾಹಿಬ್ ಖಾನ್

ಸಾಹಿಬ್ ಖಾನ್ ಓರ್ವ ಮುಸಲ್ಮಾನ ಪತ್ನಿ ಅಥವಾ ಉಪಪತ್ನಿಗೆ ಜನಿಸಿರಬಹುದು. ಒಂದು ವೇಳೆ ಅವನು ಹಿಂದೂನಿಂದ ಮುಸಲ್ಮಾನ್ ಆಗಿದ್ದರೆ ಅವನ ಹಿಂದೂ ಹೆಸರಿನ ಉಲ್ಲೇಖ ಸಹ ಅವಶ್ಯವಾಗಿರುತ್ತಿತ್ತು. ಸೂಕ್ತವಾಗಿ ಗಮನಿಸಿದಾಗ, ಉದಯಸಿಂಹನ ಯಾವ ಪುತ್ರಿಯ ಹೆಸರು ಉಲ್ಲೇಖವಾಗಿಲ್ಲ ಎಂಬ ವಿಷಯ ಸ್ಪಷ್ಟವಾಗುತ್ತದೆ. ಬಹುಶಃ ಪುರುಷ ಪ್ರಧಾನ ಸಮಾಜದಲ್ಲಿ ಪುತ್ರಿಯ ಬಗ್ಗೆ ಉಪೇಕ್ಷೆಯಿಂದಾಗಿ ಹೀಗಾಗಿರಬಹುದು. ಏಕೆಂದರೆ ಪುತ್ರಿಯೇ ಜನಿಸಿರಲಿಲ್ಲ ಎಂಬುದು ನಿಜವೆಂದು ತೋರುವುದಿಲ್ಲ; ಅಲ್ಲದೆ ಮಹಾರಾಣಾ ಪ್ರತಾಪರ ಯಾವ ಪುತ್ರಿಯ ಹೆಸರು ಸಹ ಚರಿತ್ರೆಯ ಪುಸ್ತಕಗಳಲ್ಲಿ ಲಭಿಸುವುದಿಲ್ಲ.

ನೈನಸಿ ಅವರ ಪ್ರಕಾರ, ಉದಯಸಿಂಹನಿಗೆ ಇಪ್ಪತ್ತು ರಾಣಿಯರು ಹಾಗೂ 17 ಪುತ್ರರಿದ್ದರು; ಪ್ರತಾಪರು ದೊಡ್ಡ ರಾಣಿಯ ಪುತ್ರನಾಗಿದ್ದರೊಂದಿಗೆ ಜ್ಯೇಷ್ಠ ಪುತ್ರರೂ ಆಗಿದ್ದರು ಎಂಬುದು ನಿರ್ವಿವಾದ. ಬೇಕಾದರೆ ಉದಯಸಿಂಹನಿಗೆ ಹದಿನೆಂಟು ರಾಣಿಯರಿರಲಿ ಅಥವಾ ಇಪ್ಪತ್ತು ರಾಣಿಯರಿರಲಿ, ಪುತ್ರರ ಸಂಖ್ಯೆ ಹದಿನೇಳಿರಲಿ ಅಥವಾ ಇಪ್ಪತ್ತನಾಲ್ಕು ಇರಲಿ.

ಪ್ರತಾಪರ ಬಾಲ್ಯ

ಮಹಾರಾಣಾ ಪ್ರತಾಪರ ಬಾಲ್ಯ ಅಥವಾ ಅವರ ಆರಂಭಿಕ ಜೀವನದ ಬಗ್ಗೆ ಇತಿಹಾಸದ ಪುಸ್ತಕಗಳಲ್ಲಿ ಯಾವುದೇ ಮಾಹಿತಿ ಲಭಿಸುವುದಿಲ್ಲ. ಹೀಗಾಗಿ ಅವರ ಜೀವನವನ್ನು ಉದಯಸಿಂಹನ ಆಡಳಿತ ಕಾಲ ಮತ್ತು ಸಂಘರ್ಷಗಳ ಸುತ್ತಮುತ್ತದಲ್ಲಿಯೇ ನೋಡುವುದು

ಉಚಿತವಲ್ಲ. ಪ್ರತಾಪರು ತಮ್ಮ ತಂದೆಯ ಜ್ಯೇಷ್ಠ ಪುತ್ರರಾಗಿದ್ದರು; ಉದಯಸಿಂಹರ ಆಡಳಿತದಲ್ಲಿ ಸುಖ-ಶಾಂತಿ ಇರಲಿಲ್ಲ. ಹೀಗಾಗಿ ಮೇವಾಡದ ಈ ಜ್ಯೇಷ್ಠ ರಾಜಕುಮಾರನ ಬಾಲ್ಯಕಾಲ ಹೂವಿನ ಹಾಸಿಗೆಯಾಗಿತ್ತು ಎಂದು ಹೇಳಲಾಗದು. ಉದಯಸಿಂಹ ತನ್ನ ಜೀವನದಲ್ಲಿ ಸಂಘರ್ಷಿಸುತ್ತಾ ನಿರಂತರವಾಗಿ ಅತ್ತ-ಇತ್ತ ಅಲೆದಾಡಬೇಕಾಯಿತು. ನಿಶ್ಚಿತವಾಗಿಯೂ ಈ ಪ್ರಭಾವ ಬಾಲಕ ಪ್ರತಾಪನ ಮೇಲೆ ಬಿದ್ದಿರಬೇಕು.

ಹೊಸ ರಾಜಧಾನಿ ಉದಯಪುರದ ನಿರ್ಮಾಣ

ಅಲ್ಪ ಕಾಲವಾಗಿದ್ದಾಗ್ಯೂ ಶೇರಶಾಹನ ವಶದಲ್ಲಿ ಮೇವಾಡವಿತ್ತು. ಆಗ ಚಿತ್ತೌಡ್ ಮೇವಾಡದ ರಾಜಧಾನಿಯಾಗಿತ್ತು. ಚಿತ್ತೌಡ್ ರಾಜಧಾನಿಗೆ ಸುರಕ್ಷತವಲ್ಲ ಎಂದು ಉದಯಸಿಂಹ ಯೋಚಿಸಿದ, ಹೀಗಾಗಿ ಅವನು ಹೊಸ ರಾಜಧಾನಿಯನ್ನು ನಿರ್ಮಿಸುವ ಬಗ್ಗೆ ಯೋಚಿಸಿದ. ಇದಕ್ಕಾಗಿ ಗಿರ್ವಾ ಪ್ರದೇಶದ ಒಂದು ಸ್ಥಳವನ್ನು ಆಯ್ಕೆ ಮಾಡಲಾಯಿತು. ಪರ್ವತ-ಬೆಟ್ಟಗಳಿಂದ ಆವರಿಸಿದ ಈ ಸ್ಥಳ ಹೆಚ್ಚು ಸುರಕ್ಷಿತವಾಗಿತ್ತು. ವಿಕ್ರಮ್ ಸಂವತ್ 1616 ರಲ್ಲಿ ಈ ಸ್ಥಳದಲ್ಲಿ ಹೊಸ ರಾಜಧಾನಿ ಉದಯಪುರದ ನಿರ್ಮಾಣ ಕಾರ್ಯ ಆರಂಭವಾಯಿತು. ಇದರ ಸುತ್ತಮುತ್ತ ನೆಲಸುವಂತೆ ಪ್ರಜೆಗಳನ್ನು ಪ್ರೋತ್ಸಾಹಿಸಲಾಯಿತು; ಪ್ರಜೆಗಳಿಗೆ ಅನೇಕ ವಿಧದ ಅನುಕೂಲಗಳನ್ನು ಕೊಡಲಾಯಿತು. ಉದಯಸಿಂಹರ ಈ ಕಾರ್ಯ ನಿಶ್ಚಿತವಾಗಿಯೂ ದೂರದರ್ಶಿತ್ವವನ್ನು ಹೊಂದಿತ್ತು. ಇದರಿಂದ ಉತ್ತರದ ಮೇವಾಡದ ಮೇಲಾಗುವ ಆಕ್ರಮಣಗಳಿಂದ ರಾಜ್ಯ ಮತ್ತು ಪ್ರಜೆಗಳ ರಕ್ಷಣೆಯಾಯಿತು.

ರಾಜ್ಯದ ವಿಸ್ತಾರ ಮತ್ತು ಮೈತ್ರಿ ಸಂಬಂಧ

ಶೇರಶಾಹನ ನಿಧನದ ನಂತರ ಉದಯಸಿಂಹ ರಜಪೂತರಲ್ಲಿ ತನ್ನ ಪರಿಸ್ಥಿತಿಯನ್ನು ಸದೃಢಗೊಳಿಸುವಲ್ಲಿ ಮಗ್ನನಾದ. ಇದಕ್ಕಾಗಿ ಮೇವಾಡದ ಸಮೀಪದ ರಾಜ್ಯಗಳನ್ನು ತನ್ನ ಪ್ರಭಾವಕ್ಕೊಳಪಡಿಸಬೇಕಿತ್ತು. ಆ ಸಮಯದಲ್ಲಿ ರಾಜಸ್ಥಾನದಲ್ಲಿ ಬೂಂದಿ ಅತ್ಯಂತ ಪುರಾತನ ರಾಜ್ಯವಾಗಿತ್ತು, ಅಲ್ಲಿ ಚೌಹಾನ್ ರಾಜವಂಶದ ಆಡಳಿತವಿತ್ತು. ರಾವ್ ಸುರ್ಜನ್ ಕಾಲದವರೆಗೆ ಪೂರ್ವಿ ಬೂಂದಿಯ ರಾವ್ ಒಂದಲ್ಲ ಒಂದು ವಿಧದಲ್ಲಿ ಮೇವಾಡದ ಅಧೀನದಲ್ಲಿರುತ್ತಿದ್ದ, ಆದರೆ ಮೇವಾಡದ ವರ್ತಮಾನ ಅಸ್ತವ್ಯಸ್ತ ಸ್ಥಿತಿಯಲ್ಲಿ ಬೂಂದಿ ಸಹ ಸ್ವತಂತ್ರವಾಯಿತು. ಆಗ ಅಲ್ಲಿಯ ರಾಜ ರಾವ್ ಸುರತ್ರಾಣನಾಗಿದ್ದ. ಅವನ ಅತ್ಯಾಚಾರಗಳಿಂದ ಸಾಮಂತರು ಖಿನ್ನರಾಗಿದ್ದರು. ಈ ಸರದಾರರು ಉದಯಸಿಂಹನ ಸಹಾಯವನ್ನು ಯಾಚಿಸಿದರು. ಉದಯಸಿಂಹ ಈ ಸಮಯವನ್ನೇ ಕಾಯುತ್ತಿದ್ದ. ಅವನಿಗೆ ಬೂಂದಿಯ ವಿಷಯದಲ್ಲಿ ಹಸ್ತಕ್ಷೇಪ ಮಾಡುವ ಅವಕಾಶ ಲಭಿಸಿತು. ಬೂಂದಿ ರಾಜವಂಶದ ವೀರ ಸೈನಿಕನೊಬ್ಬ

ಹಾಡಾ ಸುರ್ಜನ್ ಉದಯಸಿಂಹನ ಸೇವೆಯನ್ನು ಮಾಡುತ್ತಿದ್ದ. ಅವನು ಅನೇಕ ಯುದ್ಧಗಳಲ್ಲಿ ಶೌರ್ಯದಿಂದ ಭಾಗವಹಿಸಿದ್ದ. ಬೂಂದಿಯಲ್ಲಿ ಸುರತ್ರಾಣನ ಅತ್ಯಚಾರವನ್ನು ನೋಡಿದ ಉದಯಸಿಂಹ ಸುರ್ಜನನನ್ನು ಅಲ್ಲಿಯ ರಾಜನನ್ನಾಗಿ ಮಾಡಲು ನಿರ್ಧರಿಸಿ ಅವನಿಗೆ ಪಟ್ಟಾಭಿಷೇಕ ಮಾಡಿದ; ಅಲ್ಲದೆ ಅವನನ್ನು ರಣಥಂಭೌರದ ದುರ್ಗರಕ್ಷಕನನ್ನಾಗಿ ಮಾಡಿದ. ಸನ್ 1554 ರಲ್ಲಿ ಸುರ್ಜನ್‌ನನ್ನು ಸೇನೆಯೊಂದಿಗೆ ಬೂಂದಿಯನ್ನು ವಶಪಡಿಸಿಕೊಳ್ಳಲು ಕಳುಹಿಸಿದ. ಯಶಸ್ಸು ಲಭಿಸುವುದು ನಿಶ್ಚಿತವಾಗಿತ್ತು. ಸುರತ್ರಾಣ ಯುದ್ಧದಲ್ಲಿ ಸೋತು ಓಟಕಿತ್ತ, ಬೂಂದಿ ಉದಯಸಿಂಹನ ವಶವಾಯಿತು.

ಮೇವಾಡದ ಉತ್ತರದಲ್ಲಿ ಡೂಂಗರಪುರ ರಾಜ್ಯವಿತ್ತು. ಇದನ್ನು ಮೇವಾಡದ ಸುರಕ್ಷತೆಯ ದೃಷ್ಟಿಯಿಂದ ವಶಪಡಿಸಿಕೊಳ್ಳುವುದು ಅನಿವಾರ್ಯವಾಗಿತ್ತು. ಸನ್ 1557 ಕ್ಕೆ ಮೊದಲೇ ಉದಯಸಿಂಹ ಇದರ ಮೇಲೆ ಆಕ್ರಮಣವೆಸಗಲು ಸೈನ್ಯವನ್ನು ಕಳುಹಿಸಿದ. ಬಹುಶಃ ಈ ಯುದ್ಧದಲ್ಲಿ ಮೇವಾಡ್‌ಗೆ ಯಶಸ್ಸು ಲಭಿಸಲಿಲ್ಲ, ಪ್ರತಿಯಾಗಿ ನಷ್ಟವನ್ನೇ ಅನುಭವಿಸಬೇಕಾಯಿತು.

ಉದಯಸಿಂಹ ನೆರೆಯ ರಾಜ್ಯಗಳ ಮೇಲೆ ತನ್ನ ಪ್ರಭಾವವನ್ನು ಬೀರುವ ಕ್ರಮದಲ್ಲಿ ಅವನ ಗಮನ ಮಾರವಾಡದ ಮೇಲೆ ಹರಿಯಿತು. ರಾಣಾ ಸಾಂಗಾನ ನಿಧನದ ನಂತರ ಮಾರವಾಡ ರಜಪೂತರ ಅತ್ಯಂತ ಶಕ್ತಿಶಾಲಿ ರಾಜ್ಯವಾಗಿತ್ತು. ಅಲ್ಲಿಯ ಶಾಸಕ ಮಾಲದೇವ ಸಹ ಓರ್ವ ಮಹಾತ್ವಾಕಾಂಕ್ಷಿ ವ್ಯಕ್ತಿಯಾಗಿದ್ದ. ಅವನು ಖುದ್ದು ತನ್ನ ಪ್ರಭಾವಿಕ್ಷೇತ್ರಗಳನ್ನು ವಿಸ್ತರಿಸುವಲ್ಲಿ ಮಗ್ನನಾಗಿದ್ದ. ಹೀಗಾಗಿ ಇಬ್ಬರಲ್ಲಿ ಘರ್ಷಣೆ ಸಹಜವಾಗಿತ್ತು. ಇಬ್ಬರೂ ಪರಸ್ಪರರನ್ನು ತಮ್ಮ-ತಮ್ಮ ಪ್ರಭಾವಕ್ಕೊಳಪಡಿಸಿಕೊಳ್ಳಲು ಕಾಯುತ್ತಿದ್ದರು. ಆಗಲೆ ಉದಯಸಿಂಹನಿಗೆ ಈ ಅವಕಾಶ ಲಭಿಸಿತು. ಆಗ ಅಲವರ್ ಮೇಲೆ ಶೇರಶಾಹ ಸೂರಿನ ಓರ್ವ ಸೇನಾಧಿಪತಿ ಹಾಜಿ ಖಾನನ ಅಧಿಕಾರವಿತ್ತು. ಶೇರಶಾಹನ ನಿಧನದ ನಂತರ ದಿಲ್ಲಿಯ ಮೇಲೆ ಮತ್ತೆ ಮೊಗಲರ ಅಧಿಕಾರವಿತ್ತು. ಅಕ್ಬರ್ ಮೊಗಲರ ಸಾಮ್ರಾಟನಾಗಿದ್ದ. ಅವನು ಹಾಜಿ ಖಾನನನ್ನು ಸೋಲಿಸಲು ಸೈನ್ಯವೊಂದನ್ನು ಕಳುಹಿಸಿದ. ಸೈನ್ಯ ಅಲವರ್‌ಗೆ ಹೋಗುವುದಕ್ಕೂ ಮೊದಲೇ ಹಾಜಿ ಖಾನ್ ಅಜಮೇರಿಗೆ ಪಲಾಯನ ಮಾಡಿದ. ಮಾಲದೇವ ಅವನನ್ನು ಕೊಳ್ಳೆ ಹೊಡೆಯಲು ತನ್ನ ಸೈನ್ಯವನ್ನು ಕಳುಹಿಸಿದ. ಹಾಜಿ ಖಾನನಿಗೆ ಉದಯಸಿಂಹ ಮತ್ತು ಮಾಲದೇವರ ಪಾರಸ್ಪರಿಕ ಪ್ರತಿಸ್ಪರ್ಧೆಯ ಅರಿವಿತ್ತು. ಅವನು ಉದಯಸಿಂಹನ ಸಹಾಯವನ್ನು ಯಾಚಿಸಿದ. ಉದಯಸಿಂಹ ಅವನ ಸಹಾಯಕ್ಕಾಗಿ ರಾವ್ ಜಯಮಲ್ ಮೆಡತಿಯಾ, ರಾವ್ ಸುರ್ಜನ್ ಮತ್ತು ದುರ್ಗಾ ಸಿಸೌದಿಯಾರನ್ನು ಕಳುಹಿಸಿದ. ಮಾಲದೇವನ ಸೈನ್ಯ ಯುದ್ಧ ಮಾಡದೆ ಮರಳಿ ಹೋಯಿತು. ಈ ಘಟನೆಯಿಂದ ಮಾಲದೇವ ಮತ್ತು ಉದಯಸಿಂಹನ ಹಗೆತನ ಇನ್ನಷ್ಟು ಹೆಚ್ಚಿತು.

ರಂಗರಾಯ್ ಪಾತರ್ ಹಾಜಿ ಖಾನನ ಓರ್ವ ಪ್ರೇಯಸಿಯಾಗಿದ್ದಳು; ಅವಳ ಸೌಂದರ್ಯದ ಪ್ರಶಂಸೆಯನ್ನು ಕೇಳಿ ಉದಯಸಿಂಹ ಅವಳನ್ನು ಪಡೆಯಲು ಬಯಸಿದ.

ಅವನು ಹಾಜಿ ಖಾನನಿಗೆ ಸಹಾಯವನ್ನು ಮಾಡಿದ್ದ. ಆದ್ದರಿಂದ ಅವನು ಪಾತರ್‌ಗಾಗಿ ಬೇಡಿಕೆಯಿಟ್ಟ. ಹಾಜಿ ಖಾನ್ ಅವಳು ತನ್ನ ಪತ್ನಿಯೆಂದು ಹೇಳಿ ಅವಳನ್ನು ಕೊಡಲು ಒಪ್ಪಲಿಲ್ಲ. ಸಾಮಂತರರು ಉದಯಸಿಂಹನ ಈ ಕಾರ್ಯವನ್ನು ವಿರೋಧಿಸಿದರು, ಆದರೂ ಉದಯಸಿಂಹ ಹಾಜಿ ಖಾನನ ವಿರುದ್ಧ ಸೈನ್ಯವನ್ನು ಕಳುಹಿಸಿದ. ಆಗ ಹಾಜಿ ಖಾನ್ ಮಾಲದೇವನಿಂದ ಸಯಾಯವನ್ನು ಯಾಚಿಸಿದ. ಮಾಲದೇವ ಸಹ ಅವಕಾಶದ ನಿರೀಕ್ಷೆಯಲ್ಲಿದ್ದ. ಅವನು ಸಹಾಯ ಮಾಡಲು ಒಪ್ಪಿದ. ಜನವರಿ 1557 ರಲ್ಲಿ ಹರಮಾಡಾದಲ್ಲಿ ಎರಡೂ ಪಕ್ಷದ ಸೈನ್ಯ ಸೇರಿದವು. ಮಾಲದೇವನ ಸಾವಿರದ ಐದನೂರು ಸೈನಿಕರು ಮತ್ತು ಹಾಜಿ ಖಾನನ ಐದು ಸಾವಿರ ಪಠಾಣರಿದ್ದರು. ಮೇವಾಡದ ಸೈನಿಕರು ಇದಕ್ಕಿಂತ ಕಡಿಮೆ ಸಂಖ್ಯೆಯಲ್ಲಿದ್ದರು. ಸಾಮಂತರು ಉದಯಸಿಂಹನಿಗೆ ಮತ್ತೆ, ಯುದ್ಧ ಮಾಡಬೇಡಿ ಎಂದು ಸಲಹೆಯಿತ್ತರು, ಆದರೆ ಉದಯಸಿಂಹ ಯಾರ ಮಾತನ್ನೂ ಕೇಳಲಿಲ್ಲ. ಪರಿಣಾಮ ಎಣಿಸಿದಂತೆಯೇ ಘಟಿಸಿತು. ಉದಯಸಿಂಹನ ಸೈನ್ಯ ದುರವಸ್ಥೆಯಿಂದ ಸೋತಿತು ಹಾಗೂ ಅನೇಕ ಸೈನಿಕರು ಸತ್ತರು.

ಈ ಯುದ್ಧ ಮಾಲದೇವ ಮತ್ತು ಉದಯಸಿಂಹನ ಕೊನೆಯ ಯುದ್ಧವಾಗಿರಲಿಲ್ಲ. ಇಬ್ಬರೂ ತಮ್ಮ-ತಮ್ಮ ರಾಜಸ್ಥಾನದಲ್ಲಿ ತಮ್ಮ-ತಮ್ಮ ಪ್ರಭುತ್ವವನ್ನು ಸ್ಥಾಪಿಸಲು ಬಯಸುತ್ತಿದ್ದರು. ಖೈರವೆಯ ರಾವ್ ಜೈತಸಿಂಹನ ಮಗಳು ಮಾಲದೇವನ ಹೆಂಡತಿಯಾಗಿದ್ದಳು. ಮಾಲದೇವ ಜೈತಸಿಂಹನ ಎರಡನೆಯ ಮಗಳನ್ನು ಸಹ ಮದುವೆಯಾಗಲು ಬಯಸುತ್ತಿದ್ದ. ಆದರೆ ಜೈತಸಿಂಹ ಇದನ್ನು ಒಪ್ಪಲಿಲ್ಲ. ಇದರ ಪರಿಣಾಮವನ್ನು ಎದುರಿಸುವಂತೆ ಮಾಲದೇವ ಬೆದರಿಕೆ ಹಾಕಿದ. ಮಾಲದೇವನ ಆಕ್ರಮಣದ ವಿರುದ್ಧ ಉದಯಸಿಂಹನೇ ತನಗೆ ಸಹಾಯ ಮಾಡಬಲ್ಲ ಎಂದು ಜೈತಸಿಂಹ ಯೋಚಿಸಿದ. ಹೀಗಾಗಿ ಅವರು ಉದಯಸಿಂಹರ ಬಳಿ ಸಹಾಯಕ್ಕಾಗಿ ಪತ್ರದೊಂದಿಗೆ ತನ್ನ ಮಗಳ ವಿವಾಹದ ಪ್ರಸ್ತಾವವನ್ನು ಸಹ ಕಳುಹಿಸಿದ. ಉದಯಸಿಂಹ ಎರಡೂ ವಿಷಯಗಳನ್ನು ಒಪ್ಪಿದ. ಜೈತಸಿಂಹ ತನ್ನ ಮಗಳೊಂದಿಗೆ ಕುಂಭಲಗಢದ ಸಮೀಪದ ಗುಢಾ ಎಂಬ ಹಳ್ಳಿಗೆ ಹೋದ, ಅಲ್ಲಿ ತನ್ನ ಮಗಳ ವಿವಾಹವನ್ನು ಉದಯಸಿಂಹನೊಂದಿಗೆ ನೆರವೇರಿಸಿದ. ಈ ಘಟನೆಯಿಂದ ಮಾಲದೇವನೊಂದಿಗೆ ಅವನ ಸಂಬಂಧ ಮತ್ತಷ್ಟು ಕಹಿಯಾಯಿತು. ಮಾಲದೇವ ರೇಗಿ ಕುಂಭಲಗಢದ ಮೇಲೆ ಆಕ್ರಮಣ ಮಾಡಿದ. ಮೇವಾಡದ ಸೈನ್ಯ ಈ ಆಕ್ರಮಣವನ್ನು ಧೈರ್ಯದಿಂದ ಎದುರಿಸಿತು. ಮಾಲದೇವನ ಸೈನ್ಯ ಸೋತು ಪಲಾಯನ ಮಾಡಿತು.

ಸಿರೋಹಿ ಮೇವಾಡದ ಇನ್ನೊಂದು ಸಮೀಪದ ರಾಜ್ಯವಾಗಿತ್ತು. ಇದನ್ನು ಪ್ರಭಾವಕ್ಕೊಳಪಡಿಸಿಕೊಂಡರೆ ಮೇವಾಡದ ಅಭಿವೃದ್ಧಿಯಾಗುವುದು ಸಹಜವಾಗಿತ್ತು. ಘಟನೆಗಳು ಹೇಗೆ ಸಂಭವಿಸಿದವು ಎಂದರೆ, ಸಿರೋಹಿ ಅನಾಯಾಸವಾಗಿಯೆ ಮೇವಾಡದ ಪ್ರಭಾವಕ್ಕೊಳಗಾಯಿತು. ಅಲ್ಲಿಯ ರಾಜನ ಹೆಸರು ಸಹ ಉದಯಸಿಂಹ ಎಂದಿತ್ತು. ಅವನು ತನ್ನ ಚಿಕ್ಕಪ್ಪ ಮಾನಸಿಂಹನಿಂದ ಲೋಹಿಯಾಣಾದ ಜಹಗೀರನ್ನು ಕಸಿದುಕೊಂಡ. ಮಾನಸಿಂಹ ಮೇವಾಡದ ಉದಯಸಿಂಹನ ಸೇವೆ ಮಾಡಲು ಹೊರಟು ಹೋದ.

ರಾಣಾ ಉದಯಸಿಂಹ ಅವನಿಗೆ ಹದಿನೆಂಟು ಹಳ್ಳಿಗಳ ಜಹಗೀರುಗಳನ್ನು ಕೊಟ್ಟ. ಸನ್ 1562 ರಲ್ಲಿ ಸಿರೋಹಿಯ ರಾಜ ಉದಯಸಿಂಹ ನಿಧನನಾದ, ಮಾನಸಿಂಹ ಅಲ್ಲಿಯ ರಾಜನಾದ.

ಈ ಸಮಸ್ತ ವಿವರಣೆಗಳಿಂದ, ಉದಯಸಿಂಹ ಮೇವಾಡನ್ನು ಬಲಿಷ್ಠಗೊಳಿಸುವಲ್ಲಿ ಮಾಡಿದ ಪ್ರಯತ್ನಗಳು ಅವನ ದೂರದರ್ಶಿತ್ವಕ್ಕೆ ಸುಂದರ ಸಾಕ್ಷಿಗಳಾಗಿವೆ.

ಉದಯಸಿಂಹನ ಮೊಗಲರೊಂದಿಗೆ ಸಂಘರ್ಷ

ಉದಯಸಿಂಹನ ವಂಶ ಮೇವಾಡವನ್ನು ಆರನೆಯ ಶತಮಾನದಿಂದ ಆಳುತ್ತಿತ್ತು. ಆ ಸಮಯದಲ್ಲಿ ಅವನು ತುಂಬಾ ಕುಶಲತೆಯಿಂದ ತನ್ನ ರಾಜ್ಯದ ಪ್ರಭಾವವನ್ನು ಹೆಚ್ಚಿಸಿಕೊಳ್ಳುತ್ತಿದ್ದ. ಸನ್ 1556 ರಲ್ಲಿ ದಿಲ್ಲಿಯ ಸಿಂಹಾಸನದಲ್ಲಿ ಅಕ್ಬರನ ಪಟ್ಟಾಭಿಷೇಕವಾಯಿತು. ಈ ಘಟನೆಯಿಂದ ಭಾರತದ ರಾಜಕೀಯದಲ್ಲಿ ಹೊಸ ಪರಿವರ್ತನೆಯೊಂದು ಬಂತು. ಅಕ್ಬರ್ ಭಾರತದ ಏಕಮೇವ ಸಾಮ್ರಾಟನಾಗಲು ಬಯಸುತ್ತಿದ್ದ. ಅವನ ಈ ಮಹತ್ವಾಕಾಂಕ್ಷೆ ಉದಯಸಿಂಹನಿಗೆ ಮುಂಬರುವ ಆಪತ್ತುಗಳಿಗೆ ಕಾರಣವಾಯಿತು. ಅಕ್ಬರ್ ಭಾರತದ ಎಲ್ಲಾ ರಾಜರುಗಳನ್ನು ತನ್ನ ಅಧೀನಕ್ಕೊಳಪಡಿಸಿಕೊಳ್ಳುವ ಯೋಜನೆಯನ್ನು ರೂಪಿಸಿದ. ಅವನು ರಜಪೂತರ ಶೌರ್ಯ ಮತ್ತು ಅವರ ಇನ್ನಿತರ ಗುಣಗಳಿಂದ ಪರಿಚಿತನಾಗಿದ್ದ. ಆದ್ದರಿಂದ ಭಾರತದ ಸಾಮ್ರಾಟನಾಗಲು ರಜಪೂತರನ್ನು ತನ್ನ ಪರವಾಗಿ ಮಾಡಿಕೊಳ್ಳುವುದು ಅತಿ ಮಹತ್ವದ್ದೆಂದು ತಿಳಿದ. ಮೊಟ್ಟ ಮೊದಲು 1562 ರ ಇಸ್ವಿಯಲ್ಲಿ ಅವನು ಆಮೇರನ ಕಛವಾಯ್ ರಾಜ ಮಾರಮಲನ ಪುತ್ರಿಯನ್ನು ವಿವಾಹವಾಗಿ ಆ ರಾಜ್ಯವನ್ನು ತನ್ನ ಮಿತ್ರ-ರಾಜ್ಯವನ್ನಾಗಿ ಮಾಡಿಕೊಂಡ. ಅದರೊಂದಿಗೆ ಅದೇ ವರ್ಷ ಅವನು ರಾಜಸ್ಥಾನದ ಮೇಡತಾ ರಾಜ್ಯವನ್ನು ಸಹ ತನ್ನ ವಶಪಡಿಸಿಕೊಂಡ. ಅವನು ಸಮಸ್ತ ರಜಪೂತ ರಾಜರುಗಳನ್ನು ತನ್ನ ಅಧೀನಕ್ಕೊಳಪಡಿಸಿಕೊಳ್ಳಲು ಮೊದಲು ಮೇವಾಡವನ್ನು ಗೆಲ್ಲುವುದು ಆವಶ್ಯಕವಾಗಿತ್ತು. ಉದಯಸಿಂಹ ಮೊಗಲರ ಅಧೀನತೆಯನ್ನು ಒಪ್ಪಿಕೊಳ್ಳಲು ಯಾವುದೇ ರೀತಿಯಲ್ಲೂ ಸಿದ್ಧನಿರಲಿಲ್ಲ.

ಉದಯಸಿಂಹನ ಪುತ್ರ ಶಕ್ತಿಸಿಂಹ ಮತ್ತು ಉದಯಸಿಂಹನ ನಡುವೆ ವಿವಾದ ಸಂಭವಿಸಿದಾಗ ಅವನು ಅಕ್ಬರನ ಆಶ್ರಯಕ್ಕೆ ಹೋಗಿದ್ದ. ಒಮ್ಮೆ ಅಕ್ಬರ್ ತನ್ನ ದರಬಾರಿನಲ್ಲಿ ಹಾಸ್ಯದಲ್ಲಿ, ಇತರ ರಾಜರು ನಮ್ಮ ದರಬಾರಿಗೆ ತಮ್ಮ ಕನ್ಯೆಯರನ್ನು ಕಳುಹಿಸಿದ್ದಾರೆ, ಆದರೆ ಉದಯಸಿಂಹ ಹೀಗೆ ಮಾಡಲಿಲ್ಲ ಎಂದ. ಆಗ ಶಕ್ತಿಸಿಂಹ, ಅಕ್ಬರ್ ಯಾವಾಗಬೇಕಾದರೂ ಮೇವಾಡದ ಮೇಲೆ ಆಕ್ರಮಣವೆಸಗಬಹುದು ಎಂದು ತಿಳಿದ. ಸೆಪ್ಟಂಬರ್ 1567 ರಲ್ಲಿ ಶಕ್ತಿಸಿಂಹ ಅಕ್ಬರನಿಗೆ ಹೇಳದೆ ಧೌಲಾಪುರದಿಂದ ತನ್ನ ತಂದೆಯ ಬಳಿಗೆ ಬಂದು, ಅಕ್ಬರನ ಯೋಜನೆಯ ಬಗ್ಗೆ ಹೇಳಿದ.

ಮೇವಾಡ ಮತ್ತು ಮೊಗಲರ ನಡುವೆ ಪರಂಪರಾಗತವಾಗಿ ಹಗೆತನವಿತ್ತು. ಬಾಬರ್

ಮತ್ತು ರಾಣಾ ಸಾಂಗಾರಲ್ಲಿ ನಲ್ವತ್ತು ವರ್ಷಗಳ ಹಿಂದೆಯೇ ಇದರ ಸೂತ್ರಪಾತವಾಗಿತ್ತು. ಅಕ್ಬರ್ ಬಾಬರನಿಗಿಂತ ಹೆಚ್ಚು ಮಹತ್ವಾಕಾಂಕ್ಷಿಯಾಗಿದ್ದ. ಶಕ್ತಿಸಿಂಹನಿಂದ ಉದಯಸಿಂಹನಿಗೆ ಅಕ್ಬರನ ಆಕ್ರಮಣದ ಪೂರ್ವ ಸೂಚನೆ ಲಭಿಸಿದ ನಂತರ ಅವನು ತನ್ನ ರಾಜ್ಯದ ಸಜ್ಜನ ಪ್ರಜೆಗಳು ಮತ್ತು ಅನುಭವಿ ಸಾಮಂತರ ಒಂದು ಸಭೆಯನ್ನು ಕರೆದ; ಅದರಲ್ಲಿ ಮುಂದಿನ ಆಪತ್ತನ್ನು ಎದುರಿಸುವ ಬಗ್ಗೆ ಸಮಾಲೋಚನೆ ನಡೆಯಿತು. ಕಡೆಗೆ ಸಭೆ, ಉದಯಸಿಂಹ ಪರಿವಾರ ಸಮೇತ ಪಶ್ಚಿಮದ ಪರ್ವತಶ್ರೇಣಿಗಳಿಗೆ ಹೋಗಬೇಕು, ಅಲ್ಲಿಯೇ ಇದ್ದು ಹೊಸ ಪ್ರದೇಶದ ಸುರಕ್ಷತೆಗೆ ವ್ಯವಸ್ಥೆಯನ್ನು ಮಾಡಬೇಕು ಎಂಬ ನಿರ್ಣಯವನ್ನು ಉದಯಸಿಂಹನಿಗೆ ತಿಳಿಸಿತು. ಚಿತ್ತೌಡ್ ಕೋಟೆಯ ರಕ್ಷಣೆಯ ಜವಾಬ್ದಾರಿಯನ್ನು ಜಯಮಲ ರಾಠೌಡ್ ಮತ್ತು ಪತ್ತಾಗೆ ವಹಿಸಲಾಯಿತು; ಅಲ್ಲಿ ಎಂಟು ಸಾವಿರ ರಜಪೂತ ಸೈನಿಕರನ್ನು ನೇಮಿಸಲಾಯಿತು. ಕೋಟೆಯಲ್ಲಿ ಸಾಕಷ್ಟು ಆಹಾರ ಮತ್ತು ಯುದ್ಧದ ಸಾಮಗ್ರಿಗಳಿಗೆ ವ್ಯವಸ್ಥೆಯನ್ನು ಮಾಡಲಾಯಿತು ಹಾಗೂ ಅದರ ಸುತ್ತಮುತ್ತಲಿನ ಎಲ್ಲಾ ಪ್ರದೇಶಗಳನ್ನು ಸಹ ನಾಶ ಪಡಿಸಲಾಯಿತು. ಕಾಲಪಿಯಿಂದ ತರಲಾದ ಒಂದು ಸಾವಿರ ಬಂದೂಕುಧಾರಿ ಸೈನಿಕರನ್ನು ಆಕ್ರಮಣಕಾರಿಗಳನ್ನು ತಡೆಯಲೋಸುಗ ಮಾರ್ಗಗಳಲ್ಲಿ ಕಾವಲಾಗಿ ನೇಮಿಸಲಾಯಿತು.

ಅನೇಕ ಇತಿಹಾಸಕಾರರು ಉದಯಸಿಂಹನ ಈ ಕಾರ್ಯವನ್ನು ವಿಶ್ಲೇಷಣೆ ಮಾಡುತ್ತಾ ಅವನನ್ನು ಹೇಡಿ ಎಂದು ಸಾಬೀತು ಮಾಡಿದ್ದಾರೆ, ಆದರೆ ಪರಿಸ್ಥಿತಿಯನ್ನು ಗಮನಿಸುತ್ತಾ ಇದನ್ನು ಅನುಚಿತವೆಂದು ಹೇಳಲಾಗದು. ಹಾಗಂತ ಈ ನಿರ್ಣಯ ಅನುಭವಿ ಸಲಹೆಗಾರರ ಸರ್ವಸಮ್ಮತಿಯಿಂದ ತೆಗೆದುಕೊಳ್ಳಲಾಗಿತ್ತು. ಆದ್ದರಿಂದ ಇದನ್ನು ಒಪ್ಪದಿರುವುದು ಸಹ ಉಚಿತವಾಗುತ್ತಿರಲಿಲ್ಲ.

ಚಿತ್ತೌಡಿನ ಮೇಲೆ ಅಕ್ಬರ್‌ನ ಆಕ್ರಮಣ

ಸೆಪ್ಟಂಬರ್ 1567 ರಲ್ಲಿ ಅಕ್ಬರ್ ಚಿತ್ತೌಡನ್ನು ಗೆಲ್ಲಲು ಹೊರಟ. ಮಾರ್ಗದಲ್ಲಿ ಶಿವಪುರ ಮತ್ತು ಕೋಟಾದ ಕೋಟೆಗಳನ್ನು ಗೆಲ್ಲುತ್ತಾ ಗಾಗರೌನ್ ತಲುಪಿದ. ಅವನ ಇಬ್ಬರು ಸೇನಾಧಿಪತಿಗಳಾದ ಆಸಫ್ ಖಾನ್ ಮತ್ತು ವಜೀರ್ ಖಾನ್ ಮೇವಾಡದ ಒಂದು ಬಲಿಷ್ಠ ಕೋಟೆ ಮಾಂಡಲಗಢವನ್ನು ವಶಪಡಿಸಿಕೊಂಡರು. ಅಕ್ಬರ್ ತನ್ನ ಸೈನ್ಯವನ್ನು ಮಾಲವಾವನ್ನು ವಶಪಡಿಸಿಕೊಳ್ಳಲು ಕಳುಹಿಸಿ, ತಾನು ಸೈನ್ಯದೊಂದಿಗೆ ಚಿತ್ತೌಡಿಗೆ ಮುಂದುವರೆದು ಹೋದ. 23 ಅಕ್ಟೂಬರ್ 1567 ರಂದು ಅಕ್ಬರ್ ಚಿತ್ತೌಡಗಢವನ್ನು ಸುತ್ತುವರೆದ. ಇದು ಅನೇಕ ದಿನಗಳವರೆಗೆ ನಡೆಯಿತು. ರಜಪೂತರು ಮೊಗಲರ ಸೈನ್ಯವನ್ನು ಶೌರ್ಯದಿಂದ ಎದುರಿಸಿದರು. ಅಕ್ಬರನ ಸೈನ್ಯದಲ್ಲಿದ್ದ ಉತ್ಸಾಹ ಕ್ಷೀಣಿಸಿತು. ಆಗ ಅಕ್ಬರ್ ತನ್ನ ಸೈನ್ಯಕ್ಕೆ ಸುರಂಗ, ಮತ್ತು ವಿಶ್ರಾಂತಿ ಗೃಹಗಳನ್ನು ನಿರ್ಮಿಸಲು ಆದೇಶಿಸಿದ. ರಜಪೂತ ಸೈನಿಕರು ಸುರಂಗ ನಿರ್ಮಿಸುವ ಮತ್ತು ಇನ್ನಿತರ ಮೊಗಲರ ಸೈನ್ಯವನ್ನು ನಾಶ ಮಾಡಲು

ಆರಂಭಿಸಿದರು. ಕುಶಲಕರ್ಮಿಗಳನ್ನು ಉಳಿಸಲು ದಪ್ಪ-ದಪ್ಪದ ಪಾಳಯಗಳನ್ನು ನಿರ್ಮಿಸಲಾಯಿತು. ಆದರೂ ಮೊಗಲರ ಅನೇಕ ಕುಶಲಕರ್ಮಿಗಳು ವಧಿಸಲ್ಪಟ್ಟರು. ಸುರಂಗಗಳಿಂದ ಮೊಗಲರು ಕೋಟೆಯ ಗೋಡೆಗಳನ್ನು ಅನೇಕ ಕಡೆಗಳಿಂದ ಮುರಿದು ಹಾಕಿದರು. ಆದರೂ ರಜಪೂತ ಸೈನಿಕರು ಆ ಜಾಗಗಳಲ್ಲಿ ಎಣ್ಣೆ, ಹತ್ತಿ, ಸಿಡಿಮದ್ದುಗಳು ಮುಂತಾದವುಗಳನ್ನು ಸುಟ್ಟು ಶತ್ರುಗಳು ಒಳ ಬರುವುದನ್ನು ತಡೆದರು. ದೀರ್ಘ ಹೋರಾಟದಿಂದಾಗಿ ಕೋಟೆಯಲ್ಲಿ ಆಹಾರ ಸಾಮಗ್ರಿಗಳ ಅಭಾವ ಕಾಡಿತು. ಈ ಯುದ್ಧದಲ್ಲಿ ಅಕ್ಬರನ ಗುಂಡಿನಿಂದ ಜಯಮಲ್ ವೀರಗತಿಯನ್ನು ಪಡೆದ.

ಜಯಮಲ್‌ನ ಸಾವಿನಿಂದ ರಜಪೂತರಿಗೆ ತುಂಬಾ ನಿರಾಸೆಯಾಯಿತು. ಸೋಲು ನಿಶ್ಚಿತವೆಂದು ಕಂಡಿತು. ಆಗ ಕೋಟೆಯ ರಜಪೂತರು ಪತ್ತಾನನ್ನು ತಮ್ಮ ಸೇನಾಧಿಪತಿಯಾಗಿ ನೇಮಿಸಿದರು. ತಮ್ಮ-ತಮ್ಮ ಮಕ್ಕಳೊಂದಿಗೆ ಕೋಟೆಯೊಳಗಿದ್ದ ರಜಪೂತ ರಮಣಿಯರು ಬೆಂಕಿಗೆ ಹಾರಿದರು. 24 ಅಥವಾ 25 ಫೆಬ್ರವರಿ 1568 ರ ಪ್ರಾತಃಕಾಲ ರಜಪೂತರು ಅಂತಿಮ ಹೋರಾಟಕ್ಕಿಳಿದರು. ರಜಪೂತರು ಸಾವಿನ ಭಯವನ್ನು ಮರೆತು ಕೋಟೆಯ ಬಾಗಿಲನ್ನು ತೆರೆದು, ಶತ್ರುಗಳ ಮೇಲೆ ಆಕ್ರಮಣವೆಸಗಿದರು. ಭಯಾನಕ ಹೋರಾಟದ ನಂತರ ಮೊಗಲರ ಸೈನ್ಯ ಚಿತ್ತೌಡ್ ಕೋಟೆಯನ್ನು ವಶಪಡಿಸಿಕೊಂಡಿತು.

ಕೋಟೆಯನ್ನು ವಶಪಡಿಸಿಕೊಂಡ ಮಾತ್ರದಿಂದಲೇ ಅಕ್ಬರನ ರಕ್ತಪಿಪಾಸೆ ಆರಲಿಲ್ಲ. ಚಿತ್ತೌಡದ ಅನೇಕ ಪ್ರಜೆಗಳು ಸಹ ಕೋಟೆಯೊಳಗೆ ಶರಣಾಗಿದ್ದರು, ಅವರ ಸಂಖ್ಯೆಯೇ ಸುಮಾರು ಮುವತ್ತು ಸಾವಿರವಾಗಿತ್ತು. ಕೋಟೆಯೊಳಗೆ ಪ್ರವೇಶಿಸಿದ ನಂತರ ಅಕ್ಬರ್ ಒಳಗಿದ್ದ ಆ ನಿರಪರಾಧಿ ಪ್ರಜೆಗಳನ್ನು ಕೊಲೆ ಮಾಡಿಸಿದ, ಈ ಕೊಲೆಯ ಕೆಲಸ ಹಗಲಿನ ಮೂರನೆಯ ಜಾವದವರೆಗೆ ನಡೆಯಿತು. ಇಂಥ ಅಮಾನವೀಯ ಕೆಲಸ ಮೇವಾಡದ ಇತಿಹಾಸದಲ್ಲಿ ಬೇರೊಂದು ಲಭಿಸುವುದಿಲ್ಲ. ನಿಸ್ಸಂದೇಹವಾಗಿ ಅಕ್ಬರನಂಥ ಮಹಾನ್ ವ್ಯಕ್ತಿಯ ಈ ಕೃತ್ಯ ಅವನ ಶ್ರೇಷ್ಠತೆಗಗೆ ಕಳಂಕವೆಂದೇ ಹೇಳಲಾಗುವುದು.

ಈ ಯುದ್ಧದಲ್ಲಿ ಜಯಮಲ್ ಮತ್ತು ಪತ್ತಾರರ ಅದ್ಭುತ ಶೌರ್ಯದಿಂದ ಅಕ್ಬರ್ ಪ್ರಭಾವಕ್ಕೊಳಗಾಗದೆ ಇರದಾದ. ಅವನು ಈ ವೀರರ ಶೌರ್ಯವನ್ನು ಮುಕ್ತಕಂಠದಿಂದ ಪ್ರಶಂಸಿಸಿದ; ಅಕ್ಬರ್ ಈ ಇಬ್ಬರ ಶೌರ್ಯದಿಂದ ಎಷ್ಟು ಪ್ರಭಾವಕ್ಕೆ ಒಳಗಾದನೆಂದರೆ, ಅವನು ಆಗರಾದ ಕೋಟೆಯಲ್ಲಿ ಈ ಇಬ್ಬರ ವಿಗ್ರಹಗಳನ್ನು ಹಾಕಿಸಿದ.

ಚಿತ್ತೌಡನ್ನು ವಶಪಡಿಸಿಕೊಂಡ ಎರಡನೆಯ ವರ್ಷ ಅಕ್ಬರ್ ಮೇವಾಡದ ಎರಡನೆಯ ಕೋಟೆ ರಣಥಂಭೋರನ್ನು ಸಹ ವಶಪಡಿಸಿಕೊಂಡ. ಈ ಕೋಟೆಯ ರಕ್ಷಕ ರಾವ್ ಸುರಜಸಿಂಹ ಹಾಡಾ ಉದಯಸಿಂಹನನ್ನು ತ್ಯಜಿಸಿ ಅಕ್ಬರನ ಅಧೀನತೆಯನ್ನು ಒಪ್ಪಿಕೊಂಡ; 1570 ರ ಇಸ್ವಿಯ ಕೊನೆಯಲ್ಲಿ ರಾಜಸ್ಥಾನದ ಎಲ್ಲಾ ರಾಜರುಗಳು ಒಬ್ಬೊಬ್ಬರಾಗಿ ಅಕ್ಬರನ ಅಧಿಕಾರದೆದುರು ತಲೆ ಬಾಗಿ, ಅವನ ಸೇವೆಯನ್ನು ಒಪ್ಪಿಕೊಂಡರು. ಆದರೆ ಉದಯಸಿಂಹ ಮಾತ್ರ ಅಕ್ಬರನಿಗೆ ತಲೆಬಾಗಲಿಲ್ಲ. ಮೇವಾಡದ ಮಹತ್ವದ ಕೋಟೆಯಾದ ಚಿತ್ತೌಡನ್ನು ಅಕ್ಬರ್ ವಶಪಡಿಸಿಕೊಂಡಿದ್ದಾಗ್ಯೂ, ಉದಯಸಿಂಹ ಜೀವನಪರ್ಯಂತ

ಉದಯಪುರವನ್ನು ಹೊಸ ರಾಜಧಾನಿಯನ್ನಾಗಿ ಮಾಡಿಕೊಂಡು ಅಲ್ಲಿಂದಲೇ ಅಕ್ಬರ್‌ನೊಂದಿಗೆ ಹೋರಾಡುತ್ತಿದ್ದ.

ಉದಯಸಿಂಹ ಜಗಮಾಲನಿಗೆ ಯುವರಾಜನ ಪಟ್ಟ ಕಟ್ಟಿದ್ದು

ಪ್ರತಾಪರು ತಮ್ಮ ತಂದೆ ಉದಯಸಿಂಹರ ಜ್ಯೇಷ್ಠ ಪುತ್ರರಾಗಿದ್ದರು. ಪರಂಪರೆಯಂತೆ ಜ್ಯೇಷ್ಠ ಪುತ್ರನೇ ರಾಜ್ಯದ ಉತ್ತರಾಧಿಕಾರಿಯಾಗುತ್ತಿದ್ದ, ಆದರೆ ಉದಯಸಿಂಹರು ಈ ಪರಂಪರೆಯನ್ನು ಸಂಪೂರ್ಣವಾಗಿ ತಿರಸ್ಕರಿಸಿದರು. 1570 ರಲ್ಲಿ ಅವರು ಕುಂಭಲಮೇರಕ್ಕೆ ಹೋದರು. ಅಲ್ಲಿ ಅವರು ಸೈನಿಕರನ್ನು ನೇಮಕ ಮಾಡಿಕೊಂಡರು. ಆ ಸೈನಿಕರೊಂದಿಗೆ ಗೋಗೂಂದಾಕ್ಕೆ ಹೋದರು. ಮುಂದಿನ ವರ್ಷ ಅವರು ಅಲ್ಲಿಯೇ ಇದ್ದರು. ನಂತರ ಅವರ ಆರೋಗ್ಯ ಹದಗೆಟ್ಟಿತು. ಆಗ ಅವರು ಧೀರಜಬಾಯಿ ಭಟಿಯಾಣಿಯಿಂದ ಜನಿಸಿದ ತಮ್ಮ ಪುತ್ರ ಜಗಮಾಲನನ್ನು ಯುವರಾಜನನ್ನಾಗಿ ಮಾಡಿದರು. ರಾಣಿ ಭಟಿಯಾಣಿಯ ಬಗ್ಗೆ ಅವರಿಗೆ ವಿಶೇಷ ಪ್ರೀತಿಯಿತ್ತು. ಅವಳ ಹೇಳಿಕೆಯಿಂದಾಗಿಯೇ ಅವರು ಹೀಗೆ ಮಾಡಿರಬಹುದು. ಈ ಬಗ್ಗೆ ವೀರವಿನೋದದಲ್ಲಿ ಬರೆಯಲಾಗಿದೆ–

"ವಿಕ್ರಮಿ 1627 [ಹಿಜರಿ 978 ಇಸ್ವಿ 1570] ರಲ್ಲಿ ಮಹಾರಾಣಾ ಕುಂಭಲಮೇರಕ್ಕೆ ಬಂದರು. ಅಲ್ಲಿಂದ ಸೈನ್ಯವನ್ನು ಒಟ್ಟುಮಾಡಿ ಗೋಗೂಂದೆಗೆ ಬಂದರು. ವಿಕ್ರಮ್ 1628 ರ ದಸರಾ ಹಬ್ಬವನ್ನು ಅಲ್ಲಿಯೇ ಅಚರಿಸಿದರು. ಮಹಾರಾಣಾ ಫಾಲ್ಗುಣ ಮಾಸದಲ್ಲಿ ಕಾಹಿಲೆ ಬಿದ್ದಾಗ, ಮಹಾರಾಣಿ ಭಟಿಯಾಣಿಗೆ ಜನಿಸಿದ ತಮ್ಮ ಪುತ್ರ ಜಗಮಾಲನಿಗೆ ಯುವರಾಜ ಪಟ್ಟವನ್ನು ಕಟ್ಟಿದರು, ಏಕೆಂದರೆ ಮಹಾರಾಣಿ ಭಟಿಯಾಣಿಯ ಬಗ್ಗೆ ಅವರ ವಿಶಿಷ್ಟ ಕೃಪೆಯಿತ್ತು."

ನಿಶ್ಚಿತವಾಗಿಯೂ ಪರಂಪರೆಯನ್ನು ಉಲ್ಲಂಘಿಸಿ ಕಿರಿಯ ಪುತ್ರನನ್ನು ತಮ್ಮ ಉತ್ತರಾಧಿಕಾರಿಯೆಂದು ಘೋಷಿಸುವುದು ಬುದ್ಧಿವಂತಿಕೆಯಾಗಿರಲಿಲ್ಲ. ಹೀಗೆ ಮಾಡುವುದಕ್ಕೂ ಮೊದಲು ಉದಯಸಿಂಹರು ಕೆಲವು ಸಾಮಂತರರನ್ನು ತಮ್ಮ ಪರವಾಗಿ ಮಾಡಿಕೊಂಡಿದ್ದರು. ಅದಕ್ಕೇ ಹೀಗೆ ಘೋಷಣೆಯನ್ನು ಮಾಡಿದರು. ಈ ನಿರ್ಣಯದಿಂದ ಪ್ರತಾಪರ ಆಸೆಗೆ ನೀರೆರೆಚಿದಂತಾದ್ದದ್ದು ಸಹಜವಾಗಿತ್ತು, ಏಕೆಂದರೆ ಅವರೇ ವಾಸ್ತವವಾಗಿ ರಾಜ್ಯದ ಉತ್ತರಾಧಿಕಾರಿಗಳಾಗಿದ್ದರು, ಆದರೆ ಅವರು ತಮ್ಮ ತಂದೆಯ ತೀರ್ಮಾನದ ವಿರುದ್ಧ ಅವರು ಬದುಕಿರುವವರೆಗೆ ಏನು ಮಾಡಿದರು ಎಂಬ ಬಗ್ಗೆ ಉಲ್ಲೇಖ ಲಭಿಸುವುದಿಲ್ಲ.

ಉದಯಸಿಂಹರ ಮರಣ

ಬಹು–ವಿವಾಹದಿಂದ ಅನೇಕ ಸಮಸ್ಯೆಗಳು ಎದುರಾಗುತ್ತವೆ; ಇದು ರಾಜ–ಮಹಾರಾಜರಿಗೂ ಅನ್ವಯಿಸುತ್ತದೆ. ಮಹಾರಾಣಾ ಉದಯಸಿಂಹರಿಗೆ ಇಪ್ಪತ್ತನಾಲ್ಕು

ಪುತ್ರರಿದ್ದರು. ಅವರಲ್ಲಿ ಪ್ರತಾಪರು ಜ್ಯೇಷ್ಠರಾಗಿದ್ದರು. ಪರಂಪರೆಯಂತೆ ಅವರೇ ರಾಜ್ಯದ ಉತ್ತರಾಧಿಕಾರಿಗಳಾಗಿದ್ದರು. ಉದಯಸಿಂಹರ ಹದಿನೆಂಟು ರಾಣಿಯರಲ್ಲಿ ಪ್ರತಾಪರ ತಾಯಿಯೇ ಹಿರಿಯಳಾಗಿದ್ದಳು. ಉದಯಸಿಂಹರು ಪ್ರೀತಿ ಮತ್ತು ಮೋಹಕ್ಕೊಳಗಾಗಿ ತಮ್ಮ ಕುಲದ ಪರಂಪರೆ ಮತ್ತು ನೀತಿಯನ್ನು ಮರೆತರು. ಸಾಮಂತರು ಸಹ ಪ್ರತಾಪರ ಪರ ವಹಿಸಿದರು. ಸಾಮಂತರ ನಿರ್ಣಯ ಸಹ ಸರ್ವೋಚ್ಚವಾಗಿರುತ್ತಿತ್ತು. ಸಾಮಂತರು ಪ್ರತಾಪರನ್ನೇ ರಾಜ್ಯದ ಉತ್ತರಾಧಿಕಾರಿ ಎಂದು ತಿಳಿದರು.

ರಾಜ್ಯ ಪ್ರತಾಪರಿಗಲ್ಲ, ಕಿರಿಯ ಪುತ್ರ ಜಗಮಾಲನಿಗೆ ಲಭಿಸುವುದು ಎಂದು ಉದಯಸಿಂಹರು ತೀರ್ಮಾನಿಸಿದ್ದರು. ಇದಕ್ಕೆ ಕಾರಣ ಜಗಮಾಲನ ತಾಯಿ ಕಿರಿಯ ರಾಣಿ ಭಟಿಯಾಣಿಯ ಬಗ್ಗೆ ಅವರಿಗೆ ವಿಶೇಷ ಪ್ರೀತಿಯಿತ್ತು. ಆದರೆ ಅವರಿಗೆ ತಮ್ಮ ತೀರ್ಮಾನದ ಬಗ್ಗೆ ತುಂಬಾ ವಿರೋಧ ಎದುರಾಗುವುದು ಎಂಬುದು ತಿಳಿದಿತ್ತು. ಹೀಗಾಗಿ ಅವರು ತಮ್ಮ ಮನಸ್ಸಿನ ತೀರ್ಮಾನವನ್ನು ಗುಪ್ತವಾಗಿಟ್ಟರು. ಬಹುಶಃ ತಮ್ಮ ಅನಾರೋಗ್ಯದಿಂದ ಮಹಾರಾಣಾ ಉದಯಸಿಂಹರಿಗೆ ತಮ್ಮ ಅಂತಿಮ ಸಮಯ ಬರುತ್ತಿದೆ ಎಂಬ ಅನುಮಾನವಾಗಿತ್ತು. ಆದ್ದರಿಂದ ಅವರು ಜಗಮಾಲನನ್ನು ಯುವರಾಜನನ್ನಾಗಿ ಮಾಡಿದರು. ಕೆಲವು ದಿನಗಳ ಅನಾರೋಗ್ಯದ ಬಂತರ 28 ಫೆಬ್ರವರಿ 1572 ರಲ್ಲಿ ಉದಯಸಿಂಹರು ನಿಧನರಾದರು.

ಮೂರನೆಯ ಅಧ್ಯಾಯ

ಮಹಾರಾಣಾ ಪ್ರತಾಪರ ರಾಜ್ಯಾಭಿಷೇಕ

ಉದಯಸಿಂಹರು ತಮ್ಮ ಪ್ರೀತಿಯ ರಾಣಿ ಭಟಿಯಾಣಿಯ ಪುತ್ರ ಜಗಮಾಲನನ್ನು ಯುವರಾಜನೆಂದು ಘೋಷಿಸಿದ್ದರು. ಗೋಗೂಂದಾದಲ್ಲಿ ಉದಯಸಿಂಹರ ಮರಣದ ನಂತರ, ಅವರ ಅಂತಿಮ ಸಂಸ್ಕಾರಕ್ಕೆ ಪಾರ್ಥಿವ ಶರೀರವನ್ನು ಸ್ಮಶಾನಕ್ಕೆ ತೆಗೆದುಕೊಂಡು ಹೋದಾಗ, ಅಲ್ಲಿಗೆ ಜಗಮಾಲ್ ಹೋಗಲಿಲ್ಲ. ಮೇವಾಡದ ಪರಂಪರೆಯಂತೆ ರಾಜ್ಯದ ಉತ್ತರಾಧಿಕಾರಿ, ಹಿಂದಿನ ರಾಜನ ದೇಹ-ಸಂಸ್ಕಾರದಲ್ಲಿ ಭಾಗವಹಿಸುತ್ತಿರಲಿಲ್ಲ. ಉದಯಸಿಂಹ ಜಗಮಾಲನಿಗೆ ಯುವರಾಜನೆಂದು ಘೋಷಣೆ ಮಾಡಿರುವ ಸುದ್ದಿ ಬಹುತೇಕ ಸಾಮಂತರಿಗೆ ತಿಳಿದಿರಲಿಲ್ಲ. ಸ್ಮಶಾನದಲ್ಲಿ ಜಗಮಾಲನ ಅನುಪಸ್ಥಿತಿಯಿಂದ ಸಾಮಂತರಿಗೆ ಆಶ್ಚರ್ಯವಾಯಿತು. ಆಗ ಗ್ವಾಲಿಯರ್ ರಾಜ ರಾಮಸಿಂಹ ಜಗಮಲ್‌ನ ಕಿರಿಯ ಸಹೋದರ ರಾಜಕುಮಾರ ಸಾಗರ್‌ನನ್ನು ಕೇಳಿದ-"ಜಗಮಾಲ್ ಎಲ್ಲಿ?"

"ಸ್ವರ್ಗಸ್ಥರಾದ ಮಹಾರಾಣಾ ಅವರು ಅವನನ್ನು ತಮ್ಮ ಉತ್ತರಾಧಿಕಾರಿಯಾಗಿ ಮಾಡಿರುವುದು ನಿಮಗೆ ಗೊತ್ತಿಲ್ಲವೇ?" ಎಂದು ಸಾಗರ ಹೇಳಿದ.

ಮೇವಾಡದ ಪರವಾಗಿ ರಾವ್ ಚೂಡಾ ತನ್ನ ರಾಜ್ಯವನ್ನು ಮೇವಾಡದಲ್ಲಿ ಸೇರಿಸಿದ್ದ. ಅಂದಿನಿಂದ ರಾಜ್ಯದ ಒಡೆಯ ಸಿಸೌದಿಯಾ ರಾಜವಂಶದ ಜ್ಯೇಷ್ಠ ಪುತ್ರ ಮತ್ತು ರಾಜ್ಯದ ಪ್ರಮುಖ ಚೂಡಾ ವಂಶದವನೆಂದು ತಿಳಿಯಲಾಗುತ್ತಿತ್ತು. ಹೀಗಾಗಿ ಪಾಟ್ ರಾಜ್ಯದ ಒಡೆಯ ಮಹಾರಾಣಾ ಮತ್ತು ವ್ಯವಸ್ಥೆಯ ಪ್ರಮುಖ ಚೂಡಾ ಎಂದು ತಿಳಿಯಲಾಗುತ್ತಿತ್ತು. ಸಗರ್ ಜಗಮಾಲನನ್ನು ಯುವರಾಜ ಮಡಿದ ಸುದ್ದಿಯನ್ನು ಕೇಳಿ ಪ್ರತಾಪನ ಮಾವ ಜಾಲೌರ್‌ನ

ರಾವ್ ಅಖೇಸಿಂಹ ಚೂಡಾನ ಮೊಮ್ಮಕ್ಕಳಾದ ರಾವತ್ ಕೃಷ್ಣದಾಸ್ ಮತ್ತು ರಾವತ್ ಸಾಂಗಾನಿಗೆ ಹೇಳಿದ–"ನೀವು ಚೂಡಾ. ಆದ್ದರಿಂದ ರಾಜ್ಯದ ಉತ್ತರಾದಿಕಾರಿಯ ಆಯ್ಕೆ ನಿಮ್ಮ ಕಡೆಯಿಂದಲೇ ಆಗಬೇಕು. ಮೇವಾಡದ ಪರಿಸ್ಥಿತಿ ಚಿಂತನೀಯವಾಗಿದೆ. ಅಕ್ಬರ್‌ನಂಥ ಪ್ರಬಲ ಶತ್ರು ನಿಮ್ಮ ಸಮೀಪದಲ್ಲಿಯೇ ಇದ್ದಾನೆ. ಮೇವಾಡ ನಾಶವಾಗುತ್ತಿದೆ. ಇಂಥ ಪರಿಸ್ಥಿತಿಯಲ್ಲಿ ಮನೆಯ ಕಲಹ ಹೆಚ್ಚಿದರೆ, ರಾಜ್ಯ ನಾಶವಾಗುವುದರಲ್ಲಿ ಸಂದೇಹ ಎಲ್ಲಿದೆ!"

ಮೇವಾಡದ ಇಂಥ ವಿಷಮ ಪರಿಸ್ಥಿತಿಯಲ್ಲಿ ಒಬ್ಬ ಯೋಗ್ಯ ವ್ಯಕ್ತಿಯೇ ಮಹಾರಾಣಾನಾಗಲು ಉಚಿತವಾಗಿತ್ತು. ಪ್ರತಾಪರು ಸರ್ವವಿಧದಲ್ಲೂ ಇದಕ್ಕೆ ಯೋಗ್ಯರಾಗಿದ್ದರು. ಪ್ರಚಲಿತ ನಿಯಮದಂತೆಯೂ ಅವರೇ ಇದಕ್ಕೆ ಉತತರಾಧಿಕಾರಿಯಾಗಿದ್ದರು. ಅಲ್ಲಿ ಉಪಸ್ಥಿರಿದ್ದ ಎಲ್ಲಾ ಸಾಮಂತರೂ ಇದನ್ನೇ ಪುಷ್ಟೀಕರಿಸುತ್ತಿದ್ದರು. ಹೀಗಾಗಿ ರಾವತ್ ಕೃಷ್ಣದಾಸ್ ಮತ್ತು ರಾವತ್ ಸಾಂಗಾ ತಮ್ಮ ನಿರ್ಣಯವನ್ನು ಹೇಳಿದರು–

"ಪಾಟವಿ ಹಕ್ಕುದಾರ ಮತ್ತು ಬಹಾದೂರ್ ಪ್ರತಾಪಸಿಂಹರನ್ನು ಯಾವ ಅಪರಾಧಕ್ಕಾಗಿ ಹೊರಗಿಡಬೇಕು?"

ಪ್ರತಾಪರಲ್ಲಿ ಹೊಸ ಆಸೆಯೊಂದು ಮೂಡಿತು. ಇಲ್ಲದಿದ್ದಲ್ಲಿ ಅವರು ಮೇವಾಡವನ್ನು ತ್ಯಜಿಸುವ ಬಗ್ಗೆ ಯೋಚಿಸುತ್ತಿದ್ದರು. ಅವರು ಮೇವಾಡವನ್ನು ತ್ಯಜಿಸುವುದರ ಅರ್ಥ, ತಮ್ಮ ಅಧಿಕಾರಕ್ಕಾಗಿ ಜಗಮಾಲನೊಂದಿಗೆ ಹೋರಾಟವನ್ನು ಆರಂಭಿಸುವುದಾಗಿತ್ತು. ಸಾಮಂತರ ನಿರ್ಣಯದಿಂದ ಈ ಹೋರಾಟ ಸ್ಥಗಿತಗೊಂಡಿತು.

ಜಗಮಾಲನ ಜಾಗದಲ್ಲಿ ಮಹಾರಾಣಾ ಪ್ರತಾಪ್

ಅತ್ತ ಜಗಮಾಲ್ ತನ್ನ ಪಟ್ಟಾಭಿಷೇಕವನ್ನು ಮಾಡಿಸಿಕೊಳ್ಳುತ್ತಿದ್ದ. ಉದಯಸಿಂಹರ ಉತ್ತರಕ್ರಿಯೆಯ ನಂತರ, ಎಲ್ಲಾ ಸಾಮಂತರು ಅರಮನೆಗೆ ಬಂದರು; ಆಗ ಜಗಮಾಲ್ ಸಿಂಹಾಸನದಲ್ಲಿ ಕೂತಿದ್ದ. ಪ್ರತಾಪರು ಅರಮನೆಯ ಹೊರಗೇ ನಿಂತರು. ಸಾಮಂತರು ಜಗಮಾಲನಿಗೆ, "ನಿನ್ನ ಜಾಗ ಸಿಂಹಾಸನವಲ್ಲ, ಇದರ ಎದುರಿಗೆ" ಎನ್ನುತ್ತಾ ಕೈಹಿಡಿದು ಸಿಂಹಾಸನದ ಎದುರು ಕೂರಿಸಿದರು, ಏಕೆಂದರೆ ಮೇವಾಡದಲ್ಲಿ ಮಹಾರಾಣಾರ ಸಹೋದರ ಸಿಂಹಾಸನದಲ್ಲಿ ಕೂರುತ್ತಾರೆ. ಜಗಮಾಲ್ ಅವಮಾನವನ್ನು ಸಹಿಸಿ ಮೌನವಹಿಸಬೇಕಾಯಿತು. ಏಕೆಂದರೆ ಮೊದಲನೆಯದಾಗಿ ಅವನ ಪಕ್ಷ ಪರಂಪರೆಯಿಂದಲೇ ದುರ್ಬಲವಾಗಿತ್ತು, ಅಲ್ಲದೆ ಅವನ ಸಮರ್ಥಕರ ಸಂಖ್ಯೆ ಸಹ ನಗಣ್ಯವಾಗಿತ್ತು. ಅವನು ವಿರೋಧಿಸದೆ ನಿಶ್ಚಿತ ಜಾಗದಲ್ಲಿ ಕೂತ.

ನಂತರ ಪ್ರತಾಪರನ್ನು ದರಬಾರಿಗೆ ಕರೆಯಿಸಿ ಸಿಂಹಾಸನದಲ್ಲಿ ಕೂರಿಸಲಾಯಿತು. ಅವರ ಪಟ್ಟಾಭಿಷೇಕ ವಿಧಿವತ್ತಾಗಿ ನೆರವೇರಿತು. 'ಪ್ರತಾಪರಾವ್ ಅವರಿಗೆ ಜಯವಾಗಿಲಿ' ಘೋಷಣೆಗಳಿಂದ ಆಗಸ ಪ್ರತಿಧ್ವನಿಸಿತು. ನಂತರ ಪ್ರತಾಪರು ಮೇವಾಡದ ಮಹಾರಾಣಾ

ಆದರು. ಅವರು ಮೇವಾಡ ರಾಜ್ಯದ ಪದ್ಧತಿಯಂತೆ ತಮ್ಮ ಸಭಾ-ಸದಸ್ಯರಿಗೆ ಉಡುಗೊರೆಗಳನ್ನು ಕೊಟ್ಟರು. ಆದರೆ ಜಗಮಾಲ್ ಸಿಂಹಾಸನದ ಕನಸು ಕಾಣುತ್ತಿದ್ದ, ಪ್ರತಾಪರು ಮೇವಾಡನ್ನು ತ್ಯಜಿಸುವ ಬಗ್ಗೆ ಯೋಚಿಸುತ್ತಿದ್ದರು. ಆದರೆ ಇದಕ್ಕೆ ವಿರುದ್ಧವಾಗಿ ಘಟಿಸಿತು. ಪ್ರತಾಪರು ಮಹಾರಾಣಾ ಆದರು, ಜಗಮಾಲ್ ನೋಡುತ್ತಿದ್ದ! ಈ ಸಮಸ್ತ ಘಟನೆಗಳು 28 ಫೆಬ್ರವರಿ 1572 ಇಸ್ವಿಗೆ ಸಂಬಂಧಿಸಿದೆ, ಏಕೆಂದರೆ ಮೇವಾಡದಲ್ಲಿ ರಾಜನ ನಿಧನದ ದಿನವೇ ಹೊಸ ಉತ್ತರಾಧಿಕಾರಿಯನ್ನು ಆಯ್ಕೆ ಮಾಡಲಾಗುತ್ತಿತತು.

ಮೊಗಲರ ಆಶ್ರಯಕ್ಕೆ ಜಗಮಾಲ್

ಜಗಮಾಲ್ ತನಗಾದ ಅವಮಾನವನ್ನು ಮರೆತಿರಲಿಲ್ಲ. ಅವನು ಮೇವಾಡದಲ್ಲಿ ಇದಕ್ಕೆ ವಿರೋಧಿಸಲಿಲ್ಲಿವಾದರೂ ಒಳಗೊಳಗೇ ಮೇವಾಡದಲ್ಲಿರುವುದು ಕಷ್ಟವಾಯಿತು. ಹೀಗಾಗಿ ಅವನು ಮೇವಾಡವನ್ನು ತ್ಯಜಿಸಿ ಮೊಗಲ್ ಸೂಬೇದಾರನ ಸೇವೆಯನ್ನು ಮಾಡಲು ಅಜಮೇರಿಗೆ ಹೋದ. ಇದರಿಂದ ಮೊಗಲ್ ಸೂಬೇದಾರನಿಗೆ ತುಂಬಾ ಸಂತಸವಾಯಿತು. ಅವನು ಜಗಮಾಲನಿಗೆ ಸಂತೋಷದಿಂದ ಆಶ್ರಯವನ್ನು ಕೊಟ್ಟ. ಸೂಕ್ತ ಸಮಯಕ್ಕೆ ಜಗಮಾಲ್ ಅಕ್ಬರನ ಬಳಿಗೆ ಹೋದ. ಅಕ್ಬರ್ ಅವನಿಗೆ ಜಹಾಜಪುರದ ಜಹಗೀರನ್ನು ಕೊಟ್ಟ. ನಂತರ 1583 ಇಸ್ವಿಯಲ್ಲಿ ಅಕ್ಬರನ ಆದೇಶದಂತೆ ಅವನಿಗೆ ಸಿರೋಹಿ ರಾಜ್ಯದ ಭಾಗವನ್ನು ಸಹ ಕೊಡಲಾಯಿತು. ಗಮನ ಕೊಡಬೇಕಾಂದ ಅಂಶವೆಂದರೆ, ಅಕ್ಬರ್ ಒಂದೇ ಬಾಣದಿಂದ ಎರಡು ಬೇಟೆಯಾಡುತ್ತಿದ್ದ. ಒಂದು ಕಡೆ ಅವನು ಮೇವಾಡದ ಪರಿವಾರದಲ್ಲಿ ಹಗೆತನವನ್ನು ಹೆಚ್ಚಿಸುತ್ತಿದ್ದ, ಇನ್ನೊಂದೆಡೆ ಜಗಮಾಲನಿಗೆ ಸಿರೋಹಿಯ ಅರ್ಧ ರಾಜ್ಯವನ್ನು ಕೊಟ್ಟು ಅವನ ಮೈದುನನನ್ನು ಸಹ ಅವನು ಶತ್ರುವನ್ನಾಗಿ ಮಾಡಿದ. ಸಿರೋಹಿಯಲ್ಲಿ ಇದುವರೆಗೆ ಜಗಮಾಲನ ಮಾವ ರಾವ್ ಮಾನಸಿಂಹನ ಆಡಳಿತವಿತ್ತು. ಸಿರೋಹಿಯ ರಾಜ್ಯ ಸಹ ಜಗಮಾಲನಿಗೆ ಶುಭಕರವಾಗಲಿಲ್ಲ. ಅವನ ಮೈದುನ ರಾವ್ ಸುರತ್ರಾಣ್ ಅವನ ವಿರೋಧಿಯಾದ. ಇಬ್ಬರ ಪರಸ್ಪರ ಹಗೆತನ ಉಗ್ರ ರೂಪವನ್ನು ಧರಿಸಿ, ಯುದ್ಧದ ಆರಂಭಕ್ಕೆ ಕಾರಣವಾಯಿತು. ಸನ್ 1583 ರಲ್ಲಿ ದತ್ತಾನಿ ಯುದ್ಧದಲ್ಲಿ ಜಗಮಾಲ್ ತನ್ನ ಮೈದುನನ ಕೈಯಾರೆ ವಧಿಸಲ್ಪಟ್ಟ.

ಮಹಾರಾಣಾ ಪ್ರತಾಪರ ಆರಂಭಿಕ ಕಷ್ಟಗಳು

ಮಹಾರಾಣಾ ಪ್ರತಾಪರು ಸಿಂಹಾಸನದಲ್ಲಿ ಕೂತಾಗ ರಾಜ್ಯದ ಪರಿಸ್ಥಿತಿ ತುಂಬಾ ಹದಗೆಟ್ಟಿತ್ತು. ದೀರ್ಘ ಹೋರಾಟದಿಂದಾಗಿ ಮೇವಾಡ, ರಾಜಧಾನಿ ಮತ್ತು ಸಾಧನ ರಹಿತವಾಗಿತ್ತು. ಅರ್ಥವ್ಯವಸ್ಥೆ ಮತ್ತು ವ್ಯಾಪಾರ ಅವ್ಯವಸ್ಥಿತವಾಗಿದ್ದರಿಂದ ಸಾಮಾಜಿಕ ಜೀವನ ಅಸ್ತವ್ಯಸ್ತವಾಗಿತ್ತು. ರಸ್ತೆಗಳು ಹಾಳಾಗಿದ್ದವು. ಅಭಿವೃದ್ಧಿ ಕಾರ್ಯಗಳು ನಿಂತಿದ್ದವು. ಮೇವಾಡದ

ಸಂಪೂರ್ಣ ಫಲವತ್ತಾದ ಪ್ರದೇಶಗಳು ಮೊಗಲರ ವಶಕ್ಕೆ ಹೋಗಿದ್ದವು. ಮೇವಾಡದ ಪೂರ್ವದ ಗಡಿ ಭಾಗಗಳಾದ ಬೆದನೌರ್, ಶಾಹಪುರಾ ಮತ್ತು ರಾಯಲಾ ಸಹ ಮೊಗಲರ ವಶದಲ್ಲಿದ್ದವು. ಈ ಪ್ರದೇಶಗಳಲ್ಲಿ ಮೊಗಲರ ಅಧಿಕಾರದ ಪ್ರಭಾವ ಹೆಚ್ಚುತ್ತಿತ್ತು. ಅಜಮೇರ್‌ನ ಸಮಾಧಿಗೆ ಮೊಗಲ ಸಾಮ್ರಾಟರು ಅನುದಾನವನ್ನು ಕೊಡುತ್ತಿದ್ದರು. ಇದೆಲ್ಲವೂ ಪ್ರತಾಪರ ಚಿಂತೆಗೆ ಕಾರಣವಾಗಿದ್ದವು.

ಸಂಕ್ಷೇಪದಲ್ಲಿ, ಪ್ರತಾಪರಿಗೆ ಉತ್ತರಾಧಿಕಾರದ ರೂಪದಲ್ಲಿ ಛಿದ್ರ-ಛಿದ್ರವಾದ ಮೇವಾಡದ ರಾಜ್ಯ ಮತ್ತು ಮೊಗಲರ ಬಲಿಷ್ಠ ರಾಜ ಅಕ್ಬರನ ಹಗೆತನ ಲಭಿಸಿತ್ತು. ಈಗ ಅವರೆದುರು ಭವಿಷ್ಯದ ನೀತಿಯನ್ನು ನಿರ್ಧರಿಸುವ ಸಮಸ್ಯೆ ಪ್ರಮುಖವಾಗಿತ್ತು.

ರಾಜಧಾನಿಯ ಬದಲಾವಣೆ ಮತ್ತು ಹೊಸ ಕಾರ್ಯಕ್ರಮಗಳು

ಚಿತ್ತೌಡ್ ಮೊಗಲರ ವಶವಾದ ವಿಷಯ ಮತ್ತು ಗೋಗೂಂದೆಯಲ್ಲಿ ಪ್ರತಾಪರ ಪಟ್ಟಾಭಿಷೇಕವಾದ ವಿಷಯವನ್ನು ಮೊದಲೇ ಉಲ್ಲೇಖಿಸಲಾಗಿದೆ. ಪಟ್ಟಾಭಿಷೇಕದ ನಂತರ ಮಹಾರಾಣಾ ಪ್ರತಾಪರು ಕುಂಬಲಗಢದ ಪರ್ವಗಳಿಗೆ ಹೊರಟು ಹೋದರು. ಅವರು ಅಲ್ಲಿಯೇ ಕುಂಭಲಗಢದ ಕೋಟೆಯನ್ನು ತಮ್ಮ ಹೊಸ ಅಲ್ಪಕಾಲದ ರಾಜಧಾನಿಯನ್ನಾಗಿ ಮಾಡಿಕೊಂಡರು. ಇಲ್ಲಿಯೇ ಅವರ ಪಟ್ಟಾಭಿಷೇಕ ವಿಧಿವತ್ತಾಗಿ ನೆರವೇರಿತು. ಕುಂಭಲಗಢದ ಈ ಸಮಾರಂಭದಲ್ಲಿ ಪ್ರತಾಪರ ಮಾವ ಜೋಧಪುರದ ರಾವ್ ಚಂದ್ರಸೇನ ಸಹ ಭಾಗವಹಿಸಿದ. ಇಬ್ಬರಲ್ಲೂ ತುಂಬಾ ಸ್ನೇಹವಿತ್ತು. ತದನಂತರ ಈ ಸ್ನೇಹ-ಬಂಧನ ಇನ್ನಷ್ಟು ಸುದೃಡವಾಯಿತು. ಈ ಸ್ನೇಹ-ಮಿಲನದ ಸುದ್ದಿ ಅಕ್ಬರನಿಗೆ ತನ್ನ ಗೂಢಚಾರರಿಂದ ತಿಳಿಯಿತು. ಬೂಂದಿ, ಡೂಂಗರಪುರ, ಬಾಂಸವಾಡಾ, ರಣಥಂಭೌರಿನ ಚೌಹಾಣರು, ಈಡರ್ ಮತ್ತು ಸಿರೋಹಿಯ ದೇವಡಾ ಮುಂತಾದವರೊಂದಿಗೆ ಪ್ರತಾಪರ ಸ್ನೇಹಪೂರ್ಣ ಸಂಬಂಧವೇರ್ಪಟ್ಟಿತ್ತು. ಒಬ್ಬರಿಂದ ಸಂಧಿ-ಭಂಗವಾದಾಗ ಅವರು ಇನ್ನೊಬ್ಬರೊಂದಿಗೆ ಹೊಸ ಸಂಧಿಯನ್ನು ಮಾಡಿಕೊಳ್ಳುತ್ತಿದ್ದರು. ಮೊಗಲ್ ರಾಜರೊಂದಿಗೆ ಯಾವಾಗಬೇಕಾದರೂ ಯುದ್ಧ ಸಂಭವಿಸಬಹುದೆಂಬ ವಿಷಯ ಅವರಿಗೆ ತಿಳಿದಿತ್ತು. ಹೀಗಾಗಿ ಅವರು ಸಮೀಪದ ರಾಜ್ಯಗಳ ರಾಜರುಗಳೊಂದಿಗೆ ಮಿತ್ರತ್ವದ ನೀತಿಯನ್ನು ಅನುಸರಿಸಿದರು; ಭವಿಷ್ಯದಲ್ಲಿ ಮೇವಾಡದ ಮೇಲಿನ ಮೊಗಲರ ಆಕ್ರಮಣವನ್ನು ಸಂಘಟಿತರಾಗಿ ಎದುರಿಸುವುದು ಇದರ ಹಿಂದಿನ ಉದ್ದೇಶವಾಗಿತ್ತು. ಇದರೊಂದಿಗೆ ಅವರು ತಮ್ಮ ಸೈನ್ಯದ ಶಕ್ತಿಯನ್ನು ಸಹ ಹೆಚ್ಚಿಸಿಕೊಳ್ಳುತ್ತಿದ್ದರು.

ಈ ಎಲ್ಲಾ ಸುದ್ದಿಗಳು ಅಕ್ಬರನಿಗೆ ತಿಳಿಯುತ್ತಿದ್ದವು. ಅಕ್ಬರನಿಗೆ ಅನುಮಾನ ಬರುವುದು ಸಹಜವಾಗಿತ್ತು. ಮೇವಾಡದ ಕೆಲವು ಪ್ರದೇಶಗಳು ಅವನ ವಶವಾಗಿದ್ದಾಗ್ಯೂ, ಮೇವಾಡ ಅವನ ಅಧೀನತೆಯನ್ನು ಒಪ್ಪಿರಲಿಲ್ಲ; ಅವನು ಮೇವಾಡವನ್ನು ಅಧೀನಪಡಿಸಿಕೊಳ್ಳಲು ಕಟಿಬದ್ಧನಾಗಿದ್ದ. ಮಹಾರಾಣಾ ಪ್ರತಾಪರ ಈ ಎಲ್ಲಾ ಚಟುವಟಿಕೆಗಳನ್ನು ವಿಶೇಷವಾಗಿ

ರಾವ್ ಚಂದ್ರಸೇನನೊಂದಿಗಿನ ಪ್ರತಾಪರ ಸಂಬಂಧವನ್ನು ಅವನು ತನ್ನ ಭಾವಿ ಸಂಕಟವೆಂದು ನೋಡಿದ. ಅವನು ಇದನ್ನು ಸಿಸೌದಿಯಾ ಮತ್ತು ರಾಠೌರರ ಹಿಂದಿನ ಭೇಟಿ ಎಂದು ತಿಳಿಯುತ್ತಿದ್ದ. ಇದನ್ನು ತಡೆಯುವುದು ಅನಿವಾರ್ಯವಾಗಿತ್ತು. ಹೀಗಾಗಿ ಅವನು ಜೋಧಪುರ ಮತ್ತು ಈಡರ್‌ನ ಮೊಗಲರ ಬಿಡಾರಗಳನ್ನು ಇನ್ನಷ್ಟು ಸುದೃಢಗೊಳಿಸಿ ಪ್ರತ್ಯೇಕ-ಪ್ರತ್ಯೇಕ ಮಾಡಿದ. ಇದರಿಂದ ಮಹಾರಾಣಾ ಪ್ರತಾಪರ ಪರಿಸ್ಥಿತಿ ಇನ್ನಷ್ಟು ದುರ್ಬಲವಾಯಿತು.

ಇದರಿಂದ ಪ್ರತಾಪರು ನಿರಾಶರಾಗಲಿಲ್ಲ. ದೀರ್ಘಕಾಲದ ಮೊಗಲರ ಸಂಘರ್ಷದಿಂದ ಮೇವಾಡದ ಪ್ರಜೆಗಳಲ್ಲಿ ನಿರಾಸೆ ಮತ್ತು ಉದಾಸೀನತೆ ವ್ಯಾಪಿಸಿತ್ತು. ಈ ನಕಾರಾತ್ಮಕ ಭಾವನೆಯನ್ನು ಹೋಗಲಾಡಿಸುವುದು ಪ್ರತಾಪರ ಮೊದಲ ಕಾರ್ಯವಾಗಿತ್ತು. ಆದ್ದರಿಂದ ಕುಂಭಲಗಢವನ್ನು ರಾಜಧಾನಿಯನ್ನಾಗಿ ಮಾಡಿದ ನಂತರ ಅವರು ಮೊದಲು ಮೇವಾಡದಲ್ಲಿ ಹೊಸ ಚೈತನ್ಯದ ಸಂಚಲನವನ್ನು ಆರಂಭಿಸಿದರು. ಇದರಿಂದಾಗಿ ಮೇವಾಡದ ಪ್ರಜೆಗಳಲ್ಲಿ ದೇಶ ಮತ್ತು ಜಾತಿಯ ಬಗ್ಗೆ ಸ್ವಾಭಿಮಾನ ಜಾಗೃತವಾಯಿತು. ಎಲ್ಲರೂ ತಮ್ಮ ಮಾನ-ಪ್ರತಿಷ್ಠೆಯ ರಕ್ಷಣೆಗಾಗಿ ಸಿದ್ಧರಾದರು. ಮೇವಾಡದ ವನವಾಸಿ ಭೀಲರಿಗೂ ಸಹ ರಾಜ್ಯದ ಸ್ವಾತಂತ್ರ್ಯದ ರಕ್ಷಣೆಯನ್ನು ಮಾಡಲು ಪ್ರೇರೇಪಿಸಲಾಯಿತು. ಪ್ರಜೆಗಳು ಮೇವಾಡದ ಸ್ವಾತಂತ್ರ್ಯ ಮತ್ತು ಗೌರವದ ರಕ್ಷಣೆಯ ಸಂಕಲ್ಪ ಹೊತ್ತು ಯಾವುದೇ ಭಯಾನಕ ಪರಿಸ್ಥಿತಿಯನ್ನು ಎದುರಿಸಲು ಹೆಗಲಿಗೆ ಹೆಗಲು ಕೊಟ್ಟು ನಿಂತರು. ಮೇವಾಡದಲ್ಲಿ ಒಂದು ಹೊಸ ಯುಗದ ತಳಪಾಯ ಬಿತ್ತು.

ಮೊಗಲರೊಂದಿಗೆ ಸಂಧಿ ಅಥವಾ ಯುದ್ಧದ ವಿಕಲ್ಪ

ಆ ವೇಳೆಯಲ್ಲಿ ಅಕ್ಬರ್ ತನ್ನ ಸಾಮ್ರಾಜ್ಯವನ್ನು ವಿಸ್ತರಿಸಿಕೊಳ್ಳುವಲ್ಲಿ ಮಗ್ನನಾಗಿದ್ದ. ಅವನೊಬ್ಬ ಚತುರ ರಾಜಕೀಯ ಪಟುವಾಗಿದ್ದ. ಅವನ ಚಾರಿತ್ರ್ಯದಲ್ಲಿ ಎಚ್ಚರಿಕೆ, ಸಾಹಸ ಮುಂತಾದ ಗುಣಗಳಿದ್ದವು; ಇಂಥ ಗುಣಗಳು ಒಬ್ಬ ಕುಶಲ ರಾಜನಲ್ಲಿ ಅನಿವಾರ್ಯವಾಗಿರಬೇಕು. ಅವನು ಸಮಸ್ತ ರಜಪೂತ ಜನಾಂಗವನ್ನು ತನ್ನ ಅಧೀನಕ್ಕೊಳಪಡಿಸಿಕೊಳ್ಳಲು ಬಯಸುತ್ತಿದ್ದ. ಇದರಿಂದಲೇ ಅವನ ಸಾಮ್ರಾಜ್ಯದ ತಳಪಾಯ ಸುದೃಢವಾಗುವುದಿತ್ತು. ವಾಸ್ತವವಾಗಿ ಅವನೊಬ್ಬ ಪಕ್ಕಾ ಸಮಾಜವಾದಿಯಾಗಿದ್ದ. ಇನ್ನೊಂದೆಡೆ ಮಹಾರಾಣಾ ಪ್ರತಾಪರು ಮೇವಾಡವನ್ನು ಸರ್ವಕಾಲಕ್ಕೂ ಸ್ವತಂತ್ರವಾಗಿಡಲು ಬಯಸುತ್ತಿದ್ದರು, ಇದನ್ನೇ ತಮ್ಮ ಧರ್ಮವೆಂದು ತಿಳಿಯುತ್ತಿದ್ದರು. ಮೊಗಲರ ಅಧೀನತೆ ಎಂದರೆ ಮೇವಾಡದ ಸಾರ್ವಭೌಮತ್ವ-ಸ್ವಾತಂತ್ರ್ಯವನ್ನು ಬಲಿಗೊಟ್ಟಂತೆ ಎಂಬುದನ್ನು ಅವರು ಚೆನ್ನಾಗಿ ಅರ್ಥಮಾಡಿಕೊಳ್ಳುತ್ತಿದ್ದರು. ಹೀಗೆ ಮಾಡುವುದರಿಂದ ಅವರಿಗೆ ಸಂಘರ್ಷಗಳಿಂದ ಮುಕ್ತಿ ಸಿಗುತ್ತಿತ್ತು ಹಾಗೂ ಅವರು ಸುಖದ ಜೀವನವನ್ನು ಸಾಗಿಸಬಹುದಿತ್ತು, ಆದರೆ ಅವರ ಹೆಸರಿನೊಂದಿಗಿದ್ದ ಮಹಾರಾಣಾ ಶಬ್ದ ತನ್ನ ಅರ್ಥವನ್ನು ಕಳೆದುಕೊಳ್ಳುತ್ತಿತ್ತು. ಅವರು ಅಕ್ಬರ್‌ನ ಅಧೀನದಲ್ಲಿದ್ದು ಓರ್ವ ಜಹಗೀರುದಾರನಾಗಿ ಮಾತ್ರ ಇರಲು ಸಾಧ್ಯವಿತ್ತು.

ಅನೇಕ ರಜಪೂತ ರಾಜರುಗಳು ಮೊಗಲರ ಅಧೀನತೆಯನ್ನು ಒಪ್ಪಿಕೊಂಡು ಅಕ್ಬರನೊಂದಿಗೆ ತಮ್ಮ ಪುತ್ರಿಯರು ಅಥವಾ ಸಹೋದರಿಯರ ವಿವಾಹವನ್ನು ಮಾಡಿದ್ದರು. ಇದನ್ನು ಮಹಾರಾಣಾ ಪ್ರತಾಪರು ಅತ್ಯಂತ ಅವಮಾನಕರವೆಂದು ತಿಳಿಯುತ್ತಿದ್ದರು. ಅವರ ಪೂರ್ವಿಕರು ಸಹ ಸದಾ ಇದನ್ನು ವಿರೋಧಿಸಿದ್ದರು. ಹೀಗಾಗಿ ಅವರು ಇಂಥ ಕೆಲಸವನ್ನು ಮಾಡಿ ತಮ್ಮ ವಂಶಕ್ಕೆ ಕಳಂಕವನ್ನುಂಟು ಮಾಡಲು ಬಯಸುತ್ತಿರಲಿಲ್ಲ. ಅಕ್ಬರ್ ಏಕಪಕ್ಷೀಯ ವೈವಾಹಿಕ ಸಂಬಂಧಗಳನ್ನಷ್ಟೇ ಸಮರ್ಥಿಸುತ್ತಿರಲಿಲ್ಲ ಎಂಬುದು ಪ್ರತ್ಯೇಕ ವಿಷಯ. ರಜಪೂತ ರಾಜರು ಸಹ ಮೊಗಲರ ರಾಜಕುಮಾರಿಯರನ್ನು ವಿವಾಹವಾಗಲಿ ಎಂದು ಅಕ್ಬರ್ ಬಯಸುತ್ತಿದ್ದ. ಅಕ್ಬರ್ ರಜಪೂತ ರಾಜರುಗಳ ಎದುರು ಇಂಥ ವಿವಾಹಗಳ ಪ್ರಸ್ತಾವವನ್ನು ಇಟ್ಟಿದ್ದ, ಆದರೆ ರಕ್ತದ ಶುದ್ಧತೆಯನ್ನು ಕಾಪಾಡಿಕೊಳ್ಳಲು ಅಥವಾ ಇನ್ನಿತರ ಕಾರಣಗಳಿಂದ ರಜಪೂತರು ಇದಕ್ಕೆ ಒಪ್ಪಲಿಲ್ಲ ಎಂದು ವೀರ ವಿನೋದದಲ್ಲಿ ಉಲ್ಲೇಖ ಲಭಿಸುತ್ತದೆ. ತಮ್ಮ ಸಹೋದರಿ–ಹೆಣ್ಣು ಮಕ್ಕಳ ಪಲ್ಲಕ್ಕಿಯನ್ನು ಮೊಗಲ್ ರಾಜರುಗಳ ಅಂತಃಪುರಕ್ಕೆ ಕಳುಹಿಸಲು ರಜಪೂತ ರಾಜರುಗಳು ಲಜ್ಜೆ ಅಥವಾ ಅವಮಾನವನ್ನು ಮನಗಾಣುತ್ತಿರಲಿಲ್ಲ ಎಂಬ ಸಂಗತಿ ತುಂಬಾ ಹಾಸ್ಯಾಸ್ಪದವಾಗಿ ತೋರುತ್ತದೆ. ಆದರೆ ಅವರಿಗೆ ಮುಸಲ್ಮಾನ ರಾಜಕುಮಾರಿಯನ್ನು ವಿವಾಹವಾಗುವುದು ತಮ್ಮ ಪ್ರತಿಷ್ಠೆಗೆ ಅನುಕೂಲಕರವೆಂದು ಅನ್ನಿಸುತ್ತಿತ್ತು; ಇದು ಯಾವಾಗ ಎಂದರೆ, ಮುಸಲ್ಮಾನರ ಮಹಿಳೆಯರನ್ನು ಉಪ–ಪತ್ನಿಯರಾಗಿ ಇಟ್ಟುಕೊಳ್ಳುವಲ್ಲಿ ಯಾವುದೇ ಅಡೆತಡೆ ಇರಲಿಲ್ಲ.

ಇಂಥ ಪರಿಸ್ಥಿತಿಗಳ ಬಗ್ಗೆ ಮಹಾರಾಣಾ ಪ್ರತಾಪರು ಯೋಚಿಸಿದರು; ಕಡೆಗೆ ಮೊಗಲರ ಗುಲಾಮಗಿರಿಯನ್ನು ಎಂದಿಗೂ ಒಪ್ಪಿಕೊಳ್ಳದಿರಲು ತೀರ್ಮಾನಿಸಿದರು. ಏಕೆಂದರೆ ಒಂದೆಡೆ ಸಂಘರ್ಷದ ಮಾರ್ಗವಿತ್ತು, ಇನ್ನೊಂದೆಡೆ ಅವಮಾನಕರದ ಸುಖಗಳಿದ್ದವು. ಸಂಧಿ ಅಥವಾ ಯುದ್ಧ ಎರಡರಲ್ಲೂ ಕಷ್ಟವಿತ್ತು, ಆದರೆ ಯುದ್ಧದ ಕಷ್ಟಗಳು ಭಯಾನಕವಾಗಿದ್ದಾಗ್ಯೂ ಪ್ರತಿಷ್ಠೆಯನ್ನು ಕೊಡುವುದಾಗಿತ್ತು. ಮಹಾನ್ ಪುರುಷರಿಗೆ ಗೌರವದ ಜೀವನವವೇ ಅತಿ ಮುಖ್ಯ. ಅವರೂ ಸಹ ಸಂಘರ್ಷದ ಗೌರವಯುತ ಮಾರ್ಗವನ್ನೇ ಒಪ್ಪಿಕೊಳ್ಳಲು ನಿರ್ಧರಿಸಿದರು.

ಅಕ್ಬರ್‌ನಿಂದ ಮಿತ್ರತ್ವದ ಪ್ರಸ್ತಾವ

ಅಕ್ಬರನ ಎದುರು ಸಂಪೂರ್ಣ ಭಾರತವರ್ಷದ ಸಾಮ್ರಾಟನಾಗುವ ಏಕಮಾತ್ರ ಗುರಿಯಿತ್ತು. ಚಿತ್ತೌಡ್ ಗೆದ್ದ ನಂತರ ಅಕ್ಬರ್ ಮೇವಾಡದ ದಂಡಯಾತ್ರೆಯನ್ನು ನಿಲ್ಲಿಸಿದ್ದ. ಬಹುಶಃ ಅವನು ಮೇವಾಡದ ಮಹಾರಾಣಾನಿಗೆ, ದಿಲ್ಲಿ ಸಾಮ್ರಾಟನೊಂದಿಗೆ ಗೆಳೆತನ ಮಾಡಿಕೊಳ್ಳುವಲ್ಲಿಯೇ ಅವನ ಹಿತವಿದೆ ಎಂಬ ಬಗ್ಗೆ ಯೋಚಿಸಲು ಅವಕಾಶವನ್ನು ಕೊಡಲು ಬಯಸುತ್ತಿದ್ದ. ಈ ಅವಧಿಯಲ್ಲಿ ಪ್ರತಾಪರು ಎರಡು ಪ್ರಮುಖ ಕಾರ್ಯಗಳನ್ನು ಮಾಡಿದರು; ಮೊದಲನೆಯದಾಗಿ ಭವಿಷ್ಯದ ಯುದ್ಧವನ್ನು ಗಮನದಲ್ಲಿಟ್ಟುಕೊಂಡು ಕಾರ್ಯ–ಕ್ಷೇತ್ರವನ್ನು

ನಿರ್ಧರಿಸುವುದು, ಎರಡನೆಯದಾಗಿ ನೆರೆಯ ರಾಜ್ಯಗಳೊಂದಿಗೆ ಗೆಳೆತನದ ಸಂಬಂಧವನ್ನಿಟ್ಟುಕೊಳ್ಳುವುದು; ಮೇವಾಡದ ಮೇಲೆ ಮೊಗಲರ ಒತ್ತಡವನ್ನು ಸಾಧ್ಯವಾದಷ್ಟೂ ಕಡಿಮೆ ಮಾಡುವುದು ಅವರ ಇದರ ಹಿಂದಿನ ಉದ್ದೇಶವಾಗಿತ್ತು.

ಮೇವಾಡದ ದಂಡಯಾತ್ರೆಯನ್ನು ಸ್ಥಗಿತಗೊಳಿಸುವ ಇನ್ನೊಂದು ಮಹತ್ವದ ಕಾರಣವೇನೆಂದರೆ, 1572 ರ ಇಸ್ವಿಯವರೆಗೆ ಅಕ್ಬರ್ ಸಂಪೂರ್ಣ ಗುಜರಾತ್ ಮೇಲೆ ಅಧಿಕಾರವನ್ನು ಸ್ಥಾಪಿಸಲು ಸಾಧ್ಯವಾಗಿರಲಿಲ್ಲ. ಆದ್ದರಿಂದ ಅವನು ಮೊದಲು ಗುಜರಾತನ್ನು ತನ್ನ ಅಧಿಕಾರಕ್ಕೊಳಪಡಿಸಿಕೊಳ್ಳಬೇಕಿತ್ತು. ಉದಯಸಿಂಹರೊಂದಿಗಿನ ಯುದ್ಧದಲ್ಲಿ ಅವನಿಗೆ ವಿಶೇಷ ಯಶಸ್ಸು ಲಭಿಸಿರಲಿಲ್ಲ. ಹೀಗಾಗಿ ಅವನು, ಮೇವಾಡದ ಹೊಸ ಮಹಾರಾಣಾ ಯುದ್ಧ ಮಾಡದೆ ತನ್ನ ಅಧಿಕಾರವನ್ನು ಒಪ್ಪಿಕೊಳ್ಳಬೇಕೆಂದು ಬಯಸುತ್ತಿದ್ದ. ಇದಕ್ಕಾಗಿ ಅವನೇ ಖುದ್ದು ಪ್ರಯತ್ನಮಾಡಲಾರಂಭಿಸಿದ. ಅವನು ತನ್ನ ಈ ಯೋಜನೆಯಂತೆ ಮಹಾರಾಣಾ ಪ್ರತಾಪರೆದುರು ನಾಲ್ಕು ಬಾರಿ ಸಂಧಿಯ ಪ್ರಸ್ತಾವವನ್ನು ಕಳುಹಿಸಿದ, ಈ ಬಗ್ಗೆ ಕೆಳಗೆ ವರ್ಣಿಸಲಾಗುತ್ತಿದೆ.

ಜಲಾಲ್ ಖಾನ್ ಕೋರಚಿಯಿಂದ ಸಂಧಿ ಪ್ರಸ್ತಾವ

ಮಹಾರಾಣಾ ಪ್ರತಾಪರು ಸಿಂಹಾಸನದಲ್ಲಿ ಕೂತ ಆರು ತಿಂಗಳ ನಂತರವೇ ಸೆಪ್ಟಂಬರ್ 1572 ಇಸ್ವಿಯಲ್ಲಿ ಅಕ್ಬರ್ ಅವರ ಬಳಿಗೆ ತನ್ನ ಮೊದಲ ಸಂಧಿ ಪ್ರಸ್ತಾವವನ್ನು ಕಳುಹಿಸಿದ. ಈ ಪ್ರಸ್ತಾವದ ಬಗ್ಗೆ ಜಲಾಲ್ ಖಾನ್ ಕೋರಚಿಯ ಅಧ್ಯಕ್ಷತೆಯಲ್ಲಿ ಶಿಷ್ಟ ಮಂಡಳಿಯೊಂದು ಪ್ರತಾಪರ ಬಳಿಗೆ ಬಂತು. ಜಲಾಲ್ ಖಾನ್ ಕೋರಚಿ ಅಕ್ಬರ್‌ನ ಚತುರ, ಒಳ್ಳೆಯ ಮಾತುಗಾರ ಮತ್ತು ನಂಬಿಕಸ್ತ ದರಬಾರಿಯಾಗಿದ್ದ. ಮಹಾರಾಣಾ ಅವನನ್ನು ಆದರದಿಂದ ಸ್ವಾಗತಿಸಿದ, ಆದರೆ ಈ ಸಂಧಿ ಪ್ರಸ್ತಾವ ಯಾವುದೇ ಪರಿಣಾಮ ಬೀರಲಿಲ್ಲ. ಸುಮಾರು ಎರಡು ತಿಂಗಳು ಎರಡೂ ಪಕ್ಷಗಳಲ್ಲಿ ಮಾತುಕತೆ ನಡೆಯಿತು; ನವೆಂಬರ್ 1572 ರಲ್ಲಿ ಈ ಶಿಷ್ಟಮಂಡಳಿ ಮರಳಿ ಹೋಯಿತು.

ಆ ಸಮಯದಲ್ಲಿ ಅಕ್ಬರ್ ಅಹಮದಾಬಾದಿನಲ್ಲಿದ್ದ. ಸಂಧಿ ಪ್ರಸ್ತಾವದ ಅಪಯಶಸ್ಸಿನಿಂದ ಅವನಿಗೆ ದುಃಖವಾದಾಗ್ಯೂ, ಅವನು ನಿರಾಶನಾಗಲಿಲ್ಲ. ತದನಂತರವೂ ಅವನು ಸಂಧಿ ಪ್ರಸ್ತಾವಗಳನ್ನು ಕಳುಹಿಸುತ್ತಲೇ ಇದ್ದ.

ಮಾನಸಿಂಹನಿಂದ ಸಂಧಿ ಪ್ರಸ್ತಾವ

ಮೊದಲ ಸಂಧಿಯ ಅಪಯಶಸ್ಸಿನ ನಂತರ ಅಕ್ಬರ್ ಒಬ್ಬ ರಜಪೂತನನ್ನೇ ಮಹಾರಾಣಾ ಬಳಿಗೆ ಕಳುಹಿಸುವುದು ಉಚಿತವೆಂದು ತಿಳಿದ. ಇದರ ಹಿಂದೆ ಅಕ್ಬರನ ಕೂಟನೀತಿಯಿತ್ತು. ಮೊದಲನೆಯದಾಗಿ ಸಜಾತಿ ವ್ಯಕ್ತಿಯ ಮಾತುಗಳು ಪ್ರಭಾವ ಬೀರುವ ಸಾಧ್ಯತೆಯಿತ್ತು,

ಸಜಾತಿಯವನಿಂದ ಆತ್ಮೀಯತೆಯ ಭಾವನೆ ಮೂಡುವುದು ಸಹಜವಾಗಿತ್ತು. ಒಂದು ವೇಳೆ ಯಶಸ್ಸು ಲಭಿಸದಿದ್ದರೆ, ಸಜಾತಿಯವನಿಗಾದ ಅವಮಾನದಿಂದ ರಜಪೂತರಲ್ಲಿ ಪ್ರತಾಪರ ಬಗ್ಗೆ ಹಗೆತನದ ಭಾವನೆ ಮೂಡುವುದು ಸಹ ಸಹಜವಾಗಿತ್ತು. ಹೀಗಾಗುವುದರಿಂದ ಅಕ್ಬರನಿಗೆ ಒಳಿತಾಗುತ್ತಿತ್ತು. . ಹಾಗಂತ ಅಕ್ಬರನಿಗೆ, ಮಹಾರಾಣಾ ಪ್ರತಾಪರು ತನ್ನ ಪ್ರಸ್ತಾವಗಳನ್ನು ಎಂದಿಗೂ ಒಪ್ಪಲ್ಲ ಎಂಬ ಪೂರ್ಣ ನಂಬಿಕೆಯಿತ್ತು. ಹೀಗಾಗಿ ಈ ಸಂಧಿ ಪ್ರಸ್ತಾವಗಳಿಂದ ಅವನು ತನ್ನನ್ನು ಶಾಂತಿಯ ಸಮರ್ಥಕ ಹಾಗೂ ಪ್ರತಾಪರು ವ್ಯರ್ಥವಾಗಿ ಹಟವನ್ನು ಮಾಡುತ್ತಿದ್ದಾರೆ ಎಂಬುದನ್ನು ಸಾಬೀತು ಮಾಡಲು ಬಯಸುತ್ತಿದ್ದ.

ಅಕ್ಬರ್ ಸಾಕಷ್ಟು ಯೋಚಿಸಿದ ನಂತರ ಈ ಕೆಲಸಕ್ಕೆ ಮಾನಸಿಂಹನನ್ನು ಕಳುಹಿಸಲು ನಿರ್ಧರಿಸಿದ. ಅವನೊಬ್ಬ ಉನ್ನತ ವಂಶದ ಯೋಗ್ಯ ರಜಪೂತನಾಗಿದ್ದು, ಅವನು ಮೊಗಲರ ಸೇವೆ ಮಾಡುವುದಕ್ಕೂ ಮೊದಲು, ಅವನಿಗೆ ಮೇವಾಡದ ರಾಜ್ಯದೊಂದಿಗೆ ಘನಿಷ್ಠ ಸಂಬಂಧವಿತ್ತು; ಅಲ್ಲದೆ ಅವನು ಅಕ್ಬರನ ಸಂಬಂಧಿಕನೂ ಆಗಿದ್ದ, ಏಕೆಂದರೆ ಅವನ ಸೋದರತ್ತೆ ಜೋಧಾಬಾಯಿಯ ವಿವಾಹ ಅಕ್ಬರನೊಂದಿಗೆ ನೆರವೇರಿತ್ತು.

ಸನ್ 1573 ರಲ್ಲಿ ಶೋಲಾಪುರವನ್ನು ಗೆದ್ದ ನಂತರ ಮಾನಸಿಂಹ, ಡೂಂಗರಪುರ್ ಮತ್ತು ಸಲೂಂಬರ್‌ನಿಂದ ಹಾದು ಉದಯಪುರದೆಡೆಗೆ ಹೊರಟ. ಆಗ ಮಹಾರಾಣಾ ಪ್ರತಾಪರು ಉದಯಪುರದಲ್ಲಿಯೇ ಇದ್ದರು. ಸಲೂಂಬರ್‌ನ ಸಾಮಂತರಿಗೆ ಮಾನಸಿಂಹನ ಆಸೆ ತಿಳಿದಿತ್ತು. ಅವನು ಮಹಾರಾಣಾರಿಗೆ ಇದರ ಸೂಚನೆಯನ್ನು ಕೊಟ್ಟು, ನೀವು ಮಾನಸಿಂಹನನ್ನು ಭೇಟಿಯಾಗಲು ಒಪ್ಪಬೇಡಿ ಎಂದು ಸಲಹೆಯಿತ್ತ. ಮಾನಸಿಂಹನ ಕಾರ್ಯಗಳು ಮತ್ತು ಅವನ ಭಾವನೆಗಳನ್ನು ತಿಳಿದಿದ್ದಾಗ್ಯೂ ಮಹಾರಾಣಾ ಪ್ರತಾಪರು ಅವನನ್ನು ಭೇಟಿಯಾಗಲು ನಿರಾಕರಿಸಿ ರಾಜಸ್ಥಾನದ ಇನ್ನಿತರ ರಾಜರುಗಳ ಕೋಪಕ್ಕೆ ಭಾಜನರಾಗಲು ಬಯಸುತ್ತಿರಲಿಲ್ಲ. ಆದ್ದರಿಂದ ಜೂನ್ 1573 ರಲ್ಲಿ ಮಾನಸಿಂಹ ಉದಯಪುರಕ್ಕೆ ಬಂದಾಗ ಅವರು ಅವನನ್ನು ಗೌರವಿಸಿದರು. ಸದ್ಭಾವನೆಯ ವಾತಾವರಣದಲ್ಲಿ ಇಬ್ಬರ ನಡುವೆ ಮಾತುಕತೆ ನಡೆಯಿತು. ಆಗ ಪ್ರತಾಪರ ಎಲ್ಲಾ ಮಂತ್ರಿಗಳು ಮತ್ತು ಯುವರಾಜ ಅಮರಸಿಂಹ ಸಹ ಅಲ್ಲಿದ್ದರು.

ಈ ಮಾತುಕತೆಯಲ್ಲಿ ಮುಖ್ಯವಾಗಿ ಮಾನಸಿಂಹ ಅಕ್ಬರನ ಧರ್ಮನಿರಪೇಕ್ಷ-ನೀತಿ ಮತ್ತು ರಜಪೂತ ರಾಜಕುಮಾರಿಯರ ವಿವಾಹವನ್ನು ಮುಕ್ತಕಂಠದಿಂದ ಪ್ರಶಂಸಿಸಿದ; ಅಕ್ಬರನನ್ನು ಭಾರತದ ಸಾಮ್ರಾಟನೆಂದು ಒಪ್ಪಿಕೊಂಡು ಅವನೊಂದಿಗೆ ಗೆಳೆತನವನ್ನು ಮಾಡಿಕೊಳ್ಳಲು ಮಹಾರಾಣಾರಿಗೆ ಸಲಹೆಯಿತ್ತ. ಆದರೆ ಪ್ರತಾಪರು ರಜಪೂತರು ಮೊಗಲರ ಗುಲಾಮಗಿರಿಯನ್ನು ಒಪ್ಪಿಕೊಂಡು ಅವರ ಸಭೆಗೆ ಹೋಗುವುದನ್ನು ನಿರಾಕರಿಸಿದರು.

ವಿಭಿನ್ನ ಅಭಿಪ್ರಾಯಗಳು

ಮಹಾರಾಣಾ ಪ್ರತಾಪರು ಮತ್ತು ಮಾನಸಿಂಹರ ಈ ಭೇಟಿಯ ಉದ್ದೇಶದಲ್ಲಿ

ಅನೇಕ ವಿಷಯಗಳನ್ನು ಹೇಳಲಾಗುತ್ತದೆ. ರಾಜಸ್ಥಾನದ ಪ್ರಚಲಿತ ಕಥೆಯಂತೆ ಮಹಾರಾಣಾ ಪ್ರತಾಪರು ಮಾತುಕತೆಯ ನಂತರ ಉದಯಸಾಗರ ಸರೋವರದ ತೀರಕ್ಕೆ ಮಾನಸಿಂಹನನ್ನು ಕಳುಹಿಸಿದರು. ಮಹಾರಾಣಾ ಪ್ರತಾಪರು ಭೋಜನದ ವೇಳೆಯಲ್ಲಿ ಹೊಟ್ಟೆ ನೋವಿನ ನೆಪ ಹೇಳಿ ಯುವರಾಜ ಅಮರಸಿಂಹನನ್ನು ಕಳುಹಿಸಿದರು. ಪ್ರತಾಪರು ತಮಗೆ ಮತ್ತು ಮೇವಾಡದ ಗೌರವಕ್ಕೆ ಪ್ರತಿಕೂಲವಾದ ಇಂಥ ಶರತ್ತುಗಳನ್ನು ಒಪ್ಪಿಕೊಳ್ಳುತ್ತಿರಲಿಲ್ಲ. ಅವರು ಭೋಜನಕ್ಕೆ ಹೋಗದಿರಲು ನಿರ್ಧರಿಸಿದರು. ಭೋಜನ ಕೂಟಕ್ಕೆ ಮಹಾರಾಣಾ ಪ್ರತಾಪರನ್ನು ಆಹ್ವಾನಿಸಬೇಕೆಂದು ಮಾನಸಿಂಹ ಅಮರಸಿಂಹನ ಮೇಲೆ ಒತ್ತಡ ಹೇರಿದ. ಮಹಾರಾಣಾ ಪ್ರತಾಪರಿಗೆ ಹೊಟ್ಟೆ ನೋವು ಇರುವ ವಿಷಯವನ್ನು ಅಮರಸಿಂಹ ಹೇಳಿದಾಗಲೂ ಮಾನಸಿಂಹರು ಒತ್ತಾಯಿಸಿದರು. ಕಡೆಗೆ ಪ್ರತಾಪರು ಅವರೊಂದಿಗೆ ಭೋಜನ ಕೂಟದಲ್ಲಿ ಭಾಗವಹಿಸುವುದಿಲ್ಲ ಎಂಬುದನ್ನು ಸ್ಪಷ್ಟವಾಗಿ ಹೇಳಿದರು. ಏಕೆಂದರೆ ಅಕ್ಬರ್ ಅವರ ಸಹೋದರಿಯರನ್ನು ವಿವಾಹವಾದ್ದರಿಂದ ಪ್ರತಾಪರು ಅವರ ವಂಶಸ್ಥರನ್ನು ಜಾತಿಯಿಂದ ಬೇರ್ಪಟ್ಟವರೆಂದು ತಿಳಿಯುತ್ತಿದ್ದರು. ಆಗ ಮಾನಸಿಂಹ ಕರೆಕೊಡುತ್ತಾ ಹೇಳಿದ–"ಈ ಹೊಟ್ಟೆ ನೋವಿನ ಔಷಧಿ ನನಗೆ ಚೆನ್ನಾಗಿ ಗೊತ್ತು. ಇದುವರೆಗೆ ನಾವು ನಿಮ್ಮ ಒಳಿತನ್ನು ಬಯಸಿದೆವು, ಆದರೆ ಮುಂದೆ ಎಚ್ಚರಿಕೆಯಿಂದಿರಿ." ಹೀಗೆ ಅಕ್ಬರ್ ಪ್ರತಾಪರ ಗೌರವಕ್ಕೆ ಅನುಕೂಲಕರವಾದ ಶರತ್ತುಗಳನ್ನು ಒಪ್ಪದಿದ್ದಾಗ ಒಪ್ಪಂದದ ಮಾತುಕತೆಯ ಕೊಂಡಿ ಸಹ ಕೊನೆಗೊಂಡಿತು.

ಮಾನಸಿಂಹ ಸ್ಪಷ್ಟವಾಗಿ ಯುದ್ಧದ ಎಚ್ಚರಿಕೆಯನ್ನು ಕೊಟ್ಟಾಗ ಒಬ್ಬ ರಜಪೂತ ಹೇಳಿದ– "ಯುದ್ಧಕ್ಕೆ ನಿಮ್ಮ ತಂದೆಯ ಭಾವನನ್ನೂ ಕರೆದುಕೊಂಡು ಬನ್ನಿ." ಆಗ ಮಹರಾಣಾ ಪ್ರತಾಪರು ಹೀಗೆಂದು ಹೇಳಿ ಕಳುಹಿಸಿದರು–"ಒಂದು ವೇಳೆ ನೀವು ನಿಮ್ಮ ಸೈನ್ಯದೊಂದಿಗೆ ಬಂದರೆ, ನಾವು ಮಾಲಾಪುರೆಯಲ್ಲಿ ನಿಮ್ಮನ್ನು ಸ್ವಾಗತಿಸುತ್ತೇವೆ, ಒಂದು ವೇಳೆ ನಿಮ್ಮ ತಂದೆಯ ಭಾವನ ಸೈನ್ಯದಿಂದಿಗೆ ಬರುವುದಾದರೆ, ಎಲ್ಲಿ ಅವಕಾಶ ಸಿಗುವುದೋ ಅಲ್ಲಿಯೇ ನಿಮ್ಮನ್ನು ಸತ್ಕರಿಸಲಾಗುವುದು."

ಮಾನಸಿಂಹ ಅವಮಾನಿತನಾಗಿ ಹೊರಟು ಹೋದ. ಮಾನಸಿಂಹನ ಗೌರವಕ್ಕಾಗಿ ತಯಾರಿಸಿದ ಭೋಜನವನ್ನು ಸರೋವರದಲ್ಲಿ ಎಸೆಯಲಾಯಿತು. ಅಲ್ಲಿಯ ನೆಲವನ್ನು ಅಗೆಸಿ ಅದರ ಮೇಲೆ ಗಂಗಾಜಲವನ್ನು ಸಿಂಪಡಿಸಲಾಯಿತು.

ರಾಜಪ್ರಶಸ್ತಿ ಮತ್ತು ವಂಶಭಾಸ್ಕರ್ ಮುಂತಾದ ಕಾವ್ಯಗಳಲ್ಲಿ ಈ ಘಟನೆಯನ್ನು ಇದರೊಂದಿಗೆ ಹೋಲುವ ಸಂಕ್ಷಿಪ್ತ ರೂಪದಲ್ಲಿ ಕೊಡಲಾಗಿದೆ. ರಾಜಪ್ರಶಸ್ತಿ ಮಹಾಕಾವ್ಯದಲ್ಲಿ, ಭೋಜನದ ವೇಳೆಯಲ್ಲಿ ಮಹಾರಾಣಾ ಮತ್ತು ಮಾನಸಿಂಹನಲ್ಲಿ ಯಾವುದೋ ವಿಷಯಕ್ಕೆ ಮನಸ್ತಾಪವಾಯಿತು ಎಂಬುದಷ್ಟೇ ವರ್ಣನೆಯಿದೆ. ಜಯಸಿಂಹನ ಬಗ್ಗೆ ರಾಮಕವಿ ಬರೆದ ಐತಿಹಾಸಿಕ ಕಾವ್ಯದಲ್ಲಿ ಹೀಗೆ ವರ್ಣನೆಯಿದೆ: ಭೋಜನದ ಸಮಯದಲ್ಲಿ ಮಾಹಸಿಂಹ ಮಹಾರಾಣಾರಿಗೆ, 'ನೀವು ಭೋಜನಕ್ಕೆ ಬರದಿದ್ದಾಗ ನೇನೇನು ಮಾಡಲಿ!' ಎಂದರು. ಆಗ ಮಹಾರಾಣಾ ಪ್ರತಾಪರು ಹೇಳಿದರು–"ಕುಮಾರರೇ, ನೀವು ಭೋಜನ ಸ್ವೀಕರಿಸಿ, ನನಗೆ

ಹೊಟ್ಟೆಯ ಸಮಸ್ಯೆಯಿದೆ. ನಾನು ನಂತರದಲ್ಲಿ ಮಾಡುತ್ತೇನೆ." ಮಾನಸಿಂಹ ಹೇಳಿದ, "ನಾನು ನಿಮಗೆ ಹೊಟ್ಟೆಯ ಚೂರ್ಣವನ್ನು ಕೊಡುತ್ತೇನೆ." ನಂತರ ಅವನು ಊಟದ ತಟ್ಟೆಯನ್ನು ಎದುರಿನಿಂದ ಸರಿಸಿ, ಸಂಗಡಿಗರೊಂದಿಗೆ ಎದ್ದು ನಿಂತ. ತನ್ನ ಕರವಸ್ತ್ರದಿಂದ ಕೈಯನ್ನು ಒರೆಸಿಕೊಂಡ ನಂತರ ಹೇಳಿದ, "ಆಮೇಲೆ ಬಂದಾಗ ಬಾಯಿಯನ್ನು ಮುಕ್ಕಳಿಸುತ್ತೇನೆ."

ರಾನಾ ಸೌಂ ಭೋಜನ್ ಸಮಯ್, ಗಹೀ ಮಾನ್ ಯಹ್ ಬಾನ್ ।
ಹಮ್ ಕ್ಯೋಂ ಜೇಂವೈಂ ಆಪಹೂ, ಜೇಂವತ್ ಹೋ ಕಿನ್ ಆನ್ ।।

ಕುಂವರ್ ಆಪ್ ಆರೋ ಗಿಯೆ, ರಾನಾ ಭಾಖ್ಯೋ ಹೇರಿ ।।
ಮೋಹಿ ಗರಾನಿ ಕಛೂ, ಅಭೈ ಜೇಇಹೂಂ ಫೇರಿ ।।

ಕಹೀಂ ಗರಾನಿ ಕಿ ಕುಂವರ್, ಭಈ ಗರಾನೀ ಜೋಹಿ ।।
ಅಟಕ್ ನಹೀಂ ಕರ್ ದೇಊಂಗೋ, ತರಣ್ ಚೂರಣ್ ತೋಹಿ ।।

ದಿಯೋ ಠೇಲಿ ಕಾಂಸೋ ಕಂವರ್, ಉಠೆ ಸಹಿತ್ ನಿಜ್ ಸಾಥ್ ।
ಚುಲೂ ಆನ್ ಭರಿ ಹಾಂ ಕಹ್ಯೋ, ಪೌಂಛ್ ರುಮಾಲನ್ ಹಾಥ್ ।।

ಅನೇಕ ಇತಿಹಾಸಕಾರರು ಸಹ ಮಹಾರಾಣಾ ಪ್ರತಾಪರು ಮಾನಸಿಂಹನನ್ನು ಅವಮಾನ ಘಟನೆಯನ್ನು ನಿಜವೆಂದು ಒಪ್ಪಿಲ್ಲ. ಅವರ ಅಭಿಪ್ರಾಯದಂತೆ, ಕರ್ನಲ್ ಟಾಂಡ್, ರಾಜಸ್ಥಾನದ ಇತಿಹಾಸದಲ್ಲಿ ಈ ಘಟನೆಯನ್ನು ಉಲ್ಲೇಖಿಸುವುದು ಸರ್ವಥಾ ಅನುಚಿತ, ಏಕೆಂದರೆ ಇದಕ್ಕೆ ಆಧಾರ ಸಮಾಜದಲ್ಲಿ ಪ್ರಚಲಿತವಾಗಿದ್ದ ವದಂತಿಗಳಾಗಿವೆ, ಆದ್ದರಿಂದ ಇದನ್ನು ಪ್ರಾಮಾಣಿಕವೆಂದು ನಂಬಲಾಗದು.

ಪ್ರತಾಪರ ತತ್ಕಾಲದ ನೀತಿಗಳನ್ನು ವಿಶ್ಲೇಷಣೆ ಮಾಡುವುದರಿಂದ ಸಹ ಈ ಘಟನೆಯ ನಿಜಾಂಶದ ಬಗ್ಗೆ ಅನುಮಾನ ಮೂಡುತ್ತದೆ. ಆ ಸಮಯದಲ್ಲಿ ಪ್ರತಾಪರು ತಮ್ಮ ವಿರೋಧಿಗಳಿಗೆ, ಪರಸ್ಪರರ ವೈರತ್ವ ಉಗ್ರ ರೂಪವನ್ನು ತಾಳುವ ಅವಕಾಶವನ್ನು ಕೊಡದಿರಲು ಬಯಸುತ್ತಿದ್ದರು; ಏಕೆಂದರೆ ಅವರು ಮೇವಾಡದ ಆಂತರಿಕ ವ್ಯವಸ್ಥೆ ಮತ್ತು ಸಂಘಟನೆಯಲ್ಲಿ ತೊಡಗಿದ್ದರು. ಆ ದಿನಗಳಲ್ಲಿ ಮಾನಸಿಂಹ ರಾಜಕುಮಾರನೇ ಆಗಿದ್ದ, ಹೀಗಾಗಿ ಪ್ರತಾಪರು ಅವನೊಂದಿಗೆ ಭೋಜನ ಮಾಡದಿದ್ದಾಗ್ಯೂ, ಅದರಲ್ಲಿ ಅವಮಾನದಂಥ ಪ್ರಶ್ನೆಯಿರಲಿಲ್ಲ; ಅಲ್ಲದೆ ಯುವರಾಜ ಅಮರಸಿಂಹ ಅವನೊಂದಿಗೆ ಊಟ ಮಾಡಲು ಕೂತಿದ್ದ. ಮಾನಸಿಂಹನ ಅವಮಾನದ ಘಟನೆಯನ್ನು ಸುಳ್ಳೆಂದು ಸಾಬೀತು ಮಾಡುವ ದೊಡ್ಡ ಸಾಕ್ಷಿ ಎಂದರೆ, ಈ ಘಟನೆಯ ನಂತರ ಮತ್ತೆ ಅಕ್ಬರ್ ಸಂಧಿ ಪ್ರಸ್ತಾವವನ್ನು ಕಳುಹಿಸಿದ್ದು. ಒಂದು ವೇಳೆ ಅವಮಾನವಾಗಿದ್ದರೆ, ಅಕ್ಬರ್ ಕೆಲವೇ

ತಿಂಗಳುಗಳ ನಂತರ ಭಗವಾನದಾಸರನ್ನು ಸಂಧಿ ಪ್ರಸ್ತಾವದೊಂದಿಗೆ ಮೇವಾಡಕ್ಕೆ ಕಳುಹಿಸುತ್ತಿರಲಿಲ್ಲ, ಪ್ರತಿಯಾಗಿ ಮೇವಾಡದ ಮೇಲೆ ಆಕ್ರಮಣ ಮಾಡುತ್ತಿದ್ದ. ತತ್ಕಾಲದ ಯಾವ ಮುಸಲ್ಮಾನ ಇತಿಹಾಸಕಾರರೂ ಈ ಘಟನೆಯನ್ನು ವರ್ಣಿಸಿಲ್ಲ.

ಅಬುಲಫಜಲ್ ಮತ್ತು ಮುತಮಿದ್ ಖಾನ್ ಬರೆದಿದ್ದಾರೆ: 'ಮಹಾರಾಣಾ ಪ್ರತಾಪರು ಅಕ್ಬರ್‌ನ ಖಿಲ್ಲತ್ [ರಾಜನ ಕಡೆಯಿಂದ ಸನ್ಮಾನವಾಗಿ ದೊರೆತ ಉಡುಪು] ನ್ನು ಧರಿಸಿದ್ದ, ಆದರೆ ಅವನ ದರಬಾರಿನಲ್ಲಿ ಹಾಜರಾಗುವುದಕ್ಕೆ ಒಪ್ಪಿರಲಿಲ್ಲ.' ಈ ವರ್ಣನೆ ತುಂಬಾ ಅವಿಶ್ವಸನೀಯವಾಗಿ ಕಾಣ ಬರುತ್ತದೆ. ವೀರ ವಿನೋದದಲ್ಲಿ ಸ್ಪಷ್ಟವಾಗಿ ಬರೆಯಲಾಗಿದೆ: 'ಪ್ರತಾಪರು ಖಿಲ್ಲತ್ ಧರಿಸಲಿಲ್ಲ.' ಇನ್ನಿತರ ಯಾವ ತತ್ಕಾಲದ ಇತಿಹಾಸಕಾರರು ಸಹ ಖಿಲ್ಲತ್ ಧರಿಸಿದ ಬಗ್ಗೆ ಪುಷ್ಟೀಕರಿಸಿಲ್ಲ. ಸರ್ ಟಾಮಸ್ ರೋ ಮತ್ತು ರಾಲ್ಫಿಚ್ ಸ್ಪಷ್ಟವಾಗಿ ಬರೆದಿದ್ದಾರೆ: 'ಪ್ರತಾಪರು ಮಾನಸಿಂಹನೆದುರು ಯಾವುದೇ ರೀತಿಯಲ್ಲಿ ತಲೆ ಬಾಗಲಿಲ್ಲ.' ಹೀಗಾಗಿ ಅಬುಲಫಜಲ್‌ನ ಈ ವರ್ಣನೆ ಸರ್ವಥಾ ಅನುಚಿತವೆಂದು ತೋರುತ್ತದೆ. ಏಕೆಂದರೆ ಒಂದು ವೇಳೆ ಮಹಾರಾಣಾ ಹೀಗೆ ಮಾಡಿದ್ದರೆ ಅಕ್ಬರ್ ಇದನ್ನು ಏಕೆ ಒಪ್ಪಲಿಲ್ಲ, ಸಂಧಿ ಪ್ರಸ್ತಾವಗಳ ಕ್ರಮ ಮುಂದೆ ಸಹ ಏಕೆ ನಡೆಯುತ್ತಿತ್ತು?

ಮಾನಸಿಂಹ ಮತ್ತು ಮಹಾರಾಣಾ ಪ್ರತಾಪರ ನಡುವೆ ಯಾವುದೇ ಒಪ್ಪಂದವೇರ್ಪಡಲಿಲ್ಲ ಎಂಬುದು ಸ್ಪಷ್ಟ. ಆದ್ದರಿಂದ ಮಾನಸಿಂಹ ಸಹ ಅಸಫಲನಾಗಿ ಮರಳಿ ಹೋಗಬೇಕಾಯಿತು.

ಭಗವಾನದಾಸರಿಂದ ಸಂಧಿಯ ಪ್ರಸ್ತಾವ

ಕೋರಚಿ ಮತ್ತು ಮಾನಸಿಂಹ ಇಬ್ಬರೂ ಪ್ರತಾಪರನ್ನು ಮೊಗಲ ಸಾಮ್ರಾಜ್ಯದ ಅಧೀನಕ್ಕೆ ತರದಾದರು. ಎರಡು ಬಾರಿ ವಿಫಲ ಪ್ರಯತ್ನವಾದಾಗ ಅಕ್ಬರ್ ಮಾನಸಿಂಹನ ತಂದೆ ಭಗವಾನದಾಸನನ್ನು ಮಹಾರಾಣಾರ ಬಳಿಗೆ ಕಳುಹಿಸಲು ನಿರ್ಧರಿಸಿದ. ಸೆಪ್ಟಂಬರ್–ಅಕ್ಟೂಬರ್ 1573 ಇಸ್ವಿಯಲ್ಲಿ ಅಹಮದಾಬಾದ್ ವಿಜಯದ ನಂತರ ಅವನಿಗೆ ಮಹಾರಾಣಾರನ್ನು ಭೇಟಿಯಾಗುವ ಆದೇಶ ಕೊಟ್ಟರು. ಭಗವಾನದಾಸ್ ಒಂದು ಸೈನ್ಯದೊಂದಿಗೆ ಹೊರಟ. ಅವನು ಮಹಾರಾಣಾರಿಗೆ ತನ್ನ ಶಕ್ತಿಯನ್ನು ಪರಿಚಯಿಸಲು ಮಾರ್ಗದಲ್ಲಿ ಬಡನಗರ್, ರಾವಲಿಯಾ ಮುಂತಾದವುಗಳನ್ನು ವಶಪಡಿಸಿಕೊಂಡ. ನಂತರ ಅವನು ಈಡರ್‌ಗೆ ಹೋದ. ಈಡರ್‌ನಲ್ಲಿ ಅವನು ರಾಜ ನಾರಾಯಣದಾಸನ ಅತಿಥಿಯಾದ. ಅಲ್ಲಿ ಅವನಿಗೆ ಯೋಗ್ಯ ಸತ್ಕಾರ ಲಭಿಸಿತು. ಆ ವೇಳೆಯಲ್ಲಿ ಮಹಾರಾಣಾ ಪ್ರತಾಪರು ಗೋಗೂಂದಾದಲ್ಲಿದ್ದರು, ಆದ್ದರಿಂದ ಭಗವಾನದಾಸ್ ಈಡರ್‌ನಿಂದ ಗೋಗೂಂದಾಕ್ಕೆ ಹೋದ.

ಇಬ್ಬರಲ್ಲಿ ಮತ್ತೆ ಸಂಧಿ ಪ್ರಸ್ತಾವ ನಡೆಯಿತು. ಭಗವಾನದಾಸ ರಜಪೂತನಾಗಿದ್ದರಿಂದ ಪ್ರತಾಪರು ಅವನನ್ನು ಯೋಗ್ಯ ರೀತಿಯಲ್ಲಿ ಸನ್ಮಾನಿಸಿದರು, ಆದರೆ ಮೊಗಲರ ದೂತನಾಗಿ ಅವನನ್ನು ಸನ್ಮಾನಿಸಲಿಲ್ಲ. ಈ ಬಾರಿ ಸಹ ಪ್ರತಾಪರು ಅಕ್ಬರನ ಅಧೀನತೆ ಒಪ್ಪಿಕೊಳ್ಳಲು

ಮತ್ತು ಅವನ ದರಬಾರಿನಲ್ಲಿ ಹಾಜರಾಗಲು ಒಪ್ಪಲಿಲ್ಲ. ಹೀಗಾಗಿ ಅಕ್ಬರನ ಈ ಪ್ರಸ್ತಾವ ಸಹ ಯಶಸ್ವಿಯಾಗಲಿಲ್ಲ.

ಟೋಡರಮಲ್‌ನೊಂದಿಗೆ ಸಂಧಿ ಪ್ರಸ್ತಾವ

ಮೂರು ಸಂಧಿ ಪ್ರಸ್ತಾವ ಅಸಫಲಗೊಂಡಿದ್ದಾಗ್ಯೂ ಅಕ್ಬರ್ ಇದಕ್ಕೆ ಪ್ರಯತ್ನಿಸುತ್ತಲೇ ಇದ್ದ. ಡಿಸೆಂಬರ್ 1573 ರಲ್ಲಿ ಅವನು ನಾಲ್ಕನೆಯ ಸಂಧಿ ಪ್ರಸ್ತಾವವನ್ನು ಟೋಡರಮಲ್‌ನ ಮೂಲಕ ಕಳುಹಿಸಿದ. ರಾಜ ಟೋಡರಮಲ್ ಒಬ್ಬ ಯೋಗ್ಯ ಸೇನಾಧಿಪತಿ ಮತ್ತು ಕುಶಲ ರಾಜಕೀಯ ಪಟುವಾಗಿದ್ದ. ಅವನೊಬ್ಬ ಉಚ್ಚ ಕುಲದ ಹಿಂದೂ ಆಗಿದ್ದ. ಯಾವ ಕೆಲಸವನ್ನು ಹಿಂದಿನ ಮೂರು ಶಿಷ್ಟಮಂಡಳಿ ಮಾಡಲು ಸಾಧ್ಯವಾಗಲಿಲ್ಲವೋ, ಅದನ್ನು ಟೋಡರಮಲ್ ಮಾಡುತ್ತಾನೆಂಬ ವಿಶ್ವಾಸ ಅಕ್ಬರನಿಗಿತ್ತು. ಟೋಡರಮಲ್ ಗುಜರಾತಿನಿಂದ ಮರಳಿ ಬರುವಾಗ ಅವನನ್ನೂ ಸತ್ಕರಿಸಲಾಯಿತು. ಸಂಧಿ ಪ್ರಸ್ತಾವದ ಮಾತುಕತೆಯಲ್ಲಿ ಟೋಡರಮಲ್, ಮಹಾರಾಣಾ ಪ್ರತಾಪರು ಅಕ್ಬರನ ಅಧಿಕಾರವನ್ನು ಒಪ್ಪಿಕೊಳ್ಳುವಂತೆ ಮಾಡಲು ಹಾಗೂ ಭಾವಿ ಯುದ್ಧಗಳಿಂದ ಪಾರಾಗುವಂತೆ ಮಾಡಲು ತುಂಬಾ ಪ್ರಯತ್ನಿಸಿದ, ಆದರೆ ಯಶಸ್ಸು ಲಭಿಸಲಿಲ್ಲ.

ಅಬುಲಫಜಲ್ ಬರೆದಿದ್ದಾನೆ: ರಾಣಾ ಟೋಡರಮಲ್ ಎದುರು ಮುಖಸ್ತುತಿ ಮತ್ತು ಅಧೀನತೆಯಂಥ ಭಾವನೆಯನ್ನು ಪ್ರದರ್ಶಿಸಿದ, ಆದರೆ ಅಬುಲಫಜಲ್‌ನ ಈ ಹೇಳಿಕೆ ಸಹ ಪೂರ್ವಗ್ರಹಗಳಿಂದ ಕೂಡಿದೆ ಎಂದು ತೋರುತ್ತದೆ. ಒಂದು ವೇಳೆ ಹೀಗೇನಾದರೂ ಆಗಿದ್ದರೆ ಮುಂದೆ ಯುದ್ಧದ ಪರಿಸ್ಥಿತಿ ಬರುತ್ತಿರಲಿಲ್ಲ.

ಪ್ರತಾಪರು ಮಹಾನ್ ಸ್ವಾತಂತ್ರ್ಯ ಪ್ರೇಮಿಯಾಗಿದ್ದರು, ಅಲ್ಲದೆ ಓರ್ವ ಕುಶಲ ರಾಜಕೀಯ ತಜ್ಞ ಸಹ ಆಗಿದ್ದರು. ಅವರು ತುಂಬಾ ಬುದ್ಧಿವಂತಿಕೆಯೊಂದಿಗೆ ಮೊಗಲ್ ಸಾಮ್ರಾಟರ ಶಾಂತಿ ಪ್ರಯತ್ನಗಳನ್ನು ಒಪ್ಪಿಕೊಳ್ಳಲಿಲ್ಲ. ಬಹುಶಃ ಆರಂಭದಲ್ಲಿ ಅವರು ಅವರಲ್ಲಿನ ಕೆಲವು ಕೊರತೆಗಳನ್ನು ತೋರಿಸಿ ಮುಂದಕ್ಕೆ ಹಾಕುತ್ತಿದ್ದರು. ಆದ್ದರಿಂದ ಅಕ್ಬರ್ ಮತ್ತೆ–ಮತ್ತೆ ದೂತರನ್ನು ಕಳುಹಿಸುತ್ತಲೇ ಇದ್ದ. ಇದರಿಂದ ಮಹಾರಾಣಾರಿಗೆ ಈ ಅವಧಿಯಲ್ಲಿ ತಮ್ಮ ಸೈನ್ಯ–ಶಕ್ತಿ ಮತ್ತು ಭಾವಿ ಯೋಜನೆಗಳನ್ನು ಹಾಕಿಕೊಳ್ಳಲು ಸಾಕಷ್ಟು ಅವಕಾಶಗಳು ಲಭಿಸಿದವು. ಪ್ರತಾಪರು ಆರಂಭದಿಂದಲೂ ಮೊಗಲರ ಗುಲಾಮಗಿರಿಯನ್ನು ತಮ್ಮ ವಂಶದ ಘನತೆಗೆ ಪ್ರತಿಕೂಲವೆಂದು ತಿಳಿಯುತ್ತಿದ್ದರು. ಮೇವಾಡದ ಸ್ವಾತಂತ್ರ್ಯಕ್ಕಾಗಿ ಅವರು ಏನೇ ತ್ಯಾಗವನ್ನು ಮಾಡಲು ತತ್ಪರರಾಗಿದ್ದರು. ಹೀಗಾಗಿ ಅವರು ಅಕ್ಬರನ ದೂತರನ್ನು ಶಾಂತಿ ಮತ್ತು ಧೈರ್ಯದಿಂದ ಎದುರಿಸುತ್ತಿದ್ದರು; ತಮ್ಮ ಯಾವುದೇ ಅವಿವೇಕದ ವ್ಯವಹಾರ ಮೇವಾಡಕ್ಕೆ ಘಾತಕವಾಗಬಾರದು ಎಂಬುದು ಅವರ ಉದ್ದೇಶವಾಗಿತ್ತು.

ಅಕ್ಬರನ ಎಲ್ಲಾ ಶಾಂತಿ ಪ್ರಸ್ತಾವಗಳು ವಿಫಲಗೊಂಡ ನಂತರ ಯುದ್ಧ ನಡೆಯುವುದು ಆವಶ್ಯಕವಾಗಿತ್ತು, ಏಕೆಂದರೆ ಅಕ್ಬರ್, ಸಮಸ್ತ ರಾಜಸ್ಥಾನದ ಮೊಗಲರು ವಶಕ್ಕೆ ಬಂದ

ನಂತರ ಸಹ ಮೇವಾಡ ಸ್ವತಂತ್ರ ಅಸ್ತಿತ್ವವಾಗಿರಬೇಕು ಎಂಬುದನ್ನು ಎಂದೂ ಸಹಿಸಲು ಸಾಧ್ಯವಿರಲಿಲ್ಲ. ಎಲ್ಲಾ ಯುಕ್ತಿಗಳೂ ಕೊನೆಯ ಯುದ್ಧಕ್ಕೆ ಕರೆದೊಯ್ಯುತ್ತಿದ್ದವು. ಆದರೆ ಅಕ್ಬರ್ ಮತ್ತು ಪ್ರತಾಪರ ಮನಸ್ಸಿನಲ್ಲಿ ಆರಂಭದಿಂದಲೂ, ತಾವಿಬ್ಬರು ಪರಸ್ಪರ ಎದುರಾದರೆ ಪ್ರಾಣಘಾತಕ ಯುದ್ಧ ನಡೆಯದೆ ಇರಲಾರದು ಎಂಬುದು ಸ್ಪಷ್ಟವಾಗಿತ್ತು. ಇಬ್ಬರೂ ಗುಲಾಮಗಿರಿ ಮತ್ತು ಸ್ವಾತಂತ್ರ್ಯತೆಯ ಪ್ರತೀಕವಾಗಿದ್ದರಿಂದ ಒಪ್ಪಂದವೇರ್ಪಡುತ್ತಿರಲಿಲ್ಲ. ಆದರೆ ಇಬ್ಬರ ತಿಳಿವಳಿಕೆ, ಧೈರ್ಯ ಮತ್ತು ಬುದ್ಧಿವಂತಿಕೆಯಿಂದಾಗಿ ಕತ್ತಿಯನ್ನು ಹೊರತೆಗೆಯುವುದಕ್ಕೆ ಮೊದಲು ಇನ್ನಷ್ಟು ಮಾರ್ಗಗಳಿಂದಲೂ ಪರೀಕ್ಷಿಸಲಾಯಿತು. ಅಕ್ಬರ್ ಖುದ್ದು ಚಿತ್ತೌಡದಲ್ಲಿ ಅನುಭವಿಸಿದ್ದನ್ನು ಎಂದೂ ಮರೆತಿರಲಿಲ್ಲ; ಪ್ರತಾಪರು ಸಹ ಅಷ್ಟು ದೊಡ್ಡ ಬಲಿಷ್ಠ ಬಂಡೆಯೊಂದಿಗೆ ಡಿಕ್ಕಿ ಹೊಡೆದಾಗ ಸಂಭವಿಸುವ ಪರಿಣಾಮದ ಬಗ್ಗೆ ತಿಳಿದಿದ್ದರು. ಒಂದು ವೇಳೆ ಯುದ್ಧದಿಂದ ಪಾರಾಗುವ ಸಂಭವವಿದ್ದರೆ ಏಕೆ ಪಾರಾಗಬಾರದು, ಮೊದಲು ಪರಸ್ಪರ ಮಾತುಕತೆ ನಡೆಯುತ್ತಿರಲಿ. ಆದರೆ ಅದರ ಕೊನೆಯ ಪರಿಣಾಮ, ಮೇವಾಡದ ಮೇಲೆ ಯುದ್ಧ ನಿಶ್ಚಿತವಾಯಿತು. ಹೀಗಾಗಿ ಪ್ರತಾಪರು ಸಹ ಮೊಗಲರ ಆಕ್ರಮಣವನ್ನು ಎದುರಿಸಲು ಪೂರ್ಣರೂಪದಲ್ಲಿ ಸಿದ್ಧರಾದರು.

ನಾಲ್ಕನೆಯ ಅಧ್ಯಾಯ
ಹಲ್ದಿಘಾಟಿ ಯುದ್ಧ

ಸನ್ 1572 ರ ಉತ್ತರಾರ್ಧದಿಂದ 1573 ರ ವರೆಗಿನ ಅವಧಿ ಸಂಧಿ ಪ್ರಸ್ತಾವಗಳಲ್ಲಿಯೇ ಕಳೆಯಿತು. ಅಕ್ಬರ್‌ನ ಕೂಟನೀತಿಯ ಮೊದಲ ಹಂತ ಕೊನೆಯಾಯಿತು. ಇದರಲ್ಲಿ ಅಪಯಶಸ್ಸು ಪಡೆದ ನಂತರ ಅಕ್ಬರ್ ಎದುರು ಈಗ ಯುದ್ಧ ಮಾಡುವುದಷ್ಟೇ ಉಳಿಯಿತು, ಆದಾಗ್ಯೂ ಅವನು ಮೇವಾಡದ ಮೇಲೆ ಒಮ್ಮೆಲೆ ಆಕ್ರಮಣವೆಸಗಲಿಲ್ಲ. ಸನ್ 1574 ರಿಂದ 1576 ರ ವರೆಗೆ, ಪ್ರತಾಪರು ಸಂಧಿಗೆ ಒಪ್ಪಬಹುದು ಎಂಬ ನಿರೀಕ್ಷೆಯಲ್ಲಿದ್ದ. ಇದರಲ್ಲೂ ಅವನಿಗೆ ಯಶಸ್ಸು ಲಭಿಸಲಿಲ್ಲ. ಹೀಗಾಗಿ ಅವನು ಮೇವಾಡದ ಮೇಲೆ ಆಕ್ರಮಣವೆಸಗಲು ಸಿದ್ಧತೆಯನ್ನು ಮಾಡಿಕೊಳ್ಳಲಾರಂಭಿಸಿದ. ವಾಸ್ತವವಾಗಿ ಈ ನಿರೀಕ್ಷೆ ಅವನ ಅಸಹಾಯಕತೆಯಾಗಿತ್ತು, ಏಕೆಂದರೆ 1574 ರಲ್ಲಿ ಅವನು ಬಂಗಾಳದ ದಂಡಯಾತ್ರೆಯಲ್ಲಿ ತೊಡಗಿದ್ದ ಹಾಗೂ ಸನ್ 1575 ರಲ್ಲಿ ಚಂದ್ರಸೇನನಿಗೆ ಸಂಬಂಧಿಸಿದ ವಿಷಯದಲ್ಲಿ ತೊಡಗಿದ್ದ. ಸನ್ 1576 ರ ಆರಂಭದಲ್ಲಿ ಈ ವ್ಯಸ್ತತೆಯಿಂದ ಮುಕ್ತನಾದಾಗ ಅವನು ಮೇವಾಡದ ದಂಡಯಾತ್ರೆಗೆ ಹೋಗಲು ಯೋಜನೆಯನ್ನು ರೂಪಿಸಿದ.

ಮೇವಾಡದ ಮೇಲೆ ಅಕ್ಬರ್‌ನ ದಂಡಯಾತ್ರೆ

ಮೇವಾಡದ ಮೇಲೆ ಆಕ್ರಮಣದ ಯೋಜನೆಯನ್ನು ಕಾರ್ಯರೂಪಕ್ಕಿಳಿಸಲು ಮಾರ್ಚ್ 1576 ರಲ್ಲಿ ಅಕ್ಬರ್ ಸ್ವತಃ ಅಜಮೇರಿಗೆ ಬಂದ. ಅಜಮೇರ್‌ಗೆ ಬಂದಿದ್ದರ ಹಿಂದೆ ಅವನ

ಉದ್ದೇಶವಿತ್ತು; ಅದೇನೆಂದರೆ ಮೇವಾಡದ ಮೇಲಿನ ಆಕ್ರಮಣವನ್ನು ಸಮೀಪದಿಂದ ನೋಡುವುದು. ಸುಮಾರು ಹದಿನೈದು ದಿನಗಳ ಕಾಲ ಗಾಢವಾಗಿ ಆಲೋಚಿಸಿದ ನಂತರ ಅವನು ಮೇವಾಡದ ಮೇಲೆ ಆಕ್ರಮಣ ಮಾಡುವ ಸೈನ್ಯದ ಸೇನಾಧಿಪತಿಯಾಗಿ ಮಾನಸಿಂಹನನ್ನು ನೇಮಿಸಲು ತೀರ್ಮಾನಿಸಿದ. ಒಬ್ಬ ಹಿಂದೂವನ್ನು ಸೇನಾಧಿಪತಿಯಾಗಿ ನೇಮಿಸಿ, ಕಳುಹಿಸಿದ್ದು ಮೊಗಲ್ ಇತಿಹಾಸದಲ್ಲಿ ಇದು ಮೊದಲ ಪ್ರಸಂಗವಾಗಿತ್ತು. ಅಕ್ಬರ್‌ನ ಅನೇಕ ಮುಸಲ್ಮಾನ ಸೇನಾಧಿಪತಿಗಳು ಮಾನಸಿಂಹನನ್ನು ಪ್ರಧಾನ ಸೇನಾಧಿಪತಿಯನ್ನಾಗಿ ಮಾಡಿದ್ದಕ್ಕೆ ವಿರೋಧವನ್ನು ವ್ಯಕ್ತಪಡಿಸಿದರು. ನಂತರ ಯುದ್ಧದಲ್ಲಿ ಮಹಾರಾಣಾ ಪ್ರತಾಪರನ್ನು ಹಿಡಿಯಲು ಸಾಧ್ಯವಾಗದಿದ್ದಾಗ, ಕೆಲವು ಮುಸಲ್ಮಾನರು ಇದಕ್ಕೆ ಮಾನಸಿಂಹನೇ ದೋಷಿಯೆಂದು ಹೇಳಿದರು. ಪ್ರಸಿದ್ಧ ಇತಿಹಾಸಕಾರರಾದ ಬದಾಯೂನಿ ಸಹ ಈ ಯುದ್ಧದಲ್ಲಿ ಜೊತೆಗೆ ಹೋಗಿದ್ದರು. ನಬಿ ಖಾನ್ ಎಂಬ ಸೇನಾಧಿಪತಿ ಸಹ ಈ ಯುದ್ಧದಲ್ಲಿ ಭಾಗವಹಿಸಲಿ ಎಂದು ಅವನು ಬಯಸುತ್ತಿದ್ದ. ಅವನು ನಬಿ ಖಾನನಿಗೂ ಯುದ್ಧ ಮಾಡಲು ಹೇಳಿದ; ಆದರೆ ಮಾನಸಿಂಹ ಪ್ರಧಾನ ಸೇನಾಧಿಪತಿಯಾದ್ದರಿಂದ ಅವನು ಹೊರಡಲು ಒಪ್ಪಲಿಲ್ಲ ಎಂದು ಹೇಳಲಾಗುತ್ತದೆ. "ಒಂದು ವೇಳೆ ಈ ಸೈನ್ಯದ ಸೇನಾಧಿಪತಿ ಹಿಂದೂ ಆಗಿರದಿದ್ದರೆ, ಈ ಯುದ್ಧದಲ್ಲಿ ಭಾಗವಹಿಸುವ ಮೊದಲ ವ್ಯಕ್ತಿ ನಾನಾಗುತ್ತೆ" ಎಂದು ಅವನು ಹೇಳಿದ.

ಈ ಎಲ್ಲಾ ವಿರೋಧಗಳ ನಂತರವೂ ಅಕ್ಬರ್‌ನ ತೀರ್ಮಾನದಲ್ಲಿ ಯಾವುದೇ ಬದಲಾವಣೆಯಾಗಲಿಲ್ಲ; ಮಾನಸಿಂಹ ಮೇವಾಡವನ್ನು ವಶಕ್ಕೆ ಪಡೆಯಲು ಹೊರಟ.

ಮಹಾರಾಣಾ ಪ್ರತಾಪರ ವಿರುದ್ಧ ಮೊಗಲ್ ಸೈನ್ಯದ ನೇತೃತ್ವವನ್ನು ಅಕ್ಬರ್‌ನ ಮಗ ಶಹಜಾದಾ ಸಲೀಮ್ ವಹಿಸಿದ ಎಂದು ಕರ್ನಲ್ ಜೇಮ್ಸ್ ಟಾಡ್‌ರು ಯಾವ ಆಧಾರದಲ್ಲಿ ಬರೆದರೋ ತಿಳಿಯದು. ಆಗಿನ ಯಾವ ಇತಿಹಾಸಕಾರರು ಸಹ, ಈ ಯುದ್ಧದಲ್ಲಿ ಸಲೀಮ್ ಸೇನಾಧಿಪತಿಯಾಗಿದ್ದ ಎಂದು ಬರೆದಿಲ್ಲ. ಅಬುಲಫಜಲ್ ಮತ್ತು ಬದಾಯೂನಿ ಇದನ್ನು ಸಮರ್ಥಿಸಿಯೂ ಇಲ್ಲ; ಏಕೆಂದರೆ ಬದಾಯೂನಿ ಈ ಯುದ್ಧದಲ್ಲಿ ಖುದ್ದು ಉಪಸ್ಥಿತನಾಗಿದ್ದ. ಉದಯಪುರದಲ್ಲಿ ಜಗದೀಶ ಮಂದಿರದ ಶಿಲಾಲೇಖದಿಂದ ಸಹ, ಮಹಾರಾಣಾ ಪ್ರತಾಪರ ವಿರುದ್ಧ ಆಕ್ರಮಣ ಮಾಡಿದ ಮೊಗಲ್ ಸೇನಾಧಿಪತಿ ಮಾನಸಿಂಹನೇ ಆಗಿದ್ದ ಎಂಬುದು ಸಾಬೀತಾಗುತ್ತದೆ. ಮತ್ತೊಂದು ಸಂಗತಿ ಎಂದರೆ, ಸಲೀಮ 30 ಅಗಸ್ಟ್ 1569 ರಲ್ಲಿ ಜನಿಸಿದ್ದ, ಅಂದರೆ ಈ ಯುದ್ಧದ ವೇಳೆಯಲ್ಲಿ ಅವನು ಸುಮಾರು ಏಳನೆಯ ವಯಸ್ಸಿನಲ್ಲಿದ್ದ. ಏಳು ವರ್ಷದ ಬಾಲಕನನ್ನು ಸೇನಾಧಿಪತಿಯಾಗಿ ನೇಮಿಸುವುದು ಹಾಸ್ಯಾಸ್ಪದವೆಂದೇ ಹೇಳಲಾಗುವುದು. ಅಬುಲಫಜಲ್ ಬರೆದಿದ್ದಾನೆ–

"ರಾಜಾ ಮಾನಸಿಂಹ ಅಕ್ಬರನ ದರಬಾರಿನಲ್ಲಿ ತನ್ನ ಬುದ್ಧಿವಂತಿಕೆ, ಸ್ವಾಮಿಭಕ್ತಿ ಮತ್ತು ಧೈರ್ಯಕ್ಕೆ ಹೆಸರುವಾಸಿಯಾಗಿದ್ದ; ಅವನಿಗೆ ಇನ್ನಿತರ ಪದವಿಗಳೊಂದಿಗೆ 'ಫರ್ಜಂದ್' [ಪುತ್ರ] ಎಂದು ಉನ್ನತ ಪದವಿಯನ್ನು ಸಹ ಕೊಡಲಾಗಿತ್ತು; ಇವನನ್ನು ಮಹಾರಾಣಾ ಪ್ರತಾಪರ ವಿರುದ್ಧ ಯುದ್ಧ ಮಾಡಲು ಆಯ್ಕೆ ಮಾಡಲಾಯಿತು." ಇನ್ನಿತರ ಇತಿಹಾಸಕಾರರು ಸಹ ಹೀಗೆಯೇ ವರ್ಣಿಸಿದ್ದಾರೆ.

ಮಾನಸಿಂಹನನ್ನು ಸೇನಾಧಿಪತಿ ಮಾಡುವ ಔಚಿತ್ಯ

ಮಾನಸಿಂಹನನ್ನು ಸೇನಾಧಿಪತಿ ಮಾಡುವುದರ ಹಿಂದೆ ಅನೇಕ ಕಾರಣಗಳಿದ್ದವು. ಅವನು ವೀರ, ಬುದ್ಧಿವಂತ, ಸ್ವಾಮಿಭಕ್ತ ಮತ್ತು ಯೋಗ್ಯ ಸೇನಾಧಿಪತಿಯಗಿದ್ದ. ಅವನನ್ನು ಮೊಗಲ್ ಸಾಮ್ರಾಟರ ಅತ್ಯಂತ ಯೋಗ್ಯ ಸೇನಾಧಿಪತಿಗಳಲ್ಲಿ ಒಬ್ಬನೆಂದು ಪರಿಗಣಿಸಲಾಗುತ್ತಿತ್ತು. ಅವನ ಬಗ್ಗೆ ಅಕ್ಬರನಿಗೆ ವಿಶೇಷ ಸ್ನೇಹವಿತ್ತು. ಈ ಸ್ನೇಹ ಮತ್ತು ನಂಬಿಕೆಯಿಂದಲೇ ಅಕ್ಬರ್ ಅವನಿಗೆ ಪುತ್ರನ ಪದವಿಯನ್ನು ಕೊಟ್ಟಿದ್ದ. ಮಹಾರಾಣಾ ಕುಂಭಾ ಆಮೇರಿನ ರಾಜ ಮೇವಾಡದ ದರಬಾರಿನ ಸೇವೆಯನ್ನು ಮಾಡುತ್ತಿದ್ದ. ಭಗವಾನದಾಸ ಉದಯಸಿಂಹರ ದರಬಾರಿನಲ್ಲಿದ್ದ, ಆದರೆ ನಂತರ ಅವನು ಅಕ್ಬರನ ಸೇವೆ ಮಾಡುವುದನ್ನು ಒಪ್ಪಿಕೊಂಡಿದ್ದ. ಆದ್ದರಿಂದ ಮಹಾರಾಣಾ ಪ್ರತಾಪರು ಮಾನಸಿಂಹನನ್ನು ತಮ್ಮ ಒಬ್ಬ ಬಂಡಾಯ ಜಹಗೀರುದಾರನಿಗಿಂತ ಹೆಚ್ಚು ಮಹತ್ವವನ್ನು ಕೊಡುತ್ತಿರಲಿಲ್ಲ. ಹೀಗಾಗಿ, ತಮ್ಮ ಬಂಡಾಯಗಾರ ಜಹಗೀರುದಾರನನ್ನು ಯುದ್ಧ-ಭೂಮಿಯಲ್ಲಿ ನೋಡಿ ಮಹಾರಾಣಾ ಪ್ರತಾಪರು ತಮ್ಮ ವಿವೇಕವನ್ನು ಕಳೆದುಕೊಂಡು ಅವನನ್ನು ವಧಿಸಲು ಹೋಗುತ್ತಾರೆ, ಹೀಗೆ ಅನಾಯಾಸವಾಗಿಯೇ ಯುದ್ಧ-ಭೂಮಿಯಲ್ಲಿ ವಧಿಸಲಾಗುವುದು ಎಂದು ತಿಳಿಯಲಾಯಿತು.

ಇನ್ನೊಂದು ಕಾರಣ ಎಂದರೆ, ಮಾನಸಿಂಹ ಮತ್ತು ಅವನ ತಂದೆ ಭಗವಾನದಾಸ, ಮಹಾರಾಣಾರ ಬಳಿಗೆ ಅಕ್ಬರನ ಸಂಧಿ ಪ್ರಸ್ತಾವದೊಂದಿಗೆ ಹೋಗಿದ್ದರು, ಆದರೆ ಅದನ್ನು ಪ್ರತಾಪರು ಒಪ್ಪಿರಲಿಲ್ಲ. ಸಹಜವಾಗಿ ಮಾನಸಿಂಹನ ಮನಸ್ಸಿನಲ್ಲಿ ಪ್ರತಾಪರ ಬಗ್ಗೆ ಪ್ರಬಲ ವಿರೋಧದ ಭಾವನೆ ಇರಬಹುದು ಎಂದು ಅಂದಾಜಿಸಲಾಯಿತು. ಆದ್ದರಿಂದ ಮಾನಸಿಂಹ ಮಹಾರಾಣಾ ಪ್ರತಾಪನನ್ನು ನಿಗ್ರಹಿಸಲು ಸಂಪೂರ್ಣ ಶಕ್ತಿಯೊಂದಿಗೆ ಹೋರಾಡುತ್ತಾನೆ. ಮಾನಸಿಂಹ ರಜಪೂತನಾಗಿದ್ದ, ಆದ್ದರಿಂದ ಅವನನ್ನು ಸೇನಾಧಿಪತಿಯಾಗಿ ನೋಡಿಯೇ ಮೊಗಲ್ ಸೈನ್ಯದ ರಜಪೂತರು ಮಹಾರಾಣಾರ ವಿರುದ್ಧ ಹೋರಾಡುತ್ತಿದ್ದರು. ಮೇವಾಡ ರಾಜವಂಶದ ಬಗ್ಗೆ ರಜಪೂತರ ಮನಸ್ಸಿನಲ್ಲಿ ಅಪಾರ ಶ್ರದ್ಧೆಯಿತ್ತು. ಬಹುತೇಕ ರಜಪೂತ ರಾಜರುಗಳು ಮೇವಾಡದ ಅಧೀನದಲ್ಲಿದ್ದರು. ಈಗಲೂ ಮೊಗಲರ ಪರವಿದ್ದ ರಜಪೂತರು ಮಹಾರಾಣಾರ ವಿರುದ್ಧ ಹೋರಾಡಲು ಸಂಕೋಚ ಪಡುತ್ತಿದ್ದರು. ಅಕ್ಬರ್ ಮಾನಸಿಂಹನನ್ನು ಈ ಯುದ್ಧದಲ್ಲಿ ಸೇನಾಧಿಪತಿಯನ್ನಾಗಿ ಮಾಡಿ ರಜಪೂತರ ಈ ಸಂಕೋಚವನ್ನು ದೂರ ಮಾಡಲು ಬಯಸುತ್ತಿದ್ದ.

ಅಕ್ಬರ್ ಪರಿಸ್ಥಿತಿಗಳನ್ನು ಚೆನ್ನಾಗಿ ಅರ್ಥಮಾಡಿಕೊಳ್ಳುತ್ತಿದ್ದ. ಹೀಗಾಗಿ ಆ ಸಮಯದಲ್ಲಿನ ಪರಿಸ್ಥಿತಿಗಳನ್ನು ನಿಯಂತ್ರಿಸಲು ಅವನು ಮಾನಸಿಂಹನನ್ನು ಸೇನಾಧಿಪತಿಯಾಗಿ ಮಾಡಿದ. ಅಲ್ಲದೆ, ಅವನು ತುಂಬಾ ಬುದ್ಧಿವಂತಿಕೆಯಿಂದ ಕಾರ್ಯವನ್ನು ನಿರ್ವಹಿಸಿದ. ಒಬ್ಬ ರಜಪೂತ ಇನ್ನೊಬ್ಬ ರಜಪೂತನೊಂದಿಗೆ ಎಷ್ಟೇ ಹೋರಾಡಿದರೂ, ವಿಧರ್ಮಿಗಳು ಮೊಗಲ್ ಸಾಮ್ರಾಜ್ಯದೊಂದಿಗೆ ಹೋರಾಡುವಾಗ ಅವನ ಮನಸ್ಸಿನಲ್ಲಿ ಮಹಾರಾಣಾ ಪ್ರತಾಪರ ಬಗ್ಗೆ ಸಹಾನುಭೂತಿ ಮೂಡುತ್ತದೆ ಎಂಬುದು ಅವನಿಗೆ ತಿಳಿದಿತ್ತು. ಈ ವಿಷಯವನ್ನು

ಗಮನದಲ್ಲಿಟ್ಟುಕೊಂಡು ಅವನು ಮಾನಸಿಂಹನೊಂದಿಗೆ ಇನ್ನಿತರ ಸೇನಾಧಿಪತಿಗಳಾಗಿ ಆಸಫ್ ಖಾನ್, ಮೀರ್ ಬಖ್ಶಿ, ಸೈಯದ್ ಹಮೀಮ್ ಬರಹಾ, ಸೈಯದ್ ಅಶಮದ್ ಖಾನ್, ಮಿಹತರ್ ಖಾನ್, ಖ್ವಾಜಾ ಮುಹಮ್ಮದ್ ರಫೀ, ಮಹಾಬಲೆ ಖಾನ್, ಮುಜಾಹಿದ್ ಖಾನ್ ಮುಂತಾದ ಮುಸಲ್ಮಾನರನ್ನು ಕಳುಹಿಸಿದ.

ಮೇವಾಡಕ್ಕೆ ಮಾನಸಿಂಹನ ಪಯಣ

3 ಎಪ್ರಿಲ್ 1576 ರಲ್ಲಿ ಮಾನಸಿಂಹ ಸೈನ್ಯದೊಂದಿಗೆ ಮೇವಾಡವನ್ನು ಗೆಲ್ಲಲು ಹೊರಟ. ಅವನು ಕೆಲವೇ ದಿನಗಳ ನಂತರ ಮಾಂಡಲಗಢ್ ತಲುಪಿದ; ಅಲ್ಲಿ ಅವನು ಬಹುಶಃ ಎರಡು ತಿಂಗಳು ಉಳಿದ, ಏಕೆಂದರೆ ಉಳಿದ ಸೈನ್ಯ ಸಹ ಅಲ್ಲಿಗೆ ಬಂದು ಅವನೊಂದಿಗೆ ಹೊರಡಬೇಕಿತ್ತು. ಅಲ್ಲದೆ ಮಹಾರಾಣಾ ಖಾಲಿ ಮಾಡಿಸಿದ ಪ್ರದೇಶಗಳಲ್ಲಿ ಸೈನಿಕರ-ಛತ್ರಗಳನ್ನು ಸಹ ಸ್ಥಾಪಿಸಬೇಕಿತ್ತು. ಇದರ ಹಿಂದೆ ಇನ್ನೊಂದು ಕಾರಣ ಸಹ ಇರಬಹುದು; ಬಹುಶಃ ಮಾನಸಿಂಹ, ಇಷ್ಟು ಅವಧಿಯವರೆಗೆ ಮಾಂಡಲಗಢದಲ್ಲಿ ತಂಗಿದ್ದರಿಂದ ಮೇವಾಡದ ಸೈನ್ಯ ರೇಗಿ ಉತ್ತೇಜಿತರಾಗಬಹುದು, ಅದೇ ಮೊಗಲ್ ಸೈನ್ಯದ ಮೇಲೆ ಆಕ್ರಮಣ ಮಾಡಬಹುದು ಎಂದು ಮಾನಸಿಂಹ ಯೋಚಿಸಿರಬಹುದು. ಹೀಗಾದರೆ ಅವನಿಗೆ ಅನಾಯಾಸವಾಗಿಯೇ ಯಶಸ್ಸು ಸಿಗುವ ಸಾಧ್ಯತೆಯಿತ್ತು. ಕೆಲವು ಲೇಖಕರು ಇದಕ್ಕೆ ಕಾರಣವನ್ನು ಹೇಳುತ್ತಾ, 'ಮಾನಸಿಂಹ ಮಹಾರಾಣಾರಿಗೆ ಸಂಧಿ ಮಾಡಿಕೊಳ್ಳಲು ಇನ್ನೊಂದು ಅವಕಾಶವನ್ನು ಕೊಡಲು ಬಯಸುತ್ತಿದ್ದ, ಆದರೆ ಸಮಸ್ತ ವೃತ್ತಾಂತವನ್ನು ಗಮನಿಸಿದಾಗ ಈ ಸಾಧ್ಯತೆ ನಿಜವೆಂದು ಅನ್ನಿಸುವುದಿಲ್ಲ' ಎಂದು ಬರೆದಿದ್ದಾರೆ.

ಮಾನಸಿಂಹ ಎರಡು ತಿಂಗಳುಗಳು ಮಾಂಡಲಗಢದಲ್ಲಿದ್ದು, ನಂತರ ತನ್ನ ಸೈನ್ಯದ ಶಕ್ತಿಯನ್ನು ಹೆಚ್ಚಿಸಿಕೊಂಡು ಖಮಣೋರ್ ಹಳ್ಳಿಯ ಸಮೀಪಕ್ಕೆ ಹೋದ. ನಂತರ ಅವನು ಗೋಲೇಲಾ ಹಳ್ಳಿಯಲ್ಲಿ ತನ್ನ ವಿಶಾಲ ಸೈನ್ಯಕ್ಕೆ ಬಿಡಾರ ಹಾಕಿದ. ಈ ಹಳ್ಳಿ ಬನಾಸ್ ನದಿಯ ಇನ್ನೊಂದು ತುದಿಯಲ್ಲಿದೆ. ಅಲ್ಲಿಂದ ಹತ್ತು ಮೈಲಿ ದೂರದಲ್ಲಿ ಮಹಾರಾಣಾರ ಸೈನ್ಯದ ಬಿಡಾರ ಸಹ ಇತ್ತು. ಮಾನಸಿಂಹ ಇಲ್ಲಿ ಬಿಡಾರ ಹಾಕಿದ ನಂತರ ಸೈನ್ಯದ ಶಿಬಿರಗಳನ್ನು ಹಾಕಿಸಿದ ಹಾಗೂ ಆಹಾರ ಸಾಮಗ್ರಿಗಳಿಗೆ ಸೂಕ್ತ ವ್ಯವಸ್ಥೆಯನ್ನು ಮಾಡುವಲ್ಲಿ ತೊಡಗಿದ. ಎಲ್ಲವೂ ಸಿದ್ಧವಾದ ನಂತರ ಅವನು ಯುದ್ಧದ ರೂಪುರೇಷೆಗಳನ್ನು ತಯಾರಿಸುವಲ್ಲಿ ಮಗ್ನನಾದ.

ಮಹಾರಾಣಾರ ಸಿದ್ಧತೆಗಳು

ಅಕ್ಬರ್‌ನಂಥ ಬಲಿಷ್ಠ ಶತ್ರುವಿನ ಸೈನ್ಯವನ್ನು ಎದುರಿಸುವುದು ಸುಲಭವಾಗಿರಲಿಲ್ಲ. ಆದರೆ ಪ್ರತಾಪರು ಅದನ್ನು ಎದುರಿಸಲು ಸಿದ್ಧರಿದ್ದರು. ಅವರಿಗೆ ಮಾನಸಿಂಹನ ಸಮಸ್ತ ಚಟುವಟಿಕೆಗಳ ಬಗ್ಗೆ ಸೂಕ್ತ ಸಮಯದಲ್ಲಿ ಲಭಿಸುತ್ತಿದ್ದವು. ಯುದ್ಧವನ್ನು ನಿರೀಕ್ಷಿಸುತ್ತಿದ್ದರು ಅವರು

ಗೋಗೂಂದಾಕ್ಕೆ ಹೋದರು. ಅವರು ತಮ್ಮ ಅಧೀನದಲ್ಲಿದ್ದ ಮೇವಾಡದ ಬಯಲು ಪ್ರದೇಶಗಳನ್ನು ನಾಶಮಾಡಿ ನಿರ್ಜನಗೊಳಿಸಿದರು; ಅಲ್ಲಿ ಶತ್ರುಗಳಿಗೆ ಆಹಾರ, ಹುಲ್ಲು, ಆಶ್ರಯ ಅಥವಾ ಇನ್ಯಾವ ವಸ್ತುಗಳು ಸಹ ಸಿಗಬಾರದು ಎಂಬುದು ಅವರ ಉದ್ದೇಶವಾಗಿತ್ತು. ಭಾವಿ ಯುದ್ಧ ನಡೆಯುವ ಸ್ಥಳದಲ್ಲಿ ಅನಿರೀಕ್ಷಿತ ಧಾಳಿ ಮಾಡಲೋಸುಗ ಉತ್ತಮ ವ್ಯವಸ್ಥೆಯನ್ನು ಮಾಡಿದರು. ಮೇವಾಡದ ಸೈನಿಕರನ್ನು ಕಣಿವೆಯ ಅಗಲ ಮತ್ತು ಸಂಕೀರ್ಣ ಭಾಗಗಳಲ್ಲಿ ನೇಮಿಸಲಾಯಿತು. ಆ ಸೈನಿಕರ ಪರಿಸ್ಥಿತಿ ಎಷ್ಟು ಸುರಕ್ಷಿತವಾಗಿತ್ತೆಂದರೆ, ಅವರ ಸಮೀಪಕ್ಕೆ ಹೋಗಲು ಶತ್ರು-ಸೈನಿಕರು ಕ್ರಮವಾಗಿ ಒಬ್ಬೊಬ್ಬರಂತೆ ಹೋಗಬೇಕಿತ್ತು; ಅಲ್ಲಿ ಸುಮಾರು ಒಂದೂವರೆ ಮೈಲಿ ಮಾರ್ಗವನ್ನು ದಾಟಬೇಕಿತ್ತು. ಆ ಮಾರ್ಗ ಎಷ್ಟು ಸಂಕೀರ್ಣವಾಗಿತ್ತೆಂದರೆ, ಅಲ್ಲಿ ಇಬ್ಬರು ಸೈನಿಕರು ಒಮ್ಮೆಲೆ ಹೋಗಲು ಸಾಧ್ಯವಿರಲಿಲ್ಲ; ಅಲ್ಲಿ ಒಂದು ಕುದುರೆ ಸಹ ಹೋಗಲು ತುಂಬಾ ಕಷ್ಟವಾಗಿತ್ತು. ಕೆಲವು ಮಾರ್ಗಗಳಲ್ಲಿ ಒಬ್ಬ ವ್ಯಕ್ತಿ ಹೋಗಲೂ ತುಂಬಾ ಎಚ್ಚರಿಕೆಯನ್ನು ವಹಿಸಬೇಕಿತ್ತು. ಸಮಸ್ತ ಕಣಿವೆಗಳು ಪರ್ವತಗಳಿಂದ ಆವರಿಸಿದ್ದು, ಶತ್ರು ಒಮ್ಮೆ ಹೊರಳಿದರೆ ತನ್ನ ಪ್ರಾಣವನ್ನೇ ಕಳೆದುಕೊಳ್ಳುತ್ತಿದ್ದ. ಅಲ್ಪ ಪ್ರಮಾಣದ ಸೈನಿಕರು ಅಲ್ಲಿದ್ದು ವಿಶಾಲ ಸೈನ್ಯವನ್ನು ಎದುರಿಸಬಹುದಿತ್ತು. ಮೇವಾಡದ ಸೈನಿಕರಿಗೆ ಈ ದುರ್ಗಮ ಮಾರ್ಗಗಳ ಪರಿಚಯ ಚೆನ್ನಾಗಿತ್ತು, ಹೀಗಾಗಿ ಯಾವುದೇ ಕಷ್ಟ ಎದುರಾದಾಗ ಅವರು ಸುಲಭವಾಗಿ ಸುರಕ್ಷಿತ ಸ್ಥಳಗಳಿಗೆ ಹೋಗುತ್ತಿದ್ದರು.

ಮೊಗಲರ ಸೈನ್ಯಕ್ಕೆ ಆ ಜಾಗಗಳಿಂದ ಹೋಗುವುದು ತುಂಬಾ ಕಷ್ಟವಾಗಿತ್ತು. ಅವರು ಬಯಲು ಪ್ರದೇಶಗಳಲ್ಲಿ ಶೌರ್ಯದಿಂದ ಹೋರಾಡಬಹುದಿತ್ತು, ಆದರೆ ಈ ಕಣಿವೆಗಳಲ್ಲಿ ಹೋರಾಡುವುದು ಅವರಿಗೆ ಅಸಂಭವ ಎಂದು ಅನ್ನಿಸುತ್ತಿತ್ತು. ಸ್ಥಳೀಯ ಸೈನಿಕರು ಆಹಾರ ಸಿಗದಿದ್ದಾಗ ಕಾಡಿನ ಗೆಡ್ಡೆ-ಗೆಣಸುಗಳನ್ನು ತಿಂದು ದಿನಗಳನ್ನು ಕಳೆಯಬಹುದಿತ್ತು, ಆದರೆ ಮೊಗಲ್ ಸೈನಿಕರಿಗೆ ಹೀಗೆ ಮಾಡುವುದು ಸಾಧ್ಯವಿರಲಿಲ್ಲ. ಯುದ್ಧ ಮಾಡಲು ಪ್ರಾಕೃತಿಕವಾಗಿ ಸರ್ವಥಾ ಉಪಯುಕ್ತವಾದ ಆ ಸ್ಥಳ ನಾಥದ್ವಾರದಿಂದ ಹನ್ನೊಂದು ಮೈಲಿ ದೂರದ ದಕ್ಷಿಣ-ಪಶ್ಚಿಮದಲ್ಲಿದೆ. ಗೋಗೂಂದಾ ಮತ್ತು ಖಮಣೌರ್ ನಡುವೆ ಆ ದುರ್ಗಮ ಪರ್ವತಗಳಿವೆ. ಅವುಗಳಲ್ಲಿ ಅತ್ಯಂತ ಸಂಕೀರ್ಣ ಮಾರ್ಗದ ಕಣಿವೆಯೇ ಹಲ್ದಿಘಾಟಿ. ಅಲ್ಲಿ ಅರಿಶಿನದಂಥ ಬಣ್ಣದ ಹಳದಿ ಮಣ್ಣು ಕಾಣ ಬರುತ್ತದೆ, ಆದ್ದರಿಂದ ಅದರ ಹೆಸರು ಹಲ್ದಿಘಾಟಿ ಎಂದಾಗಿದೆ.

ಆರಂಭದಲ್ಲಿ ಮಹಾರಾಣಾ ಪ್ರತಾಪರು ಮಾಂಡಲಗಢಕ್ಕೆ ಹೋಗಿಯೇ ಮಾನಸಿಂಹನನ್ನು ಎದುರಿಸಲು ಬಯಸುತ್ತಿದ್ದರು, ಆದರೆ ಮಾನಸಿಂಹನ ಬಲಿಷ್ಠ ಶಕ್ತಿಯನ್ನು ನೋಡಿದ ಮೇವಾಡದ ಸಾಮಂತರು ಅವರಿಗೆ ಹೀಗೆ ಮಾಡದಿರುವಂತೆ ಸಲಹೆಯಿತ್ತರು; ಅವರು ಯುದ್ಧಕ್ಕೆ ಹಲ್ದಿಘಾಟಿಯನ್ನು ಆಯ್ಕೆ ಮಾಡಿದರು, ಅದನ್ನು ಪ್ರತಾಪರು ಒಪ್ಪಿಕೊಂಡರು.

ಆಗ ಪ್ರತಾಪರ ಸೈನ್ಯದಲ್ಲಿ ಗ್ವಾಲಿಯರ್‌ನ ರಾಮಸಿಂಹ ತಂವರ್ [ತನ್ನೆಲ್ಲಾ ಮಕ್ಕಳೊಂದಿಗೆ] ಕೃಷ್ಣದಾಸ್ ಚೂಡಾವತ್, ರಾಮದಾಸ್ ರಾಠೌಡ್ ಝಾಲಾ ಮಾನಸಿಂಹ ರಾವತ್, ಪುರೋಹಿತ ಗೋಪಿನರ್ಥ, ಶಂಕರದಾಸ್, ಚಾರಣ್ ಜೈಸಾ, ಪುರೋಹಿತ

ಜಗನ್ನಾಥ, ಕೇಶವ್, ಹಮೀದ್ ಖಾನ್ ಸೂರ್ ಮುಂತಾದವರು ಮುಖ್ಯ ಸೇನಾಧಿಪತಿಗಳಾಗಿದ್ದರು.

ಎರಡೂ ಕಡೆಗಳಲ್ಲಿ ಎಷ್ಟೆಷ್ಟು ಸೈನಿಕರಿದ್ದರು ಎಂಬುದರ ಬಗ್ಗೆ ವಿಭಿನ್ನ ಪುಸ್ತಕಗಳಲ್ಲಿ ಪ್ರತ್ಯೇಕ-ಪ್ರತ್ಯೇಕ ವರ್ಣನೆ ಇದೆ. ಪ್ರಸಿದ್ಧ ಇತಿಹಾಸಕಾರರ ಪ್ರಕಾರ, ಮಾನಸಿಂಹನ ಸೈನ್ಯದಲ್ಲಿ 80 ಸಾವಿರ ಮತ್ತು ಪ್ರತಾಪರ ಸೈನ್ಯದಲ್ಲಿ ಇಪ್ಪತ್ತು ಸಾವಿರ ಸವಾರರಿದ್ದರು. ನೈನಸಿಯವರ ಪ್ರಕಾರ, ಮಾನಸಿಂಹನ ಬಳಿ 40 ಸಾವಿರ ಮತ್ತು ಮಹಾರಾಣಾರ ಬಳಿ ಒಂಬತ್ತು-ಹತ್ತು ಸಾವಿರ ಸೈನಿಕರಿದ್ದರು. ಟಾಂಡ್ ಬರೆದಿದ್ದಾರೆ: 'ಮಹಾರಾಣಾ ಪ್ರತಾಪರು ಇಪ್ಪತ್ತೆರಡು ಸಾವಿರ ರಜಪೂತರೊಂದಿಗೆ ಯುದ್ಧ-ಭೂಮಿಗೆ ಹೋದರು, ಅವರಲ್ಲಿ 8 ಸಾವಿರ ಮಾತ್ರ ಬದುಕುಳಿದರು, ಉಳಿದ 14 ಸಾವಿರ ಸೈನಿಕರು ಹುತಾತ್ಮರಾದರು. ಕೆಲವು ಲೇಖಕರ ಪ್ರಕಾರ, ಪ್ರತಾಪರ ಸೈನ್ಯದಲ್ಲಿ ಸುಮಾರು ಮೂರು ಸಾವಿರ ಅಶ್ವಾರೋಹಿಗಳು, ಎರಡು ಸಾವಿರ ಪದಾತಿಗಳು, ನೂರು ಆನೆಗಳು ಮತ್ತು ಅನೇಕ ನಗಾರಿ, ರಣಕಹಳೆ ಬಾರಿಸುವವರು ಮುಂತಾದವರಿದ್ದರು.

ಅನೇಕ ಆಧುನಿಕ ಇತಿಹಾಸಕಾರರ ಅಭಿಪ್ರಾಯದಂತೆ, ಈ ಸಂಖ್ಯೆಗಳನ್ನು ಹೊಗಳಿ ಬರೆಯಲಾಗಿದೆ. ಸಮಕಾಲೀನ ಮುಸ್ಲಿಮ್ ಇತಿಹಾಸಕಾರರ ಪ್ರಕಾರ, ಮಾನಸಿಂಹನ ಬಳಿ ಕೇವಲ ಐದು ಸಾವಿರ ಸೈನಿಕರಿದ್ದರು, ಮಹಾರಾಣಾರ ಬಳಿ ಮೂರು ಸಾವಿರ ಸೈನಿಕರಿದ್ದರು. ಡಾ. ಶರ್ಮಾ ತಮ್ಮ ಹೊಸ ಸಂಶೋಧನೆಯ ಪ್ರಕಾರ, ಮಹಾರಾಣಾರ ಬಳಿ 3 ಸಾವಿರ ಅಶ್ವಾರೋಹಿಗಳು, 2 ಸಾವಿರ ಪದಾತಿಗಳು, ಒಂದು ನೂರು ಆನೆಗಳು ಮತ್ತು ಕೆಲವು ಇನ್ನಿತರ ಸೈನಿಕರಿದ್ದರು. ಬಹುತೇಕ ವಿದ್ವಾಂಸರ ಅಭಿಪ್ರಾಯದಂತೆ, ಮಹಾರಾಣಾರ ಸೈನಿಕರ ಸಂಖ್ಯೆ ಮೂರು ಸಾವಿರ ಮಾತ್ರವಿತ್ತು. ಅಲ್ಲದೆ ಭೀಲರ ಕೆಲವು ಸೈನ್ಯ ಸಹ ಇತ್ತು.

ಯುದ್ಧ ಆರಂಭವಾಗುವುದಕ್ಕೂ ಒಂದು ದಿನ ಮೊದಲು ಮಹಾರಾಣಾರ ಗೂಢಾಚರರು ಅವರಿಗೆ, ಮಾನಸಿಂಹ ತಮ್ಮ ಕೆಲವು ಸೈನಿಕರೊಂದಿಗೆ ಬೇಟೆಗೆ ಹೋಗಿದ್ದಾರೆ ಎಂದು ಸೂಚನೆಯನ್ನು ಕೊಟ್ಟರು. ಈ ಸುದ್ದಿ ಲಭಿಸಿದಾಗ ಅವರ ಕೆಲವು ಸಾಮಂತರು, ಈ ಅವಕಾಶವನ್ನು ತಪ್ಪಿಸಿಕೊಳ್ಳಬಾರದು, ಅವನನ್ನು ಕೊನೆಗಾಣಿಸಬೇಕು ಎಂಬ ಸೂಚನೆಯನ್ನು ಕೊಟ್ಟರು. ಆದರೆ ಮಹಾರಾಣಾ ಪ್ರತಾಪರು ರಜಪೂತರ ಪರಂಪರೆಯ ಬಗ್ಗೆ ಹೇಳುತ್ತಾ ಮೋಸದಿಂದ ಶತ್ರುವನ್ನು ಕೊಲ್ಲಲು ಒಪ್ಪಲಿಲ್ಲ.

ಶತ್ರುಗಳ ಬಗ್ಗೆ ಈ ಆದರ್ಶವಾದದ ಭಾವನೆ ಹೊಸ ವಿಷಯವೇನಲ್ಲ. ಈ ಭಾವನೆಯಿಂದಾಗಿಯೇ ಭಾರತದ ಇತಿಹಾಸದ ಅನೇಕ ವೀರ ಪುರುಷರು ಅನೇಕ ಬಾರಿ ಸೋಲನ್ನು ಅನುಭವಿಸಬೇಕಾಯಿತು, ಅಲ್ಲದೆ ಅವರೂ ಸಹ ತಮ್ಮ ಜೀವವನ್ನು ಕಳೆದುಕೊಳ್ಳಬೇಕಾಯಿತು. ಭಾರತೀಯ ಸಂಸ್ಕೃತಿಯಲ್ಲಿ ಪ್ರಾಚೀನ ಕಾಲದಿಂದಲೂ ಯುದ್ಧದಲ್ಲಿ ಯಾವುದೇ ವಿಧದ ಆದರ್ಶವನ್ನು ಅನುಚಿತವೆಂದು ಹೇಳಲಾಗಿದೆ. ವೇದಗಳಲ್ಲಿ ಸಹ ಪರ್ವತಗಳಲ್ಲಿ ಅಡಗಿ ನಿದ್ರಿಸುತ್ತಿದ್ದ ಶಂಬರನನ್ನು ಇಂದ್ರನ ಮುಖಾಂತರ ವಧಿಸಲ್ಪಟ್ಟ ವರ್ಣನೆಯಿದೆ. ಭಗವಾನ್ ಕೃಷ್ಣ ಸಹ ಯುದ್ಧದಲ್ಲಿ ಯಾವುದೇ ವಿಧದ ಆದರ್ಶಕ್ಕೆ ಸ್ಥಾನವನ್ನು ಕೊಡಲಿಲ್ಲ.

ಇನ್ನು ಕೆಲವು ಪುಸ್ತಕಗಳಲ್ಲಿ, ಮಾನಸಿಂಹನನ್ನು ವಧಿಸದಂತೆ ಬೀಧಾ ಝಾಲಾ ಸಲಹೆಯನ್ನು ಕೊಟ್ಟಿದ್ದ ಎಂದು ಬರೆಯಲಾಗಿದೆ. ನೈನಸಿ ಬರೆದಂತೆ, ಮಾನಸಿಂಹನಿಗೆ ಮಹಾರಾಣಾ ಪ್ರತಾಪರು ಖಮಣೌರ್‌ಗೆ ಬರುವ ವಿಷಯ ತಿಳಿಯಲಿಲ್ಲ. ಇಂಥ ಪರಿಸ್ಥಿತಿಯಲ್ಲಿ ಮಹಾರಾಣಾ ಪ್ರತಾಪರು ಬಯಸಿದ್ದರೆ ರಾತ್ರಿ ವೇಳೆಯಲ್ಲಿ ಅಕಸ್ಮಾತ್ ಆಕ್ರಮಣವೆಸಗಿ ರಾಜಾ ಮಾನಸಿಂಹನನ್ನು ವಧಿಸಿ, ಓಡಿ ಹೋಗುತ್ತಿದ್ದರು.

ಈ ಪ್ರಸ್ತಾವಕ್ಕೆ ಪ್ರತಾಪರು ವಿರೋಧವನ್ನು ಮಾಡಿರಲಿ ಅಥಾ ಝಾಲಾ ಮಾಡಿರಲಿ, ಆದರೆ ಹೀಗೆ ಮಾಡುವುದು ಭಯಾನಕ ತಪ್ಪಾಗುತ್ತಿತ್ತು ಎಂದೇ ಹೇಳಲಾಗುವುದು. ಒಂದು ವೇಳೆ ಮಾನಸಿಂಹನನ್ನು ವಧಿಸಿದ್ದರೆ ಬಹುಶಃ ಮೇವಾಡದ ಇತಿಹಾಸವೇ ಬೇರೆ ತೆರನಾಗುತ್ತಿತ್ತು. ಛತ್ರಪತಿ ಶಿವಾಜಿಯವರ ಮಹಾನ್ ಯಶಸ್ಸುಗಳ ಹಿಂದೆ, ಅವರು ಯುದ್ಧದಲ್ಲಿ ಇಂಥ ಆತ್ಮಘಾತುಕತನದ ಆದರ್ಶಕ್ಕೆ ಯಾವುದೇ ಮಹತ್ವವನ್ನು ಕೊಟ್ಟಿರಲಿಲ್ಲ ಎಂಬ ಸತ್ಯವಿದೆ.

ಮೊಗಲ್ ಸೈನ್ಯದೊಂದಿಗೆ ಹೋರಾಟ

ಯುದ್ಧವನ್ನು ಕಾರ್ಯರೂಪಕ್ಕೆ ತರಲು ಮೊಗಲ್ ಸೇನಾಧಿಪತಿ ಮಾನಸಿಂಹ ಖಮಣೋರಿನ ಸಮೀಪ ಮೋಲೇಲಾ ಹಳ್ಳಿಯಲ್ಲಿ ಬಿಡಾರವನ್ನು ಹಾಕಿಸಿದ. ಮಹಾರಾಣಾರ ದೂತರು ಈ ಸುದ್ದಿಯನ್ನು ಮಹಾರಾಣಾರಿಗೆ ತಲುಪಿಸಿದರು. ಪ್ರತಾಪರು ತಮ್ಮ ಸೈನ್ಯದೊಂದಿಗೆ ಹಲ್ದಿಘಾಟಿಯ ಇನ್ನೊಂದು ದಿಕ್ಕಿಗೆ ಹೋದರು. ಈ ಯುದ್ಧ ಜೂನ್ 1576 ರ ಮೂರನೆಯ ವಾರ [ಕೆಲವು ಪುಸ್ತಕಗಳ ಪ್ರಕಾರ 18 ಜೂನ್ ಮತ್ತು ಇನ್ನು ಕೆಲವು ಪುಸ್ತಕಗಳ ಪ್ರಕಾರ 21 ಜೂನ್] ದ ಕೊನೆಯಲ್ಲಿ ಪ್ರಾತಃಕಾಲ ಸುಮಾರು 8 ಗಂಟೆಯಿಂದ ಆರಂಭವಾಯಿತು. ಯುದ್ಧ-ಭೂಮಿಯಲ್ಲಿ ಪ್ರತಾಪರು ತಮ್ಮ ಸೈನ್ಯವನ್ನು ಮೇವಾಡದ ಪರಂಪರಾಗತ ಯುದ್ಧ ಶೈಲಿಯಂತೆ ಸಿದ್ಧಪಡಿಸಿದರು. ಈ ಶೈಲಿಯಲ್ಲಿ ಯುದ್ಧ-ಭೂಮಿಯಲ್ಲಿ ಸೈನ್ಯವನ್ನು ಹರಾವಲ್, ಚಂದ್ರಾವಲ್ ಮತ್ತು ದಕ್ಷಿಣ ಪಾರ್ಶ್ವದಲ್ಲಿ ಕಲೆಹಾಕಲಾಗುತ್ತದೆ. ಸೈನ್ಯದ ಅತಿ ಮುಂದಿನ ಭಾಗವನ್ನು ಹರಾವಲ್ ಎನ್ನಲಾಗುತ್ತದೆ, ಚಂದ್ರಾವಲ್‌ನ ಅತಿ ಹಿಂದಿನ ಭಾಗವನ್ನು ವಾಮ ಪಾರ್ಶ್ವ, ಹರಾವಲ್‌ಗಿಂತ ಸ್ವಲ್ಪ ಹಿಂದೆ ಎಡಗಡೆಗೆ ಮತ್ತು ದಕ್ಷಿಣ ಪಾರ್ಶ್ವವೆಂದು ಇದರ ಸಮನಾದ ದೂರದಲ್ಲಿನ ಬಲಗಡೆಗೆಯ ಭಾಗಕ್ಕೆ ಹೇಳಲಾಗುತ್ತದೆ. ಈ ಎಲ್ಲದರ ನಡುವೆ ರಾಜನ ಸ್ಥಾನವಿರುತ್ತದೆ.

ಹರಾವಲ್ ಭಾಗದ ಮುಖಂಡ ಹಾಕಿಮ್ ಖಾನ್ ಸೂರ್ ಆಗಿದ್ದ. ಅವನ ಸಹಯೋಗಿಗಳಾಗಿ ಮೇವಾಡದ ಕೆಲವು ಆಯ್ದ ಸಾಮಂತರಿದ್ದರು, ಅವರಲ್ಲಿ ಸಲೂಂಬರ್‌ನ ಚೂಡಾವತ್ ಕೃಷ್ಣದಾಸ್, ಸರದಾರಗಢದ ಭೀಮಸಿಂಹ, ದೇವಗಢದ ರಾವತ್ ಸಾಂಗಾ, ಜಯಮಾಲನ ಮಗ ರಾಮದಾಸ್ ಮುಂತಾದವರು ಮುಖ್ಯವಾಗಿದ್ದರು. ದಕ್ಷಿಣ ಪಾರ್ಶ್ವದಲ್ಲಿ ಗ್ವಾಲಿಯರ್ ಶಾಸಕ ರಾಮಶಾಹ್, ಅವನ ಮೂವರು ಮಕ್ಕಳು ಮತ್ತು ಇನ್ನಿತರ ವೀರ ಯೋಧರಿದ್ದರು. ವಾಮ ಪಾರ್ಶ್ವದ ಮುಖಂಡ ಝಾಲಾ ಮಾನಸಿಂಹನಾಗಿದ್ದು ಅವನೊಂದಿಗೆ

ಝಾಲಾ ಬೀದಾ, ಮಾನಸಿಂಹ, ಸೋನಗರಾ ಮುಂತಾದ ಸಹಯೋಗಿಗಳಿದ್ದರು. ಚಂದ್ರಾವಲ್‌ನಲ್ಲಿ ಪಾನರವಾದ ಪುಂಜನ ನೇತೃತ್ವವಿತ್ತು. ಅವನೊಂದಿಗೆ ಇನ್ನಿತರ ಸಹಯೋಗಿಗಳಾಗಿ ಪುರೋಹಿತ ಜಗನ್ನಾಥ, ಗೋಪಿನಾಥ, ಮಹತಾ ರತ್ನಚಂದ್, ಮಹಾಸಾನಿ ಜಗನ್ನಾಥ್, ಚರಣ್ ಕೇಶವ್ ಮತ್ತು ಜೇಸಾ ಇದ್ದರು. ಇವರೆಲ್ಲರ ಕೇಂದ್ರದಲ್ಲಿ ಮಹಾರಾಣಾ ಪ್ರತಾಪರು ತಮ್ಮ ಮಂತ್ರಿ ಭಾಮಶಾಹ್ ಮತ್ತು ಅವನ ಸಹೋದರ ತಾರಾಚಂದ್‌ರೊಂದಿಗಿದ್ದರು.

ಭೀಲರ ಪದಾತಿ ಸೈನ್ಯ ತಮ್ಮ ಪಾರಂಪರಿಕ ಬಾಣ, ಬಿಲ್ಲು ಮುಂತಾದ ಶಸ್ತ್ರಗಳೊಂದಿಗೆ ಪೂಜಾನ ನೇತೃತ್ವದಲ್ಲಿ ಅಕ್ಕಪಕ್ಕದ ಪರ್ವತಗಳಲ್ಲಿ ನಿಂತಿದ್ದರು. ಸಮಸ್ತ ಸೈನ್ಯ ತಮ್ಮ-ತಮ್ಮ ಮುಖಂಡರ ಆದೇಶಗಳಿಗಾಗಿ ಕಾಯುತ್ತಿತ್ತು. ಅಲ್ಲಿದ್ದ ಎಲ್ಲಾ ವೀರರ ಮನಸ್ಸಿನಲ್ಲಿ ಮಾತೃಭೂಮಿಯ ರಕ್ಷಣೆಗಾಗಿ ಪ್ರಾಣವನ್ನೇ ಕೊಡುವ ಭಾವನೆ ಮತ್ತು ಮಹಾರಾಣಾರ ಬಗ್ಗೆ ಅಪಾರ ಶ್ರದ್ಧೆಯಿತ್ತು.

ಮಾನಸಿಂಹ ತನ್ನ ಸೈನ್ಯದೊಂದಿಗೆ ಹಲ್ದಿಘಾಟಿಯ ಕೆಳಗೆ ಅಗಲವಾದ, ಆದರೆ ಏರುಪೇರಾದ ಜಾಗಕ್ಕೆ ಹೋದರು. ಇಂದು ಆ ಸ್ಥಳವನ್ನು ಬಾದಶಾಹ್ ಬಾಗ್ ಎನ್ನಲಾಗುತ್ತದೆ. ಇದರ ಒಂದು ಕಡೆ ಖಮಣೋರ್ ಮತ್ತು ಇನ್ನೊಂದು ಕಡೆ ಭಾಗಲ್ ಪ್ರದೇಶವಿದೆ. ಮಾನಸಿಂಹನ ಸೈನ್ಯದ ವ್ಯೂಹ ರಚನೆ ಹೀಗಿತ್ತು: ಅತಿ ಮುಂದೆ ಹರಾವಲ್ ಭಾಗದಲ್ಲಿ ಸೈಯದ್ ಹಾಸಿಮ್‌ನ ನೇತೃತ್ವವಿತ್ತು. ಅವನೊಂದಿಗೆ ಮುಹಮ್ಮದ್ ಬಾದಕ್ಶಿ ರಫಿ ರಾಜ ಜಗನ್ನಾಥ್ ಮತ್ತು ಆಸಫ್ ಖಾನರಿದ್ದರು. ದಕ್ಷಿಣ ಪಾರ್ಶ್ವದಲ್ಲಿ ಸೈಯದ್ ಅಹಮದ್ ಖಾನನ ನೇತೃತ್ವವಿತ್ತು. ವಾಮ ಪಾರ್ಶ್ವದಲ್ಲಿ ಗಾಜಿ ಖಾನ್, ಬಾದಕ್ಶಿ ಮತು ರಾಜ ಲೂಣಕರಣ್ ಇದ್ದರು. ಚಂದ್ರಾವಲ್‌ನಲ್ಲಿ ಅತಿ ಹಿಂದೆ ಮಿಹತರ್ ಖಾನ್ ಮತ್ತು ಮಾಧೋಸಿಂಹರಿದ್ದರು. ಪ್ರಧಾನ ಸೇನಾಧಿಪತಿ ಮಾನಸಿಂಹ ಆನೆಯ ಮೇಲೆ ಕೂತು ಮಧ್ಯಸ್ಥಾನದಲ್ಲಿದ್ದ. ಅಲ್ಲದೆ ಇತಿಹಾಸಕಾರರಾದ ಬದಾಯೂನಿ ಸಹ ಈ ಯುದ್ಧದ ಘಟನೆಗಳನ್ನು ಲಿಪಿಬದ್ಧಗೊಳಿಸಲು ಬಂದಿದ್ದರು. ಅವರನ್ನು ಅಂಗರಕ್ಷಕರ ವಿಶಿಷ್ಟ ದಳದೊಂದಿಗೆ ಕೂರಿಸಲಾಗಿತ್ತು.

ಹಲ್ದಿಘಾಟಿಯಲ್ಲಿ ಮಹಾರಾಣಾರ ಸೈನ್ಯದ ವ್ಯೂಹ ರಚನೆ

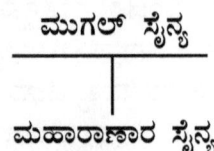

ಮುಗಲ್ ಸೈನ್ಯ

ಮಹಾರಾಣಾರ ಸೈನ್ಯ

ಹರಾವಲ್

ಹಕೀಮ್ ಖಾನ್ ಸೂರ್
ಚೂಡಾವತ್ ಕೃಷ್ಣದಾಸ್
ಭೀಮಸಿಂಹ
ರಾವತ್ ಸಾಂಗಾ
ರಾಮದಾಸ್

ವಾಮ ಪಾರ್ಶ್ವ

ಝಾಲಾ ಮಾನಸಿಂಹ
ಝಾಲಾ ಬೀದಾ
ಮಾನಸಿಂಹ ಸೋನಗರಾ

ಮಹಾರಾಣಾ ಪ್ರತಾಪ್
ಭಾಮಾಶಾಹ
ತಾರಾಚಂದ್ರ

ದಕ್ಷಿಣ ಪಾರ್ಶ್ವ

ರಾಮಶಾಹ್ ಮತ್ತು
ಅವನ ಮೂವರು ಪುತ್ರರು–
ಶಲಿವಾಹಲ್
ಭಗವಾನ್ ಸಿಂಹ
ಮತ್ತು ಪ್ರತಾಪ್ ಸಿಂಹ

ಚಂದ್ರಾವಲ್

ಪೂಂಜಾ
ಪುರೋಹಿತ್ ಗೋಪಿನಾಥ್
ಜಗನ್ನಾಥ್
ಮಹತಾ ರತ್ನಚಂದ್ರ
ಮಹಾಸಾನಿ ಜಗನ್ನಾಥ್
ಚಾರಣ್ ಕೇಶವ್
ಜೇಸಾ

ಎರಡೂ ಸೈನ್ಯ ಯುದ್ಧ ಮಾಡಲು ಸ್ವಲ್ಪವೇ ದೂರದಲ್ಲಿದ್ದವು. ಮಹಾರಾಣಾ ಪ್ರತಾಪರ ಅಭಿಷೇಕದ ನಂತರ ಮೊಗಲ್ ಸಾಮ್ರಾಟ ಅಕ್ಬರ್‌ನೊಂದಿಗೆ ಇದು ಅವರ ಮೊದಲ ಯುದ್ಧವಾಗಿತ್ತು.

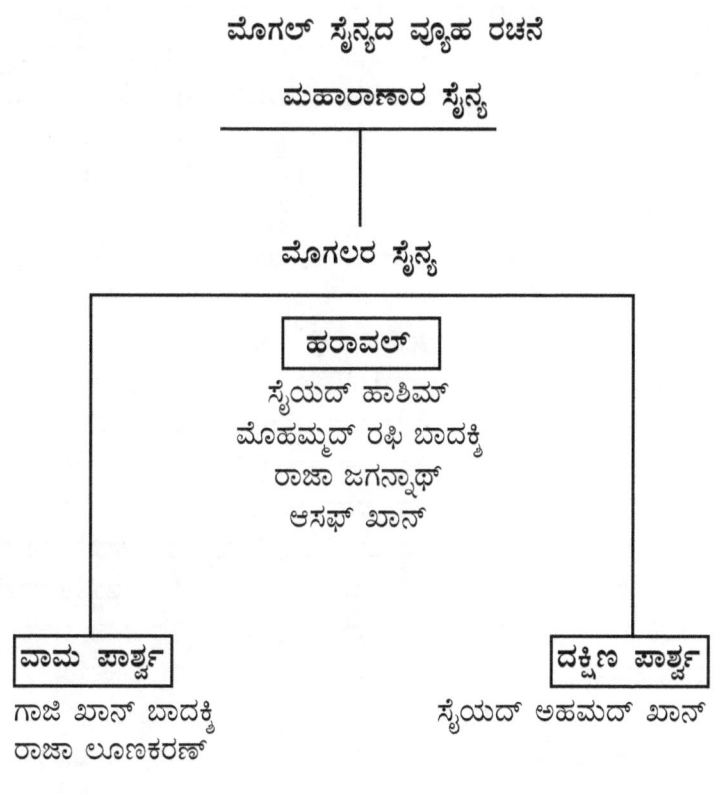

ಮೊಗಲ್ ಸೈನ್ಯದ ವ್ಯೂಹ ರಚನೆ

ಮಹಾರಾಣಾರ ಸೈನ್ಯ

ಮೊಗಲರ ಸೈನ್ಯ

ಹರಾವಲ್

ಸೈಯದ್ ಹಾಶಿಮ್
ಮೊಹಮ್ಮದ್ ರಫಿ ಬಾದಕ್ಶಿ
ರಾಜಾ ಜಗನ್ನಾಥ್
ಆಸಫ್ ಖಾನ್

ವಾಮ ಪಾರ್ಶ್ವ

ಗಾಜಿ ಖಾನ್ ಬಾದಕ್ಶಿ
ರಾಜಾ ಲೂಣಕರಣ್

ದಕ್ಷಿಣ ಪಾರ್ಶ್ವ

ಸೈಯದ್ ಅಹಮದ್ ಖಾನ್

ಮಾನಸಿಂಹ

ಚಂದ್ರಾವಲ್

ಮಾಧೋಸಿಂಹ
ಮಿಹತರ್ ಖಾನ್

ಸ್ವಲ್ಪ ಹೊತ್ತು ಎರಡೂ ಸೈನ್ಯಗಳು ಪರಸ್ಪರ ಆಕ್ರಮಣವನ್ನು ನಿರೀಕ್ಷಿಸಿದವು. 21 ಜೂನ್ ರಂದು ಪ್ರಾತಃಕಾಲ ಮೇವಾಡದ ಆನೆ ರಾಜಕೀಯದ ಧ್ವಜವನ್ನು ಹಾರಿಸುತ್ತಾ ಸಂಕೀರ್ಣ ಮಾರ್ಗದಿಂದ ಹೊರ ಬಂತು. ಸೈನ್ಯದ ಅತಿ ಮುಂದೆ ಸೇನಾಧಿಪತಿ ಸೂರ್‌ನನ್ನು ಕಂಡೊಡನೆಯೇ ರಜಪೂತರ ಕಡೆಯಿಂದ ರಣಭೇರಿ, ನಗಾರಿ ಮುಂತಾದ ವಾದ್ಯಗಳಿಂದ ಉದ್ಘೋಷಣೆಗಳು ಆರಂಭವಾದವು. ಸೇನಾಧಿಪತಿ ಹಕೀಮ್ ಖಾನ್ ಸೂರ್‌ನ ನೇತೃತ್ವದಲ್ಲಿ ಮಹಾರಾಣಾರ ಹರಾವಲ್ ಸೈನ್ಯ ಶತ್ರುಗಗಳ ಹರಾವಲ್ ಸೈನ್ಯದ ಮೇಲೆ ಸಿಂಹದಂತೆ ಆಕ್ರಮಣವೆಸಗಿತು. ಎರಡೂ ಕಡೆಯಿಂದ ಹರಾವಲ್ ಸೈನ್ಯದಲ್ಲಿ ಭಯಾನಕ ಯುದ್ಧವಾಗುತ್ತಿದ್ದ ಸ್ಥಳ ತುಂಬಾ ಏರುಪೇರಾಗಿತ್ತು. ಮೇವಾಡದ ಸೈನ್ಯಕ್ಕೆ ಇಂಥ ಸ್ಥಳಗಳ ಅಭ್ಯಾಸವಿತ್ತು, ಆದರೆ ಮೊಗಲರ ಸೈನ್ಯಕ್ಕೆ ಇಂಥ ಸ್ಥಳಗಳಲ್ಲಿ ಯುದ್ಧ ಮಾಡುವುದು ಕಷ್ಟವಾಗಿತ್ತು. ಹೀಗಾಗಿ ಮೊದಲ ಆಕ್ರಮಣದಲ್ಲಿಯೇ ಮೊಗಲರ ಕಾಲುಗಳಿಗೆ ಹೊಡೆತಗಳು ಬಿದ್ದು, ಅವರ ಸೋಲು ನಿಶ್ಚಿತವೆಂದು ತೋರಿತು.

ಮೊದಲ ಯಶಸ್ಸಿನಿಂದ ಮೇವಾಡದ ಸೈನಿಕರಲ್ಲಿ ಉತ್ಸಾಹ ಹೆಚ್ಚಿತು. ಅವರು ಕಣಿವೆಯಿಂದ ಹೊರಬಂದು ಬಾದಶಾಹ್ ಬಾಗ್‌ವರೆಗೆ ಹೋದರು. ಆ ಸ್ಥಳ ಮೊಗಲ್ ಸೈನ್ಯಕ್ಕೂ ಅನುಕೂಲವಾಗಿತ್ತು. ಅಲ್ಲಿ ಸೈನ್ಯ ಯುದ್ಧಕ್ಕೆ ಸಂಪೂರ್ಣ ಸಿದ್ಧವಾಗಿತ್ತು. ಇದನ್ನು ನೋಡಿ ಹಕೀಮ್ ಖಾನ್ ಸೂರ್ ಮತ್ತು ರಾಣಾ ಕೀಕಾ ತಮ್ಮ ಸೈನಿಕರೊಂದಿಗೆ ಮೊಗಲ್ ಸೈನ್ಯದ ಕೇಂದ್ರ ದಳದ ಮೇಲೆ ಆಕ್ರಮಣವೆಸಗಿದರು. ಭಯಾನಕ ಯುದ್ಧ ಆರಂಭವಾಯಿತು. ಎರಡೂ ಕಡೆಯ ಸೈನಿಕರು ಸಂಪೂರ್ಣ ಉತ್ಸಾಹದೊಂದಿಗೆ ಯುದ್ಧವನ್ನು ಆರಂಭಿಸಿದರು. ಯುದ್ಧದಲ್ಲಿ ಗಾಯಗೊಂಡವರ ಚೀತ್ಕಾರಗಳು, ಆನೆಗಳ ಘೀಳಿಡುವಿಕೆ ಮತ್ತು ಕುದುರೆಗಳ ಕೆನೆಯುವಿಕೆಯಿಂದ ಹಾಗೂ ಧನುಷಗಳ ಝೇಂಕಾರದಿಂದ ಪ್ರತಿಧ್ವನಿಸಿತು. ಮೇವಾಡದ ಸೈನ್ಯ ಮೊಗಲ್ ಸೈನ್ಯದ ವಾಮ ಪಾರ್ಶ್ವದಲ್ಲಿ ಸಾಕಷ್ಟು ಒತ್ತಡವನ್ನು ಹಾಕಿದ್ದರಿಂದ, ಅದು ಅಲ್ಲಿ ನಿಲ್ಲುವುದು ಕಷ್ಟವಾಯಿತು. ಸೈನ್ಯದಲ್ಲಿ ಅವ್ಯವಸ್ಥೆ ಆರಂಭವಾಯಿತು. ಗ್ವಾಲಿಯರ್‌ನ ಪದಚ್ಯುತ ರಾಜ ರಾಮಶಾಹನ ಶೌರ್ಯ ಪ್ರದರ್ಶನ ಅದ್ಭುತವಾಗಿತ್ತು. ರಜಪೂತ ಸೈನಿಕರ ಒತ್ತಡ ನಿರಂತರವಾಗಿ ಹೆಚ್ಚುತ್ತಿತ್ತು. ಮೊಗಲರ ಸೈನ್ಯದ ಹರಾವಲ್ ಮತ್ತು ವಾಮ ಪಾರ್ಶ್ವ ಅಲ್ಲಿರುವುದು ಕಷ್ಟವಾಯಿತು; ಈ ಎರಡೂ ದಳಗಳು ಯದ್ಧಭೂಮಿಯಿಂದ ಓಟಕಿತ್ತವು. ಅವರಲ್ಲಿ ಗಾಜಿ ಖಾನ್, ಆಸಫ್ ಖಾನ್ ಮತ್ತು ಮಾನಸಿಂಹನ ರಜಪೂತ ಸೈನಿಕರು ಸಹ ಇದ್ದರು. ಅನೇಕ ಮೊಗಲ ಸೈನಿಕರು ಯುದ್ಧಭೂಮಿಯಿಂದ ಹತ್ತು–ಹನ್ನೆರಡು ಮೈಲಿ ದೂರದವರೆಗೆ ಓಡಿಹೋದರು.

ರಜಪೂತರ ಈ ಗೆಲುವಿನಿಂದ ಮೊಗಲರ ಸೈನ್ಯದ ಮನೋಬಲ ಕುಸಿಯಿತು, ಮೊಗಲ್ ಸೈನ್ಯ ನಿಶ್ಚಿತವಾಗಿಯೂ ಸೋಲುವುದು ಎಂದು ತೋರಿತು. ಬರಹಾದ ಸೈಯದ್ ಮೊಗಲ್ ಸೈನ್ಯದ ಪರವಾಗಿ ಇನ್ನೂ ಶೌರ್ಯದಿಂದ ಹೋರಾಡುತ್ತಿದ್ದ. ತಮ್ಮ ಸೈನ್ಯ ಓಡಿಹೋಗುವುದನ್ನು ನೋಡಿ ಮೊಗಲ್ ಸೈನ್ಯದ ಚಂದ್ರಾವಲ್ ಭಾಗದಲ್ಲಿದ್ದ ಮಿಹತರ್ ಖಾನ್ ಮುಂದುವರೆದು ಹೋದ. ಅವನು ಯುಕ್ತಿಯಿಂದ ಗಟ್ಟಿ ಧ್ವನಿಯಲ್ಲಿ ಅಕ್ಬರ್

ಬಂದ ಬಗ್ಗೆ ಸುಳ್ಳು ಘೋಷಣೆಯನ್ನು ಮಾಡುತ್ತಾ ಹೇಳಿದ–"ಬಾದಶಾಹ್ ಅಕ್ಬರ್ ಖುದ್ದು ಬಂದಿದ್ದಾರೆ." ಈ ಘೋಷಣೆಯಿಂದಾಗಿ ಪರಿಸ್ಥಿತಿ ತಿರುವು–ಮುರುವಾಯಿತು. ಓಡಿ ಹೋಗುತ್ತಿದ್ದ ಮೊಗಲ್ ಸೈನ್ಯ ಮರಳಿ ಬಂದು, ಹೊಸ ಸ್ಫೂರ್ತಿಯಿಂದ ಯುದ್ಧ ಮಾಡಲಾರಂಭಿಸಿತು.

ಯುದ್ಧ ಮತ್ತೆ ಹೊಸ ಸ್ಫೂರ್ತಿಯೊಂದಿಗೆ ಆರಂಭವಾಯಿತು. ಎರಡೂ ಪಕ್ಷದ ಸೈನ್ಯ ಯುದ್ಧವನ್ನು ಮಾಡುತ್ತಾ–ಮಾಡುತ್ತಾ ಖಮಣೋರ್ ಮತ್ತು ಭಾಗಲ್ ನಡುವಿನ ಬನಾಸ್ ನದಿಯ ತೀರದ ತಲಾಯಿ ಎಂಬ ಸ್ಥಳಕ್ಕೆ ಬಂದವು. ಇಲ್ಲಿಯೂ ಮೇವಾಡದ ಸೈನ್ಯ ಅದ್ಭುತ ಶೌರ್ಯವನ್ನು ಪ್ರದರ್ಶಿಸಿತು. ಅದರ ಪ್ರಹಾರದಿಂದ ಮೊಗಲ್ ಸೈನ್ಯದ ಮಹಾವಿನಾಶ ಆರಂಭವಾಯಿತು. ವನವಾಸಿ ಭೀಲರು ಸಹ ತಮ್ಮ ಪರಂಪರಾಗತ ಆಯುಧಗಳಿಂದ ಅಪೂರ್ವ ಶೌರ್ಯವನ್ನು ಮೆರೆದರು. ಅವರ ದಳ ಪರ್ವತಗಳಿಂದ ಹೊರಟು ಮೊಗಲರ ಸೈನ್ಯದ ಮೇಲೆ ಆಕ್ರಮಣವೆಸಗಿತು. ಮೊಗಲ್ ಸೈನ್ಯ ಮೇವಾಡದ ಸೈನ್ಯದೊಂದಿಗೆ ಶೌರ್ಯದಿಂದ ತಮ್ಮ ರಕ್ಷಣೆಯನ್ನು ಮಾಡಿಕೊಂಡಿತು. ಇದುವರೆಗೆ ಮಹಾರಾಣಾರ ಸೈನ್ಯದ ಇಬ್ಬರು ವೀರರಾದ ಗ್ವಾಲಿಯರ್‌ನ ರಾಮಶಾಹ್ ಮತ್ತು ಜಯಮಾಲನ ಪುತ್ರ ರಾಮದಾಸ್ ವೀರಗತಿಯನ್ನು ಪಡೆದಿದ್ದರು.

ರಜಪೂತರ ಹೆಚ್ಚುತ್ತಿರುವ ಒತ್ತಡವನ್ನು ನೋಡಿ ಮಾನಸಿಂಹ ಸಹ ಯುದ್ಧಭೂಮಿಗೆ ಇಳಿದ. ಅವನು ಆನೆಯ ಮೇಲೆ ಕುಳಿತು ಯುದ್ಧವನ್ನು ಮಾಡುತ್ತಿದ್ದ. ರಜಪೂತ ಸೈನಿಕರು ಅವನನ್ನು ಎದುರಿಸಲು ಹೋದರು, ಆಗಲೇ ಮೊಗಲರ ರಾಜರ ಆನೆಗಳ ಗುಂಪಿನ ಸೇನಾಧಿಪತಿ ಹುಸೈನ್ ಖಾನ್ ಸಹ ಯುದ್ಧ ಮಾಡಲು ಮುಂದೆ ಬಂದ. ಮಹಾರಾಣಾರ ಆನೆ ಸವಾರರು ಅವನನ್ನು ಎದುರಿಸಿದರು. ಅವರ ಒಂದು ಆನೆಯ ಮೇಲೆ ಶತ್ರುಗಳು ಹೊಂಚು ಹಾಕಿ ಅಕ್ರಮಣ ಮಾಡಿದರು. ಅದರ ಮಾವುತ ಗಂಭೀರವಾಗಿ ಗಾಯಗೊಂಡ, ಆ ಆನೆಯನ್ನು ಮೊಗಲರು ತಮ್ಮ ವಶಕ್ಕೆ ತೆಗೆದುಕೊಂಡರು.

ತತ್ಕಾಲದ ಯುದ್ಧದಲ್ಲಿ ಆನೆಗಳ ಯುದ್ಧಕ್ಕೆ ವಿಶೇಷ ಮಹತ್ವವಿತ್ತು. ಹಲ್ದಿಘಾಟಿ ಯುದ್ಧದಲ್ಲಿ ಆನೆಗಳ ಯುದ್ಧಗಳ ಬಗ್ಗೆ ವಿಶೇಷವಾದ ವರ್ಣನೆಯನ್ನು ಮಾಡಲಾಗಿದೆ. ಮಾನಸಿಂಹ ಆನೆಯ ಮೇಲೆ ಕೂತಿದ್ದ. ಅವನು ಆನೆಗಳ ಯುದ್ಧದಲ್ಲಿ ಉತ್ತಮ ಯುಕ್ತಿಯನ್ನು ತೋರಿದ. ರಜಪೂತರ ಲೂನಾ ಆನೆ ಮತ್ತು ಮೊಗಲರ ಗಜಮುಖ ಆನೆಗಳ ನಡುವೆ ಹೋರಾಟ ನಡೆಯಿತು. ಲೂನಾ ಗಜಮುಖ ಆನೆಯನ್ನು ಸೋಲಿಸಿತು. ಗಜಮುಖ ಸೋಲುವುದನ್ನು ನೋಡಿದ ಮೊಗಲ್ ಸೈನ್ಯದ ಸೈನಿಕನೊಬ್ಬ ಲೂನಾ ಆನೆಯ ಮಾವುತನ ಮೇಲೆ ಆಕ್ರಮಣ ಮಾಡಿದ. ಮಾವುತ ಗಾಯಗೊಂಡ. ಗಜಮುಖ ಮರಳಿ ಹೋಗಿತ್ತು. ಲೂನಾ ಸಹ ತನ್ನ ಗಾಯಾಳು ಮಾವುತನನ್ನು ಕರೆದುಕೊಂಡು ಮರಳಿ ಹೋಯಿತು.

ಮಹಾರಾಣಾರ ಸೈನ್ಯದಲ್ಲಿ ರಾಮಪ್ರಸಾದ್ ಎಂಬ ಅತ್ಯಂತ ಕುಶಲ ಮತ್ತು ತರಬೇತು ಪಡೆದ ಆನೆಯಿತ್ತು. ಸಾಮ್ರಾಟ ಅಕ್ಬರ್ ಸಹ ಈ ಆನೆಯ ಬಗ್ಗೆ ಪ್ರಶಂಸೆಯ ಮಾತುಗಳನ್ನು ಕೇಳಿದ್ದ. ಅವನು ಅನೇಕ ಬಾರಿ ಮಹಾರಾಣಾರಿಂದ ಈ ಆನೆಯನ್ನು ಯಾಚಿಸಿದ್ದ ಎಂದು

ಹೇಳಲಾಗುತ್ತದೆ. ಲೂನಾ ಮರಳಿ ಹೋದ ನಂತರ ರಜಪೂತರು ರಾಮಪ್ರಸಾದನನ್ನು ಯುದ್ಧಭೂಮಿಯಲ್ಲಿ ಇಳಿಸಬೇಕಾಯಿತು. ಇದೇ ರಾಮಶಾಹನ ಪುತ್ರ ಪ್ರತಾಪಸಿಂಹ ತಂವರವನ್ನು ನೋಡಿಕೊಳ್ಳುತ್ತಿದ್ದ. ರಾಮಪ್ರಸಾದ್ ಯುದ್ಧ ಭೂಮಿಗೆ ಇಳಿಯುತ್ತಲೇ ಮೊಗಲರ ಸೈನ್ಯದಲ್ಲಿ ಕೋಲಾಹಲ ಎದ್ದಿತು. ಅವನು ಮೊಗಲರ ಸೈನ್ಯವನ್ನು ಹತ್ತಿಕ್ಕಲು ಆರಂಭಿಸಿದ. ತಮ್ಮ ಸೈನಿಕರ ವಿನಾಶವನ್ನು ನೋಡಿ ಮೊಗಲರ ಸೈನ್ಯ ಭಯಭೀತಗೊಂಡಿತು. ರಾಮಪ್ರಸಾದ್‌ನನ್ನು ಮೊಗಲ್ ಸೈನ್ಯದ ಆನೆ ಗಜರಾಜ ಎದುರಿಸುತ್ತಿತ್ತು. ಆ ಆನೆಯನ್ನು ಕಮಲಖಾನ್ ನೋಡಿಕೊಳ್ಳುತ್ತಿದ್ದ. ರಾಮಪ್ರಸಾದನೆದುರು ಗಜರಾಜ ಸಪ್ಪೆಯಾದ. ಇದನ್ನು ನೋಡಿ ಮೊಗಲರ ಸೈನ್ಯ ತಮ್ಮ ಇನ್ನೊಂದು ಆನೆ ರಣಮಂದರನನ್ನೂ ಯುದ್ಧಕ್ಕಿಳಿಸಿದರು. ಈಗ ಮೊಗಲರ ಎರಡು ಆನೆಗಳು ರಾಮಪ್ರಸಾದನನ್ನು ಎದುರಿಸಿದವು. ರಾಮಪ್ರಸಾದ್ ಈ ಎರಡು ಆನೆಗಳೊಂದಿಗೆ ಸೆಣಸುತ್ತಿದ್ದ. ವಾಸ್ತವವಾಗಿ ಮೊಗಲರು ಇದನ್ನೇ ಬಯಸುತ್ತಿದ್ದರು. ಅವರು ರಾಮಪ್ರಸಾದನ ಮಾವುತನ ಮೇಲೆ ಬಾಣಗಳ ಮಳೆಗರೆದರು, ಮಾವುತ ವಧಿಸಲ್ಪಟ್ಟ. ಈ ಉತ್ತಮ ಅವಕಾಶವನ್ನು ನೋಡಿ ಎರಡೂ ಮೊಗಲ್ ಆನೆಗಳನ್ನು ರಾಮಪ್ರಸಾದನೊಂದಿಗೆ ಹೊರಾಡಲು ಬಿಡಲಾಯಿತು, ನಂತರ ಅವನನ್ನು ಸಿಲುಕಿಸಲಾಯಿತು. ಮೊಗಲರ ಕಣ್ಣು ಅನೇಕ ದಿನಗಳಿಂದ ರಾಮಪ್ರಸಾದನ ಮೇಲಿತ್ತು. ಅವರು ಅವನನ್ನು ತಮ್ಮ ಸೈನ್ಯದ ವಶಕ್ಕೆ ತೆಗೆದುಕೊಂಡರು.

ಯುದ್ಧಭೂಮಿಯಲ್ಲಿ ಮಾನಸಿಂಹನನ್ನು ನೇರವಾಗಿ ಎದುರಿಸಬೇಕೆಂಬುದು ಮಹಾರಾಣಾರ ತೀವ್ರ ಇಚ್ಛೆಯಾಗಿತ್ತು. ಆದರೆ ಅವರಿಗೆ ಈ ಅವಕಾಶ ಲಭಿಸುತ್ತಿರಲಿಲ್ಲ. ಇತ್ತ ಆನೆಗಳ ಯುದ್ಧದಲ್ಲಿ ಮಾನಸಿಂಹ ಎದುರಿಗೆ ಬಂದಾಗ ಅವರಿಗೆ ತುಂಬಾ ಸಂತೋಷವಾಯಿತು. ಅವರು ಇದನ್ನೇ ಕಾಯುತ್ತಿದ್ದರು. ಅವರು ಮಾನಸಿಂಹನ ಎದುರಿಗೆ ಬಂದರು. ಇಬ್ಬರೂ ಒಬ್ಬರ ಮೇಲೆ ಒಬ್ಬರು ಪಣಕ್ಕೊಡ್ಡಿಕೊಂಡರು. ಮಹಾರಾಣಾ ತನ್ನ ಕುದುರೆ ಚೇತನಕ್ಕೆ ಸಂಕೇತ ಕೊಟ್ಟ. ಚೇತಕ್ ತನ್ನ ಮುಂದಿನ ಕಾಲುಗಳನ್ನು ಮಾನಸಿಂಹನ ಆನೆಯ ಸೊಂಡಿಲ ಮೇಲೆ ಇಟ್ಟಿತು. ಮಹಾರಾಣಾ ಭರ್ಜಿಯಿಂದ ಪ್ರಹಾರ ಮಾಡಿದರು, ಆದರೆ ಮಾನಸಿಂಹ ತನ್ನ ಆನೆಯ ಅಂಬಾರಿಯೊಳಗೆ ನುಗ್ಗಿದ. ಪ್ರತಾಪರ ಭರ್ಜಿ ಅವನ ಕವಚದೊಳಗೆ ನುಗ್ಗಿತು, ಇದರಿಂದ ಮಾನಸಿಂಹ ಸತ್ತ ಎಂದು ಮಹಾರಾಣಾ ನಂಬಿದರು. ಮಾನಸಿಂಹನ ಮಾವುತ ಗಾಯಗೊಂಡು ಕೆಳಗೆ ಬಿದ್ದ.

ಈ ಘಟನೆಯುನ್ನು ಅನೇಕ ಇತಿಹಾಸಕಾರರು ವರ್ಣಿಸಿದ್ದಾರೆ, ಆದರೆ ಯುದ್ಧಭೂಮಿಯಲ್ಲಿದ್ದಾಗ್ಯೂ ಬದಾಯೂನಿ ಈ ಘಟನೆಯನ್ನು ಕೈಬಿಟ್ಟಿದ್ದಾನೆ. ಅವನೊಬ್ಬ ಕಟ್ಟಾ ಮುಸಲ್ಮಾನನಾಗಿದ್ದ. ಅವನು ಪ್ರತಾಪರ ಮೇಲಿನ ಬಾಣಗಳ ಪ್ರಹಾರದ ಬಗ್ಗೆ ಅತಿರಂಜಿತವಾಗಿ ವರ್ಣಿಸಿದ್ದಾನೆ, ಆದರೆ ಈ ಘಟನೆಯನ್ನು ವರ್ಣಿಸಿಲ್ಲ. ಆದ್ದರಿಂದ ಅವನ ವರ್ಣನೆಯನ್ನು ಪಕ್ಷಪಾತದಿಂದ ಕೂಡಿದ್ದು ಎನ್ನಲಾಗುತ್ತದೆ. ರಜಪೂತರ ದಾಖಲೆಗಳು ಈ ಘಟನೆಯನ್ನು ಅತಿರಂಜಿತವಾಗಿ ವರ್ಣಿಸುತ್ತವೆ. ಅಬುಲಫಜಲ್ ಸಹ ಮಾಹಾರಾಣಾ ಮತ್ತು ಮಾನಸಿಂಹರ ಪರಸ್ಪರರ ಯುದ್ಧವನ್ನು ವರ್ಣಿಸಿದ್ದಾನೆ. ಆದರೆ ಮಹಾರಾಣಾ

ಪ್ರತಾಪರು ಮಾನಸಿಂಹನನ್ನು ನೇರವಾಗಿ ಎದುರಿಸಿದ್ದರು. ಹೀಗಾಗಿ ಅವರ ಶೌರ್ಯ ಹೆಚ್ಚಿತ್ತು ಎಂಬುದಂತೂ ನಿಶ್ಚಿತ

ಮಾನಸಿಂಹನ ಆನೆಯ ಸೊಂಡಿಲ ಮೇಲೆ ಕಾಲನ್ನಿಡುವಾಗ ಮಹಾರಾಣಾರ ಚೇತಕದ ಕಾಲು ತುಂಡಾಯಿತು, ಏಕೆಂದರೆ ಸೊಂಡಿಲಿನಲ್ಲಿ ಕತ್ತಿ ಓಲಾಡುತ್ತಿತ್ತು. ಈ ಭಯಾನಕ ಪರಿಸ್ಥಿತಿಯಲ್ಲಿ ಪ್ರತಾಪರು ಸೈನಿಕರಿಂದ ಸುತ್ತುವರೆಯಲ್ಪಟ್ಟರು. ಪರಿಸ್ಥಿತಿಯ ಭಯಾನಕತೆಯನ್ನು ಗಮನಿಸಿದ ಝಾಲಾ ಮಾನಸಿಂಹ ಅಪೂರ್ವ ಶೌರ್ಯದಿಂದ ಮಹಾರಾಣಾರ ಪ್ರಾಣವನ್ನು ರಕ್ಷಿಸಿದ. ಅವನು ಪ್ರತಾಪರನ್ನು ಯುದ್ಧಭೂಮಿಯಿಂದ ಹೋಗುವಂತೆ ಆಗ್ರಹಿಸಿದ. ಝಾಲಾನಲ್ಲಿದ್ದ ರಾಜಚಿಹ್ನೆಯನ್ನು ನೋಡಿದ ಮೊಗಲ ಸೈನಿಕರು ಅವನನ್ನೇ ಮಹಾರಾಣಾ ಪ್ರತಾಪರೆಂದು ತಿಳಿದು, ಅವನನ್ನು ಸುತ್ತುವರೆದರು. ಝಲ್ಲಾ ತುಂಬಾ ಶೌರ್ಯದಿಂದ ಶತ್ರುಗಳನ್ನು ಸಂಹಾರ ಮಾಡಲು ಆರಂಭಿಸಿದ. ಕಡೆಗೆ ಝಾಲಾ ಎಲ್ಲಿಯವರೆಗೆ ಒಂಟಿಯಾಗಿ ಹೋರಾಡಲು ಸಾಧ್ಯವಿತ್ತು? ಅವನು ಹೋರಾಡುತ್ತಲೇ ವೀರಗತಿಯನ್ನು ಪಡೆದ. ಪ್ರತಾಪರು ಅಲ್ಲಿಂದ ಸುರಕ್ಷಿತವಾಗಿ ಪಾರಾದರು.

ಚೇತಕ್ ಗಾಯಗೊಂಡಿದ್ದಾಗ್ಯೂ ಪ್ರತಾಪರನ್ನು ಯುದ್ಧಭೂಮಿಯಿಂದ ಸುಮಾರು ಎರಡು ಮೈಲಿ ದೂರದಲ್ಲಿದ್ದ ಬಾಲಿಯಾ ಹಳ್ಳಿಗೆ ಕರೆತಂದಿತು, ಅಲ್ಲಿ ಚೇತಕ ಕೊನೆಯ ಉಸಿರೆಳೆಯಿತು. ಮಹಾರಾಣಾರು ತಮ್ಮ ಈ ಪ್ರೀತಿಯ ಕುದುರೆಯ ನೆನಪಿನಲ್ಲಿ ಆ ಸ್ಥಳದಲ್ಲಿ ಅದರ ಸ್ಮಾರಕವನ್ನು ನಿರ್ಮಿಸಿದರು. ಅಲ್ಲಿ ಓರ್ವ ಪೂಜಾರಿಯನ್ನು ಸಹ ನೇಮಿಸಲಾಯಿತು. ಅದಕ್ಕಾಗಿ ಸ್ವಲ್ಪ ಭೂಮಿಯನ್ನು ದಾನವಾಗಿ ಕೊಡಲಾಯಿತು. ಆ ಸ್ಮಾರಕ ಈಗಲೂ ಜೀರ್ಣಾವಸ್ಥೆಯಲ್ಲಿದೆ.

ಪ್ರತಾಪ್ ಮತ್ತು ಶಕ್ತಿಸಿಂಹರ ಮಿಲನ

ಮಹಾರಾಣಾ ಪ್ರತಾಪರ ಕಿರಿಯ ಸಹೋದರ ಶಕ್ತಿಸಿಂಹ ತಮ್ಮ ತಂದೆಯ ಕಾಲದಲ್ಲಿಯೇ ಅಕ್ಬರನ ಸೇವೆಗೆ ಹೋಗಿದ್ದ. ಈ ಯುದ್ಧದಲ್ಲಿ ಅವನು ಮೊಗಲ್ ಸೈನ್ಯದ ಪರವಾಗಿ ಯುದ್ಧ ಮಾಡುತ್ತಿದ್ದ. ಇತ್ತ ಮಹಾರಾಣಾ ಯುದ್ಧಭೂಮಿಯಿಂದ ಪಾರಾಗಿ ಹೋದಾಗ, ಮೊಗಲರ ಇಬ್ಬರು ಸೈನಿಕರು ಅವರನ್ನು ಗುರುತಿಸಿದರು. ಇಬ್ಬರೂ ಪ್ರತಾಪರನ್ನು ಹಿಂಬಾಲಿಸಿದರು. ಇದನ್ನು ಶಕ್ತಿಸಿಂಹ ನೋಡಿದ. ಅಣ್ಣನ ಮೇಲೆ ಬಂದ ಸಂಕಟವನ್ನು ನೋಡಿ ಅವನು ಸುಮ್ಮನಿರದಾದ, ಅವನೂ ಸಹ ಅವರಿಬ್ಬರನ್ನು ಹಿಂಬಾಲಿಸಿ ಹೋದ. ಸ್ವಲ್ಪ ದೂರ ಮುಂದೆ ಹೋಗಗುತ್ತಲೇ ಅವನು ಇಬ್ಬರು ಸೈನಿಕರನ್ನೂ ವಧಿಸಿದ. ತದನಂತರ ಅವನು ಪ್ರತಾಪರನ್ನು ಭೇಟಿಯಾದ. ಚೇತಕ ಸತ್ತಿತ್ತು. ಮಹಾರಾಣಾರಿಗೆ ಮತ್ತೆ ಸಂಕಟ ಎದುರಾಗಬಾರದೆಂಬ ಉದ್ದೇಶದಿಂದ ಅವನು ತನ್ನ ಕುದುರೆಯನ್ನು ಅವರಿಗೆ ಕೊಟ್ಟ. ಅವನು ಮೊಗಲರ ಸೈನ್ಯಕ್ಕೆ ಮರಳಿ ಬಂದಾಗ ಹೇಳಿದ, "ಪ್ರತಾಪರು ಇಬ್ಬರು ಸೈನಿಕರು ಮತ್ತು ನನ್ನ ಕುದುರೆಯನ್ನು ವಧಿಸಿದರು."

ಓಡುತ್ತಿದ್ದ ಮಹಾರಾಣಾರನ್ನು ಮೊಗಲ್ ಸೈನ್ಯ ಹಿಂಬಾಲಿಸಲಿಲ್ಲ, ಏಕೆಂದರೆ ಪ್ರತಾಪರನ್ನು ಸೆರೆಹಿಡಿದು ಅಕ್ಬರ್ ಎದುರು ತರುವುದನ್ನು ಮಾನಸಿಂಹ ಬಯಸುತ್ತಿರಲಿಲ್ಲ ಎಂದು ಹೇಳಲಾಗುತ್ತದೆ. ಮಹಾರಾಣಾರ ಸಹಾಯಕ್ಕಾಗಿ ಅವನೇ ಶಕ್ತಿಸಿಂಹನನ್ನು ಸಹ ಕಳುಹಿಸಿದ್ದ. ಮೊಗಲ್ ಸೈನ್ಯ ಗೆಲುವಿನ ನಂತರ ಸೋತ ಸೈನ್ಯವನ್ನು ಹಿಂಬಾಲಿಸುತ್ತಿತ್ತು, ಲೂಟಿಯನ್ನು ಸಹ ಮಾಡುತ್ತಿತ್ತು. ಇಲ್ಲಿ ಅಂಥದ್ದೇನೂ ನಡೆಯಲಿಲ್ಲ. ಈ ಎಲ್ಲದರ ಹಿಂದೆ ಮಾನಸಿಂಹನ ಕೈವಾಡವಿತ್ತೆಂದು ಹೇಳಲಾಗುತ್ತದೆ. ಈ ವಿಷಯದಲ್ಲಿ ತಮ್ಮ ಅಭಿಪ್ರಾಯವನ್ನು ಹೇಳುತ್ತಾ ಶ್ರೀ ರಾಜೇಂದ್ರ ಬೀಡಾ ಬರೆದಿದ್ದಾರೆ–

"ಹಲ್ದಿಘಾಟಿಯಲ್ಲಿ ಗೆಲುವಿನ ನಂತರ ಮೊಗಲರು ಓಡುತ್ತಿದ್ದ ರಾಣಾ ಪ್ರತಾಪರನ್ನು ಹಿಂಬಾಲಿಸಲಿಲ್ಲ. ಇಬ್ಬರು ಎದೆಗಾರ ಮುಸಲ್ಮಾನರು ಅವರನ್ನು ಹಿಂಬಾಲಿಸಿದರು. ಇದು ಮಾನಸಿಂಹನಿಗೆ ರುಚಿಸಲಿಲ್ಲ. ಅವನು ಶಕ್ತಿಸಿಂಹನನ್ನು ಪ್ರತಾಪರ ರಕ್ಷಣೆಗಾಗಿ ಕಳುಹಿಸಿದ. ಈ ಸಂದರ್ಭದಲ್ಲಿ ಅನುಮಾನವನ್ನಷ್ಟೇ ಮಾಡಬಹುದು. ಎಲ್ಲೂ ಸ್ಪಷ್ಟವಾಗಿ ಬರೆಯಲಾಗಿಲ್ಲ."

ಯುದ್ಧದ ಪರಿಣಾಮಗಳು

ಹಲ್ದಿಘಾಟಿಯ ಈ ಯುದ್ಧ ಬೆಳಿಗ್ಗೆ ಎಂಡು ಗಂಟೆಯಿಂದ ಮಧ್ಯಾಹ್ನದವರೆಗೆ ನಡೆಯುತ್ತಿತ್ತು. ಮೊದಲು ಮೇವಾಡದ ತಕ್ಕಡಿ ಭಾರವಾಗಿತ್ತು, ಅದರೆ ನಂತರದಲ್ಲಿ ಮೊಗಲರ ಸ್ಥಿತಿ ಸುಧಾರಿಸಿತು. ಮಹಾರಾಣಾರು ಯುದ್ಧಭೂಮಿಯಿಂದ ಹೋದ ನಂತರ ಅವರ ಸೈನ್ಯದಲ್ಲಿ ಅವ್ಯವಸ್ಥೆ ಎದುರಾಯಿತು. ಝಾಲಾ ಮಾನಸಿಂಹ, ರಾಠೌಡ್ ಶಂಕರದಾಸ್, ರಾವತ್ ನೆತಸಿ ಮುಂತಾದವರು ಸ್ವಲ್ಪ ಹೊತ್ತು ಶೌರ್ಯದಿಂದ ಮೊಗಲರ ಸೈನ್ಯವನ್ನು ಎದುರಿಸಿದರು, ಆದರೆ ಮಾನಸಿಂಹನ ಅಂಗರಕ್ಷಕರ ಆಕ್ರಮಣದಿಂದಾಗಿ ಅವರು ಹಿಂದಕ್ಕೆ ಓಡಬೇಕಾಯಿತು. ಮಧ್ಯಾಹ್ನದ ವೇಳೆಗೆ ಮೇವಾಡದ ಸೈನ್ಯ ಅಲ್ಲಿ ನಿಲ್ಲದಾಯಿತು. ಮೊಗಲ್ ಸೈನ್ಯ ತನ್ನ ಶೌರ್ಯದಿಂದ ಹಿಂದೆ ಸರಿಯಲಿಲ್ಲ. ಹೀಗಾಗಿ ಅನೇಕ ರಜಪೂತ ಸೈನಿಕರು ವೀರಗತಿಯನ್ನು ಪಡೆದರು. ಕಡೆಗೆ ಮೊಗಲ್ ಸೈನ್ಯ ಗೆದ್ದಿತು.

ಯುದ್ಧದಲ್ಲಿ ಯಾರು ಗೆದ್ದರು ಎಂಬ ಬಗ್ಗೆ ವಿವಾದಗಳಿವೆ, ಆದರೂ ಬಹುತೇಕ ವಿದ್ವಾಂಸರು, ಮೊಗಲರು ಗೆದ್ದರು ಎನ್ನುತ್ತಾರೆ. ಮುಸಲ್ಮಾನ ಇತಿಹಾಸಕಾರರು ಮೊಗಲರ ಗೆಲುವಿನ ಬಗ್ಗೆ ಉಲ್ಲೇಖಿಸಿದ್ದಾರೆ, ಆದರೆ ಕೆಲವರು ಮಹಾರಾಣಾರು ಗೆದ್ದರು ಎಂದು ಸಮರ್ಥಿಸುತ್ತಾರೆ. ಬದಾಯೂನಿ ಮೊಗಲರು ಗೆದ್ದರು ಎಂದು ಬರೆದಿದ್ದಾನೆ. ಅವನು ಖುದ್ದು ಈ ಗೆಲುವಿನ ಸುದ್ದಿಯೊಂದಿಗೆ ಅಕ್ಬರನ ಬಳಿಗೆ ಹೋಗಿದ್ದ, ಅವನು ಮಾರ್ಗದಲ್ಲಿ ಮೊಗಲರ ಗೆಲುವಿನ ಸುದ್ದಿ ಹೇಳಿದಾಗ, ಅವನ ಮಾತನ್ನು ಯಾರೂ ನಂಬುತ್ತಿರಲಿಲ್ಲ. ಎರಡೂ ಕಡೆಯವರು ತಮ್ಮ-ತಮ್ಮ ಗೆಲುವಿನ ಬಗ್ಗೆ ಹೇಳುವುದರ ಅರ್ಥ, ಈ ಯುದ್ಧದಲ್ಲಿ ಮೊಗಲರಿಗೆ ಅವರ ವಾಸ್ತವಿಕ ಗುರಿ ಲಭಿಸಲಿಲ್ಲ. ಅಕ್ಬರ್

ಕಠೋರವಾಗಿ, ಪ್ರತಾಪರನ್ನು ಸೆರೆಹಿಡಿಯಬೇಕು ಎಂದು ಆದೇಶಿಸಿದ್ದ. ಆದರೆ ಈ ಯುದ್ಧದಲ್ಲಿ ಪ್ರತಾಪರನ್ನು ಹಿಡಿಯುಲಾಗಲಿಲ್ಲ, ಮೇವಾಡವನ್ನು ಸಹ ವಶಪಡಿಸಿಕೊಳ್ಳಲಾಗಲಿಲ್ಲ. ಇದು ನಿರ್ಣಯದ ಯುದ್ಧವಾಗಿರಲಿಲ್ಲ. ಈ ದೃಷ್ಟಿಯಿಂದ ಇದನ್ನು ಪ್ರತಾಪರ ಸೋಲು ಎಂದೂ ಸಹ ಹೇಳಲಾಗದು. ಆದರೆ ಇದು ಅವರ ಶಕ್ತಿಗೆ ಒಂದು ಅವಶ್ಯಕವಾದ ಆಘಾತವಾಗಿತ್ತು.

ಈ ಯುದ್ಧದಲ್ಲಿ ಮೊಗಲ್ ಸೈನ್ಯಕ್ಕೂ ತುಂಬಾ ಹಾನಿಯಾಗಿತ್ತು. ಬಹುಶಃ ಅದಕ್ಕೆ ಮಹಾರಾಣಾರನ್ನು ಹಿಂಬಾಲಿಸಿದ ಸಾಮರ್ಥ್ಯ ಸಹ ಇರಲಿಲ್ಲ. ಈ ಯುದ್ಧದಲ್ಲಿ ಬಯಸಿದ್ದ ಯಶಸ್ಸು ಲಭಿಸದಿದ್ದರಿಂದ ಅಕ್ಬರ್ ಅಶಾಂತನಾದ. ಇದಕ್ಕೆ ಮಾನಸಿಂಹ ದೋಷಿ ಎಂದು ತಿಳಿದ, ಏಕೆಂದರೆ ಅವನೇ ಈ ಯುದ್ಧಕ್ಕೆ ಸೇನಾಧಿಪತಿಯಾಗಿದ್ದ. ಆದ್ದರಿಂದ ಅಕ್ಬರ್ ಅವನು ದರಬಾರನ್ನು ಪ್ರವೇಶಿಸಲು ಆರು ತಿಂಗಳ ನಿಷೇದ ಹೇರಿದ್ದ. ಯುದ್ಧದ ಈ ಅನಿರ್ಣಯದ ಬಗ್ಗೆ ಡಾ. ಶ್ರೀವಾಸ್ತವರು ಬರೆದಿದ್ದಾರೆ–

"ಹಲ್ದಿಘಾಟಿಯ ಗೆಲುವು ಎಷ್ಟು ಕಷ್ಟದಿಂದ ಲಭಿಸಿತೋ, ಅಷ್ಟೇ ನಿರರ್ಥಕವಾಯಿತು. ಮಾನಸಿಂಹ ತನ್ನ ದಂಡಯಾತ್ರೆಯ ಮುಖ್ಯ ಗುರಿಯಲ್ಲಿ ಅಸಫಲನಾದ. ಅಂದರೆ ರಾಣಾ ಪ್ರತಾಪನನ್ನು ವಧಿಸಲಾಗಲಿಲ್ಲ, ಬಂಧಿಸಲೂ ಆಗಲಿಲ್ಲ, ಮೇವಾಡವನ್ನು ಅಧೀನಕ್ಕೊಳಪಡಿಸಿಕೊಳ್ಳಲು ಸಹ ಆಗಲಿಲ್ಲ. ಈ ಯುದ್ಧದಿಂದ ರಾಣಾರ ಶಕ್ತಿ ತುಂಡಾಗಲಿಲ್ಲ. ಇದರಿಂದ ಅವರಿಗೆ ಆಘಾತವಷ್ಟೇ ಆಯಿತು. ಅನೇಕ ದೃಷ್ಟಿಗಳಿಂದ ಈ ಯುದ್ಧ ಒಂದು ರೀತಿಯಲ್ಲಿ ವರವಾಯಿತು. ಅವನು ಹತಾಶನಾಗುವುದಕ್ಕೆ ಬದಲು ರಾಣಾರ ಸಂಕಲ್ಪವನ್ನು ಮತ್ತಷ್ಟು ಗಟ್ಟಿಗೊಳಿಸಿದ. ಜಗತ್ತಿನ ಅತ್ಯಂತ ಬಲಶಾಲಿ ಮತ್ತು ಶ್ರೀಮಂತ ಸಾಮ್ರಾಟನ ಸೈನಿಕರು ವೀರಾವೇಶದಿಂದ ಹೋರಾಡಿದರು, ಇದರಿಂದ ತನ್ನ ಶಕ್ತಿಯಲ್ಲಿದ್ದ ಅವನ ಶ್ರದ್ಧೆ ಇನ್ನಷ್ಟು ಹೆಚ್ಚಿತು. ಯುದ್ಧವನ್ನು ಮುಂದುವರೆಸುವ ಅವನ ತೀರ್ಮಾನ ಮತ್ತಷ್ಟು ಗಟ್ಟಿಯಾಯಿತು. 21 ಜೂನ್ 1576 ರ ಯುದ್ಧ, ಇದಕ್ಕೆ ಮೊದಲಿನ ಮತ್ತು ನಂತರದ ಪ್ರತಾಪನ ನೀತಿಗಳು ಮತ್ತು ಕಾರ್ಯಗಳನ್ನು ವಿಭಜಿಸುವ ರೇಖೆಯಾಗಿದೆ. ಈ ಯುದ್ಧದ ಬಹುಮೂಲ್ಯ ಅನುಭವನಗಳ ನಂತರ ಮೇವಾಡದ ಮೊಗಲರ ಅಧೀನದ ಪ್ರದೇಶಗಳನ್ನು ಮತ್ತೆ ಪಡೆಯುವ ಕಾರ್ಯಕ್ರಮಕ್ಕೆ ವ್ಯಾವಹಾರಿಕ ರೂಪವನ್ನು ಕೊಡಲಾಯಿತು. ತಾನು ಭವಿಷ್ಯದಲ್ಲಿ ತನಗಿಂತ ಹೆಚ್ಚಿನ ಸಂಖ್ಯೆಯ ಶತ್ರು ಸೈನ್ಯದ ಮೇಲೆ ಬಹಿರಂಗವಾಗಿ ಎದುರಿನಿಂದ ಆಕ್ರಮಣವನ್ನು ಮಾಡುವುದಿಲ್ಲ ಎಂದು ಪ್ರತಾಪರು ತೀರ್ಮಾನಿಸಿದರು.

ಹತರಾದವರ ಸಂಖ್ಯೆ

ಹಲ್ದಿಘಾಟಿಯ ಈ ಯುದ್ಧ ಐದಾರು ಗಂಟೆಗಳ ಕಾಲ ಮಾತ್ರ ನಡೆಯಿತು. ಇದರಲ್ಲಿ ಮೊಗಲ ಮತ್ತು ಮೇವಾಡ ಎರಡೂ ಕಡೆಯ ಅನೇಕ ಸೈನಿಕ ಯೋಧರು ವಧಿಸಲ್ಪಟ್ಟರು.

ಮೇವಾಡದ ಪರವಾಗಿ ವೀರಗತಿಯನ್ನು ಪಡೆದ ಸೈನಿಕರಲ್ಲಿ ಜಯಮಾಲನ ಮಗ ರಾಠೌರ್ ರಾಮದಾಸ್, ಸಾಮಂತ ಝಾಲಾ, ರಾಮಶಾಹ ಮತ್ತು ಅವನ ಪುತ್ರ ಶಾಲಿವಾಹನ ಮುಂತಾದವರು ಮುಖ್ಯರಾಗಿದ್ದಾರೆ. ಮೇವಾಡದ ಪರವಾಗಿ ಯುದ್ಧ ಮಾಡುತ್ತಿದ್ದ ತಂವರ್ ವಂಶದ ವೀರರಲ್ಲಿ ಯಾರೂ ಸಹ ಉಳಿಯಲಿಲ್ಲ. ಎರಡೂ ಕಡೆಯಲ್ಲಿ ಒಟ್ಟು ಎಷ್ಟು ಸೈನಿಕರು ಸತ್ತರು ಎಂಬ ಬಗ್ಗೆ ಚರಿತ್ರೆಯ ಪುಸ್ತಕಗಳಲ್ಲಿ ಭಿನ್ನ-ಭಿನ್ನ ಅಭಿಪ್ರಾಯಗಳಿವೆ. 'ತಬಕಾತೆ ಅಕಬರಿ' ಯ ಪ್ರಕಾರ ಮೊಗಲರ ಸೈನ್ಯದ 380 ಹಿಂದೂ ಮತ್ತು 120 ಮುಸಲ್ಮಾನರು ವಧಿಸಲ್ಪಟ್ಟರು ಹಾಗೂ 300 ಕ್ಕಿಂತ ಹೆಚ್ಚು ಮುಸಲ್ಮಾನರು ಗಾಯಗೊಂಡರು. ಅಬುಲಫಜಲ್ ಪ್ರಕಾರ 150 ಮೊಗಲ್ ಸೈನಿಕರು ಮತ್ತು 500 ಮೇವಾಡದ ಸೈನಿಕರು ಸತ್ತರು. ಇಕಬಾಲ್ ಎಂಬ ಲೇಖಕ, 'ಮೊಗಲರ ಪರವಾಗಿದ್ದ ಕೇವಲ 50 ಮತ್ತು ಮಹಾರಾಣಾನ 500 ಸೈನಿಕರು ಪ್ರಾಣವನ್ನು ಕಳೆದುಕೊಂಡರು' ಎಂದು ಬರೆದಿದ್ದಾನೆ. ಇಕಬಾಲನಾಮ್‌ನಲ್ಲಿ ಕೊಡಲಾದ ವರ್ಣನೆ ಸಹ ನಿಜವೆಂದು ಅನ್ನಿಸುವುದಿಲ್ಲ, ಏಕೆಂದರೆ ಮೊಗಲರ ಕೇವಲ 50 ಸೈನಿಕರು ಸತ್ತ ವಿಷಯ ಅಸಹಜವೆಂದು ತೋರುತ್ತದೆ. ವೀರ್ ವಿನೋದ್ ಮುಂತಾದ ರಜಪೂತರ ದಾಖಲೆಗಳ ಪ್ರಕಾರ ಮೇವಾಡದ 20000 ಮತ್ತು ಮೊಗಲರ ಅನೇಕ ಸೈನಿಕರು ವಧಿಸಲ್ಪಟ್ಟರು. ಈ ವರ್ಣನೆ ಸಹ ಪಕ್ಷಪಾತದಿಂದ ಮತ್ತು ಅತಿಶಯೋಕ್ತಿಯಿಂದ ಕೂಡಿದೆ ಎಂದು ತೋರುತ್ತದೆ.

ಶಕ್ತಿಸಿಂಹನನ್ನು ಭೇಟಿಯಾದ ನಂತರ ಮಹಾರಾಣಾ ಪ್ರತಾಪರು ಸಂಜೆ ಕೊಲ್ಯಾರಿ ಹಳ್ಳಿಗೆ ಹೋದರು. ಯುದ್ಧ ಮುಗಿದ ನಂತರ ಎಲ್ಲಾ ಗಾಯಾಳು ರಜಪೂತ ಸೈನಿಕರನ್ನು ಸಹ ಅಲ್ಲಿಗೆ ತರಲಾಯಿತು. ಅಲ್ಲಿ ಎಲ್ಲಾ ಗಾಯಾಳುಗಳ ಪೂರ್ಣ ಚಿಕಿತ್ಸೆಗೆ ವ್ಯವಸ್ಥೆಯನ್ನು ಮಾಡಲಾಯಿತು.

ಮಹಾರಾಣಾರ ಸೋಲಿಗೆ ಕಾರಣಗಳು

ರಜಪೂತರಲ್ಲಿ ಶೌರ್ಯ, ಉತ್ಸಾಹ ಮುಂತಾದ ಸೈನಿಕರಿಗೆ ಯೋಗ್ಯವಾದ ಗುಣಗಳಿಗೆ ಕೊರತೆಯಿರಲಿಲ್ಲ, ಆದಾಗ್ಯೂ ಮೇವಾಡಕ್ಕೆ ಏಕೆ ಸೋಲಾಯಿತು? ಇದಕ್ಕೆ ಕಾರಣಗಳನ್ನು ತಿಳಿಯಲು ಮಹಾರಾಣಾರ ಯುದ್ಧನೀತಿ, ತತ್ಕಾಲದ ಪರಿಸ್ಥಿತಿಗಳು ಮುಂತಾದವುಗಳನ್ನು ವಿಶ್ಲೇಷಿಸುವುದು ಅನಿವಾರ್ಯವಾಗುತ್ತದೆ. ಪಟ್ಟಾಭಿಷೇಕದ ನಂತರ ಪ್ರತಾಪರು ಮೊಗಲ ಸಾಮ್ರಾಟನೊಂದಿಗೆ ಮಾಡಿದ ಮೊದಲ ಯುದ್ಧ ಇದಾಗಿತ್ತು. ಅವರು ತಮ್ಮ ತಂದೆ ಉದಯಸಿಂಹರ ಕಾಲದಲ್ಲಿ ಯುದ್ಧಗಳಲ್ಲಿ ಭಾಗವಹಿಸಿದ್ದರು, ಆದರೂ ಆಗ ಅವರೊಬ್ಬ ರಾಜಕುಮಾರರಷ್ಟೇ ಆಗಿದ್ದರು. ಅಲ್ಲದೆ ಉದಯಸಿಂಹರ ಕಾಲದಲ್ಲಿ, ಮೊಗಲರು ಮೇವಾಡದ ಮೇಲೆ ಆಕ್ರಮಣ ಮಾಡಿದ್ದರು, ಆದರೆ ಆಗ ಇಡೀ ರಾಜಪರಿವಾರವನ್ನು ಕಾಡುಗಳಲ್ಲಿನ ಸುರಕ್ಷಿತ ಸ್ಥಳಗಳಿಗೆ ಕಳುಹಿಸಲಾಗಿತ್ತು. ಆದ್ದರಿಂದ ಅವರಿಗೆ ಇಂಥ ಯುದ್ಧಗಳ ಬಗ್ಗೆ ಹಿಂದಿನ ಅನುಭವವಿರಲಿಲ್ಲ. ಅವರು ಹಲ್ದಿಘಾಟಿ ಯುದ್ಧದಲ್ಲಿ ಪರಂಪರಾಗತ ಶೈಲಿಯಲ್ಲಿ

ಯುದ್ಧ ಮಾಡುತ್ತಿದ್ದರು. ಇದು ಅವರ ಸೋಲಿಗೆ ಪ್ರಮುಖ ಕಾರಣವಾಗಿತ್ತು. ಮಹಾರಾಣಾ ಪ್ರತಾಪರು ತಮ್ಮ ಎಲ್ಲಾ ಸೈನವನ್ನು ಒಂದೇ ಸ್ಥಳದಲ್ಲಿ ತರಬಾರದಿತ್ತು. ಯಾವ ಕಣಿವೆಯಲ್ಲಿ ಮೊದಲು ರಜಪೂತರ ತಕ್ಕಡಿ ಭಾರವಾಯಿತೋ, ಅಲ್ಲಿಂದ ಅವರು ಮುಂದುವರೆದು ಹೋದದ್ದು ಸಹ ಘಾತಕವಾಯಿತು. ಆ ಸ್ಥಳ ಉಬ್ಬು-ತಗ್ಗುಗಳಿಂದ ಕೂಡಿದ್ದು, ಅದು ಮೊಗಲ ಸೈನ್ಯಕ್ಕೆ ಕಷ್ಟದಾಯಕವಾಗಿತ್ತು. ಆದ್ದರಿಂದ ಅದೇ ಜಾಗದಲ್ಲಿ ಶತ್ರುಗಳನ್ನು ಸಿಲುಕಿಸುವುದು ಮೇವಾಡಕ್ಕೆ ಹಿತಕರವಾಗಿತ್ತು. ಮಹಾರಾಣಾ ತಮ್ಮ ಸೈನ್ಯವನ್ನು ಕಣಿವೆಯ ವಿಭಿನ್ನ ಭಾಗಗಳಲ್ಲಿ ಚದುರಿಸುತ್ತಿದ್ದರು. ನಂತರ ವಿರೋಧ ಪಕ್ಷದವರ ಸೈನ್ಯ ಮುಂದೆ ಹೋಗಿ ಸುತ್ತುವರೆದುಕೊಳ್ಳುತ್ತಿತ್ತು. ನಂತರ ಅದನ್ನು ಸುಲಭವಾಗಿ ವಶಪಡಿಸಿಕೊಳ್ಳಬಹುದಿತ್ತು. ಮಹಾರಾಣಾರ ಸೈನಿಕರು ಆರಂಭದಿಂದಲೇ ಮೊಗಲರ ಸೈನ್ಯದ ಮೇಲೆ ಆಕ್ರಮಣವೆಸಗಿದರು. ಇದರಿಂದ ಅವರು ಬೇಗನೇ ದಣಿದರು. ಮೊಗಲರ ಸೈನಿಕರು ಸಂಪೂರ್ಣ ಶಿಸ್ತುಬದ್ಧವಾಗಿ ಹೋರಾಡಿದರು, ಆದರೆ ಪ್ರತಾಪರು ಪಾರಾದ ನಂತರ ಮೇವಾಡದ ಸೈನ್ಯದಲ್ಲಿ ಅವ್ಯವಸ್ಥೆ ಹಬ್ಬಿತು. ಜೊತೆಗೆ ಮಹಾರಾಣಾರ ಸೈನ್ಯದ ಹೋಲಿಕೆಯಲ್ಲಿ ಶತ್ರುಸೈನ್ಯ ಹೆಚ್ಚಾಗಿದ್ದದ್ದು ಸಹ ಸೋಲಿಗೆ ಒಂದು ಕಾರಣವಾಗಿತ್ತು. ಸಮಸ್ತ ಕಾರಣಗಳ ಮೇಲೆ ಬೆಳಕು ಚೆಲ್ಲುತ್ತಾ ಡಾ. ಗೋಪಿನಾಥ ಶರ್ಮಾ ಹೀಗೆ ಬರೆದಿದ್ದಾರೆ-

"ಪರಂಪರಾಗತ ಯುದ್ಧ ಶೈಲಿಯಿಂದಾಗಿ ಅವರು ಸೋಲಬೇಕಾಯಿತು ಎಂಬುದರಲ್ಲಿ ಯಾವುದೇ ಸಂದೇಹವಿಲ್ಲ. ಮೊದಲನೆಯದಾಗಿ, ಅವರು ಕಣಿವೆಯ ಸಂಕೀರ್ಣ ಭಾಗದಲ್ಲಿ ತನ್ನ ಸೈನಿಕರನ್ನು ವಿಭಿನ್ನ ಭಾಗಗಳಲ್ಲಿ ಹಂಚಿದ್ದು ಉಚಿತವಾಗಿರಲಿಲ್ಲ. ತುಂಬಾ ಉಪಯುಕ್ತ ವಿಧಾನವೆಂದರೆ, ಅವರು ತಮ್ಮ ಸೈನ್ಯವನ್ನು ಕಣಿವೆಗಳು ಸಂಕೀರ್ಣ ಮಾರ್ಗಗಳು ಮತ್ತು ಪರ್ವತಗಳಲ್ಲಿ, ಶತ್ರುಗಳು ಕಣಿವೆಯಲ್ಲಿಯೇ ಸುತ್ತುವರೆಯಲ್ಪಡುವಂತೆ ಜಮಾಯಿಸಬೇಕಿತ್ತು. ಆಗ ಅವರು ಅಲ್ಲಿಂದ ತಪ್ಪಿಸಿಕೊಂಡರೆ ಅವರಿಗೆ ಸಾವು ನಿಶ್ಚಿತವಾಗುತ್ತಿತ್ತು. ಎರಡನೆಯದಾಗಿ, ಮೊಗಲರ ಮುಂದಿನ ದಳ ಹಿಂದಕ್ಕೆ ಸರಿದಾಗ ರಾಣಾ ತಮ್ಮ ಸಂಪೂರ್ಣ ಸೈನ್ಯವನ್ನು ಪ್ರಾರಂಭದಲ್ಲಿಯೇ ಯುದ್ಧಕ್ಕೆ ತಳ್ಳಿ ಅವರನ್ನು ದಣಿಸಿದರು. ಮೂರನೆಯದಾಗಿ, ಮೊಗಲರೊಂದಿಗೆ ಎರಡನೆಯ ಬಾರಿ ಎದುರಿಸುವಾಗ ರಜಪೂತರಲ್ಲಿ ಒಂದು ಸುವ್ಯವಸ್ಥೆ ಇರದಾಯಿತು, ಆದರೆ ಇದಕ್ಕೆ ವಿರುದ್ಧವಾಗಿ ಮೊಗಲರು ಪೂರ್ಣ ಶಿಸ್ತಿನಿಂದ ಯುದ್ಧವನ್ನು ಮಾಡಿದರು. ಶತ್ರುಗಳು ಹೆಚ್ಚಿನ ಸಂಖ್ಯೆಯಲ್ಲಿರುವುದು ಹಾಗೂ ಅವರನ್ನು ರಜಪೂತರು ದೃಢವಾಗಿ ಎದುರಿಸಿದ್ದು ಸಹ ರಾಣಾ ಮತ್ತು ಅವರ ಸಂಗಡಿಗರು ಹಿಂದಕ್ಕೆ ಸರಿಯಲು ಕಾರಣವಯಿತು. ಆದರೂ ಪ್ರತಾಪರು ಸಂಕಟದ ಸಮಯದಲ್ಲಿ ಶಾಂತರಾಗಿ ಮತ್ತು ತಿಳಿವಳಿಕೆಯಿಂದ ಯುದ್ಧದ ಸ್ಥಳದಿಂದ ಹೊರ ಬಂದು ಪಾರಾಗಿ, ಪ್ರಾಣವನ್ನು ಉಳಿಸಿಕೊಂಡರು. ಇದು ಅವರ ಒಂದು ಮಹತ್ವದ ಹೆಜ್ಜೆಯಾಗಿತ್ತು, ಇದು ಅವರು ನಾಶವಾಗುವುದಕ್ಕಿಂತ ಸರ್ವಥಾ ಉತ್ತಮವಾಗಿತ್ತು."

ನಿಶ್ಚಿತವಾಗಿಯೂ ಯುದ್ಧ-ಭೂಮಿಯಿಂದ ಹೊರ ಬಂದು ತಮ್ಮನ್ನು ಪಾರು ಮಾಡಿಕೊಳ್ಳುವುದು ಮಹಾರಾಣಾರ ಪ್ರಶಂಸನೀಯ ಕಾರ್ಯವಾಗಿತ್ತು. ಒಂದು ವೇಳೆ ಅವರು

ಹೋರಾಡುತ್ತಾ ಸ್ವರ್ಗಸ್ಥರಾಗಿದ್ದರೆ, ಮೇವಾಡದ ಇತಿಹಾಸಕ್ಕೆ, ಅವರು ಜೀವಂತವಾಗಿದ್ದಾಗ ದೊರೆತ ಗೌರವ ಲಭಿಸುತ್ತಿರಲಿಲ್ಲ. ಇದಕ್ಕೆ ಹೋಲಿಸಿದರೆ ಹಲ್ದಿಘಾಟಿಯ ಸೋಲು ಒಂದು ತುಚ್ಛ ಘಟನೆಯಾಗಿತ್ತು; ಇದನ್ನೇಕೆ ಸೋಲು ಎಂದು ಹೇಳಬೇಕು? ಇದು ಮೇವಾಡದ ಪ್ರತಿಷ್ಠೆಯ ಇತಿಹಾಸದಲ್ಲಿ ಒಂದು ಸುವರ್ಣ ಅಧ್ಯಾಯದ ಬೀಜಮಂತ್ರವಾಗಿತ್ತು ಹಾಗೂ ಒಂದು ದೀರ್ಘ ಸಂಘರ್ಷಕ್ಕೆ ಆಧಾರಶಿಲೆಯಾಗಿತ್ತು.

ಐದನೆಯ ಅಧ್ಯಾಯ
ಘಾತ ಪ್ರತಿಘಾತ

ಗೋಗೊಂದಾದ ಮೇಲೆ ಮಾನಸಿಂಹನ ಅಧಿಕಾರ

ಪ್ರತಾಪರು ಸುರಕ್ಷಿತವಾಗಿ ಪಾರಾಗಿ ಬಂದಿದ್ದು ಮೇವಾಡದ ಅದೃಷ್ಟವಾಗಿತ್ತು. ಪ್ರತಾಪರು ಕೋಲ್ಯಾರಿಯಲ್ಲಿ ಗಾಯಾಳುಗಳಿಗೆ ಚಿಕಿತ್ಸೆಯ ವ್ಯವಸ್ಥೆಯನ್ನು ಮಾಡಿ ಕೂಡಲೇ ಗೋಗೂಂದಾದಿಂದ ಹಾದು ಮರ್ಝೀರಾಕ್ಕೆ ಹೋದರು. ಅಲ್ಲಿ ಅವರು ಭೀಲರನ್ನು ಒಟ್ಟುಗೂಡಿಸಿ ಹೊಸ ಸೈನ್ಯವೊಂದನ್ನು ಕಟ್ಟಿದರು. ಮಹಾರಾಣಾ ಗೋಗೂಂದಾದ ಬಳಿ ಇರುವ ಸೂಚನೆ ಮಾನಸಿಂಹನಿಗೆ ಲಭಿಸಿತು. ಇದನ್ನು ಅವನು ಭಾವಿ ಅಪಾಯದ ಸಂಕೇತವೆಂದು ತಿಳಿದ. ಆದ್ದರಿಂದ ಅವನು ಕೂಡಲೇ ಸೈನ್ಯದೊಂದಿಗೆ ಗೋಗೂಂದಾದೆಡೆಗೆ ಹೊರಟ. ಅವನು ಹಲ್ದಿಘಾಟಿ ಯುದ್ಧದ ಮೂರನೆಯ ದಿನ 23 ಜೂನ್ 1576 ರಂದು ಗೋಗೂಂದಾವನ್ನು ತನ್ನ ವಶಪಡಿಸಿಕೊಂಡ.

ಗೋಗೂಂದಾದಲ್ಲಿ ಮೊಗಲರ ಸೈನ್ಯದ ಪರಿಸ್ಥಿತಿ

ಗೋಗೂಂದಾ ಮೊಗಲರ ಸೈನ್ಯಕ್ಕೆ ದುಃಖಕರ ಎಂದು ಸಾಬೀತಾಯಿತು. ಆ ಪರ್ವತದ ಪ್ರದೇಶದಲ್ಲಿ ದವಸ-ಧಾನ್ಯಗಳು ಬೆಳೆಯುತ್ತಿರಲಿಲ್ಲ, ಅಲ್ಲಿಗೆ ವ್ಯಾಪಾರಿಗಳು ಅಥವಾ ಬಣಜಿಗರು ಹೋಗುತ್ತಿರಲಿಲ್ಲ. ಮೊಗಲರ ಸೈನ್ಯಕ್ಕೆ ಆಹಾರ ಸಾಮಗ್ರಿಗಳ ಭಯಾನಕ ಸಮಸ್ಯೆ

ಎದುರಾಯಿತು. ಅವರು ಅನೇಕ ದಿನಗಳವರೆಗೆ ಮಾವು ಮತ್ತು ಮಾಂಸವನ್ನೇ ಅವಲಂಬಿಸಿರಬೇಕಾಯಿತು. ಅಲ್ಲಿ ಹೆಚ್ಚು ಪ್ರಮಾಣದಲ್ಲಿ ಮಾವುಗಳನ್ನು ಬೆಳೆಯಲಾಗುತ್ತಿತ್ತು. ಹಸಿವೆಯಿಂದ ವ್ಯಾಕುಲಗೊಂಡ ಸೈನ್ಯ ಅವುಗಳನ್ನು ತಿಂದು ತಮ್ಮ ಹೊಟ್ಟೆಯನ್ನು ತುಂಬಿಸಿಕೊಳ್ಳುತ್ತಿತ್ತು. ಹೀಗಾಗಿ ಅನೇಕ ಸೈನಿಕರು ಕಾಹಿಲೆ ಬಿದ್ದರು. ಹೊರಗಿನಿಂದ ಆಹಾರ ಸಾಮಗ್ರಿಗಳನ್ನು ತರಲು ಜನರನ್ನು ಕಳುಹಿಸಲಾಯಿತು. ಬೆಟ್ಟಗಳಲ್ಲಿ ಕೆಲವರೊಂದಿಗೆ ಕಂಡುಬಂದರೆ, ನಿಮ್ಮನ್ನು ಬಂಧಿಸಲಾಗುವುದು ಎಂಬ ಆಜ್ಞೆಯನ್ನು ಸಹ ಕೊಡಲಾಯಿತು.

ಅಲ್ಲದೆ ಮೊಗಲರ ಸೈನ್ಯ, ಯಾವಾಗ ಪ್ರತಾಪರು ಆಕ್ರಮಣ ಎಸಗುವರೋ ಎಂಬ ಭಯದಲ್ಲಿತ್ತು. ಸಂಕ್ಷೇಪದಲ್ಲಿ ಹೇಳುವುದಾದರೆ, ರಾಜ್ಯದ ಸೈನ್ಯ ಇಲ್ಲಿ ಬಂಧಿಯಂತೆ ಜೀವನವನ್ನು ಸಾಗಿಸುತ್ತಿತ್ತು. ಶ್ರೀ ಓಝಾ ಅವರು ಈ ವಿಷಯದಲ್ಲಿ ಬರೆದಿದ್ದಾರೆ–

"ಗೋಗೂಂದಾ ತಲುಪಿದ ನಂತರ ರಾಜ್ಯದ ಅಧಿಕಾರಿಗಳಿಗೆ, ಪ್ರತಾಪರು ತಮ್ಮ ಮೇಲೆ ಎರಗಿದರೆ ಎಂಬ ಭಯವಿತ್ತು. ರಾಜ್ಯದ ಸೈನ್ಯ ಗೋಗೂಂದೆಯಲ್ಲಿ ಕೈದಿಯಂತಿತ್ತು, ಹೀಗಾಗಿ ಅನ್ನ ಸಹ ಸಿಗಲಿಲ್ಲ, ಇದರಿಂದಾಗಿ ಅದರ ಪರಿಸ್ಥಿತಿ ಹದಗೆಟ್ಟಿತು."

ಈ ಭಯದಿಂದಾಗಿ ಮಾನಸಿಂಹ ಇಡೀ ಗೋಗೂಂದಿಯನ್ನು ಒಂದು ಕೃತ್ರಿಮ ವ್ಯೂಹದಲ್ಲಿ ನಿಲ್ಲಿಸಿದ. ನಾಲ್ಕೂ ಕಡೆಗಳಲ್ಲಿ ಕಂದಕಗಳನ್ನು ಅಗೆಸಿ ಎತ್ತರವಾದ ಗೋಡೆಗಳನ್ನು ಕಟ್ಟಲಾಯಿತು, ಅದನ್ನು ದಾಟಿ ಒಳಗೆ ಯಾರೂ ಬರಲು ಸಾಧ್ಯವಿರಲಿಲ್ಲ. ಅದನ್ನು ವರ್ಣಿಸುತ್ತಾ ನಿಜಾಮುದ್ದೀನ್ ಅಹಮದ್ ಹೀಗೆ ಬರೆದಿದ್ದಾರೆ–

"ರಾಣಾ ರಾತ್ರಿ ವೇಳೆಯಲ್ಲಿ ತಮ್ಮ ಮೇಲೆ ಆಕ್ರಮಣ ಮಾಡಿದರೆ ಎಂಬ ಭಯ ಶ್ರೀಮಂತರಿಗಿತ್ತು. ಹೀಗಾಗಿ ಅವರು ಪಾರಾಗಲು ಎಲ್ಲಾ ಮೊಹಲ್ಲಾಗಳಲ್ಲಿ ಬೇಲಿಯನ್ನು ಹಾಕಿಸಿದರು, ಹಳ್ಳಿಯ ಸುತ್ತಮುತ್ತ ಕಂದಕಗಳನ್ನು ತೋಡಿಸಿ, ಅಶ್ವಾರೋಹಿ ಸಹ ಹಾರಿ ಬರದಂತೆ ಎತ್ತರವಾದ ಗೋಡೆಗಳನ್ನು ಕಟ್ಟಿಸಿದರು. ತದನಂತರವೇ ಅವರು ನಿಶ್ಚಿಂತರಾದರು. ನಂತರ ಅವರು ಮೃತರಾದ ವ್ಯಕ್ತಿಗಳು ಮತ್ತು ಕುದುರೆಗಳ ಪಟ್ಟಿಯನ್ನು ಬರೆಯಲಾರಂಭಿಸಿದರು. ಆಗ ಶೈಯದ್ ಅಹಮದ್ ಖಾನ್ ಬಾರಹಾ ಹೇಳಿದ–"ಇಂಥ ಪಟ್ಟಿಯನ್ನು ಬರೆಯುವುದರಿಂದ ಏನು ಲಾಭ? ಈಗ ಆಹಾರಕ್ಕೆ ವ್ಯವಸ್ಥೆ ಮಾಡುವುದು ಆವಶ್ಯಕವಾಗಿದೆ."

ಬದಾಯೂನಿ ಅಕ್ಬರ್‌ನ ಸಮೀಪಕ್ಕೆ ಹೋಗುವುದು

ಅಕ್ಬರ್ ಯುದ್ಧದ ಸುದ್ದಿಗಳನ್ನು ತೀವ್ರವಾಗಿ ನಿರೀಕ್ಷಿಸುತ್ತಿದ್ದ. ಅವನು ಮಹಮೂದ್ ಖಾನನನ್ನು ಯುದ್ಧದ ಸುದ್ದಿಯನ್ನು ತರಲು ಗೋಗೂಂದಾಕ್ಕೆ ಕಳುಹಿಸಿದ. ಗೋಗೂಂದಾದಿಂದ ಮರಳಿ ಬಂದ ಅವನು ಯುದ್ಧದ ಸಮಸ್ತ ವೃತ್ತಾಂತವನ್ನು ಅಕ್ಬರನಿಗೆ ಹೇಳಿದ. ಅಕ್ಬರ್‌ಗೆ ಹಲ್ದಿಘಾಟಿಯ ಗೆಲುವಿನಿಂದ ಸಂತಸವಾಯಿತು, ಆದರೆ ಮಹಾರಾಣಾ ಜೀವಸಹಿತ ಪಾರಾಗಿ ಹೋದ ಸುದ್ದಿಯಿಂದ ಅವನು ತುಂಬಾ ಬೇಸರಗೊಂಡ.

ಮೇವಾಡದ ಸೈನ್ಯ ಗೆದ್ದ ರಾಮಪ್ರಸಾದ್ ಆನೆ ಅಕ್ಬರನಿಗೆ ಅತ್ಯಂತ ಮಹತ್ವದ್ದಾಗಿತ್ತು. ಈ ಆನೆಯನ್ನು ಅವನು ಅನೇಕ ಬಾರಿ ಪ್ರತಾಪರಿಂದ ಯಾಚಿಸಿಯೂ ಇದ್ದ, ಆದರೆ ಪ್ರತಾಪರು ಇದನ್ನು ಅಲ್ಲಗೆಳೆದಿದ್ದರು. ಈ ಆನೆ ಇನ್ನೂ ಗೋಗೂಂದಾ ಸೈನ್ಯದಲ್ಲಿಯೇ ಇತ್ತು. ರಾಜ್ಯದ ಸೈನ್ಯಾಧಿಕಾರಿಗಳು ರಾಮಪ್ರಸಾದನನ್ನು ಕೂಡಲೇ ಅಕ್ಬರನ ಬಳಿಗೆ ಕಳುಹಿಸುವುದು ಉಚಿತವೆಂದು ತಿಳಿದರು. ಆಸಫ್ ಖಾನನ ಸಲಹೆಮೇರೆಗೆ ಆನೆಯೊಂದಿಗೆ ಬದಾಯೂನಿ ಸಹ ಹೋಗುವುದು ನಿಶ್ಚಿತವಾಯಿತು. ಬದಾಯೂನಿ 300 ಅಂಗರಕ್ಷಕರೊಂದಿಗೆ ರಾಮಪ್ರಸಾದನನನ್ನು ಫತೇಹಪುರಕ್ಕೆ ತಂದ, ಏಕೆಂದರೆ ಸಾಮ್ರಾಟ ಅಕ್ಬರ್ ಆಗ ಫತೇಹಪುರದಲ್ಲಿಯೇ ಇದ್ದ. ಮಾನಸಿಂಹ ಸಹ ಬೇರೆ-ಬೇರೆ ಸ್ಥಳಗಳಲ್ಲಿ ಮೊಗಲರ ಠಾಣೆಗಳನ್ನು ಸ್ಥಾಪಿಸುತ್ತಾ ಗೋಗೂಂದಾದಿಂದ ನಲ್ವತ್ತು ಮೈಲಿ ದೂರದ ಮೋಹಿ ಹಳ್ಳಿಯವರೆಗೆ ಬೇಟೆಯಾಡುತ್ತಾ ಬದಾಯೂನಿಯೊಂದಿಗೆ ಹೋದ. ಬದಾಯೂನಿ, ಬಾಕೌರ್ ಮತ್ತು ಮಾಂಡಲಗಢದಿಂದ ಹಾದು ಆಮೇರ್ ತಲುಪಿದ. ಮೊಗಲ್ ಮೇವಾಡದ ಯುದ್ಧದ ಸುದ್ದಿ ಎಲ್ಲೆಡೆಯಲ್ಲೂ ಹಬ್ಬಿತ್ತು. ಬದಾಯೂನಿ ಮಾರ್ಗದಲ್ಲಿ ಜನರಿಗೆ ಮೊಗಲರ ಗೆಲುವಿನ ವಿಷಯವನ್ನು ಹೇಳುತ್ತಿದ್ದ, ಆದರೆ ಜನ ಅವನ ಮಾತನ್ನು ತಕ್ಷಣ ನಂಬುತ್ತಿರಲಿಲ್ಲ. 25 ಜೂನ್ 1576 ರಂದು ಬದಾಯೂನಿ ಅಕ್ಬರನ ಬಳಿ ಫತೇಹಪುರಕ್ಕೆ ಬಂದ.

ರಾಜಾ ಭಗವಾನದಾಸ ಯುದ್ಧದಲ್ಲಿ ಗೆಲುವನ್ನು ಪಡೆದಿದ್ದಕ್ಕೆ ಉಡುಗೊರೆಯಾಗಿ ರಾಮಪ್ರಸಾದ್ ಆನೆಯನ್ನು ಅಕ್ಬರನಿಗೆ ಅರ್ಪಿಸಿದ. ಗೆಲುವಿನೊಂದಿಗೆ ಆನೆಯನ್ನು ಪಡೆದು ಅಕ್ಬರ್ ಸಂತಸಗೊಂಡ, ಆದರೆ ಮಹಾರಾಣಾರನ್ನು ಸೆರೆಹಿಡಿಯದಿದ್ದರಿಂದ ಅವನು ತನ್ನ ಸೇನಾಧಿಪತಿಗಳ ಬಗ್ಗೆ ರೇಗಿದ. ಮಾನಸಿಂಹ ಮಹಾರಾಣಾರೊಂದಿಗೆ ಕಲೆತಿರಬೇಕು ಎಂಬ ಸಂದೇಹವಾಯಿತು. ಅವನು ಮಾನಸಿಂಹನನ್ನು ರಾಜ್ಯದ ದರಬಾರಿಗೆ ಎರಡು ವರ್ಷ ಪ್ರವೇಶಿಸದಂತೆ ಆದೇಶಿಸಿದ.

ಅಕ್ಬರ್ ಹಲ್ದಿಘಾಟಿಯ ಗೆಲುವನ್ನು ಮುಸಲ್ಮಾನರ ಧರ್ಮಗುರುಗಳ ಕೃಪೆಯೆಂದು ತಿಳಿಯುತ್ತಿದ್ದ. ಆದ್ದರಿಂದ ಅವನಿಗೆ ರಾಮಪ್ರಸಾದನನ್ನು ಉಡುಗೊರೆಯಾಗಿ ಕೊಟ್ಟಾಗ, ಅದರ ಹೆಸರನ್ನು ಬದಲಾಯಿಸಿ ಪೀರ್‌ಪ್ರಸಾದ್ ಎಂದಿಟ್ಟ.

ಪ್ರತಾಪರು ಗೋಗೂಂದಾವನ್ನು ಮರಳಿ ತೆಗೆದುಕೊಳ್ಳುವುದು

ಅತ್ತ ಮೊಗಲರ ಪಕ್ಷ ಹಲ್ದಿಘಾಟಿ ಯುದ್ಧದ ಸಮೀಕ್ಷೆಯನ್ನು ಮಾಡಿ ಭಾವಿ ಯುದ್ಧದ ರೂಪರೇಷೆಯನ್ನು ರಚಿಸುವಲ್ಲಿ ಮಗ್ನವಾಗಿತ್ತು; ಇತ್ತ ಮಹಾರಾಣಾ ಪ್ರತಾಪರು ಮೊಗಲರು ವಶಕ್ಕೆ ತೆಗೆದುಕೊಂಡ ತಮ್ಮ ರಾಜ್ಯವನ್ನು ಮರಳಿ ತೆಗೆದುಕೊಳ್ಳುವ ಬಗ್ಗೆ ಯೋಚಿಸುತ್ತಿದ್ದರು. ಹಲ್ದಿಘಾಟಿ ಯುದ್ಧದನಂತರ ಗೋಗೂಂದಾವನ್ನು ವಶಪಡಿಸಿಕೊಂಡಿದ್ದ, ಆದರೆ ಪ್ರತಾಪರು ಸುಮ್ಮನೆ ಕೂರುವವರಾಗಿರಲಿಲ್ಲ. ಅವರ ಚಟುವಟಿಕೆಗಳಿಂದ ಮೊಗಲರ ಸೈನ್ಯ ಗೋಗೂಂದಾದಲ್ಲಿರುವುದು ಕಷ್ಟವಾಗಿತ್ತು. ಈ ನಡುವೆ ಪ್ರತಾಪರ ಸೈನ್ಯಕ್ಕೆ ಮತ್ತೆ

ಗೋಗೂಂದಾವನ್ನು ವಶಪಡಿಸಿಕೊಳ್ಳಲು ಒಳ್ಳೆಯ ಅವಕಾಶ ಲಭಿಸಿತು. ಅಕ್ಬರ್ ರೇಗಿ ಮಾನಸಿಂಹನನ್ನು ಗೋಗೂಂದಾದಿಂದ ಮರಳಿ ಅಜಮೇರಿಗೆ ಕರೆಯಿಸಿಕೊಂಡ. ಅವನ ಜಾಗದಲ್ಲಿ ಕುತುಬುದ್ದೀನ್ ಮುಹಮ್ಮದ್ ಖಾನ್, ಕುಲಿ ಖಾನ್ ಮುಂತಾದವರನ್ನು ಗೋಗೂಂದಾಕ್ಕೆ ಕಳುಹಿಸಿದ. ಅವರಿಗೆ, ನೀವು ಇಡೀ ಮೇವಾಡವನ್ನು ಹುಡುಕಿ, ಪ್ರತಾಪರು ಎಲ್ಲೇ ಸಿಕ್ಕರೂ, ಅವರನ್ನು ವಧಿಸಿಬಿಡಿ ಎಂದು ಆದೇಶಿಸಿದ.

ಮಾನಸಿಂಹ ಗೋಗೂಂದಾದಲ್ಲಿರುವಾಗಲೂ ಆಗಾಗ ಮೊಗಲರ ಸೈನಿಕರು ಖಾದ್ಯ ಸಾಮಗ್ರಿಗೆ ಹೊರ ಹೋಗುವಾಗ ಮಹಾರಾಣಾರ ಸೈನಿಕರು ಮತ್ತು ಅವರ ಸಹಯೋಗಿಗಳಾದ ಭೀಲರು ಅವರ ಮೇಲೆ ಆಕ್ರಮಣವೆಸಗುತ್ತಿದ್ದರು.

ಮಾನಸಿಂಹ ಅಲ್ಲಿಂದ ಹೋದದ್ದು ಮಹಾರಾಣಾರಿಗೆ ತುಂಬಾ ಲಾಭದಾಯಕವೆಂದು ಸಾಬೀತಾಯಿತು. ಅಕ್ಬರ್ ಕಳುಹಿಸಿದ ಹೊಸ ಸೇನಾಧಿಪತಿ ಕುತುಬುದ್ದೀನ್ ಮುಹಮ್ಮದ್ ಖಾನ್ ಮತ್ತು ಕುಲಿ ಖಾನ್ ಗೋಗೂಂದಾದ ಮೇಲೆ ತಮ್ಮ ಹಿಡಿತವನ್ನು ಇಟ್ಟುಕೊಳ್ಳದಾದರು. ಮಹಾರಾಣಾ ಪ್ರತಾಪರು ಈ ಪರಿಸ್ಥಿತಿಯ ಪೂರ್ಣ ಲಾಭವನ್ನು ಪಡೆದರು. ಜುಲೈ 1576 ರ ಇಸ್ವಿಯಲ್ಲಿ ಅವರು ಮತ್ತೆ ಗೋಗೂಂದಾದ ಮೇಲೆ ಆಕ್ರಮಣವೆಸಗಿದರು. ಮೊಗಲರ ಸೈನ್ಯ ಅವರನ್ನು ಎದುರಿಸುವಲ್ಲಿ ಅಸಮರ್ಥವಾಯಿತು, ಅದು ಅಲ್ಲಿಂದ ಓಟಕಿತ್ತಿತು. ಹೀಗೆ ಹೆಚ್ಚು ಸಂಘರ್ಷವಿಲ್ಲದೆ ಗೋಗೂಂದಾವನ್ನು ಪ್ರತಾಪರು ವಶಪಡಿಸಿಕೊಂಡರು.

ಗೋಗೂಂದಾದ ಮೇಲೆ ಅಧಿಕಾರವನ್ನು ಸ್ಥಾಪಿಸಿದ ನಂತರ ಪ್ರತಾಪರು ಕುಂಭಗಢವನ್ನು ತಮ್ಮ ವಾಸಸ್ಥಾನ ಮಾಡಿಕೊಂಡರು. ಗೋಗೂಂದಾ ಮತ್ತು ಕುಂಭಲಗಢ ಎರಡೂ ಸ್ಥಳಗಳಿಗೆ ಹೊಸ ಪ್ರಬಂಧಕರನ್ನು ನೇಮಿಸಲಾಯಿತು. ನಂತರ ಅವರು ತಮ್ಮ ಹೊಸ ಕಾರ್ಯಕ್ರಮಗಳ ಬಗ್ಗೆ ಯೋಚಿಸಿದರು.

ಮೇವಾಡಕ್ಕೆ ಅಕ್ಬರನ ಪಯಣ

ಅಕ್ಬರನಿಗೆ ಮೇವಾಡ ಪ್ರತಿಷ್ಠೆಯ ಪ್ರಶ್ನೆಯಾಗಿತ್ತು. ಈ ಅಧ್ಯಾಯದಲ್ಲಿ ವರ್ಣಿಸಲಾದ ಘಟನೆಗಳಿಂದ ಈ ವಿಷಯ ಸ್ಪಷ್ಟವಾಗುತ್ತದೆ. ಆದ್ದರಿಂದ ಅವನು ಖುದ್ದು ಪ್ರತಾಪರನ್ನು ಹತ್ತಿಕ್ಕಲು ತೀರ್ಮಾನಿಸಿದ. ಆದರೆ ಅವನು ಇದನ್ನು ವ್ಯಕ್ತಪಡಿಸಲಿಲ್ಲ. ರಾಜಸ್ಥಾನಕ್ಕೆ ಹೋಗುವಾಗ ಅಲ್ಲಿಗೆ ಹೋಗುವ ಉದ್ದೇಶ, ತಾನು ಮೇವಾಡದಲ್ಲಿ ಗೆದ್ದ ಪ್ರದೇಶಗಳಲ್ಲಿ ಬೇಟೆಯಾಡುವ ಇಚ್ಛೆಯಿದೆ ಎಂದು ಹೇಳಿದ. ಅವನು ಪ್ರತಿವರ್ಷ ಸೆಪ್ಟಂಬರ್‌ನಲ್ಲಿ ಖ್ವಾಜಾರ ಉರ್ಸ್‌ನಲ್ಲಿ ಭಾಗವಹಿಸಲು ಅಜಮೇರಿಗೆ ಹೋಗುತ್ತಿದ್ದ. ಅವನು ಆಕ್ರಮಣದ ಯೋಜನೆಯನ್ನು ರೂಪಿಸಲು ಮಾರ್ಚ್‌ನಲ್ಲಿಯೇ ಅಜಮೇರಿಗೆ ಹೋಗಿದ್ದ, ಸೆಪ್ಟಂಬರ್‌ನಲ್ಲಿ ಮತ್ತೆ ಅಜಮೇರಿಗೆ ಹೋದ. ಅಲ್ಲಿ ಅವನು ಖ್ವಾಜಾರ ಸಮಾಧಿಯ ಬಳಿ ಆಶೀರ್ವಾದವನ್ನು ಬೇಡಿದ ಹಾಗೂ ಪ್ರತಾಪರನ್ನು ನಾಶಮಾಡುವ ಯೋಜನೆಯನ್ನು ರೂಪಿಸಲು ತೊಡಗಿದ.

ಹಲ್ದಿಘಾಟಿ ಯುದ್ಧದಲ್ಲಿ ಗೆಲುವನ್ನು ಪಡೆದಿದ್ದಕ್ಕಾಗಿ ಅಕ್ಬರ್ ಅನೇಕ ವೀರರನ್ನು ಪದೋನ್ನತಿಗೇರಿಸಿ, ಪುರಸ್ಕರಿಸಿದ. ಮಿಹತರ್ ಖಾನನನ್ನು ವಿಶೇಷವಾಗಿ ಗೌರವಿಸಲಾಯಿತು, ಏಕೆಂದರೆ ಅವನು ಬಾದಶಾಹರು ಬರುವ ಸುಳ್ಳು ಸುದ್ದಿಯನ್ನು ಹಬ್ಬಿಸಿ ಪಲಾಯನಗೈಯುತ್ತಿದ್ದ ಸೈನ್ಯವನ್ನು ಸೋಲಿನಿಂದ ಪಾರು ಮಾಡಿದ್ದ, ಆದರೆ ಮಾನಸಿಂಹ ಮತ್ತು ಆಸಫ್ ಖಾನ್‌ರನ್ನು ಭೇಟಿಯಾಗಲು ಸಹ ಅಕ್ಬರ್ ಒಪ್ಪಲಿಲ್ಲ.

ಹಲ್ದಿಘಾಟಿಯ ಗೆಲುವು ಮತ್ತು ನಂತರ ಗೋಗೂಂದಾವನ್ನು ಅಧಿಕಾರಕ್ಕೊಳ ಪಡಿಸಿಕೊಂಡ ನಂತರವೂ ಅಕ್ಬರ್ ಖುದ್ದು ಪ್ರತಾಪರನ್ನು ಹತ್ತಿಕ್ಕಲು ತೀರ್ಮಾನಿಸಿದ್ದ. ಹೀಗಾಗಿ ಯಾವ ಕೆಲಸವನ್ನು ಮಾನಸಿಂಹನಿಂದ ಸಾಧ್ಯವಾಗಲಿಲ್ಲವೋ, ಅದನ್ನು ತಾನೇ ಮಾಡಲು 11 ಅಕ್ಟೂಬರ್ 1576 ರಂದು ಅಜಮೇರಿನಿಂದ ಗೋಗೂಂದಾಕ್ಕೆ ಹೊರಟ. ಅವನ ಸುರಕ್ಷತೆಗಾಗಿ ಮಾರ್ಗದಲ್ಲಿ ಸೂಕ್ತ ವ್ಯವಸ್ಥೆಯನ್ನು ಮಾಡಲಾಯಿತು. ನಿತ್ಯ ಅಕ್ಬರ್‌ಗೂ ಮೊದಲು ಸೈನಿಕರ ಟುಕಡಿಯೊಂದನ್ನು ಕಳುಹಿಸಲಾಗುತ್ತಿತ್ತು; ಮೇವಾಡದ ಸೈನಿಕರು ಆಕ್ರಮಣ ಮಾಡಲು ಅಡಗಿದ್ದರೆ, ಅವರಿಂದ ಅಕ್ಬರನನ್ನು ರಕ್ಷಿಸುವುದು ಇದರ ಹಿಂದಿನ ಉದ್ದೇಶವಾಗಿತತು. 13 ಅಕ್ಟೂಬರ್ 1576 ರಂದು ಅವನು ಗೋಗೂಂದಾ ತಲುಪಿದ. ಅಕ್ಬರ್ ಬಂದ ಸುದ್ದಿ ಲಭಿಸುತ್ತಲೇ ಪ್ರತಾಪರು ಪರ್ವತಗಳಿಗೆ ಹೋದರು. ಈ ರೀತಿಯಾಗಿ ಮತ್ತೆ ಗೋಗೂಂದಾ ಮೊಗಲರ ವಶವಾಯಿತು. ಅಕ್ಬರ್ ಗೋಗೂಂದಾವನ್ನು ಕೆಲವು ದಿನ ತನ್ನ ಮುಖ್ಯ ಕಛೇರಿಯನ್ನಾಗಿ ಮಾಡಿಕೊಂಡ.

ಮಹಾರಾಣಾರನ್ನು ಪತ್ತೆ ಮಾಡಲು ಅಕ್ಬರ್ ರಾಜಾ ಭಗವಾನದಾಸ್, ಮಾನಸಿಂಹ, ಕುತುಬುದ್ದೀನ್ ಖಾನ್ ಮುಂತಾದವರನ್ನು ಕಳುಹಿಸಿದ. ಈ ದಳ ಸೈನ್ಯದೊಂದಿಗೆ ಹೋದ ಕಡೆಗಳಲ್ಲಿ, ಮಹಾರಾಣಾರ ಆಕ್ರಮಣದಿಂದ ಹಾನಿಯನ್ನು ಅನುಭವಿಸಬೇಕಾಯಿತು; ಅಕ್ಬರ್ ನಿರಾಸೆಯಿಂದ ಮರಳಿ ಹೋದ. ಅವರ ಅಸಫಲತೆಯಿಂದ ರೇಗಿದ ಅಕ್ಬರ್ ಅವರ ಪ್ರವೇಶವನ್ನು ನಿಲ್ಲಿಸಿದ, ಆದರೆ ಅವರು ಕ್ಷಮೆಯನ್ನು ಯಾಚಿಸಿದಾಗ ಆದೇಶವನ್ನು ಹಿಂದಕ್ಕೆ ಪಡೆಯಲಾಯಿತಲು. ಈಗ ಅಕ್ಬರ್ ತಾನೇ ಮುಂದೆ ಬಂದ. ಅವನು ಹಲ್ದಿಘಾಟಿಯ ಯುದ್ಧ–ಸ್ಥಳಗಳನ್ನು ನೋಡಲು ಬಯಸುತ್ತಿದ್ದ. ಅಕ್ಬರ್ ಅಲ್ಲಿಗೆಲ್ಲಾ ಹೋದ. ಪ್ರತಾಪರು ತಪ್ಪಿಸಿಕೊಳ್ಳಬಾರದೆಂದು ಗುಜರಾತಿನ ರಾಜಮಾರ್ಗಗಳಲ್ಲಿ ಸುರಕ್ಷತೆಯ ವ್ಯವಸ್ಥೆಯನ್ನು ಮಾಡಿದ. ನಂತರ ಅಕ್ಬರ್ ಪೂರ್ವದೆಡೆಗೆ ಹೋದ. ಅವನು ನಾಥದ್ವಾರದ ಬಳಿ ಮೋಯಿಯಲ್ಲಿ ಕೆಲವು ಕುಶಲ ಸೇನಾಧಿಪತಿಗಳ ಅಧೀನದಲ್ಲಿ ಮುವತ್ತು ಸಾವಿರ ಸೈನಿಕರನ್ನು ನೇಮಿಸಿದ. ನಂತರ ಮದಾರಿಯಾದಲ್ಲಿ ರಾಜ್ಯದ ಠಾಣೆಯನ್ನು ಸ್ಥಾಪಿಸಿ, ನವೆಂಬರ್‌ನಲ್ಲಿ ಉದಯಪುರಕ್ಕೆ ಬಂದ. ಕೆಲವು ದಿನ ಉದಯಪುರದಲ್ಲಿದ್ದು ನಂತರ ಫಖರುದ್ದೀನ್ ಮತ್ತು ಜಗನ್ನಾಥನನ್ನು ಅಲ್ಲಿಯ ಅಧಿಕಾರಿಗಳಾಗಿ ನೇಮಿಸಿದ. ಸೈಯದ್ ಅಬ್ದುಲ್ಲಾ ಖಾನ್ ಮತ್ತು ಭಗವಾನದಾಸರಿಗೆ ಉದಯಪುರದ ಪರ್ವತ ಪ್ರದೇಶಗಳ ಜವಾಬ್ದಾರಿಯನ್ನು ವಹಿಸಿ ಬಾಂಸವಾಡಾ ಮತ್ತು ಡೂಂಗರಪುರದೆಡೆಗೆ ಹೊರಟ. ಎರಡು ತಿಂಗಳು ಪಶ್ಚಿಮ ಪರ್ವತಶ್ರೇಣಿಗಳ ಉತ್ತರ–ಪೂರ್ವ ಮತ್ತು ದಕ್ಷಿಣ–ಪೂರ್ವದಲ್ಲಿ ಠಾಣೆಗಳನ್ನು ಸ್ಥಾಪಿಸಿದ. ಪ್ರತಾಪರು ಇದೇ

ಪರ್ವತಶ್ರೇಣಿಗಳಲ್ಲಿದ್ದರು. ಪ್ರತಾಪರು ಆತ್ಮಸಮರ್ಪಣೆ ಮಾಡಿಕೊಳ್ಳಬೇಕೆಂದು ಅಕ್ಬರ್ ಇಷ್ಟೆಲ್ಲಾ ಮಾಡಿದ.

ಅಕ್ಬರ್ ಎಷ್ಟೇ ಪ್ರಯತ್ನಿಸಿದ್ದಾಗ್ಯೂ ಪ್ರತಾಪರು ಹಿಡಿತಕ್ಕೆ ಸಿಗಲಿಲ್ಲ. ಆಗ ಅವನಿಗೆ, ಪ್ರತಾಪರು ಮತ್ತೆ ಗೋಗೂಂದಾವನ್ನು ವಶಪಡಿಸಿಕೊಳ್ಳುವ ಯೋಜನೆಯನ್ನು ರೂಪಿಸುತ್ತಿರುವ ವಿಷಯ ತಿಳಿಯಿತು. ಆದ್ದರಿಂದ ಭಗವಾನದಾಸ್, ಮಾನಸಿಂಹ, ಮಿರ್ಜಾ ಖಾನ್ ಮುಂತಾದವರನ್ನು ಗೋಗೂಂದಾಕ್ಕೆ ಕಳುಹಿಸಿದ, ಅಲ್ಲಿ ಸುರಕ್ಷತೆಯ ಕಠಿಣ ವ್ಯವಸ್ಥೆಯನ್ನು ಮಾಡಿ ಈ ಗುಂಪು ಮರಳಿ ಬಂತು. ಹೀಗೆ ಸುಮಾರು ಆರು ತಿಂಗಳವರೆಗೆ ಮೇವಾಡದಲ್ಲಿದ್ದು, ಸಾಕಷ್ಟು ಪ್ರಯತ್ನವನ್ನು ಮಾಡಿದರೂ ಪ್ರತಾಪರು ಅಕ್ಬರನ ಹಿಡಿತಕ್ಕೆ ಸಿಗಲಿಲ್ಲ. ಪ್ರತಾಪರನ್ನು ಹಿಡಿಯುವುದು ಸುಲಭವಲ್ಲ ಎಂಬುದು ಅಕ್ಬರನಿಗೆ ಮನದಟ್ಟಾಯಿತು.

ಅಕ್ಬರನ ಹೊಸ ಒಡಂಬಡಿಕೆ

ಅಕ್ಬರ್ ಈ ದಂಡಯಾತ್ರೆಯಲ್ಲಿ ಪ್ರತಾಪರನ್ನು ಹಿಡಿಯದಾದ, ಆದರೆ ಕೆಲವು ರಾಜ-ಪರಿವಾರದೊಂದಿಗೆ ಅವನ ಹೊಸ ಸಂಬಂಧ ಬೆಳೆಯಿತು. ಬಾಂಸವಡೆಯ ರಾವಲ್ ಪ್ರತಾಪಸಿಂಹ ಮತ್ತು ಡೂಂಗರಪುರದ ರಾವಲ್ ಆಸಕರ್ಣ ಇಬ್ಬರೂ ಮಹಾರಾಣಾರ ಮಿತ್ರರಾಗಿದ್ದರು. ಭಗವಾನದಾಸ ಈ ಇಬ್ಬರನ್ನು ತನ್ನವರನ್ನಾಗಿ ಮಾಡಿಕೊಂಡು, ಅವರನ್ನು ಅಕ್ಬರನ ಸೇವೆಯಲ್ಲಿ ಹಾಜರುಪಡಿಸಿದ. ಇದರಿಂದ ಅಕ್ಬರ್ ತುಂಬಾ ಸಂತೋಷಗೊಂಡ. ಅವನು ಇಬ್ಬರ ಗೆಳೆತನವನ್ನು ಗೌರವಿಸಿದ. ಡೂಂಗರಪುರದ ರಾಜಕುಮಾರಿಯನ್ನು ಅಕ್ಬರ್ ವಿವಾಹವಾಗಿ ರಾವಲ್ ಆಸಕರ್ಣನನ್ನು ತನ್ನ ಸಂಬಂಧಿಕ ಮಾಡಿಕೊಂಡ. ನಂತರ ಅವನು ಮಾಲವಾ ಕಡೆಗೆ ಹೊರಟು ಹೋದ.

ಸಿರೋಹಿ ಮತ್ತು ಬೂಂದಿ-ಈ ಎರಡು ರಾಜ್ಯಗಳು ಪ್ರತಾಪರ ಬಗ್ಗೆ ಸಹಾನುಭೂತಿಯನ್ನು ಹೊಂದಿದ್ದವು. ಇವುಗಳ ಮೇಲೆ ಅಕ್ಬರನ ಪ್ರಭಾವವಿರಲಿಲ್ಲ. ಆಗ ಅಕ್ಬರ್ ರಾಯಸಿಂಹನನ್ನು ಸಿರೋಹಿಯ ಮೇಲೆ ಆಕ್ರಮಣ ಮಾಡಲು ಕಳುಹಿಸಿದ. ಸಿರೋಹಿಯ ರಾಜ ಆಬೂಗೆ ಓಡಿಹೋದ. ರಾಯಸಿಂಹ ಅವನನ್ನು ಅಲ್ಲೂ ಹಿಂಬಾಲಿಸಿದ ವಿಧಿಯಿಲ್ಲದೆ ರಾವ್ ಸುರತ್ರಾಣ ಶರಣಾದ. ರಾಯಸಿಂಹ ಅವನನ್ನು ಅಕ್ಬರ್ ಎದುರು ನಿಲ್ಲಿಸಿದ. ಅವನು ಅಕ್ಬರನ ಅಧೀನತೆಯನ್ನು ಒಪ್ಪಿದ. ಸೆಪ್ಟಂಬರ್ 1576 ರಲ್ಲಿ ಬೂಂದಿಯನ್ನು ವಶಪಡಿಸಿಕೊಳ್ಳಲು ಸೈನ್ಯವೊಂದನ್ನು ಸಫದರ್ ಖಾನನ ನೇತೃತ್ವದಲ್ಲಿ ಕಳುಹಿಸಲಾಯಿತು. ಈ ಸೈನ್ಯಕ್ಕೆ ಯಶಸ್ಸು ಲಭಿಸದಿದ್ದಾಗ ಮತ್ತೆ ಇನ್ನೊಂದು ಸೈನ್ಯವನ್ನು ಮಾರ್ಚ್ 1577 ರಲ್ಲಿ ಜೈನಖಾನ್ ಕೋಕಾನ ಅಧೀನದಲ್ಲಿ ಕಳುಹಿಸಲಾಯಿತು. ಈ ಯುದ್ಧದಲ್ಲಿ ಬೂಂದಿಯ ಗೃಹಕಲಹದಿಂದಾಗಿ ರಾಜ್ಯದ ಸೈನ್ಯವನ್ನು ಅಲ್ಲಿಯ ಯುವರಾಜ ದುರ್ಜನಸಿಂಹ ನೋಡಿಕೊಳ್ಳುತ್ತಿದ್ದ, ಅವನ ತಂದೆ ಸುರಜನ್ ಮತ್ತು

ಸಹೋದರ ಮೊಗಲರ ಸೈನ್ಯದ ಪರ ವಹಿಸುತ್ತಿದ್ದರು. ಕೊನೆಯಲ್ಲಿ ಬೂಂದಿ ಸೋತಿತು. ಇದರಿಂದ ಮೇವಾಡ ಮೊಗಲರ ರಕ್ಷಣೆಗೆ ಬಂತು. ಅಕ್ಬರ್ 12 ಮೇ 1577 ರಂದು ಫತಹಪುರ ಸೀಕರಿಗೆ ಮರಳಿ ಹೋದ.

ಪ್ರತಾಪರ ಉದಯಪುರ-ಗೋಗೂಂದಾದ ಮೇಲೆ ಮತ್ತೆ ಅಧಿಕಾರ

ಮೇವಾಡಕ್ಕೆ ಮೊಗಲರಿಂದ ಆಘಾತವಾದರೆ, ಪ್ರತಾಪರು ಅವಕಾಶ ಲಭಿಸುತ್ತಲೇ ಪ್ರತಿಘಾತ ಮಾಡಲು ಹಿಂಜರಿಯುತ್ತಿರಲಿಲ್ಲ. ಈ ಹೋರಾಟ ಕಣ್ಣಾಮುಚ್ಚಾಲೆ ಆಟದ ರೂಪವನ್ನು ಪಡೆದಿತ್ತು. ಅಕ್ಬರ್ ಮೇವಾಡದದಿಂದ ಮರಳಿ ಹೋದ ನಂತರ ಮಹಾರಾಣಾ ಮತ್ತೆ ಸಕ್ರಿಯರಾದರು. ಅವರು ಅಕ್ಬರ್ ಸ್ಥಾಪಿಸಿದ ಠಾಣೆಗಳ ಮೇಲೆ ಹೊಂಚು ಹಾಕಿ ಆಕ್ರಮಣ ಮಾಡಲಾರಂಭಿಸಿದರು. ಅವರು ಮೇವಾಡದಿಂದ ಆಗರಾಕ್ಕೆ ಹೋಗುವ ಮಾರ್ಗವನ್ನು ಸಹ ವಶಪಡಿಸಿಕೊಂಡರು. ಹೀಗಾಗಿ ಆ ಮಾರ್ಗದಿಂದ ಮೊಗಲ್ ಸೈನ್ಯ ಬಂದು-ಹೋಗುವುದು ನಿಂತಿತು. ಉದಯಪುರ ಮತ್ತು ಗೋಗೂಂದಾದಲ್ಲಿ ನಿರ್ಮಾಣವಾಗಿದ್ದ ಠಾಣೆಗಳನ್ನು ಪ್ರತಾಪರು ವಶಪಡಿಸಿಕೊಂಡರು. ಮೋಹಿಯ ಆಕ್ರಮಣದಲ್ಲಿ ಅಲ್ಲಿಯ ಅಧಿಕಾರಿ ವಧಿಸಲ್ಪಟ್ಟ. ವೀರ ವಿನೋದದ ಪ್ರಕಾರ ಮಹಾರಾಣಾರು ಒಂದು ಕ್ಷಣ ಸಹ ಶಾಂತರಾಗಿ ಕೂರಲಿಲ್ಲ. ಈ ಅವಧಿಯಲ್ಲಿ ಅವರು ತಮ್ಮ ಯುದ್ಧದ ಉಡುಪುಗಳನ್ನು ಒಂದು ಕ್ಷಣ ಸಹ ಕಳಚಲಿಲ್ಲ.

ಅಕ್ಬರನು ಶಾಹಬಾಜ್ ಖಾನನನ್ನು ಮೇವಾಡಕ್ಕೆ ಕಳುಹಿಸುವುದು

ಪ್ರತಾಪರ ಈ ಚಟುವಟಿಕೆಗಳಿಂದ ಮೊಗಲ್ ಸಾಮ್ರಾಟ ರೇಗಿದ. ಆಗ ಅವನು ಮೇರಠ್‌ನಲ್ಲಿದ್ದ. ಅವನು ಮಹಾರಾಣಾರನ್ನು ಕೊಲ್ಲಲು ಮತ್ತೆ ವಿಶೇಷ ಸೈನ್ಯವನ್ನು ಕಳುಹಿಸಿದ. ಶಾಹಬಾಜ್ ಖಾನ್ ಅದರ ಸೇನಾಧಿಪತಿಯಾಗಿದ್ದ. ಅದರಲ್ಲಿ ರಾಜಾ ಭಗವಾನದಾಸ್, ಮಾನಸಿಂಹ, ಸೈಯದ್ ಹಾಶಿಮ್, ಪಾಯಂದಾ ಖಾನ್ ಮುಗಲ್, ಸೈಯದ್ ಕಾಸಿಮ್. ಸೈಯದ್ ರಾಜೂ, ಉಲಗ್ ಅಸದ್ ತುರ್ಕಮಾನ್, ಗಾಜಿ ಖಾನ್ ಬದಕ್ಕಿ, ಶರೀಫ್ ಖಾನ್ ಅತಗಹ್, ಮಿರ್ಜಾ ಖಾನ್ ಖಾನಾಖಾನಾ, ಗಜರಾ ಚೌಹಾನ್ ಮುಂತಾದ ದೊಡ್ಡ-ದೊಡ್ಡ ಸೈನ್ಯದ ಅಧಿಕಾರಿಗಳನ್ನು ಸಹ ಕಳುಹಿಸಲಾಯಿತು. 15 ಅಕ್ಟೂಬರ್ 1577 ರಂದು ಈ ಸೈನ್ಯ ತನ್ನ ಗುರಿಯೆಡೆಗೆ ಸಾಗಿ, ಮೇವಾಡನ್ನು ತಲುಪಿತು. ಅನೇಕ ಪ್ರಯತ್ನಗಳ ನಂತರವೂ ಅದಕ್ಕೆ ಯಶಸ್ಸು ಸಿಗಲಿಲ್ಲ. ಆದ್ದರಿಂದ ಶಾಹಬಾಜ್ ಖಾನ್, ಅಕ್ಬರನಿಗೆ ಇನ್ನಷ್ಟು ಸೈನ್ಯವನ್ನು ಕಳುಹಿಸಲು ಬೇಡಿಕೆಯಿಟ್ಟ, ಅಕ್ಬರ್ ಶೇಖ್ ಇಬ್ರಾಹಿಮ್ ಫತೇಹಪುರಿಯ ಅಧೀನದಲ್ಲಿ ಮತ್ತೊಂದು ಸೈನ್ಯವನ್ನು ಶೀಘ್ರವೇ ಕಳುಹಿಸಿದ.

ಶಾಹಬಾಜ್ ಖಾನ್ ಎರಡೂ ಸೈನ್ಯಗಳೊಂದಿಗೆ ಮುಂದುವರೆದ. ಅವನು ತನ್ನ

ಕೆಲಸದಲ್ಲಿ ಯಾವುದೇ ಕೊರತೆಯಾಗದಂತೆ ನೋಡಿಕೊಳ್ಳಲು ಬಯಸುತ್ತಿದ್ದ. ರಾಜಾ ಮಾನಸಿಂಹ ಮತ್ತು ಭಗವಾನದಾಸರು ರಜಪೂತರಾಗಿದ್ದಾರೆ, ಅವರು ಮೋಸದಿಂದ ಪ್ರತಾಪರಿಗೆ ಸಹಾಯ ಮಾಡಿದರೆ ಎಂಬ ಅನುಮಾನವಾಯಿತು. ಹೀಗಾಗಿ ಅವನು ಅವರಿಬ್ಬರನ್ನು ಈ ದಂಡಯಾತ್ರೆಯಿಂದ ಬೇರೆ ಮಾಡಿದ. ಅಲ್ಲದೆ ಈ ಸೈನ್ಯದಲ್ಲಿ ಓರ್ವ ಹಿಂದೂ ಅಧಿಕಾರಿ ಇರಲು ಸಹ ಬಿಡಲಿಲ್ಲ. ಶಾಹಬಾಜ್ ಖಾನ್‌ನ ಈ ಕೆಲಸ ಅಕ್ಬರನ ಆದೇಶಗಳ ಸ್ಪಷ್ಟ ಉಲ್ಲಂಘನೆಯಾಗಿತ್ತು, ಆದರೂ ಅಕ್ಬರ್ ಅವನಿಗೆ ಏನೂ ಹೇಳಲಿಲ್ಲ.

ಬೆಟ್ಟ-ಪರ್ವತಗಳ ಆಶ್ರಯದಲ್ಲಿ

ಮಾನಸಿಂಹ ಮರಳಿ ಹೋಗುತ್ತಲೇ ಪ್ರತಾಪರು ಗೋಗೂಂದಾವನ್ನು ವಶಪಡಿಸಿಕೊಂಡಿದ್ದರು; ನಂತರ ಕುಂಭಲಗಢವನ್ನು ತಮ್ಮ ತತ್ಕಾಲದ ರಾಜಧಾನಿಯಾಗಿ ಮಾಡಿಕೊಂಡಿದ್ದರು. ಅಲ್ಲಿದ್ದು ಅವರು ರಾಜ್ಯದಲ್ಲಿ ಯುದ್ಧದ ನಂತರ ಉಂಟಾದ ಅವ್ಯವಸ್ಥೆಯನ್ನು ಸರಿಪಡಿಸುವಲ್ಲಿ ತೊಡಗಿದರು. ಮೊಗಲ್ ಸೈನ್ಯ ಖಾದ್ಯ ವಸ್ತುಗಳನ್ನು ತೆಗೆದುಕೊಂಡು ಹೋಗುತ್ತಿದ್ದ ಮಾರ್ಗಗಳನ್ನು ಮುಚ್ಚಿಸಿದ್ದರು. ಈ ನಡುವೆ ಇರುವ ಕೃಷಿ ಯೋಗ್ಯ ಭೂಮಿಯನ್ನು ನಾಶಪಡಿಸಲಾಗಿತ್ತು.

ಇತ್ತ ಶಾಹಬಾಜ್ ಖಾನ್ ದಂಡೆಯಾತ್ರೆಗೆ ಹೋದ ನಂತರ ಅವನು ಕೆಲವಾಡಾದ ಸಮೀಪದಲ್ಲಿ ಬಿಡಾರ ಹಾಕಿದ, ಆಗ ಪ್ರತಾಪರು ಕುಂಭಲಗಢವನ್ನು ತ್ಯಜಿಸಿ ಕಾಡು ಮತ್ತು ಪರ್ವತಗಳಲ್ಲಿ ಆಸರೆಯನ್ನು ಪಡೆಯಬೇಕಾಯಿತು. ತಮ್ಮ ಪ್ರಜೆಗಳಿಗೆ ಕೃಷಿ ಮಾಡದಂತೆ ಕಠೋರವಾಗಿ ಆದೇಶಿಸಬೇಕಾಯಿತು; ಆ ಪ್ರದೇಶದ ಜನರು ಅಲ್ಲಿಂದ ಹೋಗಬೇಕೆಂದು ಸಹ ಆದೇಶಿಸಲಾಯಿತು. ಈ ರಾಜಾಜ್ಞೆ ಎಷ್ಟು ಕಠೋರವಾಗಿತ್ತೆಂದರೆ, ರೈತರು ಸಣ್ಣ ಭೂಮಿಯಲ್ಲಿ ವ್ಯವಸಾಯ ಮಾಡಿ ಮುಸಲ್ಮಾನರಿಗೆ ಕೊಟ್ಟರೆ ಅವನ ತಲೆಯನ್ನು ಕತ್ತರಿಸಲಾಗುವುದು ಎಂದು ಪ್ರಜೆಗಳಿಗೆ ತಿಳಿಸಲಾಯಿತು. ಈ ರಾಜಾಜ್ಞೆಯಿಂದ ಮೇವಾಡದಲ್ಲಿ ಬೇಸಾಯ ಮಾಡುವುದು ನಿಂತಿತು. ಕೃಷಿಕ ಪರಿವಾರ ಮೇವಾಡನ್ನು ತ್ಯಜಿಸಿ ಬೇರೆಡೆಗೆ ಹೊರಟು ಹೋಯಿತು. ಮೊಗಲರು ಹೆಚ್ಚು ಸಂಖ್ಯೆಯಲ್ಲಿರುವ ಮೇವಾಡದಲ್ಲಿ ಎಲ್ಲಾ ಸಾಮಗ್ರಿಗಳನ್ನು ಸಂಪೂರ್ಣ ಸುರಕ್ಷತೆಯೊಂದಿಗೆ ಅಜಮೇರಿನಿಂದ ತರಿಸಲಾಗುತ್ತಿತ್ತು. ರಾಜ್ಯದ ಸೈನ್ಯದ ಯಾವುದೇ ಅಧಿಕಾರಿ ರೈತನೊಬ್ಬನಿಗೆ ಒಂದು ವಿಶೇಷ ತರಕಾರಿಯನ್ನು ಮಾತ್ರ ಬೆಳೆಯಲು ಆದೇಶಿಸಿದ್ದ. ಪ್ರತಾಪರಿಗೆ ಈ ಸುದ್ದಿ ಲಭಿಸಿತು. ಒಂದು ರಾತ್ರಿ ಪ್ರತಾಪರು ರಾಜ್ಯದ ಸೈನ್ಯದ ಶಿಬಿರವೊಂದಕ್ಕೆ ಹೋಗಿ ಆ ರೈತನ ತಲೆಯನ್ನು ಕತ್ತರಿಸಿದರು.

ಟಾಡರು ಘಟನೆಯೊಂದನ್ನು ಉಲ್ಲೇಖಿಸಿದ್ದಾರೆ, ಇದು ಪ್ರತಾಪರ ಕಠಿಣ ಆದೇಶದ ಬಗ್ಗೆ ಹೇಳುತ್ತದೆ. ಪ್ರತಾಪರು ಯಾವ-ಯಾವ ಸ್ಥಳಗಳನ್ನು ತ್ಯಜಿಸಿ ನಿರ್ಜನಗೊಳಿಸಿದ್ದರೋ, ಅಲ್ಲಿಗೆ ಪ್ರತಾಪರ ಸೈನಿಕರು ಬಂದು ನೋಡಿದರು; ಅಲ್ಲೊಬ್ಬ ಕುರಿಕಾಯುವವನು ನಿಶ್ಚಿಂತನಾಗಿ ಕುರಿಗಳನ್ನು ಮೇಯಿಸುತ್ತಿದ್ದ. ಸೈನಿಕರು ಇದನ್ನು ರಾಜಾಜ್ಞೆಯ ಉಲ್ಲಂಘನೆಯೆಂದು ತಿಳಿದು

ಅವನನ್ನು ವಧಿಸಿ ಅವನ ಶವವನ್ನು ಮರಕ್ಕೆ ನೇತು ಹಾಕಿದರು.

ಈ ನಡುವೆ ಮೊಗಲರ ಸೈನ್ಯ ಪ್ರತಾಪರ ಹಿಂದೆ ಬಿತ್ತು, ಆದರೆ ಅದಕ್ಕೆ ಯಶಸ್ಸು ಲಭಿಸಲಿಲ್ಲ.

ಕುಂಭಲಗಢದ ಮೇಲೆ ಮೊಗಲರ ಅಧಿಕಾರ

ಭಗವಾನದಾಸ್ ಮತ್ತು ಮಾನಸಿಂಹನನ್ನು ಮರಳಿ ಕಳುಹಿಸಿದ ನಂತರ ಶಾಹಬಾಜ್ ಖಾನ್ ಮುಂದುವರೆದು ಹೋದ. ಕುಂಭಲಗಢ ಕೋಟೆ ಬೆಟ್ಟ–ಗುಡ್ಡಗಳಿಂದ ಆವರಿಸಿತ್ತು, ಆ ಕೋಟೆ ದೂರಕ್ಕೆ ಕಾಣ ಬರುತ್ತಿರಲಿಲ್ಲ. ಆ ಕೋಟೆಯ ಪರ್ವತಗಳ ಕೆಳಗೆ ಕೆಲವಾಡಾ ಹಳ್ಳಿಯಿತ್ತು. ರಾಜ್ಯದ ಸೈನ್ಯ ಇದೇ ಹಳ್ಳಿಯಲ್ಲಿ ಬಿಡಾರ ಹಾಕಿತು. ಅದೊಂದು ದಿನ ಮೇವಾಡದ ಸೈನಿಕರು ರಾತ್ರಿ ವೇಳೆಯಲ್ಲಿ ಆಕಸ್ಮಿಕವಾಗಿ ಆಕ್ರಮಣವೆಸಗಿ ರಾಜ್ಯದ ಸೈನಿಕರ ನಾಲ್ಕು ಆನೆಗಳನ್ನು ಕಸಿದು ಮಹಾರಾಣಾರಿಗೆ ಕೊಟ್ಟರು. ರಾಜ್ಯದ ಸೈನ್ಯ ಕೆಲವಾಡಾ ಮತ್ತು ನಾಡೋಲ್ ಕಡೆಯಿಂದ ಮಾರ್ಗಗಳನ್ನು ಮುಚ್ಚಿಸಿತು; ಕುಂಭಲಗಢದಲ್ಲಿ ಆಹಾರ ಮತ್ತು ಯುದ್ಧದ ಸಾಮಗ್ರಿಗಳನ್ನು ತಲುಪಿಸುವುದು ಕಷ್ಟವಾಯಿತು. ಈ ಪರಿಸ್ಥಿತಿಯನ್ನು ಗಮನಿಸಿದ ಮೇವಾಡದ ಸಾಮಂತರು ಪ್ರತಾಪರಿಗೆ ಕೋಟೆಯನ್ನು ತ್ಯಜಿಸಿ ಸುರಕ್ಷಿತ ಸ್ಥಳಕ್ಕೆ ಹೋಗಲು ಆಗ್ರಹಿಸಿದರು. ಹೆಚ್ಚು ಆಗ್ರಹಿಸಿದಾಗ ಪ್ರತಾಪರು ಕೋಟೆಯಿಂದ ಹೊರಟು ಹೋದರು. ಅಲ್ಲಿಂದ ಹೊರಟು ಕೆಲವು ದಿನ ರಾಣಪುರದಲ್ಲಿ ಉಳಿದರು. ನಂತರ ಈಡರ್‌ನೆಡೆಗಿದ್ದ ಚೂಲಿಯಾ ಹಳ್ಳಿಗೆ ಹೋದರು. ಮೇವಾಡದ ಇತಿಹಾಸವು ಎರಡನೆಯ ಪೀಳಿಗೆಯಲ್ಲಿಯೇ ತನ್ನ ಪುನರಾವೃತ್ತಿಯನ್ನು ಮಾಡಿತು. ಒಂದು ಕಡೆ ಮಹಾರಾಣಾ ಉದಯಸಿಂಹ 1567 ರಲ್ಲಿ ರಾಜಧಾನಿಯನ್ನು ತ್ಯಜಿಸಿ ಪಶ್ಚಿಮದ ಪರ್ವತಗಳಲ್ಲಿ ಆಸರೆ ಪಡೆಯಬೇಕಾಗಿತ್ತು; ಚಿತ್ತೌಡ್ ಕೋಟೆಯ ರಕ್ಷಣೆಯ ಭಾರ ಜಯಸಿಂಹ ಮತ್ತು ಪತ್ತಾಗೆ ವಹಿಸಲಾಗಿತ್ತು. ಈ ಬಾರಿ ಮಹಾರಾಣಾರು ಕಾಡುಗಳಲ್ಲಿ ಆಸರೆಯನ್ನು ಪಡೆಯಬೇಕಾಯಿತು. ಕೋಟೆಯ ರಕ್ಷಣೆಗಾಗಿ ರಾವ್ ಅಕ್ಷಯರಾಜನ ಮಗ ಭಾಣನನ್ನು ನೇಮಿಸಲಾಯಿತು.

ಒಂದು ವದಂತಿಯಂತೆ, ಕುಂಭಲಗಢದ ಮಾರ್ಗ ಶಾಹಬಾಜ್ ಖಾನನಿಗೆ ತಿಳಿದಿರಲಿಲ್ಲ. ಅದಕ್ಕಾಗಿ ಅವನು ಪ್ರತಾಪರ ಓರ್ವ ತೋಟಿಗನ ಹೆಂಡತಿಯನ್ನು ತನ್ನ ಪರ ಮಾಡಿಕೊಂಡ. ಅವಳು ಮಾರ್ಗದಲ್ಲಿ ಹೂವುಗಳನ್ನು ಚೆಲ್ಲುತ್ತಾ ಹೋದಳು. ಆ ಹೂವುಗಳನ್ನು ನೋಡುತ್ತಾ ಮೊಗಲರ ಸೈನ್ಯ ಕೆಲವಾಡ ತಲುಪಿತು. ತೋಟಿಗನ ಹೆಂಡತಿಯ ಈ ದ್ರೋಹವನ್ನು ನೋಡಿದ ಭೀಲನೊಬ್ಬ ಅವಳನ್ನು ಕೊಂದು ಹಾಕಿದ.

ಕೇಲವಾಡಾದಿಂದ ಕುಂಭಲಗಢ ಕೇವಲ ಮೂರು ಮೈಲಿಗಳ ದೂರದಲ್ಲಿದೆ. ಕೇಲವಾಡವನ್ನು ವಶಪಡಿಸಿಕೊಂಡ ನಂತರ ಶಾಹಬಾಜ್ ಖಾನ್ ಕುಂಭಲಗಢವನ್ನು ವಶಪಡಿಸಿಕೊಳ್ಳುವ ಯೋಜನೆಯನ್ನು ರೂಪಿಸಿದ. ಕುಂಭಲಗಢ ಕೋಟೆ ಸನ್ 1452 ರಲ್ಲಿ ನಿರ್ಮಾಣಗೊಂಡಿತ್ತು. ಅಂದಿನಿಂದ ಇದು ಎಂದೂ ಶತ್ರುಗಳ ವಶಕ್ಕೆ ಹೋಗಿರಲಿಲ್ಲ.

ಮಹಾರಾಣಾರ ಮಂತ್ರಿ ಭಾಮಶಾಹ ಕೋಟೆಯಿಂದ ಸಮಸ್ತ ಖಜಾನೆಯನ್ನು ತೆಗೆದುಕೊಂಡು ಮಾಲವಾದ ರಾಮಪುರಕ್ಕೆ ಹೋದ. ಅಲ್ಲಿಯ ರಾಜ ಅವನಿಗೆ ಆಶ್ರಯ ನೀಡಿದ. ಅವನಿಗೆ ಸಂಪೂರ್ಣ ಸುರಕ್ಷತೆಯನ್ನು ಕೊಡಲಾಯಿತು.

ಕೆಲವಾಡಾದಿಂದ ಶಾಹಬಾಜ್ ಖಾನನ ನೇತೃತ್ವದಲ್ಲಿ ಮೊಗಲ ಸೈನ್ಯ ಕುಂಭಲಗಢದ ಮೇಲೆ ಆಕ್ರಮಣವೆಸಗಿತು. ಅದನ್ನು ಕೋಟೆಯಲ್ಲಿದ್ದ ರಜಪೂತರು ಶೌರ್ಯದಿಂದ ಎದುರಿಸಿದರು. ದುರದೃಷ್ಟದಿಂದ ಅದೊಂದು ದಿನ ಕೋಟೆಯ ಒಳಗೆ ಇಡಲಾಗಿದ್ದ ಒಂದು ತುಪಾಕಿ ಸಿಡಿದು ಕೋಟೆಯಲ್ಲಿಟ್ಟಿದ್ದ ಯುದ್ಧದ ಬಹಳಷ್ಟು ಸಾಮಗ್ರಿಗಳು ಸುಟ್ಟು ಬೂದಿಯಾಯಿತು. ರಜಪೂತರು ಶತ್ರುಗಳನ್ನು ಎದುರಿಸುವುದು ಕಷ್ಟವಾಯಿತು. ಅವರು ವಿಧಿಯಲ್ಲದೆ ಕೋಟೆಯ ಬಾಗಿಲನ್ನು ತೆರೆದು ಶತ್ರು ಸೈನ್ಯದ ಮೇಲೆ ಆಕ್ರಮಣವೆಸಗಿದರು. ಭಯಾನಕ ಯುದ್ಧದ ನಂತರ ಕುಂಭಲಗಢವನ್ನು ಮೊಗಲರು ವಶಪಡಿಸಿಕೊಂಡರು. ಈ ಘಟನೆ 3 ಏಪ್ರಿಲ್ 1 578 ರಂದುನಡೆಯಿತು. ಅಲ್ಲಿ ಪ್ರತಾಪರು ಸಿಗದೆ ಶಾಹಬಾಜ್ ಖಾನನಿಗೆ ತುಂಬಾ ನಿರಾಸೆಯಾಯಿತು. ಅಲ್ಲಿಯೇ ಅವನಿಗೆ, ಮಹಾರಾಣಾರು ರಾಮಪುರಾ ಕೋಟೆಗೆ ಹೋಗಿದ್ದಾರೆ ಎಂಬ ಸುದ್ದಿ ಸಿಕ್ಕಿತು. ನಂತರ, ರಾಮಪುರಾದ ನಂತರ ಅವರು ಬಾಂಸವಾಡಾಕ್ಕೆ ಹೊರಟು ಹೋಗಿದ್ದಾರೆ ಎಂಬ ಹೊಸ ಸುದ್ದಿ ಲಭಿಸಿತು.

ಈ ಸೂಚನೆಗಳ ನಂತರ ಶಾಹಬಾಜ್ ಖಾನ್ ಕುಂಭಲಗಢದಲ್ಲಿ ಸುರಕ್ಷತೆಯ ವ್ಯವಸ್ಥೆ ಮತ್ತು ಇನ್ನಿತರ ವ್ಯವಸ್ಥೆಗಳನ್ನು ಮಾಡಿ ಅದರ ಹೊಣೆಯನ್ನು ಗಾಜಿಖಾನ್ ಬಾದಕ್ಷಿಗೆ ವಹಿಸಿದ ಹಾಗೂ ತಾನು ಮಹಾರಾಣಾರನ್ನು ಹಿಡಿಯಲು ಹೊರಟು ಹೋದ.

ಉದಯಪುರದ ಮೇಲೆ ಮೊಗಲರ ಅಧಿಕಾರ

ಕುಂಭಲಗಢವನ್ನು ವಶಪಡಿಸಿಕೊಂಡ ಮರುದಿನವೇ ಶಾಹಬಾಜ್ ಖಾನ್ ಗೋಗೂಂದಾದೆಡೆಗೆ ಹೊರಟ. ಅವನು ಮಹಾರಾಣಾರನ್ನು ಹೇಗಾದರೂ ಮಾಡಿ ಹಿಡಿಯಲು ಬಯಸುತ್ತಿದ್ದ. ಮರುದಿನವೇ ಅವನು ಮಧ್ಯಾಹ್ನ ಗೋಗೂಂದಾವನ್ನು ವಶಪಡಿಸಿಕೊಂಡ. ನಂತರ ಗೋಗೂಂದಾದಲ್ಲಿ ಕೆಲವು ವ್ಯವಸ್ಥೆಗಳನ್ನು ಮಾಡಿ ಬಿರುಗಾಳಿಯಂತೆ ಉದಯಪುರದೆಡೆಗೆ ಹೊರಟ; ರಾತ್ರಿ ವೇಳೆಯಲ್ಲಿ ಉದಯಪುರವನ್ನು ಸಹ ವಶಪಡಿಸಿಕೊಂಡ. ಗೆದ್ದ ಈ ಸ್ಥಳಗಳಲ್ಲಿ ಸಾಕಷ್ಟು ಲೂಟಿ ಮಾಡಿದ. ಶಾಹಬಾಜ್ ಹೋದ ಸ್ಥಳಗಳೆಲ್ಲೆಲ್ಲಾ ಲೂಟಿ ಮಾಡಿ ನಂತರ ಅವುಗಳನ್ನು ನಾಶ ಮಾಡುತ್ತಿದ್ದ. ಇದರಿಂದ ಆ ಪ್ರದೇಶಗಳಲ್ಲಿ ಸಾಕಷ್ಟು ಹಾನಿಯಾಯಿತು. ನಂತರ ಅವನು ಪ್ರತಾಪರನ್ನು ಹಿಡಿಯಲು ಪರ್ವತಗಳಲ್ಲಿ ಅಲೆದಾಡಿದ, ಆದರೆ ಯಶಸ್ಸು ಲಭಿಸಲಿಲ್ಲ.

ಶಾಹಬಾಜ್ ಖಾನ್ ಮೂರು ತಿಂಗಳು ಪರ್ವತಗಳಲ್ಲಿ ಅಲೆದಾಡಿದ. ಈಗ ಅವನಿಗೆ ತಾನು ಅವರನ್ನು ಹಿಡಿಯಲಾರೆ ಎಂಬ ವಿಶ್ವಾಸ ಮೂಡಿತು. ಹೀಗಾಗಿ ಬೇರೆ-ಬೇರೆ ಸ್ಥಳಗಳಲ್ಲಿ

ಐವತ್ತು ಮೊಗಲರ ಠಾಣೆಗಳನ್ನು ನಿರ್ಮಿಸಿ ಅಕ್ಬರನ ಸಮೀಪ ಪಂಜಾಬ್‌ಗೆ ಹೊರಟು ಹೋದ.

ಶಾಹಬಾಜ್ ಖಾನ್ ಕುಂಭಲಗಢದ ನಂತರ ಗೋಗೂಂದಾ ಮತ್ತು ಉದಯಪುರವನ್ನು ಚಾಕಚಕ್ಯತೆಯಿಂದ ವಶಪಡಿಸಿಕೊಂಡಿದ್ದು ಒಂದು ಆಶ್ಚರ್ಯದ ಸಂಗತಿಯಾಗಿದೆ. ಅವನಿಗೆ ಪ್ರತಾಪರಿರುವ ಸ್ಥಳದ ಸೂಚನೆ ಲಭಿಸಿದ ಕೂಡಲೇ ಅಲ್ಲಿಗೆ ಹೋಗುತ್ತಿದ್ದ. ಅವನಿಗೆ ಕುಂಭಲಗಢದಲ್ಲಿ ತಪ್ಪು ಸೂಚನೆ ಸಿಕ್ಕಿತು, ಆದರೆ ಅವನು ತೋರುತ್ತಿದ್ದ ಉತ್ಸಾಹ ಪ್ರಶಂಸನೀಯವಾಗಿದೆ; ಈ ಬಗ್ಗೆ ರಾಜೇಂದ್ರ ಬೀಡಾ ಬರೆದಿದ್ದಾರೆ–

"ಕುಂಭಲಗಢದಿಂದ ಶಾಹಬಾಜ್ ಖಾನ್ ಯಾವ ವೇಗದಿಂದ ಗೋಗೂಂದಾ ಮತ್ತು ಉದಯಪುರಕ್ಕೆ ಹೋದನೋ, ಅದು ಕಡಿಮೆ ಆಶ್ಚರ್ಯದ ಸಂಗತಿಯಲ್ಲ. ಕುಂಭಲಗಢದಿಂದ ಗೋಗೂಂದಾ ಮತ್ತು ಉದಯಪುರಕ್ಕೆ ಹೋದ ಅವನು ನೆಪೋಲಿಯನ್ನನ್ನು ಸಹ ಸೋಲಿಸಿದ. ರಷ್ಯಾ ಯುದ್ಧದ ನಂತರ ನೆಪೋಲಿಯನ್ ಯಾವ ಕೌಶಲದಿಂದ ಫ್ರಾನ್ಸ್‌ಗೆ ಹೋಗಿದ್ದನೋ, ಅದೇ ಚಾತುರ್ಯದಿಂದ ಶಾಹಬಾಜ್ ಖಾನ್ ಗೋಗೂಂದಾ ಮತ್ತು ಉದಯಪುರಕ್ಕೆ ಹೋಗಿದ್ದ. ಪ್ರತಾಪರ ಬಗ್ಗೆ ತಪ್ಪು ಸೂಚನೆ ಸಿಕ್ಕಿರುವ ವಿಷಯ ಶಾಹಬಾಜ್‌ಗೆ ತಿಳಿದಿರಲಿಲ್ಲ. ಪ್ರತಾಪರು ಕುಂಭಲಗಢದಿಂದ ಸಾದಡಿ ಕಡೆಗೆ ಮಾತ್ರ ಹೋಗಲು ಸಾಧ್ಯವಿತ್ತು. ಅವರು ಆರೌತ್ ಕಣಿವೆ ಮತ್ತು ಗೋಗೂಂದಾಕ್ಕೆ ಯಾವುದೇ ಪರಿಸ್ಥಿತಿಯಲ್ಲಿ ಹೋಗಲು ಸಾಧ್ಯವಿರಲಿಲ್ಲ. ಅತ್ತ ಮೊಗಲರ ಸೈನ್ಯ ಈ ಮೊದಲೇ ನೇಮಕಗೊಂಡಿತ್ತು."

ಭಾಮಾಶಾಹರಿಂದ ಆರ್ಥಿಕ ಸಹಾಯ

ಮೇವಾಡದ ಮಹಾರಾಣಾ ಈಗ ವನವಾಸಿಯಾಗಿದ್ದರು. ಸುಮಾರಾಗಿ ಮೇವಾಡವನ್ನು ಮೊಗಲರು ವಶಪಡಿಸಿಕೊಂಡಿದ್ದರು. ಉಳಿದ ಭಾಗಗಳು ನಿರ್ಜನವಾಗಿದ್ದವು. ಮಹಾರಾಣಾ ನಿರಂತರವಾಗಿ ಹೋರಾಟ ಮಾಡುತ್ತಿದ್ದರು. ಅವರ ಆರ್ಥಿಕ ಸ್ಥಿತಿ ತುಂಬಾ ಚಿಂತನೀಯವಾಗಿತ್ತು. ಅವರ ಈ ಹೋರಾಟದ ಜೀವನದಲ್ಲಿ ಅವರ ನಂಬಿಕಸ್ಥ ಸಹಯೋಗಿಗಳು ಮತ್ತು ಸಾಮಂತರ ಅಪಾರ ಕೊಡುಗೆಯಿತ್ತು. ಶಾಹಬಾಜ್ ಖಾನ್ ಮೇವಾಡದಿಂದ ಹೋದ ಕೂಡಲೇ ಪ್ರತಾಪರ ಮಂತ್ರಿ ಭಾಮಾಶಾಹ ಮತ್ತು ಅವನ ಸಹೋದರ ತಾರಾಚಂದ್ರರು ಮಾಲವಾದಿಂದ ಕೊಳ್ಳೆ ಹೊಡೆದು ತಂದ 20000 ಸ್ವರ್ಣ ಮುದ್ರೆಗಳು ಮತ್ತು 2500000 ಹಣದ ರಾಶಿಯನ್ನು ಅವರಿಗೆ ಕೊಟ್ಟರು. ಆಗ ಮಹಾರಾಣಾ ಚೂಲಿಯಾ ಹಳ್ಳಿಯಲ್ಲಿದ್ದರು. ಇದುವರೆಗೆ ರಾಮಾ ಮಹಾಸಹಾಣಿ, ಪ್ರತಾಪರ ಪ್ರಧಾನಮಂತ್ರಿಗಳಾಗಿದ್ದರು. ಭಾಮಾಶಾಹರ ಈ ಅಪೂರ್ವ ರಾಜಭಕ್ತಿ ಮತ್ತು ತ್ಯಾಗದಿಂದ ಸಂತಸಗೊಂಡು ಮಹಾರಾಣಾ ಪ್ರತಾಪರು ಅವನನ್ನು ತಮ್ಮ ಹೊಸ ಪ್ರಧಾನಮಂತ್ರಿ ಮಾಡಿದರು.

ಇಂಥ ವೇಳೆಯಲ್ಲಿ ಇಂಥ ಆರ್ಥಿಕ ಸಹಾಯ ಸಿಗುವುದು ವರದಾನವೇ ಆಗಿತ್ತು. ಇದರಿಂದ ಪ್ರತಾಪರು ಸೈನ್ಯವನ್ನು ಸಂಘಟಿಸುವುದು ಮತ್ತು ಶಕ್ತಿಯನ್ನು ಹೆಚ್ಚಿಸಿಕೊಳ್ಳಲು ತುಂಬಾ ಸಹಾಯವಾಯಿತು.

ಭಾಮಾಶಾಹನನ್ನು ಮಾಲವಾದಲ್ಲಿ ರಾಮಪುರಾದ ರಾವ್ ಕೋಟೆ ತನ್ನ ರಕ್ಷಣೆಯಲ್ಲಿಟ್ಟಿತ್ತು. ಹೀಗಾಗಿ ಭಾಮಾಶಾಹ ಮಾಲವಾದಲ್ಲಿ ಕೊಳ್ಳೆ ಹೊಡೆದು ಹಣ ಸಂಗ್ರಹ ಮಾಡಿದ ವಿಷಯ ತರ್ಕಸಂಗತವೆಂದು ತೋರುವುದಿಲ್ಲ. ಆ ಹಣವನ್ನು ಮಾಲವಾ ರಾಜ್ಯದ ಹೊರಗಿನ ಹಳ್ಳಿಗಳಿಂದ ಲೂಟಿ ಮಾಡಿರಬಹುದು. ಈ ಬಗ್ಗೆ ಶ್ರೀ ರಾಜೇಂದ್ರ ಬೀಡಾ ಬರೆಯುತ್ತಾರೆ–

"ಭಾಮಾಶಾಹ ಕುಂಭಲಗಢದಿಂದ ಮಾಲವಾಕ್ಕೆ ಹೋಗಿದ್ದ, ಅಲ್ಲಿ ಅವನಿಗೆ ರಾಮಪುರಾದ ರಾವ್ ದುರ್ಗಾ ರಕ್ಷಣೆಯನ್ನು ಕೊಟ್ಟಿದ್ದ. ಮಾಲವಾದ ಮಧ್ಯದ ಹಳ್ಳಿಗಳನ್ನು ಲೂಟಿಮಾಡಿ ಭಾಮಶಾಹ ಮತ್ತು ಅವನ ಸಹೋದರ ತಾರಾಚಂದ್ರರು 2500000 ರೂಪಾಯಿಗಳು ಮತ್ತು 20000 ನಾಣ್ಯಗಳನ್ನು ಕಲೆಹಾಕಿದ್ದರು. ಈ ಹಣವನ್ನೇ ಅವರು ಪ್ರತಾಪರಿಗೆ [ಅಥವಾ ಅಮರಸಿಂಹನಿಗೆ] ಚೂಲಿಯಾದಲ್ಲಿ ಕೊಟ್ಟಿದ್ದರು. ಈ ನಿಜಾಂಶದಿಂದ ಭಾಮಾಶಾಹನ ತ್ಯಾಗ ಮತ್ತು ದೇಶಭಕ್ತಿಯ ಮಾತುಗಳನ್ನು ಹೇಳಲಾಗುತ್ತದೆ. ಈ ಉಡುಗೊರೆಯ ನಂತರ ಅವನು ರಾಣಾರ ಪ್ರಧಾನಮಂತ್ರಿಯಾಗಿ ನೇಮಕವಾದ. ಈ ವಿಷಯದಲ್ಲಿ ಅನೇಕ ಅಂತರ್ವಿರೋಧಗಳು ಮೂಡುತ್ತವೆ. ಮೊದಲನೆಯದಾಗಿ, ರಾಮಪುರಾದಲ್ಲಿ ಭಾಮಾಶಾಹನಿಗೆ ರಕ್ಷಣೆಯನ್ನು ಕೊಡುತ್ತಾ ಕೀಕಾ ಮಾಲವಾದ ಹಳ್ಳಿಗಳನ್ನು ಲೂಟಿ ಮಾಡಲು ಒಪ್ಪಿಗೆಯನ್ನು ಕೊಟ್ಟು, ಅವರ ಈ ಕಾರ್ಯವನ್ನು ಹೇಗೆ ಸಹಿಸಿದ? ಆ ಹಣವನ್ನು ಮಾಲವಾಕ್ಕೆ ಹೋಗುವಾಗ, ಮಾರ್ಗದಲ್ಲಿ ಸಿಗುವ ಹಳ್ಳಿಗಳನ್ನು ಲೂಟಿಗೈದು ಸಂಗ್ರಹಿಸಿರಬಹುದು, ಆ ಹಣವನ್ನು ಅಮರಸಿಂಹನಿಗೆ ಉಡುಗೊರೆಯಾಗಿ ಕೊಟ್ಟಿರಬಹುದು ಎಂದು ತೋರುತ್ತದೆ. ಈ ಹಣದಿಂದ ಪ್ರತಾಪರು ಸೈನ್ಯವನ್ನು ಮತ್ತೆ ಕಲೆಹಾಕಿ ದಿವೇರದಲ್ಲಿದ್ದ ಮೊಗಲ್ ಸೈನ್ಯದ ಮೇಲೆ ಆಕ್ರಮಣ ಮಾಡಿರಬಹುದು."

ಭಾಮಾಶಾಹನಿಗೆ ಈ ಹಣ ಎಲ್ಲಿಂದ ಮತ್ತು ಹೇಗೆ ಲಭಿಸಿತು ಎಂಬುದು ಮಹತ್ವದ ಸಂಗತಿಯಲ್ಲ. ಅವನ ತ್ಯಾಗದ ಭಾವನೆ ಮಹತ್ವದ್ದಾಗಿದೆ. ಕಷ್ಟದಲ್ಲಿದ್ದ ತನ್ನ ಒಡೆಯನ ಬಗ್ಗೆ ಇಂಥ ಶ್ರದ್ಧೆಯ ಉದಾಹರಣೆ ಬಹುಶಃ ಸಿಗಲಾರದು. ಇಂಥ ತ್ಯಾಗದ ಭಾವನೆಯೇ ಗೆಳೆತನದ ನಿಜವಾದ ಪರೀಕ್ಷೆ ಎನ್ನಲಾಗುತ್ತದೆ.

ಮಹಾರಾಣಾರಿಂದ ದಿವೇರರ ಮೇಲೆ ಅಧಿಕಾರ

ಶಾಹಬಾಜ್ ಖಾನ್ ಮೇವಾಡದಿಂದ ಹೋಗುತ್ತಲೇ ಪ್ರತಾಪರು ಬಾಂಸವಾಡಾದ ಕಡೆಯಿಂದ ಪರ್ವತಗಳಿಗೆ ಹೋದರು. ಅವರು ಮೇವಾಡದಲ್ಲಿ ಮೊಗಲರ ಪ್ರದೇಶಗಳನ್ನು

ಮತ್ತೆ ವಶಪಡಿಸಿಕೊಳ್ಳುವ ಪ್ರಯತ್ನ ಮಾಡಿದರು. ಅವರು ರಾಜ್ಯದ ಪ್ರದೇಶಗಳ ಮೇಲೆ ಆಕ್ರಮಣ ಮಾಡಿದರು. ಇತ್ತ ಭಾಮಾಶಾಹರಿಂದ ಆರ್ಥಿಕ ಸಹಾಯ ಲಭಿಸಿದ ನಂತರ ಅವರು ಸೈನ್ಯವನ್ನು ಪುನರ್ ರಚಿಸಿದರು; ದಿವೇರದಲ್ಲಿದ್ದ ಮೊಗಲರ ಠಾಣೆಗಳ ಮೇಲೆ ಆಕ್ರಮಣ ಮಾಡಿದರು. ಆ ಠಾಣೆಯಲ್ಲಿ ಸುಲ್ತಾನ್ ಖಾನ್ ಮೊಗಲ್ ಅಧಿಕಾರಿಗಳ ನಿಯಂತ್ರಣದಲ್ಲಿದ್ದ. ಆಕ್ರಮಣದಲ್ಲಿ ಮೊಗಲರ ಸೈನ್ಯ ರಜಪೂತರನ್ನು ಶೌರ್ಯದಿಂದ ಎದುರಿಸಿತು. ಸುಲ್ತಾನ್ ಖಾನ್ ಮುಗಲ್ ಮತ್ತು ಯುವರಾಜ ಅಮರಸಿಂಹ ಪರಸ್ಪರ ಹೋರಾಟಕ್ಕಿಳಿದರು. ಅಮರಸಿಂಹ ತನ್ನ ಭರ್ಜಿಯಿಂದ ತೀವ್ರ ಪ್ರಹಾರ ಮಾಡಿದಾಗ ಅದು ಸುಲ್ತಾನ್ ಖಾನ್ ಮುಗಲನನ್ನು ಬೇಧಿಸುತ್ತಾ ಅವನ ಕುದುರೆಯ ಹೊಟ್ಟೆಯನ್ನು ಸಹ ಸೀಳಿತು. ಇಬ್ಬರೂ ಕೂಡಲೇ ಸತ್ತರು. ಮೇವಾಡದ ಬೇರೊಬ್ಬ ಸೈನಿಕ ಶತ್ರುಗಳ ಆನೆಯೊಂದರ ಕಾಲನ್ನು ಕತ್ತರಿಸಿದ. ನಂತರ ರಾಜ್ಯದ ಸೈನಿಕರು ಓಟಕಿತ್ತರು. ದಿವೇರ್ ಮಹಾರಾಣಾರ ವಶವಾಯಿತು.

ದಿವೇರನ್ನು ವಶಪಡಿಸಿಕೊಂಡ ನಂತರ ಮೇವಾಡದ ಸೈನ್ಯ ಹಮೀರಸರಾವನ್ನು ವಶಪಡಿಸಿಕೊಂಡಿತು. ಈ ಸ್ಥಳ ಕುಂಭಲಗಢದ ಅತಿ ಸಮೀಪದಲ್ಲಿತ್ತು. ಹೀಗಾಗಿ ಇಲ್ಲಿಯ ನಂತರ ಸೈನ್ಯ ಕುಂಭಲಗಢದೆಡೆಗೆ ಹೋಗಿ, ಅದನ್ನು ಸಹ ತನ್ನ ವಶಕ್ಕೆ ಪಡೆಯಿತು. ನಂತರ ಮಹಾರಾಣಾರ ಸೈನ್ಯ ಜಾವರ್, ಛಪ್ಪನ್ ಮತ್ತು ಬಾಗಡ್‌ನ ಪರ್ವತಗಳನ್ನು ಗೆಲ್ಲುತ್ತಾ ಚಾವಂಡ್ ತಲುಪಿತು. ಚಾವಂಡನ್ನು ವಶಪಡಿಸಿಕೊಂಡ ನಂತರ ಮಹಾರಾಣಾ ಪ್ರತಾಪರು ಈ ಸ್ಥಳವನ್ನು ಕೆಲವು ದಿನ ತಮ್ಮ ಕೇಂದ್ರ–ಸ್ಥಾನವನ್ನಾಗಿ ಮಾಡಿಕೊಂಡರು. ಇಲ್ಲಿದ್ದು ಅವರು ಚಾಮುಂಡಾ ಮಾತೆಯ ಪುರಾತನ ಮಂದಿರವನ್ನು ಜೀರ್ಣೋದ್ಧಾರ ಮಾಡಿಸಿದರು. ಈ ರೀತಿ ಮತ್ತೊಮ್ಮೆ ಮೇವಾಡದ ಒಂದು ವಿಶಾಲ ಪ್ರದೇಶವನ್ನು ಪ್ರತಾಪರು ವಶಪಡಿಸಿಕೊಂಡರು.

ಇದರಿಂದ ಮೇವಾಡದ ಸೈನಿಕರ ಉತ್ಸಾಹ ಹೆಚ್ಚಿತು. ಅವರು ಮಾಲವಾವರೆಗೆ ಮೊಗಲರ ಸೈನಿಕ ಶಿಬಿರಗಳ ಮೇಲೆ ಆಕ್ರಮಣ ಮಾಡಿದರು. ಭಾಮಾಶಾಹನ ಸಹೋದರ ತಾರಾಚಂದ್ರ ಇನ್ನೂ ಮಾಲವಾದಲ್ಲಿದ್ದ. ಶಾಹಬಾಜ್ ಖಾನ್ ಮರಳಿ ಪಂಜಾಬಿಗೆ ಹೋಗುವಾಗ, ಹಳ್ಳಿಯಲ್ಲಿ ತಾರಾಚಂದ್ರನೊಂದಿಗೆ ಅವನ ಹೋರಾಟ ನಡೆಯಿತು, ತಾರಾಚಂದ್ರ ಸೋತು ಗಾಯಗೊಂಡ. ರಾವ್ ಚೈನದಾಸ್ ಅವನ ಶುಶ್ರೂಷೆ ಮಾಡಿದ, ಅವನಿಗೆ ಎಲ್ಲಾ ವಿಧದ ಸಹಾಯ ಮಾಡಿದ. ತಾರಾಚಂದ್ರ ಗುಣಮುಖನಾದ ನಂತರ ಅವನನ್ನು ರಾವ್ ಚೈನದಾಸ್ ಮಹಾರಾಣಾರ ಬಳಿಗೆ ಚಾವಂಡಕ್ಕೆ ಕರೆದೊಯ್ದ.

ಇದಕ್ಕೆ ಮೊದಲು ಡೂಂಗರಪುರದ ರಾವ್ ಆಸಕರಣ್ ಮತ್ತು ಬಾಂಸವಾಡಾದ ರಾವ್ ಪ್ರತಾಪರು ಅಕ್ಬರನೊಂದಿಗೆ ಗೆಳೆತನ ಮಾಡಿಕೊಂಡಿದ್ದರು. ಇದರ ಹಿಂದೆ ಭಗವಾನದಾಸನ ಭೂಮಿಕೆಯಿತ್ತು, ಈ ಬಗ್ಗೆ ಹಿಂದೆಯೇ ಉಲ್ಲೇಖಿಸಲಾಗಿದೆ. ಪ್ರತಾಪರು ಇವರನ್ನು ತಮ್ಮ ಅಧೀನಕ್ಕೊಳಪಡಿಸಿಕೊಳ್ಳಲು ಸೈನ್ಯವೊಂದನ್ನು ಕಳುಹಿಸಿದರು. ಈ ಸೈನ್ಯದ ನೇತೃತ್ವವನ್ನು ರಾವತಮಾನ್ ವಹಿಸಿದ. ಈ ದಂಡಯಾತ್ರೆಯಲ್ಲಿ ರಾವತಮಾನನಿಗೆ

ಸಹಾಯ ಮಾಡಲು ಜೋಧಪುರದ ರಾವ್ ಚಂದ್ರಸೇನ ಸಹ ಬಂದ. ಸೋಮ್ ನದಿ ತೀರದಲ್ಲಿ ರಾವತಮಾನನ ಸೈನ್ಯ, ಬಾಂಸವಡಾ ಮತ್ತು ಡೂಂಗರಪುರದ ಸೈನ್ಯವನ್ನು ಎದುರಿಸಿತು. ಈ ಯುದ್ಧದಲ್ಲಿ ರಾವತಮಾನನ ಪುತ್ರ ನಿಧನನಾದ, ಆದರೆ ಯುದ್ಧದಲ್ಲಿ ರಾವತಮಾನ್ ಗೆದ್ದ. ಈ ಎರಡೂ ರಾಜ್ಯಗಳು ಮತ್ತೆ ಪ್ರತಾಪರ ವಶಕ್ಕೆ ಬಂದವು.

ಡೂಂಗರಪುರ ಮತ್ತು ಬಾಂಸಾವಾಡಗಳನ್ನು ಮತ್ತೆ ಮೇವಾಡ ವಶಪಡಿಸಿಕೊಂಡಿತು; ಈ ಘಟನೆಯ ಬಗ್ಗೆ ಎಲ್ಲಾ ಇತಿಹಾಸಕಾರರು ಒಮ್ಮತಕ್ಕೆ ಬಂದಿಲ್ಲ. ಗೌರಿಶಂಕರ್ ಹೀರಾಚಂದ್ರ ಓರ್ಝಾರ ಪ್ರಕಾರ, ಈ ಎರಡೂ ರಾಜ್ಯಗಳು ಮೊಗಲರ ಪ್ರಭಾವಕ್ಕೊಳಪಟ್ಟಿದ್ದರಿಂದ ಮೇವಾಡಕ್ಕೆ ನೇರ ಅಪಾಯ ಎದುರಾಗಿತ್ತು. ಪ್ರತಾಪರು ಇವರನ್ನು ಮೊದಲು ಮಾತುಕತೆಯಿಂದ ತಮ್ಮ ಪರ ಮಾಡಿಕೊಳ್ಳಲು ಪ್ರಯತ್ನಿಸಿದರು, ಆದರೆ ಅವರಿಗೆ ಯಶಸ್ಸು ಲಭಿಸಲಿಲ್ಲ. ನಂತರ ಇವರನ್ನು ಸೈನ್ಯ–ಶಕ್ತಿಯಿಂದ ವಶಪಡಿಸಿಕೊಳ್ಳಲು ಸೈನ್ಯವನ್ನು ಕಳುಹಿಸಲಾಯಿತು.

ಸನ್ 1578 ರಲ್ಲಿ ಸೋಮ ನದಿಯ ಬಳಿ ಯುದ್ಧ ನಡೆಯಿತು. ಬಾಂಸವಡಾ ಮತ್ತು ಡೂಂಗರಪುರ ಪರವಾಗಿ ಮೊಗಲ್ ಸೈನ್ಯ ಸಹ ಯುದ್ಧದಲ್ಲಿ ಭಾಗವಹಿಸಿತು.. ಹೀಗಾಗಿ ಅವರ ಪಕ್ಷ ಬಲಿಷ್ಠವಾಯಿತು; ಪ್ರತಾಪರಿಗೆ ಯಶಸ್ಸು ಸಿಗಲಿಲ್ಲ. ಇದರಿಂದ ಪ್ರತಾಪರಿಗೆ ಆದ ಒಂದು ಲಾಭವೆಂದರೆ, ಕೆಲವು ಕಾಲ ಮೊಗಲ್ ಸೈನ್ಯ ಅಲ್ಲಿಯೇ ಕಾರ್ಯ ಮಗ್ನವಾಯಿತು.

ಈ ಅಪಯಶಸ್ಸಿನ ನಂತರ ಮಹಾರಾಣಾರು ಕೂಟನೀತಿಯನ್ನು ಅನುಸರಿಸಿದರು. ಡೂಂಗರಪುರದ ರಾವಲ್ ಆಸಕರಣ್ ಅಕ್ಬರನ ಪ್ರಭುತ್ವವನ್ನು ಒಪ್ಪಿದ; ಇದರಿಂದ ಅವನ ಪುತ್ರ ಸಹಮಲ್ ಬೇಸರಗೊಂಡು ಮೇವಾಡಕ್ಕೆ ಹೋದ. ಪ್ರತಾಪರು ಅವನಿಗೆ ಆಶ್ರಯ ನೀಡಿ ಸಿಂಹಾಸನದಲ್ಲಿ ಕೂರಿಸುವ ಪ್ರಯತ್ನ ಮಾಡಿದರು.

ಶಾಹಬಾಜ್ ಖಾನ್ ಎರಡನೆಯ ಬಾರಿ ಮೇವಾಡದಲ್ಲಿ

ಪ್ರತಾಪರ ಚಟುವಟಿಕೆಗಳ ಸುದ್ದಿಗಳು ಅಕ್ಬರನಿಗೆ ಲಭಿಸಿದವು. ಇದರಿಂದ ಅಕ್ಬರನ ಚಿಂತೆ ಹೆಚ್ಚಿತು. ಅವನು ಪ್ರತಾಪರ ಈ ಚಟುವಟಿಕೆಗಳನ್ನು ನಿಯಂತ್ರಿಸಲು ಯೋಜನೆಯನ್ನು ರೂಪಸಿದ. ಶಾಹಬಾಜ್ ಖಾನನ ಮೊದಲ ಮೇವಾಡದ ದಂಡಯಾತ್ರೆ ತೃಪ್ತಿಕರವಾಗಿತ್ತು. ಆದ್ದರಿಂದ ಅಕ್ಬರ್ ಮತ್ತೆ ಅವನನ್ನೇ ಈ ಕೆಲಸಕ್ಕೆ ಕಳುಹಿಸುವುದು ಉಚಿತವೆಂದು ತಿಳಿದ. 15 ಡಿಸೆಂಬರ್‌ನಲ್ಲಿ ಶಾಹಬಾಜ್ ಖಾನ್ ಪ್ರತಾಪರನ್ನು ಹತ್ತಿಕ್ಕಲು ಹೊರಟ, ಅವನೊಂದಿಗೆ ಗಾಜಿ ಖಾನ್, ಮುಹಮ್ಮದ್ ಹುಸೈನ್, ಮೀರಜಾದ್, ಶೇಖ್ ತಿಮೂರ್ ಬಾದಕ್ಶಿ, ಅಲಿ ಖಾನ್ ಮುಂತದವರನ್ನು ಸಹಾಯಕರಾಗಿ ಕಳುಹಿಸಲಾಯಿತು.

ಈ ದಂಡಯತ್ರೆಗೆ ಶಾಹಬಾಜನಿಗೆ ಅಪಾರ ಹಣವನ್ನು ಕೊಡಲಾಯಿತು, ಅವನು

ಸಾಮ, ದಾಮ, ದಂಡ ಅಥವಾ ಭೇದ ಯಾವುದೇ ಉಪಾಯದಿಂದ ಪ್ರತಾಪರನ್ನು ಹತ್ತಿಕ್ಕುವಲ್ಲಿ ಸಮರ್ಥನಾಗಲಿ ಎಂಬುದು ಇದರ ಹಿಂದಿನ ಉದ್ದೇಶವಾಗಿತ್ತು. ಅವನು ಮೇವಾಡಕ್ಕೆ ಬಂದೊಡನೆಯೇ ಪ್ರತಾಪರು ಮತ್ತೆ ಕಾಡುಗಳಿಗೆ ಹೋದರು. ಮೊಗಲರು ಮತ್ತೆ ಅನೇಕ ಸ್ಥಳಗಳನ್ನು ವಶಪಡಿಸಿಕೊಂಡರು. ಈ ದಂಡಯಾತ್ರೆಯ ದಳವನ್ನು ಕಳುಹಿಸುವಾಗ ಅಕ್ಬರ್ ಕಠಿಣವಾಗಿ ಆದೇಶಿಸಿದ್ದ ಎನ್ನಲಾಗುತ್ತದೆ. ಒಂದು ವೇಳೆ ಅವರು ಪ್ರತಾಪರನ್ನು ಸದೆಬಡಿಯದೆ ಮರಳಿ ಬಂದರೆ ಅವರ ತಲೆಯನ್ನು ಕತ್ತರಿಸಲಾಗುವುದು ಎಂಬುದು ಆದೇಶವಾಗಿತ್ತು. ಅದಕ್ಕಾಗಿ ಸಾಕಷ್ಟು ಹಣವನ್ನು ಸಹ ಕೊಡಲಾಯಿತು. ಅವಶ್ಯಕತೆ ಉಂಟಾದರೆ ರಜಪೂತರನ್ನು ಸಹ ಕೊಳ್ಳಬಹುದಿತ್ತು.

ಪ್ರತಾಪರು ಮತ್ತೆ ಪರ್ವತಗಳಿಗೆ ಹೋಗುವವರೆಗೆ ಅನೇಕ ಪ್ರದೇಶಗಳನ್ನು ಮೊಗಲರು ಮತ್ತೆ ವಶಪಡಸಿಕೊಂಡರು; ನಂತರ ಶಾಹಬಾಜ್ ಖಾನ್ ಫತೇಹಪುರಕ್ಕೆ ಅಕ್ಬರನ ಬಳಿಗೆ ಮರಳಿ ಬಂದ. ಅಕ್ಬರನಿಗೆ ಎಲ್ಲವನ್ನೂ ತಿಳಿಸಿದ. ಶಾಹಬಾಜ್ ಖಾನ್ ಮೇವಾಡದಲ್ಲಿ ರಜಪೂತರೊಂದಿಗೆ ಹೆಚ್ಚು ಧಾರ್ಮಿಕ ಕಠೋರತೆಯಿಂದ ವರ್ತಿಸಲು ಬಯಸುತ್ತಿದ್ದ. ಇದನ್ನು ಅವನು ಅಕ್ಬರನೆದುರು ಇಟ್ಟ. ಅದರೆ ಆಗ ಅಕ್ಬರನ ಧಾರ್ಮಿಕ ನೀತಿಗಳಲ್ಲಿ ಬದಲಾವಣೆಯಾಗಿತ್ತು. ಅವನು ಧಾರ್ಮಿಕ ಅಂಧವಿಶ್ವಾಸವನ್ನು ವ್ಯರ್ಥ ಮತ್ತು ಅನ್ಯಾಯವೆಂದು ತಿಳಿಯಲಾರಂಭಿಸಿದ್ದ; ಈಗ ಅವನು ದೀನ್–ಎ–ಇಲಾಹಿ ಕಡೆಗೆ ಬಾಗಿದ್ದ. ಹೀಗಾಗಿ ಅವನು ಖಾನನ ಈ ಸಲಯೆಯನ್ನು ಒಪ್ಪಲಿಲ್ಲ.

ಶಾಹಬಾಜ್ ಖಾನ್ ತನ್ನ ಈ ಇನ್ನೊಂದು ದಂಡೆಯಾತ್ರೆಯಲ್ಲಿಯೂ ಎರಡು–ಮೂರು ತಿಂಗಳು ಮೇವಾಡದಲ್ಲಿದ್ದು, ಸಾಧ್ಯವಾದಷ್ಟೂ ಪ್ರತಾಪರನ್ನು ಹಿಂಬಾಲಿಸಿದ. ಅವನಿಗೆ ಯಶಸ್ಸು ಸಿಗದಿದ್ದಾಗ್ಯೂ, ಅವನು ಮೇವಾಡವನ್ನು ಎರಡನೆಯ ಬಾರಿ ವಶಪಡಿಸಿಕೊಳ್ಳವಲ್ಲಿ ಯಶಸ್ವಿಯಾದ

ಪ್ರತಾಪರು ಮತ್ತೆ ಸಕ್ರಿಯರಾದದ್ದು

ಶಾಹಬಾಜ್ ಖಾನ್ ಮರಳಿ ಬರುತ್ತಲೇ ಪ್ರತಾಪರು ಮತ್ತೆ ಮೇವಾಡವನ್ನು ವಶಪಡಿಸಿಕೊಳ್ಳಲು ಸಕ್ರಿಯರಾದರು. ಶಾಹಬಾಜ್ ಖಾನ್ ಎರಡನೆಯ ಬಾರಿ ಮೇವಾಡದಲ್ಲಿದ್ದಾಗ ಅವರು ಕಾಡುಗಳಿಗೆ ಹೋಗಿದ್ದು, ಸ್ವಲ್ಪ ಕಾಲ ಶಾಂತವಾಗಿದ್ದರು. ಜೋಧಪುರದ ರಾವ್ ಚಂದ್ರಸೇನ ಪ್ರತಾಪರ ಸಮರ್ಥಕನಾಗಿದ್ದ. 1578 ರ ಕೊನೆಯಲ್ಲಿ ಅವನು ಮೊಗಲರ ವಿರುದ್ಧ ಬಂಡಾಯವೆದ್ದ. ಅವನು ತನ್ನ ಸೈನ್ಯದೊಂದಿಗೆ ಅಜಮೇರ್‌ವರೆಗೆ ಹೋದ. ಅಕ್ಬರ್ ಈ ಬಂಡಾಯವನ್ನು ಹತ್ತಿಕ್ಕಲು ಪಯಂದ್ ಮುಹಮ್ಮದ್ ಖಾನನ ನೇತೃತ್ವದಲ್ಲಿ ಒಂದು ವಿಶಾಲ ಸೈನ್ಯವನ್ನು ಕಳುಹಿಸಿದ. ಈ ಸೈನ್ಯ ಚಂದ್ರಸೇನನ ಬಂಡಾಯವನ್ನು ಹತ್ತಿಕ್ಕುವಲ್ಲಿ ಯಶಸ್ವಿಯಾಯಿತು.

ಪ್ರತಾಪರು ಸಹ ಮೊಗಲ್ ವಿರೋಧಿ ಕಾರ್ಯಕ್ರಮಗಳನ್ನು ಇನ್ನಷ್ಟು

ತೀವ್ರಗೊಳಿಸಿದ್ದರು. ಶಾಹಬಾಜ್ ಖಾನನಿಗೆ ಮೇವಾಡದ ಮೊಲದ ಎರಡು ದಂಡಯಾತ್ರೆಗಳಲ್ಲಿ ಒಳ್ಳೆಯ ಯಶಸ್ಸು ಲಭಿಸಿತ್ತು. ಆದ್ದರಿಂದ ಅಕ್ಬರ್ ಪ್ರತಾಪರ ಚಟುವಟಿಕೆಗಳನ್ನು ಹತ್ತಿಕ್ಕಲು ಅವನನ್ನು ಮತ್ತೆ ಮೇವಾಡಕ್ಕೆ ಕಳುಹಿಸಲು ತೀರ್ಮಾನಿಸಿದ.

ಶಾಹಬಾಜ್ ಖಾನ್ ಮೂರನೆಯ ಬಾರಿ ಮೇವಾಡದಲ್ಲಿ

ಅಕ್ಬರ್ ಯಾವುದೇ ಬೆಲೆತೆತ್ತಿಯಾದರೂ ಪ್ರತಾಪರನ್ನು ಹತ್ತಿಕ್ಕಿ ಮೇವಾಡದಲ್ಲಿ ತನ್ನ ಪ್ರಭುತ್ವವನ್ನು ಸ್ಥಾಪಿಸಲು ಬಯಸುತ್ತಿದ್ದ. ಇದಕ್ಕಾಗಿ ಅವನು ಅನೇಕ ಬಾರಿ ಅಜಮೇರಿನಲ್ಲಿದ್ದ ಖ್ವಾಜಾರ ಸಮಾಧಿ ಬಳಿ ಹರಕೆ ಹೊತ್ತಿದ್ದ. ಆದರೆ ಇದುವರೆಗೆ ಅವನಿಗಿಷ್ಟವಾದ ಯಶಸ್ಸು ಲಭಿಸಿರಲಿಲ್ಲ. ಅಕ್ಟೂಬರ್ 1579 ರಲ್ಲಿ ಅವನು ಮತ್ತೆ ಅಜಮೇರಿನ ಖ್ವಾಜಾರ ಸಮಾಧಿಗೆ ಬಂದ. ಅಲ್ಲಿ ಅವನು ಮತ್ತೆ ಹರಕೆ ಹೊತ್ತು ಮತ್ತೆ ಸಾಂಭರ್‌ಗೆ ಹೋದ. ಅಲ್ಲಿಂದ ಅವನು ಮೂರನೆಯ ಬಾರಿ ಶಾಹಬಾಜ್ ಖಾನನಿಗೆ ಮೇವಾಡಕ್ಕೆ ಹೋಗಲು ಆದೇಶಿಸಿದ. 9 ನವೆಂಬರ್ 1579 ರಂದು ಶಾಹಬಾಜ್ ಖಾನ್ ಮೇವಾಡದ ಮೇಲೆ ತನ್ನ ಮೂರನೆಯ ದಂಡಯಾತ್ರೆಗೆ ಹೊರಟ. ಅವನು ಮೇವಾಡಕ್ಕೆ ಹೋಗಿ ಪ್ರತಾಪರ ವಿರುದ್ಧ ತನ್ನ ಪೂರ್ಣ ಶಕ್ತಿಯನ್ನು ಹಾಕಿದ. ಪ್ರತಾಪರು ಮತ್ತೆ ಪರ್ವತಗಳಿಗೆ ಹೋದರು. ಅವನು ಸಮಸ್ತ ಮಧ್ಯ ಮೇವಾಡದಲ್ಲಿ ಪ್ರತಾಪರ ಪ್ರಭಾವವನ್ನು ಮುಗಿಸುವಲ್ಲಿ ಯಶಸ್ಸನ್ನು ಪಡೆದ, ಆದರೆ ಅವನು ಪ್ರತಾಪರನ್ನು ಹಿಡಿಯದಾದ.

ಶಾಹಬಾಜ್ ಖಾನ್ ಪ್ರತಾಪರನ್ನು ಹಿಡಿಯಲು ಬೆಟ್ಟ-ಗುಡ್ಡಗಳು ಮತ್ತು ಕಾಡುಗಳಲ್ಲಿ ಅಲೆದಾಡಿದ, ಆದರೆ ಪ್ರತಾಪರು ಆಬೂವಿನಿಂದ ಹನ್ನೆರಡು ಮೈಲಿ ದೂರದ ಸೋಢಾದ ಪರ್ವತಗಳಿಗೆ ಹೊರಟು ಹೋದರು. ಅಲ್ಲಿ ಅವರು ಲೋಯಾನಾರ ರಾವ್ ಧೂಲಾರ ಅತಿಥಿಗಳಾಗಿ ಇದ್ದರು. ರಾಯ್ ಧೂಲಾ ಪ್ರತಾಪರಿಗೆ ಎಲ್ಲಾ ಅನುಕೂಲಗಳನ್ನು ಒದಗಿಸಿಕೊಟ್ಟು, ಅವರನ್ನು ಸನ್ಮಾನಿಸಿದ. ಅಲ್ಲದೆ ಅವರೊಂದಿಗೆ ತನ್ನ ಮಗಳ ವಿವಾಹವನ್ನು ಸಹ ಮಾಡಿದ. ಮಹಾರಾಣಾ ರಾವ್ ಧೂಲಾರಿಗೆ ರಾಣಾ ಬಿರುದನ್ನು ಕೊಟ್ಟರು.

ಸಾಮ್ರಾಟ್ ಅಕ್ಬರ್ ಶಾಹಬಾಜ್ ಖಾನನನ್ನು ಮೇವಾಡಿಗೆ ಕಳುಹಿಸುವಾಗ ತುಂಬಾ ಕಠೋರವಾಗಿ ಆದೇಶಿಸಿದ್ದ. ಶಾಹಬಾಜ್ ಖಾನನಿಗೆ ಮಹಾರಾಣಾರ ಪ್ರಭಾವವನ್ನು ಅಂತ್ಯಗೊಳಿಸುವಲ್ಲಿ ಯಶಸ್ಸು ಲಭಿಸಿತ್ತು, ಆದರೂ ಅಕ್ಬರನ ಕಠಿಣ ಆದೇಶಗಳನ್ನು ಪಾಲಿಸುವಲ್ಲಿ ಅವನು ಅಸಮರ್ಥನಾಗಿದ್ದ. ಆದ್ದರಿಂದ ಅಕ್ಬರ್ ಅವನ ಬಗ್ಗೆ ಕೋಪಿಸಿಕೊಂಡ; ಅವನನ್ನು ಸನ್ 1580 ರ ಮಧ್ಯದಲ್ಲಿ ಮರಳಿ ಕರೆಸಿಕೊಂಡ.

ಶಾಹಬಾಜ್ ಖಾನ್ ಮರಳಿ ಹೋದ ನಂತರ ಅಕ್ಬರ್ ರುಸ್ತಮ್ ಖಾನನನ್ನು ಅಜಮೇರಿನ ಪ್ರಧಾನ ಅಧಿಕಾರಿ ಮಾಡಿ ಕಳುಹಿಸಿದ. ಅವನು ಪ್ರತಾಪರ ವಿರುದ್ಧ ದಂಡಯಾತ್ರೆಗೆ ಹೋಗುವುದಕ್ಕೆ ಮೊದಲೇ ಶೇರಪುರಾದ ಕೆಲವು ಕಛವಾಹರು [ರಜಪೂತರ

ಒಂದು ಒಳ ಜಾತಿ] ಬಂಡಾಯವೆದ್ದರು. ಅವನು ಈ ಬಂಡಾಯವನ್ನು ಹತ್ತಿಕ್ಕಲು ಹೋದ, ಆದರೆ ವಧಿಸಲ್ಪಟ್ಟ. ಅವನು ಪ್ರಧಾನ ಅಧಿಕಾರಿಯಾಗಿ ಕೇವಲ ನಾಲ್ಕು ತಿಂಗಳು ಮಾತ್ರ ಇದ್ದ.

ಮೇವಾಡಕ್ಕೆ ಖಾನ್‌ಖಾನಾನ ದಂಡಯಾತ್ರೆ

ಜೂನ್ ತಿಂಗಳ ಮಧ್ಯದಲ್ಲಿ ರುಸ್ತಮ್ ಖಾನನ ನಿಧನದ ನಂತರ 16 ಜೂನ್ 1580 ರಂದು ಅಕ್ಬರ್ ಅಜಮೇರಿನ ಪ್ರಧಾನ ಅಧಿಕಾರಿಯಾಗಿ ಅಬ್ದುರ್ರಹೀಮ್ ಖಾನ್‌ಖಾನನನ್ನು ನೇಮಿಸಿದ. ಖಾನ್‌ಖಾನಾನಿಗೆ ಮೇವಾಡದ ಯುದ್ಧಗಳ ಅನುಭವವಿತ್ತು. ಅವನು ಮೇವಾಡದ ದಂಡಯಾತ್ರೆಗಳಲ್ಲಿ ಸಾಮ್ರಾಟ ಅಕ್ಬರ್ ಮತ್ತು ಶಾಹಬಾಜ್ ಖಾನನೊಂದಿಗೆ ಕಾರ್ಯವನ್ನು ನಿರ್ವಹಿಸಿದ್ದ. ಹೀಗಾಗಿ ಅವನು ಮೇವಾಡದ ಸಮಸ್ಯೆಗೆ ಪರಿಹಾರ ಪಡೆಯುವಲ್ಲಿ ಸಮರ್ಥನಾಗುತ್ತಾನೆ ಎಂದು ಆಶಿಸಲಾಯಿತು.

ಖಾನ್‌ಖಾನಾ ಪ್ರತಾಪರನ್ನು ಹತ್ತಿಕ್ಕುವಲ್ಲಿ ತೊಡಗಿದ. ಅವನು ತನ್ನ ಪರಿವಾರವನ್ನು ಶೇರಪುರಾದಲ್ಲಿ ಬಿಟ್ಟು, ಪ್ರತಾಪರನ್ನು ಹಿಂಬಾಲಿಸಿದ. ಈ ಸುದ್ದಿ ಸಿಗುತ್ತಲೇ ಮಹಾರಾಣಾರು ಢೌಲಾನ್ ಕಡೆಗೆ ಹೋದರು. ಖಾನ್‌ಖಾನಾನ ಗಮನವನ್ನು ಬೇರೆಡೆಗೆ ಹೊರಳಿಸಲು ಅಮರಸಿಂಹನೊಂದಿಗೆ ಒಂದು ಸೈನ್ಯದ ಟುಕಡಿ ಶೇರಪುರಾದ ಮೇಲೆ ಆಕ್ರಮಣ ಮಾಡಿತು. ಈ ಆಕ್ರಮಣದಲ್ಲಿ ಅಮರಸಿಂಹ, ಖಾನಾನ ಪರಿವರಾವನ್ನು ಬಂಧಿಸಿದ. ಈ ಸುದ್ದಿಯನ್ನು ಮಹಾರಾಣಾರಿಗೆ ಕಳುಹಿಸಲಾಯಿತು. ಸುದ್ದಿ ಲಭಿಸುತ್ತಲೇ ಅವರು ಅಮರಸಿಂಹನಿಗೆ, ಖಾನ್‌ಖಾನಾನ ಪರಿವಾರವನ್ನು ಕೂಡಲೇ ಗೌರವದಿಂದಿಗೆ ಮುಕ್ತಗೊಳಿಸಬೇಕು, ಮಹಿಳೆಯರೊಂದಿಗೆ ಕೆಟ್ಟ ರೀತಿಯಲ್ಲಿ ವರ್ತಿಸಬಾರದು ಎಂದು ಸೂಚಿಸಲಾಯಿತು. ಮಾಹಾರಾಣಾರ ಆದೇಶವನ್ನು ಪಾಲಿಸಲಾಯಿತು, ಬಂಧಿಸಲ್ಪಟ್ಟ ಖಾನ್‌ಖಾನಾನ ಪರಿವಾರವನ್ನು ಗೌರವದೊಂದಿಗೆ ಖಾನ್‌ಖಾನಾನ ಬಳಿಗೆ ಕಳುಹಿಸಲಾಯಿತು.

ಮುಸಲ್ಮಾನರಿಂದ ಇಂಥ ವರ್ತನೆಯನ್ನು ಎಂದೂ ನಿರೀಕ್ಷಿಸಲಾಗುತ್ತಿರಲಿಲ್ಲ. ಪ್ರತಾಪರ ಈ ಮಾನವೀಯ ಔದಾರ್ಯದಿಂದ ಖಾನ್‌ಖಾನಾನ ಕವಿ ಹೃದಯ ತುಂಬಿ ಬಂತು. ಮಹಾರಾಣಾರ ಬಗ್ಗೆ ಅವರ ಕೃತಜ್ಞತೆ ಕೆಳಗಿನ ದೋಹಾದಲ್ಲಿ ಸಾಕಾರಗೊಂಡಿತು–

ಧಮ್ ರಹಸಿ ರಹಸಿ ಧರಾ,

ಖಸ್ ಜಾರೋ ಖುರಸಾಣ್ ।

ಅಮರ್ ವಿಸಂಭರ್ ಉಪರೌಂ,

ರಾಖೌ ನಹ್ ಜೌ ರಾಣ್ ।।

ಖಾನ್‌ಖಾನಾನ ಭಾವುಕ ಹೃದಯ ಪ್ರತಾಪರ ಬಗ್ಗೆ ಶ್ರದ್ಧೆಯಿಂದ ತುಂಬಿ ಬಂದಿತ್ತು, ಆದರೂ ಸಾಮ್ರಾಟನ ಆದೇಶವನ್ನು ಪಾಲಿಸುವುದು ಅವನ ಕರ್ತವ್ಯವಾಗಿತ್ತು. ಅವನು ಮೇವಾಡದ ಪ್ರದೇಶಗಳನ್ನು ಮತ್ತೆ ಮರಳಿ ಪಡೆಯುವಲ್ಲಿ ಮಗ್ನನಾದ.

ಜಗನ್ನಾಥ್ ಕಛವಾಯನ ಮೇವಾಡ ದಂಡಯಾತ್ರೆ

ಖಾನ್‌ಖಾನನ ಬಗ್ಗೆ ಮಹಾರಾಣಾರ ಔದಾರ್ಯದ ಸುದ್ದಿಯನ್ನು ಕೇಳಿ ಅಕ್ಬರ್, ಖಾನ್‌ಖಾನಾ ಪೂರ್ಣ ಪ್ರಯತ್ನದಿಂದ ತನ್ನ ಕರ್ತವ್ಯವನ್ನು ನಿರ್ವಹಿಸಲಾರ ಎಂದು ತಿಳಿದ. ಹೀಗಾಗಿ ಅವನು ಬೇರೊಬ್ಬನನ್ನು ಮೇವಾಡದ ದಂಡಯಾತ್ರೆಗೆ ಕಳುಹಿಸಲು ನಿರ್ಧರಿಸಿದ. ಖಾನ್‌ಖಾನನನ್ನು ಪದಚ್ಯುತಗೊಳಿಸದಿದ್ದಾಗ್ಯೂ ಅವನು 1591 ಇಸ್ವಿಯವರೆಗೆ ಆ ಸ್ಥಾನದಲ್ಲಿದ್ದ, ಆದರೆ ಮಹಾರಾಣಾರ ವಿರುದ್ಧ ದಂಡಯಾತ್ರೆಗೆ ರಾಜ ಜಗನ್ನಾಥ್ ಕಛವಾಹಾನನ್ನು ನೇಮಿಸಲಾಯಿತು, ಅವನು ರಾಜ ಭಗವಾನದಾಸನ ಕಿರಿಯ ಸಹೋದರನಾಗಿದ್ದ. ಅವನು ಹಲ್ದಿಘಾಟಿಯ ಯುದ್ಧದಲ್ಲೂ ಭಾಗವಹಿಸಿದ್ದ.

6 ಡಿಸಂಬರ್ 1584 ರಂದು ಜಗನ್ನಾಥ್ ಕಛವಾಹಾ ಮೇವಾಡಕ್ಕೆ ಹೊರಟ. ಅವನೊಂದಿಗೆ ಮಿರಜಾ ಜಾಫರ್ ವೇಗನನ್ನು ಕಳುಹಿಸಲಾಯಿತು. ಅವನು ಮೇವಾಡಕ್ಕೆ ಹೋಗುತ್ತಲೇ ಪ್ರತಾಪ ವಶಪಡಿಸಿಕೊಂಡಿದ್ದ ಪ್ರದೇಶಗಳನ್ನು ತನ್ನ ವಶಕ್ಕೆ ತೆಗೆದುಕೊಳ್ಳಲು ಪ್ರಾರಂಭಿಸಿದ; ಶೀಘ್ರವೇ ಮೋಹಿ, ಮಾಂಡಲಗಢ್, ಮದಾರಿಯಾ ಮುಂತಾದ ಸ್ಥಳಗಳಲ್ಲಿ ಮತ್ತೆ ಮೊಗಲರ ಠಾಣೆಗಳನ್ನು ನಿರ್ಮಿಸಿದ. ಸೈಯದ್ ರಾಜೂಗೆ ಮಾಂಡಲಗಢದ ವ್ಯವಸ್ಥೆಯನ್ನು ಒಪ್ಪಿಸಿ ಜಗನ್ನಾಥ್ ಕಛವಾಹಾ ಮಹಾರಾಣಾರನ್ನು ಹುಡುಕಲು ಹೊರಟ. ಮಹಾರಾಣಾ ಚಿತ್ತೌಡಿನ ಪರ್ವತಗಳಗೆ ಹೋದರು. ಅವರು ಮೊಗಲರ ಅಧಿಕೃತ ಪ್ರದೇಶಗಳಲ್ಲಿ ಮತ್ತೊಮ್ಮೆ ಆಕ್ರಮಣವೆಸಗಿದರು. ಸೈಯದ್ ರಾಜೂ ಅವರನ್ನು ಎದುರಿಸಲು ಮುಂದುವರೆದು ಹೋದ, ಆದರೆ ಪ್ರತಾಪರು ಮತ್ತೆ ಚಿತ್ತೌಡಿನ ಪರ್ವತಗಳಿಗೆ ಹೋದರು. ಸೈಯದ್ ರಾಜೂ ವಿಧಿಯಿಲ್ಲದೆ ಮಾಂಡಲಗಢಕ್ಕೆ ಮರಳಿ ಬರಬೇಕಾಯಿತು. ಜಗನ್ನಾಥ್ ಕಛವಾಹಾ ಕುಂಭಲಗಢದ ಮೇಲೂ ಆಕ್ರಮಣವೆಸಗಿದ, ಆದರೆ ಪ್ರತಾಪರು ಅಲ್ಲಿಯೂ ಸಿಗಲಿಲ್ಲ, ಹೀಗಾಗಿ ಅವನು ಸಹ ಮರಳಿ ಮಾಂಡಲಗಢಕ್ಕೆ ಬಂದ.

ಅನುಮಾನ ಬಂದ ವ್ಯಕ್ತಿಯನ್ನು ಜಗನ್ನಾಥ್ ಕಛವಾಹ ಪ್ರತಾಪರ ಬಗ್ಗೆ ಕೇಳುತ್ತಿದ್ದ, ಆದರೆ ಯಾರಿಂದಲೂ ಪ್ರತಾಪರ ಸುಳಿವು ಸಿಗಲಿಲ್ಲ. ಪ್ರತಾಪರು ಕಛವಾಹನಿಗೆ ಮಕ್ಕಳನ್ನು ಹೆದರಿಸುವ ಒಂದು 'ಗುಮ್ಮ' ಆಗಿದ್ದರು. ಈ ಬಗ್ಗೆ ಶ್ರೀರಾಮ ಶರ್ಮಾ ಬರೆದಿದ್ದಾರೆ–

"ರಾಜೂ ಅಲ್ಲಿಂದಲೇ ಕುಂಭಲಗಢದ ಮೇಲೆ ಆಕ್ರಮಣವೆಸಗಿದ. ಪ್ರತಾಪರು ಯಾರಿಗೂ ತಿಳಿಯದಂತೆ ಕುಂಭಲಗಢದಿಂದ ಜಾರಿಕೊಂಡರು. ರಾಜೂ ಪ್ರತಾಪರನ್ನು ಹಿಂಬಾಲಿಸಿದ. ಆದರೆ ರಾಜೂ ಪ್ರತಾಪರ ಸೈನ್ಯವನ್ನು ವಶಪಡಿಸಿಕೊಳ್ಳುವುದಕ್ಕೂ ಮೊದಲೇ

ಪ್ರತಾಪರು ಕುಂಭಲಗಢವನ್ನು ತ್ಯಜಿಸಿ ಚಿತ್ತೌಡಿಗೆ ಹೋದರು. ರಾಜೂ ಮತ್ತೆ ಹಿಂಬಾಲಿಸಿದ. ಚಿತ್ತೌಡದಲ್ಲಿ ಪ್ರತಾಪರು ಸಿಗಲಿಲ್ಲ. ಇತ್ತ ರಾಜೂ ಪ್ರತಾಪರನ್ನು ಹಿಂಬಾಲಿಸುತ್ತಿರುವಾಗ, ಅತ್ತ ಜಗನ್ನಾಥ ಹಿಂಬಾಲಿಸುತ್ತಿದ್ದ. ಇಬ್ಬರ ಸೈನ್ಯ ಒಂದು ಸ್ಥಳದಲ್ಲಿ ಭೇಟಿಯಾದವು. ಇಬ್ಬರೂ ಪ್ರತಾಪರ ಪತ್ತೆಗೆ ಜೀವವನ್ನೇ ಪಣವಾಗಿಟ್ಟರು. ಅನುಮಾನ ಬಂದ ವ್ಯಕ್ತಿಗಳನ್ನು ಪ್ರಶ್ನಿಸುತ್ತಿದ್ದರು. ಅವರನ್ನು ಪೀಡಿಸುತ್ತಿದ್ದರು. ಆದರೆ ಪ್ರತಾಪರ ಪತ್ತೆಯಾಗಲಿಲ್ಲ, ಮೆಕಬತ್ ನಾಡಕದಲ್ಲಿ 'ರಾಜ ಲೀಯರ್' ನಂತೆ It's here, It's there, It's no where ಎಂಬ ಮಾತು ಪ್ರತಾಪರಿಗೆ ಅನ್ವಯಿಸುತ್ತದೆ."

ಎಷ್ಟೇ ಪ್ರಯತ್ನಿಸಿದ್ದಾಗ್ಯೂ ಜಗನ್ನಾಥನಿಗೆ ಪ್ರತಾಪರು ಸಿಗಲಿಲ್ಲ. ಈ ಸಿಟ್ಟಿನಲ್ಲಿ ಅವನು ತಮ್ಮ ಮಾರ್ಗದಲ್ಲಿದ್ದ ಮೇವಾಡದ ಪ್ರದೇಶಗಳನ್ನು ಸಂಪೂರ್ಣವಾಗಿ ನಾಶಮಾಡಿದ್ದ.

ಅಮರಸಿಂಹನ ನಿರಾಸೆ

ವೀರ ವಿನೋದದಲ್ಲಿ ಘಟನೆಯೊಂದರ ಉಲ್ಲೇಖವಿದೆ, ಅದರಿಂದ ವನ್ಯ ಜೀವನದ ಕಷ್ಟಗಳಿಂದ ಒಮ್ಮೆ ಯುವರಾಜ ಅಮರಸಿಂಹ ವಿಚಲಿತರಾಗಿದ್ದರು ಎಂಬುದು ತಿಳಿದು ಬರುತ್ತದೆ. ಒಂದು ಬಾರಿ ಪ್ರತಾಪರು ಪರ್ವತಗಳಲ್ಲಿ ತಮ್ಮ ಸಾಮಂತರೊಂದಿಗೆ ಒಂದು ಗುಡಿಸಿಲಿನಲ್ಲಿ ಕೂತಿದ್ದರು. ಅದರೊಂದಿಗೆ ಅಂಟಿಕೊಂಡಿದ್ದ ಇನ್ನೊಂದು ಗುಡಿಸಿಲಿನಲ್ಲಿ ಅಮರಸಿಂಹ ತನ್ನ ಪತ್ನಿಯೊಂದಿಗೆ ಕೂತಿದ್ದ. ಅವನ ಹೆಂಡತಿ ವನ್ಯ ಜೀವನದಿಂದ ಬೇಸತ್ತಿದ್ದಳು. ಈ ಜೀವನವನ್ನು ಎಲ್ಲಿಯವರೆಗೆ ಸಾಗಿಸಬೇಕಾಗುವುದು? ಇದಕ್ಕೆ ಕೊನೆ ಇದೆಯೋ, ಇಲ್ಲವೋ? ಎಂದು ಅವಳು ಪತಿಗೆ ಕೇಳಿದಳು. ಆಗ ಅಮರಸಿಂಹ, ಇದಕ್ಕೆ ನಾನೇನು ತಾನೇ ಮಾಡಲು ಸಾಧ್ಯ? ತಂದೆ ಎದುರು ಮಾತನಾಡುವ ಧೈರ್ಯ ನನಗಾಗುವುದಿಲ್ಲ ಎಂದ.

ಪ್ರತಾಪರು ತಮ್ಮ ಪುತ್ರ ಮತ್ತು ಸೊಸೆಯ ಈ ಮಾತುಕತೆಯನ್ನು ಕೇಳಿದರು. ಮಗನ ನಿರಾಸೆಯನ್ನು ನೋಡಿ ಅವರಿಗೆ ತುಂಬಾ ದುಃಖವಾಯಿತು. ಅವರು ತಮ್ಮ ಸಾಮಂತರಿಗೆ ಹೇಳಿದರು–

"ಸರದಾರರೇ! ನನ್ನ ನಂತರ ಮನಸ್ಸಿನಿಂದ ವಿಶ್ರಾಂತಿ ಬಯಸುವ ಈ ಅಮರಸಿಂಹ ಕಷ್ಟವನ್ನೆಂದೂ ಅನುಭವಿಸಲಾರ; ಮುಸಲ್ಮಾನರು ಕೊಟ್ಟ ಉಡುಪುಗಳನ್ನು ಧರಿಸುತ್ತಾನೆ; ರಾಜಾಜ್ಞೆಗಳನ್ನು ಶಿಷ್ಟಾಚಾರದಿಂದ ಪಾಲಿಸುತ್ತಾನೆ; ಅವರ ಸೇವೆ ಮಾಡಲು ಒಪ್ಪುತ್ತಾನೆ; ತನ್ನ ಸುಖಕ್ಕಾಗಿ ನಮ್ಮ ಕಳಂಕ-ರಹಿತ ವಂಶಕ್ಕೆ ಕಳಂಕವನ್ನು ಬಗೆಯುತ್ತಾನೆ."

ತಂದೆಯ ಬಾಯಿಯಿಂದ ಈ ಮಾತುಗಳನ್ನು ಕೇಳಿ ಅಮರಸಿಂಹ ತುಂಬಾ ಲಜ್ಜಿತನಾದ. ಅವನು ಪ್ರತಾಪರಿಗೆ ಏನೂ ಹೇಳಲಿಲಲ್ಲ, ಆದರೆ ತಾನು ಜೀವಮಾನವಿಡೀ ಮೊಗಲರ ಅಧೀನತೆಯನ್ನು ಒಪ್ಪಿಕೊಳ್ಳುವುದಿಲ್ಲವೆಂದು ಪ್ರತಿಜ್ಞೆ ಮಾಡಿದ.

ಅಮರಸಿಂಹ ತನ್ನ ಈ ಪ್ರತಿಜ್ಞೆಗೆ ಬದ್ಧನಾಗಿರಲಿಲ್ಲ ಎಂಬುದಕ್ಕೆ ಇತಿಹಾಸ ಸಾಕ್ಷಿಯಾಗಿದೆ. ಪ್ರತಾಪರ ಭವಿಷ್ಯವಾಣಿ ನಿಜವಾಯಿತು. ಯಾವ ವಂಶದಲ್ಲಿ ದೇಶ, ಜಾತಿ, ಧರ್ಮ ಮತ್ತು ಸ್ವಾತಂತ್ರ್ಯಕ್ಕಾಗಿ ತಮ್ಮ ಪ್ರಾಣವನ್ನು ಲೆಕ್ಕಿಸದ ರಾಣಾ ಕುಂಭಾ, ರಾಣಾ ಹಮೀರ, ರಾಣಾ ಸಾಂಗಾ ಮತ್ತು ಮಹಾರಾಣಾ ಪ್ರತಾಪರಂಥ ವೀರ ರಾಜರಿದ್ದರೋ, ಅದೇ ವಂಶದ ಅಮರಸಿಂಹ 1614 ಇಸ್ವಿಯಲ್ಲಿ ಸಂಧಿಯನ್ನು ಮಾಡಿಕೊಂಡ.

ಅಕ್ಬರ್‌ಗೆ ಮಹಾರಾಣಾರ ಪತ್ರ – ಒಂದು ವಿವಾದಾತ್ಮಕ ನಿಜಾಂಶ

ಮಹಾರಾಣಾರ ಬಗ್ಗೆ ಅನೇಕ ವದಂತಿಗಳು ಪ್ರಚಲಿತವಾಗಿವೆ. ಶಾಹಬಾಜ್ ಖಾನ್ ತನ್ನ ದಂಡಯಾತ್ರೆಗಳಲ್ಲಿ ಮೇವಾಡವನ್ನು ನಾಶ ಮಾಡಿದ ಎನ್ನಲಾಗುತ್ತದೆ. ತಮ್ಮ ಈ ಪ್ರೀತಿಯ ಮೇವಾಡದ ಈ ದುರ್ದೆಶೆಯನ್ನು ನೋಡಿ ಹಾಗೂ ಮೊಗಲರ ಆಕ್ರಮಣಗಳ ಆಟೋಪಗಳಿಂದ ಪ್ರತಾಪರು ಅಕ್ಬರನ ಅಧೀನತೆಯನ್ನು ಒಪ್ಪಿಕೊಳ್ಳಲು ಪತ್ರವೊಂದನ್ನು ಬರೆದರು. ಕರ್ನಲ್ ಟಾಡ್‌ರು ರಾಜಸ್ಥಾನದ ಇತಿಹಾಸದಲ್ಲಿ ಈ ಘಟನೆಯನ್ನು ಉಲ್ಲೇಖಿಸುತ್ತಾ ಬರೆದಿದ್ದಾರೆ: 'ಈ ಪತ್ರ ಅಕ್ಬರನ ಬಳಿಗೆ ಹೋಯಿತು. ಮೊದಲನೆಯದಾಗಿ ಅವನಿಗೆ ನಂಬಿಕೆಯೇ ಬರಲಿಲ್ಲ. ತನ್ನ ಅನುಮಾನವನ್ನು ಹೋಗಲಾಡಿಸಿಕೊಳ್ಳಲು ಅಕ್ಬರ್ ತನ್ನ ಆಸ್ಥಾನಿಕರನ್ನು ಈ ಬಗ್ಗೆ ಕೇಳಿದ. ಆಗ ಒಬ್ಬ ಆಸ್ಥಾನಿಕ ಬೀಕಾನೇರಿನ ರಾಜ ಪೃಥ್ವಿರಾಜರಿಗೆ ತುಂಬಾ ದುಃಖವಾಯಿತು, ಏಕೆಂದರೆ ಎಲ್ಲಾ ರಜಪೂತರಿಗೆ ಪ್ರತಾಪರ ಬಗ್ಗೆ ಶ್ರದ್ಧೆಯಿತ್ತು. ಪ್ರತಾಪರು ಅಕ್ಬರನೆದುರು ತಲೆಬಾಗಲು ಅವರು ಬಯಸುತ್ತಿರಲಿಲ್ಲ. ಪೃಥ್ವಿರಾಜರು ಸ್ಪಷ್ಟವಾಗಿ, ಈ ಪತ್ರ ಮಹಾರಾಣಾರದ್ದು ಅಲ್ಲವೇ ಅಲ್ಲ ಎಂದರು. ನಂತರ ಪೃಥ್ವಿರಾಜರು ಮಹಾರಾಣಾರಿಗೆ ಪತ್ರ ಬರೆದರು. ಆ ಪತ್ರ ರಾಜಸ್ಥಾನಿ ಭಾಷೆಯ ಪದ್ಯ ರೂಪದಲ್ಲಿತ್ತು, ಅದರ ಸಾರಂಶ ಹೀಗಿದೆ–

"ಹಿಂದೂಗಳ ಸಂಪೂರ್ಣ ಭರವಸೆ ಒಬ್ಬ ಹಿಂದೂ ಬಗ್ಗೆ ಇದೆ. ರಾಣಾ ಎಲ್ಲವನ್ನೂ ತ್ಯಜಿಸಿದರು; ಇದರಿಂದ ರಜಪೂತರ ಪ್ರತಿಷ್ಠೆ ಇಂದಿಗೂ ಸುರಕ್ಷಿತವಾಗಿದೆ...ಪ್ರತಾಪರು ತಮ್ಮ ಸರ್ವಸ್ವವನ್ನೂ ತ್ಯಜಿಸಿದ್ದಾರೆ, ಅವರು ತಮ್ಮ ಸ್ವಾಭಿಮಾನ ಮತ್ತು ಗೌರವವನ್ನು ಮಾರಲು ಬಯಸುವರೇ... ಸಂತೆಯಲ್ಲಿ ಯಾರು ರಜಪೂತರ ಗೌರವವನ್ನು ಕೊಂಡಿದ್ದಾರೋ, ಅವನೂ ಸಹ ಒಂದು ದಿನ ನಾಶವಾಗುತ್ತನೆ! ಅಂಥ ಪರಿಸ್ಥಿತಿಯಲ್ಲಿ ನಮ್ಮ ಪ್ರತಿಷ್ಠೆ ಪ್ರತಾಪರಿಂದಾಗಿಯೇ ಲಭಿಸುವುದು. ಅಂದಿನ ನಿರೀಕ್ಷೆಯಲ್ಲಿ ರಾಜಸ್ಥಾನದ ಸಂಪೂರ್ಣ ರಜಪೂತರ ಕಣ್ಣುಗಳು ಕಾಯುತ್ತಿವೆ."

ಈ ಪತ್ರದಿಂದ ಪ್ರತಾಪರ ಸ್ವಾಭಿಮಾನ ಮತ್ತೆ ಜಾಗೃತಗೊಂಡಿತು; ಅವನು ಕೊನೆಯವರೆಗೂ ಹೋರಾಡುತ್ತಲೇ ಇದ್ದರು.

ಆಗಿನ ಯಾವ ಇತಿಹಾಸಕಾರರು ಸಹ ಪ್ರತಾಪರ ಈ ಪತ್ರವನ್ನು ಉಲ್ಲೇಖಿಸಿಲ್ಲ. ಟಾಡ್‌ರ ಈ ವರ್ಣನೆಗೆ ರಾಜಸ್ಥಾನದ ಒಂದು ಜನಪದ ಕಥೆ ಆಧಾರವಾಗಿದೆ. ಹೀಗಾಗಿ

ಸುಮಾರಾಗಿ ಎಲ್ಲಾ ಇತಿಹಾಸಕಾರರು ಈ ಘಟನೆಯ ನಿಜಾಂಶದ ಬಗ್ಗೆ ಸಂದೇಹವನ್ನು ವ್ಯಕ್ತಪಡಿಸಿದ್ದಾರೆ. ಡಾ. ಗೋಪಿನಾರ್ಥ ಶರ್ಮಾ ಇದರ ಮೇಲೆ ಬೆಳಕು ಚೆಲ್ಲುತ್ತಾ ಬರೆದಿದ್ದಾರೆ–

"ರಾಣಾರ ಬಗ್ಗೆ ಇನ್ನೊಂದು ಜನಪದ ಕಥೆಯಿದೆ; ಇದನ್ನು ಇತಿಹಾಸ ಒಪ್ಪುವುದಿಲ್ಲ. ಅದೇನೆಂದರೆ, ರಾಜ್ಯದ ಸೈನ್ಯದ ಭಯದಿಂದ ಪ್ರತಾಪರರು ಸಾಮ್ರಾಟನಿಗೆ ಕ್ಷಮೆಯಾಚನೆಯ ಪತ್ರವನ್ನು ಬರೆದರು, ಈ ಕಥೆ ಕರ್ನಲ್ ಟಾಡರು ಬೀಕಾನೇರಿನ ಮೌಖಿಕ ಪರಂಪರೆಯಿಂದ ತೆಗೆದುಕೊಂಡು, ಅದನ್ನು ಪ್ರಚಾರ ಮಾಡಿದರು. ಡಿಂಗಲ್ ಸಾಹಿತ್ಯದಲ್ಲಿ ರಾಣಾ ಮತ್ತು ಬೀಕಾನೇರಿನ ಪೃಥ್ವಿರಾಜ [ಕವಿಯಾಗಿದ್ದ] ರ ನಡುವೆ ಪತ್ರವ್ಯವಹಾರದ ಉಲ್ಲೇಖ ಲಭಿಸುತ್ತದೆ; ಈ ಉಲ್ಲೇಖದಲ್ಲಿ ಕುಂವರ್ ಪೃಥ್ವಿರಾಜರು ರಾಣಾರನ್ನು ಕ್ಷಮೆಯಾಚನೆಯ ಬಗ್ಗೆ ಕೇಳುತ್ತಾರೆ. ಪತ್ರದ ಉತ್ತರದಲ್ಲಿ ರಾಣಾ ಪೃಥ್ವಿರಾಜರಿಗೆ, 'ನಾನೆಂದೂ ಸಾಮ್ರಾಟರಲ್ಲಿ ಕ್ಷಮೆಯಾಚಿಸಿಲ್ಲ, ನಾನು ಅವನೆದುರು ಯಾವುದೇ ರೀತಿಯಲ್ಲಿ ತಲೆಬಾಗಲು ಸಿದ್ಧನಿಲ್ಲ' ಎಂದು ಬರೆಯುತ್ತಾರೆ. ಈ ಪತ್ರ ವ್ಯವಹಾರ ಎಷ್ಟು ರೋಚಕವೆಂದರೆ, ಇದು ಜನಪದ ಕಥೆಯಾಗಿ ಮಾರ್ಪಟ್ಟಿದೆ. ಈ ಜನಪದ ಪರಂಪರೆಯಿಂದ ಕವನ ಸೃಷ್ಟಿಯಾಯಿತೋ ಅಥವಾ ಈ ಕವನದ ಮಾಧ್ಯಮದಿಂದ ಜನಪದ ಪರಂಪರೆಗೆ ಜನ್ಮ ಸಿಕ್ಕಿತೋ ಎಂದು ಹೇಳುವುದು ಕಷ್ಟ. ಜನಪದ ಕಥೆಗಳು ಚರಿತ್ರೆಯ ಅತಿಕ್ರಮಣ ಮಾಡಿ ರೋಚಕ ಅಥವಾ ಕರುಣೆಯ ವರ್ಣನೆಗಳಿಗೆ ಆದ್ಯತೆಯನ್ನು ಕೊಡುತ್ತವೆ ಎಂಬುದು ಸರ್ವವಿಧಿತ. ಯಾವ ಸಮಕಾಲೀನ ಮುಸ್ಲಿಮ್ ಇತಿಹಾಸಕಾರರು ಸಹ ಪ್ರತಾಪರು ಕ್ಷಮೆಯಾಚಿಸಿದ ಬಗ್ಗೆ ಉಲ್ಲೇಖಿಸುವುದಿಲ್ಲ. ಒಂದು ವೇಳೆ ಹೀಗಾಗಿದ್ದರೆ, ಮುಸ್ಲಿಮ್ ಇತಿಹಾಸಕಾರರು ಅದರ ಬಗ್ಗೆ ಅವಶ್ಯವಾಗಿ ಬರೆಯುತ್ತಿದ್ದರು, ಏಕೆಂದರೆ ಅದರಲ್ಲಿ ವಾಸ್ತವಿಕತೆ ಇದ್ದರೆ ಇಂಥ ಘಟನೆಯನ್ನು ಉಪೇಕ್ಷಿಸುವುದು ಸಾಧ್ಯವಿಲ್ಲ."

ಮತ್ತೊಂದು ವಿವಾದಾತ್ಮಕ ಪ್ರಸಂಗ

ಮೇಲೆ ತಿಳಿಸಿದ ಪತ್ರದಂತೆಯೇ ಮತ್ತೊಂದು ಪ್ರಸಂಗ ಪ್ರತಾಪರ ಸಂಕಷ್ಟದಲ್ಲಿನ ಪತ್ರಕ್ಕೆ ಸಂಬಂಧಿಸಿದೆ. 1579 ಇಸ್ವಿಯಲ್ಲಿ ಶಾಹಬಾಜ್ ಖಾನ್ ಮೇವಾಡದ ಮೇಲೆ ಆಕ್ರಮಣ ಮಾಡಿದಾಗ, ಮಹಾರಾಣಾ ಅಲೆಮಾರಿಗಳಂತೆ ಕಾಡುಗಳು ಮತ್ತು ಪರ್ವತಗಳಲ್ಲಿ ಅಲೆದಾಡುತ್ತಿದ್ದರು ಎನ್ನಲಾಗುತ್ತದೆ. ಆಗ ಪ್ರತಾಪರ ಆರ್ಥಿಕ ಸ್ಥಿತಿ ದಯನೀಯವಾಗಿತ್ತು. ಅವರ ಸಂಗಡಿಗರು ವನವಾಸಿಗಳಾಗಿದ್ದರು. ಅವರ ಬಳಿ ತಿನ್ನಲು ಏನೂ ಉಳಿದಿರಲಿಲ್ಲ. ಅವರು ಮತ್ತು ಅವರ ಪರಿವಾರದ ಸದಸ್ಯರು ಹುಲ್ಲಿನ ರೊಟ್ಟಿಗಳನ್ನು ತಿನ್ನಬೇಕಾಯಿತು. ಒಮ್ಮೆ ಅವರ ಮಗಳ ಕೈಯಲ್ಲಿ ರೊಟ್ಟಿಯ ಒಂದು ತುಂಡಿತ್ತು. ಕಾಡು ಬೆಕ್ಕೊಂದು ಆ ರೊಟ್ಟಿಯನ್ನು ಕಸಿದುಕೊಂಡು ಓಡಿತು. ಅವಳು ಬಿಕ್ಕಳಿಸುತ್ತಾ ಇದ್ದಳು. ಈ ಘಟನೆಯನ್ನು ನೋಡಿ ಪ್ರತಾಪರು ಚಂಚಲಗೊಂಡರು. ಅವರ ಕಣ್ಣುಗಳಲ್ಲಿ ಕಣ್ಣೀರು ಬಂತು. ಇದರಿಂದ

ಪ್ರತಾಪರ ನಿಶ್ಚಯ ಡಗಮಗಿಸಿತು; ಅವರು ಅಕ್ಬರನ ಅಧೀನತೆಯನ್ನು ಒಪ್ಪಿಕೊಳ್ಳಲು ಸಿದ್ಧರಾದರು.

ಯಾವುದೇ ಇತಿಹಾಸದ ಗ್ರಂಥ ಅಥವಾ ಮೇವಾಡದ ರಾಜವಂಶದ ಬಗ್ಗೆ ಬರೆದ ಕಾವ್ಯ-ಗ್ರಂಥ ಸಹ ಈ ಘಟನೆಯನ್ನು ಸಮರ್ಥಿಸುವುದಿಲ್ಲ. ಕರ್ನಲ್ ಟಾಡ್ ಮಾತ್ರ ಇದನ್ನು ಉಲ್ಲೇಖಿಸಿದ್ದಾರೆ. ಆದರೆ ಟಾಡರಿಗೆ ಇದರ ಆಧಾರ ಎಲ್ಲಿಂದ ಲಭಿಸಿತು ಎಂಬ ಬಗ್ಗೆ ಉಲ್ಲೇಖಿಸಿಲ್ಲ. ಮೊದಲನೆಯದಾಗಿ, ಪರ್ವತೀಯ ಕ್ಷೇತ್ರಗಳಲ್ಲಿ ಸದಾ ಪ್ರತಾಪರ ಅಧಿಕಾರವಿತ್ತು. ಆ ಪ್ರದೇಶಗಳ ನಡುವೆ ಫಲವತ್ತಾದ ಭೂಮಿ ಸಹ ಇದೆ. ಅಲ್ಲದೆ ಪ್ರತಾಪರ ಜನಪ್ರಿಯತೆ ಎಷ್ಟಿತ್ತೆಂದರೆ, ಅಕ್ಕಪಕ್ಕದ ಗ್ರಾಮ ನಿವಾಸಿಗಳು ಅವರಿಗೆ ಸಹಾಯವನ್ನು ಮಾಡುತ್ತಿದ್ದರು. ಅವರ ಆರ್ಥಿಕ ಸ್ಥಿತಿ ಅಷ್ಟು ದಯನೀಯವಾಗುವ ಪ್ರಶ್ನೆಯೇ ಉದ್ಭವಿಸುವುದಿಲ್ಲ. ಅವರು ತಮ್ಮ ಪೂರ್ವಿಕರು ಸಂಚಯಿಸಿದ ಖಜಾನೆಯನ್ನು ತಮ್ಮೊಂದಿಗೆ ತೆಗೆದುಕೊಂಡು ಹೋಗಿದ್ದರು. ಒಂದು ವೇಳೆ ಅವರು ಇಂಥ ದಯನೀಯ ಸ್ಥಿತಿಯಲ್ಲಿದ್ದಿದ್ದರೆ ಅವಕಾಶ ಸಿಕ್ಕ ಕೂಡಲೇ ಅವರು ಮೊಗಲರನ್ನು ಹೇಗೆ ಎದುರಿಸುತ್ತಿದ್ದರು? ಅತಿ ಮಹತ್ವದ ಸಂಗತಿ ಎಂದರೆ ಪ್ರತಾಪರಿಗೆ ಯಾವ ಮಗಳೇ ಇರಲಿಲ್ಲ. ಈ ಕಥೆಯ ನಿರರ್ಥಕತೆಯನ್ನು ಸಾಬೀತು ಪಡಿಸುತ್ತಾ ಡಾ. ಗೌರಿಶಂಕರ್ ಹೀರಾಚಂದ್ ಓಝಾ ಬರೆದಿದ್ದಾರೆ-

"...ಈ ಎಲ್ಲಾ ಕಥೆಗಳು ಅತಿಶಯೋಕ್ತಿಯಿಂದ ಕೂಡಿದ್ದು ಕಪೋಲಕಲ್ಪಿತ ಮಾತ್ರವಾಗಿದೆ, ಏಕೆಂದರೆ ಮಹಾರಾಣಾರು ಯಾವುದೇ ಕಷ್ಟವನ್ನು ಎದುರಿಸಬೇಕಿರಲಿಲ್ಲ. ಉತ್ತರದಲ್ಲಿ ಕುಂಭಲಗಢದಿಂದ ಹಿಡಿದು ದಕ್ಷಿಣದಲ್ಲಿ ಋಷಭದೇವದವರೆಗೆ [ಸುಮಾರು 90 ಮೈಲಿ ಉದ್ದ] ಮತ್ತು ಪೂರ್ವದಲ್ಲಿ ದೆಬಾರಿಯಿಂದ ಸಿರೋಹಿಯ ಗಡಿಯವರೆಗೆ ಸುಮಾರು 70 ಮೈಲಿ ಅಗಲದ ಪರ್ವತ ಪ್ರದೇಶಗಳು ಮಹಾರಾಣಾರ ವಶದಲ್ಲಿದ್ದವು. ಮಹಾರಾಣಾ ಮತ್ತು ಸಾಮಂತರ ಪತ್ನಿಯರು ಮತ್ತು ಮಕ್ಕಳು ಮುಂತಾದವರು ಇದೇ ಸುರಕ್ಷಿತ ಪ್ರದೇಶದಲ್ಲಿ ನೆಲಸುತ್ತಿದ್ದರು. ಅಗತ್ಯಬಿದ್ದಾಗ ಆಹಾರ ಇತ್ಯಾದಿಗಳನ್ನು ತರಲು ಗೋಡವಾಡ, ಸಿರೋಹಿ, ಈಡರ್ ಮತ್ತು ಮಲವೆ ಕಡೆಯ ಮಾರ್ಗಗಳು ತೆರೆದಿದ್ದವು. ಮೇಲ್ಕಾಣಿಸಿದ ಪರ್ವತ ಪ್ರದೇಶಗಳಲ್ಲಿ ನೀರು ಮತ್ತು ಹಣ್ಣುಗಳ ಮರ-ಗಿಡಗಳು ಹೆಚ್ಚಿನ ಸಂಖ್ಯೆಯಲ್ಲಿದ್ದವು; ಅಲ್ಲದೆ ಅನೇಕ ಸಮತಲ ಭೂಮಿ ಸಹ ಇತ್ತು. ಅಲ್ಲಿ ನೂರಾರು ಹಳ್ಳಿಗಳಲ್ಲಿ ಜನರು ವಾಸಿಸುತ್ತಿದ್ದರು. ಅಲ್ಲಿ ಅನೇಕ ಪರ್ವತದ ಕೋಟೆಗಳನ್ನು ನಿರ್ಮಿಸಲಾಗಿತ್ತು. ಪರ್ವತಗಳಲ್ಲಿ ಸಾವಿರಾರು ಮೈಲಿಗಳ ವಾಸಸ್ಥಳಗಳಿದ್ದವು. ಅಲ್ಲಿ ಮೆಕ್ಕೆಜೋಳ, ಭತ್ತ, ಕಾಳುಗಳು ಹೆಚ್ಚು ಪ್ರಮಾಣದಲ್ಲಿ ಬೆಳೆಯಲಾಗುತ್ತಿತ್ತು. ತುಪ್ಪ, ಹಾಲು ಇತ್ಯಾದಿ ಪದಾರ್ಥಗಳು ಸುಲಭವಾಗಿ ಲಭಿಸುತ್ತಿದ್ದವು.ಛಪ್ಪನ್ ಮತ್ತು ಬಾಸಾನಿಯಿಂದ ಹಿಡಿದು ಥರ್ಯಾವದದ ಮುಂದಿನವರೆಗಿನ ಸಮಸ್ತ ಪರ್ವತ ಪ್ರದೇಶಗಳೂ ಮಹಾರಾಣಾರ ವಶದಲ್ಲಿದ್ದವು. ಮೇವಾಡದ ಉತ್ತರ-ಪೂರ್ವದ ಪ್ರದೇಶಗಳು ಮಾತ್ರ ರಾಜ್ಯದ ಸೈನ್ಯದಿಂದ ಆವರಿಸಿತ್ತು. ಅಷ್ಟು ವಿಶಾಲ ಪರ್ವತ ಪ್ರದೇಶಗಳನ್ನು ಸುತ್ತುವರೆಯಲು ಲಕ್ಷಾಂತರ ಸೈನಿಕರ

ಅವಶ್ಯಕತೆಯಿತ್ತು. ಅವರು ಅಧಿಕಾರಿಗಳೊಂದಿಗೆ ವಿಶಾಲ ಪರ್ವತ–ಪ್ರದೇಶಗಳಲ್ಲಿ ನಿರ್ಭಯರಾಗಿರುತ್ತಿದ್ದರು; ಅವರ ಸಾವಿರಾರು ಸ್ವಾಮಿಭಕ್ತರು ಮತ್ತು ವೀರರಾದ ಭೀಲರು ಮಂಗಗಳಂತೆ ಪರ್ವತಗಳನ್ನು ದಾಟುವಲ್ಲಿ ಕುಶಲರಾಗಿರುತ್ತಿದ್ದರು, ಶತ್ರು ಸೈನ್ಯದ 40–50 ಮೈಲಿ ದೂರದವರೆಗಿನ ಚಟುವಟಿಕೆಗಳ ಸುದ್ದಿಗಳನ್ನು ಏಳೆಂಟು ಗಂಟೆಗಳೊಳಗೇ ಅವರಿಗೆ ತಲುಪಿಸಲಾಗುತ್ತಿತ್ತು. ರಾಣಾ ತನ್ನ ರಜಪೂತರೊಂದಿಗೆ ಪರ್ವತಗಳ ಮರೆಯಲ್ಲಿದ್ದು ಹೊಂಚು ಹಾಕುತ್ತಿದ್ದರು, ಸಮಯ ಸಿಗುತ್ತಲೇ ಅವರ ಮೇಲೆ ಆಕ್ರಮಣ ಮಾಡುತ್ತಿದ್ದರು. ಭೀಲರು ಮಹಾರಾಣಾರ ಸೇವೆಯೊಂದಿಗೆ ಸಮಯ ಸಿಗುತ್ತಲೇ ರಾಜ್ಯದ ಸೈನ್ಯದ ಆಹಾರ ಸಾಮಗ್ರಿಗಳನ್ನು ಸಹ ಕೊಳ್ಳೆ ಹೊಡೆಯುತ್ತಿದ್ದರು, ಮಹಾರಾಣಾ ಮತ್ತು ಅಧಿಕಾರಿಗಳ ಪತ್ನಿಯರನ್ನು ಸಹ ರಕ್ಷಿಸುತ್ತಿದ್ದರು. ಇದರಿಂದ ಶಾಹಬಾಜ್ ಖಾನ್ ಒಂದು ಬಾರಿ ಸಹ ಮೇವಾಡದಲ್ಲಿ ಹೆಚ್ಚು ದಿನಗಳು ಇರದಾದ; ಅವನು ಮುಖ್ಯ ಸ್ಥಳಗಳಲ್ಲಿ ದೊಡ್ಡ ಸೈನ್ಯದೊಂದಿಗೆ ಠಾಣೆಗಳನ್ನು ನಿರ್ಮಿಸಿ ಹೊರಟು ಹೋದ. ಮಹಾರಾಣಾರು ಈ ತಂಗುದಾಣಗಳ ಮೇಲೆ ನಿರಂತರವಾಗಿ ಆಕ್ರಮಣ ಮಾಡಿ ಅವುಗಳನ್ನು ತೆಗೆಸುತ್ತಿದ್ದರು. ಕರ್ನಲ್ ಟಾಡರು ಮಹಾರಾಣಾರ ಕಷ್ಟದ ಬಗ್ಗೆ ವರ್ಣಿಸಿರುವುದು ನಿಜವಾಗಿದ್ದರೆ, ಹೆಜ್ಜೆ–ಹೆಜ್ಜೆಗೂ ಬಾದಶಾಹನನ್ನು ಪ್ರಶಂಸಿಸುತ್ತಿದ್ದ ಅಬುಲಫಜಲ್‌ನಂಥ ಸಣ್ಣ ವಿಷಯವನ್ನು ದೊಡ್ಡದು ಮಾಡಿ ಬರೆಯುವ ಲೇಖಕ ಈ ವಿಷಯವನ್ನು ದೊಡ್ಡದು ಮಾಡಿ ಬರೆಯುತ್ತಿದ್ದ. ಆದರೆ ಅಕಬರನಾಮಾ ಅಥವಾ ಫಾರಸಿ ತವಾರೀಖ್‌ನಲ್ಲಿ, ಕಷ್ಟಗಳನ್ನು ಸಹಿಸಲು ಸಾಧ್ಯವಾಗದೆ ರಾಣಾ ಅಕ್ಬರನ ಅಧೀನತೆಯನ್ನು ಒಪ್ಪಿಕೊಳ್ಳಲು ಅವನಿಗೆ ಪತ್ರವನ್ನು ಬರೆದರು ಎಂಬ ಬಗ್ಗೆ ವರ್ಣನೆ ಇಲ್ಲ. ಉದಯಪುರ ಮತ್ತು ಗೋಗೂಂದಾದ ಅರಮನೆಯಂಥ ಸುಖ ಅಲ್ಲಿರಲಿಲ್ಲ ಎಂಬುದು ನಿಜ. ಶತ್ರುವಿನೊಂದಿಗೆ ಹೋರಾಡುವ ಚಿಂತೆ ಅವರಿಗೆ ಸದಾ ಕಾಡುತ್ತಿತ್ತು."

ಪ್ರತಾಪರು ಎಂದೂ ಆರ್ಥಿಕ ಕಷ್ಟಗಳನ್ನು ಎದುರಿಸಬೇಕಾದ ಸಂದರ್ಭ ಬರಲಿಲ್ಲ. ಅವರ ಪೂರ್ವಿಕರಾದ ರಾಣಾ ಕುಂಭಾ ಮತ್ತು ರಾಣಾ ಸಾಂಗಾ ಸಾಕಷ್ಟು ಸಂಪತ್ತನ್ನು ಗಳಿಸಿದ್ದರು. ಈ ಸಂಪತ್ತನ್ನು ಮೇವಾಡದ ಮೇಲೆ ಬಹಾದುರಶಾಹನ ಮೊದಲ ಆಕ್ರಮಣಕ್ಕಿಂತ ಮೊದಲೇ ಚಿತ್ತೌಡದಿಂದ ತೆಗೆದುಕೊಂಡು ಹೋಗಲಾಗಿತ್ತು. ಹೀಗಾಗಿ ಬಹಾದುರಶಾಹ ಅಥವಾ ಅಕ್ಬರ್ ಅಥವಾ ಬೇರಾವ ಆಕ್ರಮಣಕಾರರೂ ಆ ಸಂಪತ್ತನ್ನು ಪಡೆಯದಾದರು. ಉದಯಸಿಂಹ ಅಥವಾ ಪ್ರತಾಪರಿಗೆ ಐಶ್ವರ್ಯವನ್ನು ಗಳಿಸುವ ಅವಕಾಶ ಲಭಿಸಿರಲಿಲ್ಲ, ಆದರೆ ಅವರು ಪೂರ್ವಿಕರು ಗಳಿಸಿದ ಖಜಾನೆಯನ್ನು ಸದಾ ಸುರಕ್ಷಿತವಾಗಿಟ್ಟರು. ಮೊಗಲರ ಮೇಲಿನ ಆಕ್ರಮಣದ ವೇಳೆಯಲ್ಲಿ ಖಜಾನೆಯನ್ನು ಭಾಮಾಶಾಹನ ನಿಯಂತ್ರಣದಲ್ಲಿ ಗುಪ್ತ ಸ್ಥಳದಲ್ಲಿಡಲಾಗುತ್ತಿತ್ತು. ಅವನು ಇದರ ಪೂರ್ಣ ವಿವರಣೆಯನ್ನು ತನ್ನ ಲೆಕ್ಕದ ಪುಸ್ತಕದಲ್ಲಿ ಬರೆಯುತ್ತಿದ್ದ; ಅಗತ್ಯಬಿದ್ದಾಗ ಖರ್ಚು ಮಾಡುತ್ತಿದ್ದ. ತನ್ನ ನಿಧನದ ವೇಳೆಯಲ್ಲಿ ಈ ಲೆಕ್ಕಪತ್ರವನ್ನು ತನ್ನ ಹೆಂಡತಿಗೆ ಕೊಟ್ಟು, ಅದನ್ನು ಅಮರಸಿಂಹನಿಗೆ ತಲುಪಿಸಲು ಆಗ್ರಹಿಸಿದ್ದ.

ನಂತರ ಅಮರಸಿಂಹ ಜಹಾಂಗೀರನೊಂದಿಗೆ ಸಂಧಿಯನ್ನು ಮಾಡಿಕೊಂಡ. ಸಂಧಿಯ ವೇಳೆಯಲ್ಲಿ ಅಮರಸಿಂಹ ಶಹಜಾದಾ ಖುರ್ರಮ್‌ಗೆ [ನಂತರದಲ್ಲಿ ಶಾಹಜಹಾಂ] ಒಂದು ಮಾಣಿಕ್ಯವನ್ನು ಉಡುಗೊರೆ ಕೊಟ್ಟಿದ್ದ, ಆಗ ಅದರ ಬೆಲೆ ಅರವತ್ತು ಸಾವಿರ ರೂಪಾಯಿಗಳಿತ್ತು. [ಈ ಮಾಣಿಕ್ಯ ರಾಠೌರ್ ರಾಜ ರಾವ್ ಮಾಲದೇವನ ಬಳಿ ಇತ್ತು. ಅವನ ಮಗ ಚಂದ್ರಸೇನ್ ಅದನ್ನು ಕಷ್ಟದ ಕಾಲದಲ್ಲಿ ಉದಯಸಿಂಹನಿಗೆ ಮಾರಿದ್ದ.] ಅಲ್ಲದೆ ಶಹಜಾದಾ ಖುರ್ರಮ್ ದಕ್ಷಿಣಕ್ಕೆ ಹೋಗುವಾಗ ಉದಯಪುರದಲ್ಲಿ ಉಳಿದಾಗ, ಅವನಿಗೆ ಅಮರಸಿಂಹ ಐದು ಆನೆಗಳು, ಇಪ್ಪತ್ತೇಳು ಕುದುರೆಗಳು ಹಾಗೂ ಬಹುಮೂಲ್ಯ ರತ್ನಗಳು ಮತ್ತು ಆಭರಣಗಳಿಂದ ತುಂಬಿದ ಒಂದು ತಟ್ಟೆಯನ್ನು ಉಡುಗೊರೆ ಕೊಟ್ಟಿದ್ದ. ಖುರ್ರಮ್ ಮೂರು ಕುದುರೆಗಳು ಮತ್ತು ಇನ್ನಿತರ ವಸ್ತುಗಳನ್ನು ಅಮರಸಿಂಹನಿಗೆ ಮರಳಿ ಕೊಟ್ಟ.

ಅಮರಸಿಂಹನ ನಂತರ ಅವನ ಮಗ ಜಗತಸಿಂಹ ಸಿಂಹಾಸನದಲ್ಲಿ ಕೂತ. ಅವನು ಉದಯಪುರದಲ್ಲಿ ಜಗನ್ನಾಥನ ಮಂದಿರವನ್ನು ನಿರ್ಮಿಸಿದ, ಇದಕ್ಕೆ ಲಕ್ಷಾಂತರ ರೂಪಾಯಿಗಳನ್ನು ವ್ಯಯಿಸಿದ. ಅವನು ಕಲ್ಪವೃಕ್ಷವನ್ನು ದಾನ ಮಾಡಿದ. ಕಲ್ಪವೃಕ್ಷ–ದಾನದಲ್ಲಿ ರತ್ನಗಳಿಂದ ಮಾತ್ರ ಕಲ್ಪವೃಕ್ಷವನ್ನು ಮಾಡಲಾಗುತ್ತದೆ. ಅವನು ಆರಂಭದಲ್ಲಿ ತನ್ನ ಪ್ರತಿಯೊಂದು ಹುಟ್ಟುಹಬ್ಬಕ್ಕೆ ಬೆಳ್ಳಿಯ ತುಲಾಭಾರ [ತನ್ನ ತೂಕದಷ್ಟು] ಮಾಡುತ್ತಿದ್ದ, ಆದರೆ 1648 ರಿಂದ ಅವನು ಆ ವೇಳೆಯಲ್ಲಿ ಬಂಗಾರದ ತುಲಾಭಾರ ಮಾಡಲಾರಂಭಿಸಿದ. ನಂತರ ಅವನ ಮಗ ರಾಜಸಿಂಹ ಮೇವಾಡದ ರಾಜನಾದ. ತನ್ನ ಪಟ್ಟಾಭಿಷೇಕದ ವರ್ಷದಲ್ಲಿ ಸನ್ 1652 ಇಸ್ವಿಯಲ್ಲಿ ಅವನು ಏಕಲಿಂಗದ ಮಂದಿರದಲ್ಲಿ ರತ್ನಗಳ ತುಲಾದಾನ ಮಾಡಿದ. ಸಮಸ್ತ ಭಾರತದ ಇತಿಹಾಸದಲ್ಲಿ ರತ್ನಗಳ ತುಲಾಭಾರಕ್ಕೆ ಇದೊಂದೇ ಉದಾಹರಣೆಯಾಗಿದೆ. ಅವನು ರಾಜಸಮುದ್ರ ಸರೋವರವನ್ನು ನಿರ್ಮಿಸಿದ. ಅದಕ್ಕಾಗಿ ಒಂದು ಕೋಟಿ ಆರು ಲಕ್ಷ ರೂಪಾಯಿಗಳು ಖರ್ಚಾದವು. ಈ ಎಲ್ಲಾ ವಿವರಣೆಗಳಿಂದ, ಮೇವಾಡ ರಾಜವಂಶದ ಈ ಸಂಪತ್ತನ್ನು ಈ ಹಿಂದೆಯಾ ಸಂಗ್ರಹಿಸಲಾಗಿತ್ತು; ಇದನ್ನು ಅಮರಸಿಂಹ, ಜಗತಸಿಂಹ ಅಥವಾ ರಾಜಸಿಂಹ–ಇವರು ತಮ್ಮ ಸಾಮರ್ಥ್ಯದಿಂದ ಸಂಗ್ರಹಿಸಿರಲಿಲ್ಲ. ಪ್ರತಾಪರು ಮೊಗಲರೊಂದಿಗಿನ ಹೋರಾಟದ ವೇಳೆಯಲ್ಲಿ ಸಂಪೂರ್ಣ ದುಃಖದಲ್ಲಿದ್ದರು ಎಂದು ತಿಳಿಯುವುದು ಸರ್ವಥಾ ಅನುಚಿತವಾಗಿದೆ.

ಮಹಾರಾಣಾ ಪ್ರತಾಪರ ಬಗ್ಗೆ ಇನ್ನೊಂದು ವಿಷಯವನ್ನು ಹೇಳಲಾಗುತ್ತದೆ. ನಾನು ಬಂಗಾರ–ಬೆಳ್ಳಿ ಪಾತ್ರೆಗಳ ಬದಲು ಎಲೆಗಳಲ್ಲಿ ಊಟ ಮಾಡುತ್ತೇನೆ, ಹುಲ್ಲಿನ ಹಾಸಿಗೆಯಲ್ಲಿ ಮಲಗುತ್ತೇನೆ ಎಂದು ಅವರು ಪ್ರತಿಜ್ಞೆ ಮಾಡಿದ್ದರು. ಈ ಮಾತುಗಳನ್ನು ಕಾಲ್ಪನಿಕವೆಂದು ಸಾಬೀತು ಮಾಡುತ್ತಾ ಡಾ. ಓಝಾ ಬರೆದಿದ್ದಾರೆ–

"ಉದಯಪುರದ ಮಹಾರಾಣಾರ ಭೋಜನದ ಪದ್ಧತಿ ಎಂದರೆ, ಪುರಾತನ ಶೈಲಿಯಂತೆ ಜಮಖಾನೆಯನ್ನು ತೊಳೆದು ಅದರ ಮೇಲೆ ಒಗೆದ ಬಿಳಿ ಬಟ್ಟೆಯನ್ನು ಹಾಸಲಾಗುತ್ತದೆ. ಅದರ ಮೇಲೆ ಎತ್ತರದ ಆಸನ [ಆರು ಕಾಲುಗಳ ಷಟ್–ಕೋನ

ಅಥವಾ ನಾಲ್ಕು ಕಾಲುಗಳ ಚತುಷ್ಕೋನದ ಒಂಬತ್ತು ಇಂಚು ಎತ್ತರದ ಮಣೆ] ವನ್ನಿಡಲಾಗುತ್ತದೆ. ಅದರ ಮೇಲೆ ಎಲೆ, ಎಲೆಯ ಮೇಲೆ ತಟ್ಟೆಯನ್ನಿಡಲಾಗುತ್ತದೆ. ಕರ್ನಲ್ ಟಾಡರ ಪ್ರಕಾರ ಈ ಎಲೆ ಮೇಲೆ ತಿಳಿಸಿದ ಪ್ರತಿಜ್ಞೆಗಾಗಿ ಅಲ್ಲ, ಪ್ರತಿಯಾಗಿ ಇದು ಆಹಾರವನ್ನು ಸೇವಿಸುವ ಪುರಾತನ ಪದ್ಧತಿಯಾಗಿದೆ. ಪ್ರಾಚೀನ ಕಾಲದಲ್ಲಿ ಎಲೆಗಳಲ್ಲಿಯೇ ಆಹಾರವನ್ನು ಸೇವಿಸಲಾಗುತ್ತಿತ್ತು. ಅವರ ಹಾಸಿಗೆಗಳ ಕೆಳಗೆ ಹುಲ್ಲನ್ನು ಎಂದಿಗೂ ಇಡಲಾಗುತ್ತಿರಲಿಲ್ಲ."

ಇನ್ನೊಂದು ವದಂತಿಯಂತೆ, ಗಾಡೋಲಿಯಾ ಕಮ್ಮಾರನ ಹೆಸರನ್ನು ಸಹ ಮಹಾರಾಣಾರ ಪ್ರತಿಜ್ಞೆಯೊಂದಿಗೆ ಜೋಡಿಸಲಾಗುತ್ತದೆ. ಇವರು ತಮ್ಮ ಪರಿವಾರಗಳೊಂದಿಗೆ ಎತ್ತಿನಗಾಡಿಗಳಲ್ಲಿ ಸಾಮಾನುಗಳನ್ನು ತೆಗೆದುಕೊಂಡು, ಒಂದು ಸ್ಥಳದಿಂದ ಇನ್ನೊಂದು ಸ್ಥಳದಲ್ಲಿ ಬಿಡಾರ ಹೂಡುತ್ತಾ ಅಲೆಯುತ್ತಾರೆ. ಚಾಕೂ, ಚೂರಿ ಮುಂತಾದವುಗಳನ್ನು ತಯಾರಿಸುತ್ತಾ ಇವರ ಪರಿವಾರ ರಾಜಸ್ಥಾನ. ಪಂಜಾಬ್, ದಿಲ್ಲಿ, ಉತ್ತರ ಪ್ರದೇಶ ಮುಂತಾದ ರಾಜ್ಯಗಳಲ್ಲಿ ರಸ್ತೆಯ ಬದಿಯಲ್ಲಿ ಬಿಡಾರ ಹೂಡುವುದನ್ನು ನೋಡಬಹುದು. ಪ್ರತಾಪರ ಕಾಲದಲ್ಲಿ, ಮೇವಾಡದ ಮೇಲೆ ಮೊಗಲರ ಆಕ್ರಮಣವಾದಾಗ ಹಾಗೂ ಚಿತ್ತೌಡನ್ನು ಖಾಲಿ ಮಾಡಬೇಕಾದ ಸಂದರ್ಭ ಬಂದಾಗ, ಈ ಜನ ಮಹಾರಾಣಾ ಪ್ರತಾಪರು ಗೆಲ್ಲುವವರೆಗೆ ಅಲೆದಾಡಲು ಮನೆಗಳಿಂದ ಹೊರಟರು ಹಾಗೂ ಅಂದಿನಿಂದ ಅಲೆದಾಡುತ್ತಾರೆ ಎಂದು ತಿಳಿಯಲಾಗುತ್ತದೆ. ಆದರೆ ಇದಕ್ಕೆ ಸಾಕ್ಷಿ ಸಿಗುವುದಿಲ್ಲ. ಆಗ ಎಲ್ಲರೂ ಚಿತ್ತೌಡನ್ನು ತ್ಯಜಿಸಬೇಕಾಯಿತು, ಆದರೆ ಬೇರೆ ಯಾವ ಸಮುದಾಯವೂ ಇಂಥ ಅಲೆಮಾರಿ ಜೀವನವನ್ನು ಒಪ್ಪಿಕೊಳ್ಳಲಿಲ್ಲ.

ಹಲ್ದಿಘಾಟಿ ಯುದ್ಧದ ನಂತರ ಪ್ರತಾಪರ ಬಹುತೇಕ ಸಮಯ ಪರ್ವತ-ಬೆಟ್ಟಗಳಲ್ಲಿಯೇ ಕಳೆಯಿತು. ಈ ಜೀವನ ಅವರ ಭವ್ಯ ಇತಿಹಾಸದ ಅಂತಿಮ ಬಿಂದುವಾಗಿದೆ. ಇಲ್ಲಿಯೇ ಅವರ ಅಪೂರ್ವ ದೇಶಪ್ರೇಮ, ಕುಶಲ ರಾಜಕೀಯ, ಅದ್ಭುತ ಮನೋಬಲ ಮತ್ತು ಉತ್ಸಾಹ ಕಾಣ ಬರುತ್ತವೆ. ಪ್ರತಾಪರು ಹಲ್ದಿಘಾಟಿಯ ಸೋಲನ್ನೆಂದೂ ಒಪ್ಪಿಕೊಳ್ಳಲಿಲ್ಲ. ವಾಸ್ತವವಾಗಿ ಈ ಸೋಲಿಯ ನಂತರ ಅವರ ಯುದ್ಧನೀತಿಯ ಹೊಸ ಅಧ್ಯಾಯವೊಂದು ಆರಂಭವಾಗುತ್ತದೆ. ಅವರು ಗೋಗೂಂದಾದ ಮೇಲೆ ಪದೇ-ಪದೇ ಆಕ್ರಮಣವೆಸಗಿ ಮೊಗಲರನ್ನು ಇದರ ಅಕ್ಕಪಕ್ಕದಲ್ಲಿ ಸಿಲುಕಿಸಿ, ಅವರ ಶಕ್ತಿಯನ್ನು ಕ್ಷೀಣಿಸಿ, ಅವರ ಮನೋಬಲವನ್ನು ನಾಶ ಮಾಡಲು ಬಯಸುತ್ತಿದ್ದರು. ಪ್ರತಾಪರು ಅವರನ್ನು ತಡೆಯುವುದನ್ನು ಮಾತ್ರ ಬಯಸುತ್ತಿರಲಿಲ್ಲ. ಅವರು ಕುಂಭಲಗಢದ ಸಮೀಪದಿಂದ ಸಹಾಡಾದವರೆಗೆ ಹಾಗೂ ಗೋಡವಾಡದಿಂದ ಆಸೀಂದವರೆಗೆ ಸಮಸ್ತ ಪರ್ವತ ಪ್ರದೇಶಗಳಲ್ಲಿ ತಮ್ಮ ನಂಬಿಕಸ್ಥರು ಮತ್ತು ವೀರ ಭೀಲರನ್ನು ನೇಮಿಸಿದ್ದರು; ಅವರು ತಮ್ಮ ಕರ್ತವ್ಯವನ್ನು ನಿಷ್ಠೆಯಿಂದ ಪಾಲಿಸುತ್ತಿದ್ದರು. ಅವರ ಸಹಕಾರದಿಂದಲೇ ಶತ್ರುಗಳು ಪ್ರವೇಶಿಸಲು ಸಾಧ್ಯವಿರಲಿಲ್ಲ. ಒಂದು ವೇಳೆ ಶತ್ರು ಒಳ ಬರಲು ಪ್ರಯತ್ನಿಸಿರೆ, ಈ ಸೂಚನೆ ಪ್ರತಾಪರಿಗೆ ಲಭಿಸುತ್ತಿತ್ತು, ಆಗ ಅವರು ಅಲ್ಲಿಂದ ಬೇರೆಡೆಗೆ ಹೋಗುತ್ತಿದ್ದರು.

ಪ್ರತಾಪರು ಮಾತೃಭೂಮಿಗಾಗಿ ತಮ್ಮ ಕರ್ತವ್ಯವನ್ನು ನಿರ್ವಹಿಸುತ್ತಾ ತಮ್ಮ ಸುಖಮಯ ಜೀವನವನ್ನು ತ್ಯಜಿಸಿದರು. ವನವಾಸ ಜೀವನದ ಕಷ್ಟಗಳನ್ನು ತಮ್ಮ ಬದುಕಿನ ಅಂಗವನ್ನಾಗಿ ಮಾಡಿಕೊಂಡಿದ್ದರು. ಅದು ಹೇಡಿತನವಲ್ಲ, ಅದು ಅವರ ಕುಶಲ ರಾಜಕೀಯವಾಗಿತ್ತು. ಅವರ ಈ ನೀತಿಯಲ್ಲಿ ಮೊಗಲರೊಂದಿಗಿನ ನೇರ ಹೋರಾಟವನ್ನು ಮಹತ್ವದ್ದೆಂದು ತಿಳಿಯಲಾಗುತ್ತಿರಲಿಲ್ಲ. ಈ ಕಾರಣದಿಂದಲೇ ಅತ್ಯಂತ ಬಲಿಷ್ಠ ಮೊಗಲ್ ಸಾಮ್ರಾಟ ಮೇವಾಡವನ್ನು ಖಾಯಂ ಆಗಿ ತನ್ನ ಪ್ರಭುತ್ವಕ್ಕೆ ಒಳಪಡಿಸಿಕೊಳ್ಳಲು ಸಫಲನಾಗಲಿಲ್ಲ. ಪ್ರತಾಪರು ವನವಾಸದ ಜೀವನದಲ್ಲಿ ಪ್ರಜೆಗಳೊಂದಿಗೆ ತಮ್ಮ ಆತ್ಮೀಯ ಸಂಬಂಧವನ್ನಿಟ್ಟುಕೊಂಡಿದ್ದರು. ಅವರ ತ್ಯಾಗ, ಕಠಿಣ ಶಿಸ್ತು ಮತ್ತು ಕಷ್ಟಕರ ಜೀವನ ಪ್ರಜೆಗಳ ಪ್ರೇರಣೆಗೆ ಕಾರಣವಾಯಿತು. ಹೀಗಾಗಿ ಅವರ ಬಗ್ಗೆ ಜನರ ಸಹಜ ಭಕ್ತಿಯಿತ್ತು. ಜನರ ಪ್ರೀತಿಯೇ ರಾಜನೊಬ್ಬನ ಸ್ಥಿರತೆಗೆ ಕಾರಣವಾಗುತ್ತದೆ, ಈ ನಿಜಾಂಶ ಪ್ರತಾಪರಿಗೆ ಅರಿವಿತ್ತು. ಹೀಗಾಗಿ ಅವರ ಪ್ರಜೆಗಳು ಅವರು ಒಂದು ಸ್ಥಳದಿಂದ ಇನ್ನೊಂದು ಸ್ಥಳಕ್ಕೆ ಹೋಗುವಾಗ, ಮೊಗಲರು ವಿಧಿಸುವ ಶಿಕ್ಷೆಯನ್ನು ಲೆಕ್ಕಿಸದೆ, ಅವರು ಉಳಿದುಕೊಳ್ಳುವ ವ್ಯವಸ್ಥೆಯನ್ನು ಸಂತೋಷದಿಂದ ಮಾಡುತ್ತಿದ್ದರು.

ಜೂನ್ 1576 ರಿಂದ 1685 ರ ಉತ್ತರಾರ್ಧದವರೆಗೆ ಪ್ರತಾಪರು ಪರ್ವತ ಪ್ರದೇಶಗಳಲ್ಲಿ ಒಂದು ಜಾಗದಿಂದ ಇನ್ನೊಂದು ಜಾಗದಲ್ಲಿ ಅಲೆದಾಡಿದರು, ಆದರೂ ಅವರು ಮೊಗಲ ಸಾಮ್ರಾಟನೆದುರು ಆತ್ಮಸಮರ್ಪಣೆಯನ್ನು ಮಾಡಿಕೊಳ್ಳಲಿಲ್ಲ. ಕಡೆಗೆ ಅವರ ದಿನಗಳು ಬದಲಾದವು; ಮೊಗಲ ಸಾಮ್ರಾಟನ ದಂಡಯಾತ್ರೆ ಕ್ಷೀಣಿಸಿತು. ಮಹಾರಾಣಾ ಪ್ರತಾಪರು ಮತ್ತೆ ಮೇವಾಡವನ್ನು ಸಂಪೂರ್ಣವಾಗಿ ಮೊಗಲರ ಪ್ರಭಾವದಿಂದ ಮುಕ್ತಗೊಳಿಸಲು ಪ್ರಯತ್ನ ಮಾಡಲಾರಂಭಿಸಿದರು.

ಆರನೆಯ ಅಧ್ಯಾಯ

ಫಲಾಗಮ ಮತ್ತು ಅವಸಾನ

ಜಗನ್ನಾಥ್ ಕಛವಾಹಾನಿಗೂ ಮೇವಾಡದ ದಂಡಯಾತ್ರೆಯಲ್ಲಿ ವಿಶೇಷ ಯಶಸ್ಸು ಲಭಿಸಲಿಲ್ಲ. ಇದರಿಂದ ಮೊಗಲ್ ಸಾಮ್ರಾಟನಿಗೆ, ಪ್ರತಾಪರನ್ನು ಹಿಡಿಯುವುದು ಅಥವಾ ಅವರಿಂದ ನನ್ನ ಪ್ರಭುತ್ವನ್ನು ಒಪ್ಪಿಕೊಳ್ಳುವಂತೆ ಮಾಡುವ ಪ್ರಯತ್ನ ವ್ಯರ್ಥವೆಂದು ಅನ್ನಿಸಿತು. ಸನ್ 1579 ರಿಂದ 1585 ರ ವರೆಗೆ ಪೂರ್ವದ ಉತ್ತರ ಪ್ರದೇಶ, ಬಂಗಾಳ, ಬಿಹಾರ ಮತ್ತು ಗುಜರಾತಿನ ಮೊಗಲರ ಅಧೀನದಲ್ಲಿರುವ ಪ್ರದೇಶಗಳಲ್ಲಿ ಬಂಡಾಯ ಆರಂಭವಾಗಿತ್ತು. ಹೀಗಾಗಿ ಅಕ್ಬರ್ ಅತ್ತ ಸಿಲುಕಿದ್ದ. ನಂತರ ಅಕ್ಬರ್ ಉತ್ತರ–ಪಶ್ಚಿಮ ಗಡಿ ಪ್ರಾಂತ್ಯ ಮತ್ತು ಪಂಜಾಬಿನ ಬಂಡಾಯಗಳನ್ನು ಹತ್ತಿಕ್ಕುವಲ್ಲಿ ತೊಡಗಿದ. ಈ ಕಾರಣಗಳಿಂದ ಮೇವಾಡದ ಮೇಲೆ ಮೊಗಲರ ಒತ್ತಡ ಕಡಿಮೆಯಾಯಿತು. ಮೇವಾಡದ ಮೇಲೆ ಜಗನ್ನಾಥ ಕಛವಾಹಾನ ಆಕ್ರಮಣ ಪ್ರತಾಪರ ಸಮಯದಲ್ಲಿ ಅಂತಿಮ ಆಕ್ರಮಣವೆಂದು ಸಾಬೀತಾಯಿತು.

ಈ ಎಲ್ಲಾ ಪರಿಸ್ಥಿತಿಗಳು ಮಹಾರಾಣಾರಿಗೆ ಅನುಕೂಲಕರವೆಂದು ತೋರಿತು. ಅವರಿಗೆ ತಮ್ಮ ಗುರಿ ಸಮೀಪದಲ್ಲಿದೆಯೆಂದು ಕಂಡಿತು. ಪ್ರತಾಪರು ಈ ಸುವರ್ಣಾವಕಾಶವನ್ನು ಕಳೆದುಕೊಳ್ಳಲು ಬಯಸುತ್ತಿರಲಿಲ್ಲ.

ಹಲ್ದಿಘಾಟಿ ಯುದ್ಧದ ನಂತರವೇ ಪ್ರತಾಪರಿಗೆ, ಮೇವಾಡವನ್ನು ಸ್ವತಂತ್ರಗೊಳಿಸಲು ಮೊಗಲರೊಂದಿಗೆ ನೇರವಾಗಿ ಎದುರಿಸುವುದಷ್ಟೇ ಸಾಕಾಗುವುದಿಲ್ಲ, ಅದಕ್ಕಾಗಿ ನೆರೆಯ ರಾಜ್ಯಗಳಿಂದ ಗೆಳೆತನದ ಸಂಬಂಧ ಸಹ ಆವಶ್ಯಕವೆಂದು ಅನ್ನಿಸಿತು. ಮೇವಾಡದ ಮೇಲೆ ಮೊಗಲರ ಅಧಿಕಾರ ಸ್ಥಾಪನೆಯಾಗಿದ್ದರಿಂದ ಆ ರಾಜ್ಯಗಳ ಪ್ರಭುತ್ವ ಸಹ ಸುರಕ್ಷಿತವಾಗಿರಲು

ಸಾಧ್ಯವಿರಲಿಲ್ಲ. ಇದನ್ನರಿತ ಪ್ರತಾಪರು ಅವರೊಂದಿಗೆ ಗೆಳೆತನವನ್ನು ಹೆಚ್ಚಿಸಿಕೊಳ್ಳಲು ಆರಂಭಿಸಿದರು. ಈ ರಾಜ್ಯಗಳಲ್ಲಿ ಮೊಗಲರ ಆಡಳಿತ ಸ್ಥಾಪಿತವಾಗುವುದು ಮೇವಾಡದ ಸುರಕ್ಷತೆಗೆ ಘಾತಕವಾಗಿತ್ತು.

ಈಡರ್, ಸಿರೋಹಿ, ಡೂಂಗರಪುರ, ಬೂಂದಿ ಮತ್ತು ಬಾಂಸವಾಡಾ ಪ್ರತಾಪರಿಗೆ ಸಹಕರಿಸುವಂಥ ರಾಜ್ಯಗಳಾಗಿದ್ದವು. ಅವು ಕೆಲವೊಮ್ಮೆ ಮೊಗಲರ ಪರವಾಗಿ ಹೋಗುತ್ತಿದ್ದಾಗ್ಯೂ, ಅನುಕೂಲಕರ ಪರಿಸ್ಥಿತಿ ಬಂದಾಗ ಅವರ ಸಹಕಾರ ಪ್ರತಾಪರಿಗೆ ಲಭಿಸುತ್ತಿತ್ತು. ಈಡರ್ ರಾಜ್ಯದ ರಾಜ ರಾವ್ ನಾರಾಯಣದಾಸ್ ಪ್ರತಾಪರ ಸಂಬಂಧಿಯಾಗಿದ್ದ. ಈ ರೀತಿಯಲ್ಲಿ ಪ್ರತಾಪರು ಮೇವಾಡದ ಸುರಕ್ಷತೆಯನ್ನು ಮಾಡಿಕೊಂಡಿದ್ದರು.

ರಾಠೌರರ ಮೇಲೆ ಪ್ರಭುತ್ವ

ಪ್ರತಾಪರ ವಿರುದ್ಧ ಮೊಗಲರ ದಂಡಯಾತ್ರೆ ಸಹ ನಡೆಯುತ್ತಿತ್ತು; ಪ್ರತಾಪರು ಅವಕಾಶ ಲಭಿಸಿದೊಡನೆಯೇ ಮತ್ತೆ ಮೊಗಲರನ್ನು ಹಿಮ್ಮೆಟ್ಟಿಸುತ್ತಿದ್ದರು. ಪ್ರತಾಪರು ಈ ಯುದ್ಧಗಳಲ್ಲಿ ಸಿಲುಕಿರುವುದನ್ನು ನೋಡಿದ ಕೆಲವು ಆಂತರಿಕ ಬಂಡಾಯ-ಶಕ್ತಿಗಳು ತಮ್ಮ ಶಕ್ತಿ-ಸಾಮರ್ಥ್ಯವನ್ನು ಹೆಚ್ಚಿಸಿಕೊಳ್ಳುತ್ತಿದ್ದವು. ಛಪ್ಪನ್ನಿನ ರಾಠೌರರು ಈ ಸಮಯದ ಲಾಭವನ್ನು ಪಡೆಯಲು ಪ್ರಯತ್ನಿಸಿದರು. ಅವರು ಮಗರಾ ಜಿಲ್ಲೆಯ ದಕ್ಷಿಣ-ಪಶ್ಚಿಮ ಭಾಗದಲ್ಲಿ ತಮ್ಮ ಸಾಮರ್ಥ್ಯವನ್ನು ಹೆಚ್ಚಿಸಿಕೊಳ್ಳಲು ಆರಂಭಿಸಿದರು. ಪ್ರತಾಪರಿಗೆ ಇದು ಹೊಸ ವಿಪತ್ತಾಗಿತ್ತು. ಇದೇ ವೇಳೆಗೆ ಜಗನ್ನಾಥ್ ಕಛವಾಹಾ ಸಹ ಮೇವಾಡದ ದಂಡಯಾತ್ರೆಯಲ್ಲಿದ್ದ. ಒಂದೆಡೆ ಅವರು ಕಛವಾಹಾನ ದಂಡಯಾತ್ರೆಯನ್ನು ಎದುರಿಸುತ್ತಿದ್ದರು, ಇನ್ನೊಂದೆಡೆ ರಾಠೌರರು ಬಂಡಾಯವೆದ್ದಿದ್ದರು. ಪ್ರತಾಪರು ರಾಠೌರರನ್ನು ಹತ್ತಿಕ್ಕುವುದು ಅವಶ್ಯವೆಂದು ತಿಳಿದರು. 1585 ರ ಇಸ್ವಿಯಲ್ಲಿ ಅವರು ಮಗರಾದ ದಕ್ಷಿಣ-ಪಶ್ಚಿಮಕ್ಕೆ ಹೊರಟರು. ಅಲ್ಲಿ ಅವರು ರಾಠೌರರನ್ನು ಹತ್ತಿಕ್ಕಿದರು. ಅವರ ಮುಖಂಡ ಲೂಣಾ ಚಾವಂಡಿಯಾ ಸೋತಿದ್ದ. ಅಲ್ಲಿ ರಾಣಾರ ಅಧಿಕಾರ ಬಂತು. ಸರಾಡಾದ ಸಮೀಪ ಸೂರಖಂಡ ಹಳ್ಳಿಯ ಶಿಲಾಲೇಖನವೊಂದರಲ್ಲಿ ಈ ಘಟನೆಯನ್ನು ಉಲ್ಲೇಖಿಸಲಾಗಿದೆ.

ಮೇವಾಡದ ಬಹತೇಕ ಭಾಗಗಳಲ್ಲಿ ಅಧಿಕಾರ

ಅಕ್ಬರ್ ಬೇರೆ ಸ್ಥಳಗಳಲ್ಲಿ ವ್ಯಸ್ತನಾಗುತ್ತಲೇ ಮೇವಾಡದ ಮೇಲಿನ ಮೊಗಲರ ಒತ್ತಡ ಕಡಿಮೆಯಾಗಿತ್ತು. ಮಹಾರಾಣಾರು 1585 ರ ಇಸ್ವಿಯಲ್ಲಿ ಮೇವಾಡದ ಮುಕ್ತಿಯ ಪ್ರಯತ್ನವನ್ನು ಚುರುಕುಗೊಳಿಸಿದರು. ಅಮರಸಿಂಹನ ನೇತೃತ್ವದಲ್ಲಿ ಮೇವಾಡದ ಸೈನ್ಯ ತನ್ನ ಗುರಿಯೆಡೆಗೆ ಸಾಗಿತು. ಈ ಸೈನ್ಯ ಮೊಗಲರ ಠಾಣೆಯ ಮೇಲೆ ಆಕ್ರಮಣವನ್ನು ಆರಂಭಿಸಿತು. ಮೊಗಲ್

ಸೈನ್ಯ ಪಲಾಯನ ಮಾಡಿತು. ಶೀಘ್ರವೇ ಉದಯಪುರ, ಮೋಹಿ, ಗೋಗೂಂದಾ, ಮಾಂಡಲ್, ಪಿಂಡವಾಡಾ ಮುಂತಾದ 36 ಮಹತ್ವದ ಸ್ಥಳಗಳಲ್ಲಿ ಮಹಾರಾಣಾರ ಪ್ರಭುತ್ವ ನೆಲೆಸಿತು. ಒಂದು ವರ್ಷದೊಳಗೇ ಉತ್ತರ–ಪಶ್ಚಿಮ ಮತ್ತು ಮಧ್ಯಭಾಗದ ಮೇವಾಡದಲ್ಲಿ ಸ್ಥಾಪನೆಗೊಂಡ ಮೊಗಲರ ಎಲ್ಲಾ ಠಾಣೆಗಳು ಖಾಲಿಯಾದವು. ಚಿತ್ತೌಡ್, ಮಾಂಡಲಗಢ ಮತ್ತು ಅದರ ಉತ್ತರ–ಪೂರ್ವದಲ್ಲಿ ಮೊಗಲರ ಅಧಿಕಾರವಿತ್ತು. ಪ್ರತಾಪರು ಸಿಂಹಾಸನದಲ್ಲಿ ಕೂತ ಸಮಯದಲ್ಲಿ, ಮೇವಾಡದಲ್ಲಿ ಅವರ ಅಧಿಕಾರವಿದ್ದ ಪ್ರದೇಶಗಳಲ್ಲಿ ಹಾಗೂ ಸುಮಾರಾಗಿ ಅಷ್ಟೇ ಭೂ–ಪ್ರದೇಶಗಳಲ್ಲಿ ಮತ್ತೆ ಅವರ ಅಧಿಕಾರ ನೆಲೆಸಿತು. ಅಕ್ಬರ್ ಹನ್ನೆರಡು ವರ್ಷಗಳ ಕಾಲ ಹೋರಾಡಿದ ನಂತರವೂ ಅದರಲ್ಲಿ ಯಾವುದೇ ಪರಿವರ್ತನೆಯನ್ನು ಮಾಡದಾದ.

ನಂತರ ಪ್ರತಾಪರು ಮಾನಸಿಂಹ ಮತ್ತು ಜಗನ್ನಾಥ್ ಕಛವಾಹಾನಿಗೆ ಬುದ್ಧಿ ಕಲಿಸಲು ಓಮೇರ್‌ನ ಪ್ರದೇಶಗಳಲ್ಲೂ ಆಕ್ರಮಣವೆಸಗಿದರು; ಅಲ್ಲದೆ ಒಂದು ಸಂಪನ್ನಭರಿತ ನಗರ ಮಾಲಪುರೆಯನ್ನು ಕೊಳ್ಳೆ ಹೊಡೆದು ಅದನ್ನು ನಾಶ ಮಾಡಿದರು. ಬಾಂಸಾವಾಡಾ ಮತ್ತು ಡೂಂಗರಪುರದಲ್ಲಿ ಮೊಗಲರ ಆಡಳಿತವಿತ್ತು, ಆದ್ದರಿಂದ ಈ ಎರಡೂ ರಾಜ್ಯಗಳನ್ನು ಸಹ ವಶಪಡಿಸಿಕೊಳ್ಳಲಾಯಿತು.

ಈ ಕಾಲ ಮೇವಾಡಿಗೆ ಒಂದು ಸುವರ್ಣ ಕಾಲವೆಂದು ಸಾಬೀತಾಯಿತು. ಪ್ರತಾಪರು ದೀರ್ಘಕಾಲದವರೆಗೆ ಹೋರಾಡಿದ ನಂತರ ಮೇವಾಡದ ಬಹತೇಕ ಭಾಗಗಳನ್ನು ಮುಕ್ತಗೊಳಿಸುವಲ್ಲಿ ಯಶಸ್ವಿಯಾದರು. ಈ ಬಗ್ಗೆ ಡಾ. ಗೋಪಿನಾಥ್ ಶರ್ಮಾ ಹೀಗೆ ಹೇಳಿದ್ದಾರೆ–

"ಸನ್ 1585 ರ ಕಾಲ ಪ್ರತಾಪರ ವಿಷಮ ಜೀವನದ ಒಂದು ಸುವರ್ಣ ಕಾಲವಾಗಿದೆ. ಆಗ ಮೊಗಲರ ಭಯದ ವಾತಾವರಣವಿತ್ತು. ಮೇವಾಡದ ಮೇಲೆ ಬಹುಶಃ ಜಗನ್ನಾಥ್ ಕಛವಾಹಾನ ಕೊನೆಯ ಆಕ್ರಮಣವಾಗಿತ್ತು, ಏಕೆಂದರೆ ಸಾಮ್ರಾಟನ ಗಮನ ಮೇವಾಡದಿಂದ ಸರಿದು ಈಗ ಉತ್ತರ–ಪಶ್ಚಿಮ ಗಡಿಗಳ ಪ್ರದೇಶಗಳು ಮತ್ತು ಪಂಜಾಬಿನ ಅಗತ್ಯ ಸಮಸ್ಯೆಗಳ ಬಗ್ಗೆ ಹರಿಯುತ್ತಿತ್ತು. ಪ್ರತಾಪರು ಈ ವಿರಾಮದ ಅವಧಿಯಲ್ಲಿ ಮತ್ತೆ ಉತ್ತರ–ಪಶ್ಚಿಮ, ಉತ್ತರ–ಪೂರ್ವ ಮತ್ತು ಕೇಂದ್ರೀಯ ಮೇವಾಡದ ಭಾಗಗಳಲ್ಲಿದ್ದ ಮೊಗಲರ ಠಾಣೆಗಳ ಮೇಲೆ ಆಕ್ರಮಣ ಮಾಡಲಾರಂಭಿಸಿದರು. ಅವರು ಕುಂವರ್ ಅಮರಸಿಂಹನ ಸಹಾಯದಿಂದ 36 ಸ್ಥಳಗಳಿಂದ ಮೊಗಲರನ್ನು ಹೊರ ಹಾಕಿದರು; ಇವುಗಳಲ್ಲಿ ಮೋಹಿ, ಗೋಗೂಂದಾ, ಮಾಂಡಲ್, ಪಿಂಡವಾಡಾ ಮುಂತಾದವುಗಳು ಮುಖ್ಯವಾಗಿದ್ದವು. ಮೇವಾಡದ ಮುಖ್ಯ ಸ್ಥಳಗಳು ಪ್ರತಾಪರ ವಶವಾಗಿದ್ದವು."

ಗೋಗೂಂದಾದಲ್ಲಿ ಸಭೆ

ವಿಜಯದ ಸಂತಸದ ಸಮಯದಲ್ಲಿ ಪ್ರತಾಪರು ಗೋಗೂಂದಾದಲ್ಲಿ ಒಂದು ವಿಶಾಲ

ಸಭೆಯನ್ನು ಆಯೋಜಿಸಿದರು. ಈ ಸಭೆಯಲ್ಲಿ ಮಹಾರಾಣಾ, ಅವರ ಸಾಮಂತರು ಮತ್ತು ಸೈನಿಕರು ಭಾಗವಹಿಸಿದರು. ಸಭೆಯಲ್ಲಿ ಹೋರಾಟದ ವೇಳೆಯಲ್ಲಿ ಮಹಾರಾಣಾರಿಗೆ ಸಹಕರಿಸಿದ ವೀರರು ಮತ್ತು ಯುದ್ಧಗಳಲ್ಲಿ ತಮ್ಮ ಪ್ರಾಣವನ್ನು ಕಳೆದುಕೊಂಡ ವೀರರ ಉತ್ತರಾಧಿಕಾರಿಗಳಿಗೆ ಅನೇಕ ಪುರಸ್ಕಾರಗಳನ್ನು ಕೊಡಲಾಯಿತು. ಮೇವಾಡದ ಅನೇಕ ಭಾಗಗಳು ನಿರ್ಜನವಾಗಿದ್ದವು. ಅವುಗಳನ್ನು ಮತ್ತೆ ನೆಲಸಲು ಯೋಗ್ಯ ಪ್ರದೇಶಗಳನ್ನಾಗಿ ಮಾಡುವ ಘೋಷಣೆಯನ್ನು ಮಾಡಲಾಯಿತು.

ಹೊಸ ರಾಜಧಾನಿ ಚಾವಂಡ

ಇದೇ ವೇಳೆಗೆ ಪ್ರತಾಪರು ತಮ್ಮ ರಾಜ್ಯದ ಹೊಸ ರಾಜಧಾನಿ ಚಾವಂಡವನ್ನು ನಿರ್ಮಿಸಿದರು. ಈ ಪ್ರದೇಶವನ್ನು ಛಪ್ಪನ್‌ನ ರಾಜ ಚಾವಂಡಿಯಾನಿಂದ ಗೆಲ್ಲಲಾಗಿತ್ತು. ಈ ಚಾವಂಡ ಹಳ್ಳಿಯನ್ನು ರಾಜಧಾನಿಯಾಗಿ ಪರಿವರ್ತಿಸಲಾಯಿತು. ಅಲ್ಲಿ ದಟ್ಟ ಕಾಡುಗಳು ಮತ್ತು ಪರ್ವತ-ಶೃಂಖಲೆಗಳಿದ್ದವು. ಸುರಕ್ಷತೆಯ ದೃಷ್ಟಿಯಿಂದ ಇದನ್ನು ರಾಜಧಾನಿಗೆ ಸರ್ವಥಾ ಯೋಗ್ಯವೆಂದು ತಿಳಿಯಲಾಯಿತು. ಚಾವಂಡ್ ಸಮೀಪದಲ್ಲಿ ಕೃಷಿಗೆ ಯೋಗ್ಯವಾದ ಭೂಮಿ ಸಹ ಇತ್ತು. ಈ ಸ್ಥಳದಲ್ಲಿ ಶಾಂತ ವಾತಾವರಣ ಸಹ ಇತ್ತು. ಅಲ್ಲದೆ ಅದು ಮೇವಾಡದ ಮಿತ್ರ ರಾಜ್ಯಗಳ ಸಮೀಪದಲ್ಲಿದ್ದು, ಮೊಗಲರ ಹಿಡಿತದಿಂದ ದೂರದಲ್ಲಿತ್ತು. ಅದನ್ನು ರಾಜಧಾನಿಯನ್ನಾಗಿ ಮಾಡಿಕೊಂಡಿದ್ದು ಪ್ರತಾಪರ ದೂರದರ್ಶಿತ್ವಕ್ಕೆ ಸಾಕ್ಷಿಯಾಗಿದೆ.

ಚಾವಂಡದಲ್ಲಿ ಹೊಸ ನಿರ್ಮಾಣ ಕಾರ್ಯಗಳನ್ನು ಮಾಡಲಾಯಿತು. ಭವ್ಯವಾದ ಅರಮನೆಗಳು ನಿರ್ಮಾಣಗೊಂಡವು. ಈ ಅರಮನೆಯಗಳ ನಿರ್ಮಾಣ-ಶೈಲಿ ರಾಣಾ ಕುಂಭಾ ಮತ್ತು ರಾಣಾ ಉದಯಸಿಂಹರ ನಿರ್ಮಾಣ-ಶೈಲಿಯನ್ನು ಹೋಲುತ್ತದೆ. ಇದರ ನಿರ್ಮಾಣದಲ್ಲಿ ಆಕಾರ-ಪ್ರಕಾರ ಮತ್ತು ಸಮಯದ ಅವಶ್ಯಕತೆಯ ಬಗ್ಗೆ ಗಮನ ಕೊಡಲಾಯಿತು. ಇಂದಿಗೂ ಇದರ ಭಗ್ನಾವಶೇಷಗಳನ್ನು ನೋಡಿದಾಗ, ಇದರ ನಿರ್ಮಾಣದಲ್ಲಿ ಯುದ್ಧಕಾಲದ ಭಯಾನಕತೆಯ ಸ್ಪಷ್ಟ ಪ್ರಭಾವವಿದೆ ಎಂಬುದು ಸ್ಪಷ್ಟವಾಗುತ್ತದೆ. ಪ್ರತಿಯೊಂದು ಸ್ಥಳದಲ್ಲಿ ಸುರಕ್ಷತೆ, ಸದೃಢತೆ ಮುಂತಾದವುಗಳ ಬಗ್ಗೆ ಸೂಕ್ತ ಗಮನವನ್ನು ಕೊಡಲಾಗಿದೆ.

ಅರಮನೆಯ ಎದುರೇ ಸಾಮಂತರ ನಿವಾಸಗಳನ್ನು ಸಹ ನಿರ್ಮಿಸಲಾಯಿತು. ಇವುಗಳ ಭಗ್ನಾವಶೇಷಗಳಿಂದ, ಇದರ ಕೋಣೆಗಳು ಅರಮನೆಯ ಹೋಲಿಕೆಯಲ್ಲಿ ಸ್ವಲ್ಪ ಚಿಕ್ಕದಾಗಿದ್ದವು ಎಂಬುದು ಸ್ಪಷ್ಟವಾಗುತ್ತದೆ. ಇವುಗಳಲ್ಲಿ ಕೆಲವು ಚಿಕ್ಕ ಕೋಣೆಗಳು, ಜಗಲಿಗಳು ಮತ್ತು ತೆರೆದ ಅಶ್ವಾಲಯಗಳಿರುತ್ತಿದ್ದವು. ಮನೆಗಳ ಛಾವಣಿಗಳನ್ನು ಬಿದಿರು ಮತ್ತು ಬಾಳೆಯಿಂದ ಮುಚ್ಚಲಾಗುತ್ತಿತ್ತು. ಜನಸಾಮಾನ್ಯರಿಗೆ ಮಣ್ಣಿನ ಮನೆಗಳನ್ನು ನಿರ್ಮಿಸಲಾಯಿತು. ಅರಮನೆಯ ಎದುರು ಚಾಮುಂಡಾ ದೇವಿಯ ಮಂದಿರವಿದೆ. ಚಾವಂಡದ ಶಿಲ್ಪಕಲೆಯ ಬಗ್ಗೆ ಡಾ. ಗೋಪಿನಾಥ್ ಶರ್ಮಾ ಹೀಗೆ ಬರೆದಿದ್ದಾರೆ-

"ಈ ಅರಮನೆಗಳು ತುಂಬಾ ಬಲಿಷ್ಠವಾಗಿದ್ದು, ವಿಲಕ್ಷಣವಾಗಿವೆ. ಇವುಗಳ ನಿರ್ಮಾಣ-ಶೈಲಿಯಲ್ಲಿ ಉದಯಸಿಂಹ ಮತ್ತು ಕುಂಭಾರ ಕಾಲದ ನಿರ್ಮಾಣ-ಶೈಲಿಯ ನೋಟವಿದೆ. ಇಲ್ಲಿಯ ಭಗ್ನಾವಶೇಷಗಳ ವರಾಂಡ ಮತ್ತು ಕೋಣೆಯ ರಚನೆ ಚಿತ್ತೌಡ್‌ನ ಕಂವರ್ ಪದಗಳ ಅರಮನೆಗಳಂತಿವೆ. ಆದರೆ ಆಕಾರ-ಪ್ರಕಾರದಲ್ಲಿ ಕಾಲದ ಆವಶ್ಯಕತೆಗೆ ಪ್ರಾಧಾನ್ಯತೆಯನ್ನು ಕೊಡಲಾಗಿದೆ. ಈ ಅರಮನೆಗಳ ವಿಶೇಷತೆ ಎಂದರೆ, ಇವುಗಳಲ್ಲಿ ಯುದ್ಧ ಕಾಲದ ಭಯಾನಕತೆ ಕಾಣ ಬರುತ್ತದೆ. ಪ್ರತಿಯೊಂದು ಸ್ಥಳದಲ್ಲಿ ಪಾರಾಗುವಿಕೆಗೆ, ರಕ್ಷಣೆ-ಸುರಕ್ಷತೆ ಇತ್ಯಾದಿ ವಿಷಯಗಳ ಬಗ್ಗೆ ಗಮನವನ್ನು ಕೊಡಲಾಗಿದೆ. ನಾವು ಸಂಪೂರ್ಣ ಅರಮನೆಯ ಸ್ವರೂಪದಲ್ಲಿ ಪ್ರತಾಪರ ಕಠಿಣ ಜೀವನದ ದೃಶ್ಯವನ್ನು ನೋಡಬಹುದು. ಈ ಅರಮನೆಗಳು ಯುದ್ಧಕಾಲದ ವಾಸ್ತುಕಲೆಗೆ ಉತ್ತಮ ಮಾದರಿಗಳಾಗಿವೆ."

ಚಾವಂಡ, ಪ್ರತಾಪರ ನಿಧನದ ನಂತರವೂ ಅಮರಸಿಂಹ ಜಹಾಂಗೀರನೊಂದಿಗೆ ಸಂಧಿ ಮಾಡಿಕೊಂಡ ಮರು ವರ್ಷ 1615 ಇಸ್ವಿಯವರೆಗೆ ಮೇವಾಡದ ರಾಜಧಾನಿಯಾಗಿತ್ತು. ರಾಜಧಾನಿಯಾಗಿರದಿದ್ದ ಕಾಲದಲ್ಲೂ ಇದು ಸುಮಾರು ಇನ್ನೂರು ವರ್ಷಗಳವರೆಗೆ ಸಾಹಿತ್ಯ, ಕಲೆ ಮುಂತಾದವುಗಳಿಗೆ ಕೇಂದ್ರ-ಸ್ಥಾನವಾಗಿತ್ತು. ಇಲ್ಲಿ ಹದಿನೆಂಟನೆಯ ಶತಮಾನದಲ್ಲಿ ಬರೆಯಲಾದ ಅನೇಕ ಗ್ರಂಥಗಳು ಇದಕ್ಕೆ ಸಾಕ್ಷಿಯಾಗಿವೆ. ವರ್ತಮಾನದಲ್ಲಿ ಚಾವಂಡ ಒಂದು ಹಳ್ಳಿಯಾಗಿ ಮಾತ್ರ ಉಳಿದಿದೆ. ಆದರೆ ಭಗ್ನಾವಶೇಷಗಳು ಇಂದಿಗೂ ಇದರ ಅತೀತ ಗೌರವದ ಕಥೆಗಳನ್ನು ಹೇಳುತ್ತವೆ.

ನಾಶವಾದ ಸ್ಥಳಗಳ ಪುನರ್ನಿರ್ಮಾಣ

ಪ್ರತಾಪರು ಅರಾವಳಿಯ ಆಶ್ರಯಕ್ಕೆ ಹೋಗುವಾಗ ಅನೇಕ ಸ್ಥಳಗಳನ್ನು ನಾಶಮಾಡಿದ್ದರು. ನಂತರದಲ್ಲಿ ಮೊಗಲರು ಪ್ರತಾಪರನ್ನು ಹಿಂಬಾಲಿಸುವಾಗ, ಪ್ರತಾಪರು ಹಿಡಿತಕ್ಕೆ ಸಿಗದಿದ್ದಾಗ, ಆ ಸ್ಥಳವನ್ನು ಸಂಪೂರ್ಣವಾಗಿ ನಾಶ ಮಾಡಿದ್ದರು. ಮೇವಾಡ ಸ್ವತಂತ್ರವಾದ ನಂತರ ಈ ಸ್ಥಳಗಳನ್ನು ಮತ್ತೆ ವಾಸಕ್ಕೆ ಯೋಗ್ಯ ಮಾಡುವ ಕಾರ್ಯವನ್ನು ಆರಂಭಿಸಲಾಯಿತು.

ಮೊಗಲ್ ಸೈನ್ಯಗಳು ಅಶ್ವತ್ಥ ವೃಕ್ಷ ಮುಂತಾದ ಮರ-ಗಿಡಗಳನ್ನು ಸುಟ್ಟು ನಾಶಮಾಡಿತ್ತು. ಅವುಗಳನ್ನು ಮತ್ತೆ ಬೆಳಸಲು ರೈತರಿಗೆ ಹೊಸ ಭೂಮಿಯನ್ನು ಕೊಡಲಾಯಿತು. ರೈತರು ಕಳೆದುಕೊಂಡ ಭೂಮಿಯ ಹಳೆಯ ಪಟ್ಟಾವನ್ನು ಮತ್ತೆ ಕೊಡಲಾಯಿತು. ವ್ಯಾಪಾರ ಮತ್ತು ಉದ್ಯೋಗಗಳಿಗೆ ಪ್ರೋತ್ಸಾಹವನ್ನು ಕೊಡಲಾಯಿತು. ಶಿಕ್ಷಣ ಮತ್ತು ಆರೋಗ್ಯದ ಬಗ್ಗೆ ಸಹ ಗಮನವನ್ನು ಕೊಡಲಾಯಿತು. ಶೀಘ್ರವೇ ಮೇವಾಡದ ಬಂಜರು ಹೊಲಗಳಲ್ಲಿ ಫಸಲು ಕಂಗೊಳಿಸಿತು. ರಾಜ್ಯದಲ್ಲಿ ಶಾಂತಿ ಮತ್ತು ಸುವ್ಯವಸ್ಥೆ ನೆಲೆಸಿತು. ಮೇವಾಡದ ಪುರುಷರು, ಮಹಿಳೆಯರು, ಮಕ್ಕಳು ಮತ್ತು ವೃದ್ಧರು ನಿರ್ಭಯವಾಗಿ ಸಂಚರಿಸುತ್ತಿದ್ದರು. ಪ್ರತಾಪರು ಉಚ್ಚ ಆದರ್ಶದ ಒಡೆಯರಾಗಿದ್ದರು. ಅವರಿಗೆ ತಮ್ಮ ಪ್ರಜೆಗಳ ಬಗ್ಗೆ ಅಪಾರ ಸ್ನೇಹವಿತ್ತು. ಅವರ ರಾಜ್ಯದಲ್ಲಿ ಎಲ್ಲರೂ

ಸುಖವಾಗಿರಲು ಆರಂಭಿಸಿದರು. ಅಮರಸಿಂಹನ ಕಾಲದಲ್ಲಿ ಬರೆಯಲಾದ ಒಂದು ಕಾವ್ಯ-ಗ್ರಂಥದಲ್ಲಿ ಮಹಾರಾಣಾರ ಆಡಳಿತದ ಸುವ್ಯವಸ್ಥೆ, ಪ್ರಜೆಗಳ ಸುಖ-ಶಾಂತಿ ಮತ್ತು ಐಶ್ವರ್ಯದ ವರ್ಣನೆಯನ್ನು ಮಾಡುತ್ತಾ ಕವಿ ಬರೆದಿದ್ದಾನೆ-

"ಪ್ರತಾಪರು ಅದುವರೆಗೆ ತಮ್ಮ ರಾಜ್ಯದಲ್ಲಿ ಸುಖ-ಶಾಂತಿಗೆ ವ್ಯವಸ್ಥೆ ಮಾಡಿದ್ದರು; ಇದರಿಂದಾಗಿ ಮಹಿಳೆಯರು ಮತ್ತು ಮಕ್ಕಳಿಗೆ ಸಹ ಯಾರ ಭಯವಿರಲಿಲ್ಲ. ಪ್ರಜೆಗಳು ಉತ್ತಮ ನಡತೆಯುಳ್ಳವರಾಗಿದ್ದು, ಅವರಿಗೆ ನೈತಿಕತೆಯ ಬಗ್ಗೆ ಶ್ರದ್ಧೆಯಿತ್ತು. ಆದ್ದರಿಂದ ರಾಜ್ಯದ ಮುಖಾಂತರ ಯಾರಿಗೂ ಶಿಕ್ಷೆಯನ್ನು ವಿಧಿಸುವ ಪ್ರಶ್ನೆಯೇ ಉದ್ಭವಿಸುತ್ತಿರಲಿಲ್ಲ.. ಪ್ರತಾಪರು ಪ್ರತಿಯೊಬ್ಬ ಪ್ರಜೆಯೂ ಶಿಕ್ಷಣವನ್ನು ಪಡೆಯಲು ಉಚಿತ ವ್ಯವಸ್ಥೆಯನ್ನು ಮಾಡಿದರು. ಭೂಮಿ ತುಂಬಾ ಫಲವಾಗಿತ್ತು. ರಾಜ್ಯದಲ್ಲಿ ಅಭಾವವಿರಲಿಲ್ಲ. ಎಲ್ಲರಿಗೂ ತುಪ್ಪ, ಹಾಲು, ಮೊಸರು, ಹಣ್ಣುಗಳು ಮತ್ತು ಇನ್ನಿತರ ಖಾದ್ಯ ಸಾಮಗ್ರಿಗಳು ಸಾಕಷ್ಟು ಪ್ರಮಾಣದಲ್ಲಿ ಲಭಿಸುತ್ತಿದ್ದವು. ಈ ಶಾಂತಿಕಾಲದಲ್ಲಿ ಮೇವಾಡದ ಅನೇಕ ನಗರಗಳು ಮತ್ತೆ ನೆಲೆಸಿದವು; ಅಲ್ಲಿ ಸಮೃದ್ಧ ಮತ್ತು ರಾಜಭಕ್ತ ಪ್ರಜೆಗಳು ವಾಸಿಸುತ್ತಿದ್ದರು."

ಮಹಾಪಯಣ

ಪ್ರತಾಪರು ತಮ್ಮ ತಂದೆಯವರ ಕಾಲದಿಂದಲೂ ಮೊಗಲರೊಂದಿಗೆ ಹೋರಾಡುತ್ತಿದ್ದರು. ಮೇವಾಡದ ಮೇಲಿನ ಮೊಗಲರ ಈ ಗ್ರಹಣ ಸನ್ 1585 ರಲ್ಲಿ ಅಂತ್ಯಗೊಂಡಿತು. ನಂತರ ಪ್ರತಾಪರು ತಮ್ಮ ರಾಜ್ಯದ ಸುಖಕ್ಕಾಗಿ ತಮ್ಮನ್ನು ತೊಡಗಿಸಿಕೊಂಡರು. ಆದರೆ ದುರದೃಷ್ಟದಿಂದ ಸುಮಾರು ಹನ್ನೊಂದು ವರ್ಷಗಳ ನಂತರ 19 ಜನವರಿ, 1597 ರಂದು ಅವರು ಇಹಲೋಕವನ್ನು ತ್ಯಜಿಸಿದರು.

ಕರ್ನಲ್ ಟಾಡರ ಪ್ರಕಾರ, ಸಾವಿನ ಸಮಯದಲ್ಲಿ ಪ್ರತಾಪರು ತುಂಬಾ ಕಷ್ಟವನ್ನು ಅನುಭವಿಸುತ್ತಿದ್ದರು, ಅವರ ಪ್ರಾಣ ಹೋಗುತ್ತಿರಲಿಲ್ಲ. ಆಗಲೂ ಅವರಿಗೆ ಮೇವಾಡದ ರಕ್ಷಣೆಯ ಚಿಂತೆ ಕಾಡುತ್ತಿತ್ತು. ಅವರ ಸಾಮಂತರು ಅವರಿಗೆ ಮೇವಾಡದ ರಕ್ಷಣೆಯ ವಿಷಯದಲ್ಲಿ ಆಶ್ವಾಸನೆಯನ್ನು ಕೊಟ್ಟ ನಂತರ ಅವರು ಪ್ರಾಣವನ್ನು ತ್ಯಜಿಸಿದರು.

ಅವರು ಯಾವ ರೋಗದಿಂದ ಸತ್ತರು ಎಂಬ ಬಗ್ಗೆ ನಿಶ್ಚಿತವಾಗಿ ಏನೂ ಹೇಳಲಾಗದು. ಅದೊಂದು ದಿನ ಬೇಟೆಯಾಡುವಾಗ ಅವರ ಕಾಲಿಗೆ ಪೆಟ್ಟಾಯಿತು. ಪ್ರತಾಪರ ಜೀವನ ನಿರಂತರ ಸಂಘರ್ಷ ಮತ್ತು ಕಠಿಣ ಪರಿಶ್ರಮದಿಂದಾಗಿ ಅವರ ಶರೀರ ಮೊದಲೇ ದುರ್ಬಲವಾಗಿತ್ತು, ಹೀಗಾಗಿ ಅವರು ಈ ಪೆಟ್ಟಿನ ನಂತರ ಕಾಹಿಲೆ ಬಿದ್ದರು; ಕೆಲವೇ ದಿನಗಳಲ್ಲಿ ಅವರು ಇಹಲೋಕವನ್ನು ತ್ಯಜಿಸಿದರು ಎಂದು ಹೇಳಲಾಗುತ್ತದೆ. ಅಬುಲಫಜಲ್ ಅಕ್ಬರನಾಮಾದಲ್ಲಿ, 'ಅಮರಸಿಂಹ ಮಹಾರಾಣಾರಿಗೆ ವಿಷವನ್ನು ಕೊಟ್ಟಿದ್ದ, ಇದರಿಂದ ಅವರು ನಿಧನರಾದರು' ಎಂದು ಬರೆದಿದ್ದಾನೆ. ಅಬುಲಫಜಲನ ಈ ಉಲ್ಲೇಖವನ್ನು ಇನ್ನಿತರ

ಸಮಕಾಲೀನ ಇತಿಹಾಸಕಾರರು ಉಲ್ಲೇಖಿಸಿಲ್ಲ, ಹೀಗಾಗಿ ಅವನ ಈ ಅಭಿಪ್ರಾಯವನ್ನು ನಿರಾಧಾರ ಎಂದು ತಿಳಿಯಲಾಗುತ್ತದೆ.

ಟಾಡ್ ಬರೆದಂತೆ ಪ್ರತಾಪರು ಚಾವಂಡದಲ್ಲಿ ನಿಧನರಾದರು, ಪೀಛೋಲೆಯ ಬಿಡಾರದಲ್ಲಲ್ಲ. ಬಂಡೋಲಿ ಹಳ್ಳಿಯ ಒಂದು ಸರೋವರದ ತೀರದಲ್ಲಿ ಅವರ ಅಂತಿಮ ಸಂಸ್ಕಾರವನ್ನು ಮಾಡಲಾಯಿತು. ಆ ಸ್ಥಳದಲ್ಲಿ ರಾಜಪರಿವಾರದ ಸ್ಮಶಾನ-ಭೂಮಿಯಿದೆ. ಬಂಡೋಲಿ ಚಾವಂಡದಿಂದ ಸುಮಾರು ಒಂದೂವರೆ ಮೈಲಿ ದೂರದಲ್ಲಿದೆ. ಅಲ್ಲಿ ಅವರ ಸ್ಮಾರಕವಾಗಿ ಒಂದು ಚಿಕ್ಕ ಸಮಾಧಿಯಿದ್ದು, ಅದರ ಮೇಲೆ ಎಂಟು ಕಂಭಗಳ ಒಂದು ಛತ್ರಿ ಇದೆ. ನಂತರದಲ್ಲಿ ಈ ಛತ್ರಿಯಲ್ಲಿ ಸನ್ 1601 ರಲ್ಲಿ ಯಾರೋ ಅವರ ಸಹೋದರಿಯ ವಿಷಯದಲ್ಲಿ ಒಂದು ಶಿಲಾ-ಲೇಖನವನ್ನು ಹಾಕಿಸಿದರು; ಇದರಿಂದ ಪ್ರಜೆಗಳಿಗೆ, ಅದು ಮಹಾರಾಣಾರ ಸಮಾಧಿ ಅಲ್ಲ, ಅವರ ಸಹೋದರಿಯ ಸಮಾಧಿ ಎಂದು ಭ್ರಮೆಯಾಗುತ್ತದೆ. ಆದರೆ ಇದು ನಿಜವಲ್ಲ.

ಮಹಾರಾಣಾರ ಸಾವಿಗೆ ಅಕ್ಬರ್‌ನ ಪ್ರತಿಕ್ರಿಯೆ

ಪ್ರತಾಪರ ವಿಶಿಷ್ಟತೆಗಳನ್ನು ಸಮಾಲೋಚನೆ ಮಾಡುವುದಕ್ಕೆ ಮೊದಲು, ಅವರೇ ಖುದ್ದು ಒಂದು ವಿಶಿಷ್ಟವಾಗಿದ್ದರು ಎಂಬುದನ್ನು ತಿಳಿಯುವುದು ಆವಶ್ಯಕ. ಅವರ ಸಮಕಾಲೀನರ ಅಥವಾ ಅವರ ಸಮನಾದ ರಾಜರ ಚಾರಿತ್ರ್ಯ ಮತ್ತು ವ್ಯವಹಾರ ಪ್ರತಾಪರಂತಿರಲಿಲ್ಲ. ಅಂಥ ಯಶಸ್ಸು ಸಹ ಯಾರಿಗೂ ಲಭಿಸಲಿಲ್ಲ. ತಮ್ಮ ಅಸಾಧಾರಣ ದೇಶಾಭಿಮಾನ, ಶೌರ್ಯ ಮತ್ತು ಚಾರಿತ್ರ್ಯದಿಂದಾಗಿ ಪ್ರತಾಪರು ಭಾರತೀಯ ಸಾಂಸ್ಕೃತಿಕ ಪರಂಪರೆಯ ಪ್ರತೀಕರಷ್ಟೇ ಅಲ್ಲ, ಅದರ ಸಂರಕ್ಷಕರೂ ಆದರು.

ಅಕ್ಬರ್ ಪ್ರತಾಪರ ಅತ್ಯಂತ ದೊಡ್ಡ ಶತ್ರುವಾಗಿದ್ದ, ಆದರೆ ಅವರ ಆ ಯುದ್ಧ ಯಾವುದೇ ವೈಯಕ್ತಿಕ ದ್ವೇಷದ ಪರಿಣಾಮವಾಗಿರಲಿಲ್ಲ, ಪ್ರತಿಯಾಗಿ ಅದು ಸಿದ್ಧಾಂತಗಳ ಯುದ್ಧವಾಗಿತ್ತು. ಅಕ್ಬರ್ ಸಾಮ್ರಾಜ್ಯವಾದಿಯಾಗಿದ್ದಾಗ್ಯೂ ಅವನು ಗುಣಗ್ರಾಹಿಯಾಗಿದ್ದ. ಅವನಿಗೆ ಪ್ರತಾಪರ ಸಾವಿನಿಂದ ದುಃಖವಾಗಿತ್ತು, ಏಕೆಂದರೆ ಅವನು ಅವರ ಗುಣಗಳನ್ನು ಪ್ರಶಂಸಿಸುತ್ತಿದ್ದ. ಸಾವಿನ ಸುದ್ದಿಯಿಂದ ಅವನು ರಹಸ್ಯ-ರೂಪದಲ್ಲಿ ಮೌನವಹಿಸಿದ. ಅವನ ಈ ಪ್ರತಿಕ್ರಿಯೆ ಅವನ ಆಸ್ಥಾನಿಕರಿಂದ ಮರೆಯಾಗಿರುವುದು ಸಾಧ್ಯವಾಗಲಿಲ್ಲ. ಅದೇ ವೇಳೆಗೆ ಚಾರಣ್ ದುರಸಾ ಆಢಾ ಎಂಬ ಅವನ ಆಸ್ಥಾನಿಕ ಪ್ರತಾಪರ ಬಗ್ಗೆ ಕವನವೊಂದನ್ನು ಓದಿದ. ಇದರಿಂದ ಚಾರಣ್ ದುರಸಾ ಬಾದಶಾಹನ ಕ್ರೋಧಕ್ಕೆ ಭಾಜನನಾಗುತ್ತಾನೆ ಎಂದು ಉಳಿದ ಆಸ್ಥಾನಿಕರು ತಿಳಿದರು ಎಲ್ಲರೂ ಅಕ್ಬರನ ತೀರ್ಮಾನವನ್ನು ಉತ್ಸುಕತೆಯಿಂದ ನಿರೀಕ್ಷಿಸುತ್ತದ್ದರು, ಆದರೆ ಅಕ್ಬರ್ ಚಾರಣನನ್ನು ತನ್ನೆದುರು ಕರೆಸಿ ಅವನಿಗೆ ಮತ್ತೊಮ್ಮೆ ಕವನವನ್ನು [ಛಪ್ಪನ್] ಓದಲು ಆದೇಶಿಸಿದ. ಚಾರಣ ಮತ್ತೆ ತನ್ನ ಆ ಛಪ್ಪನ್ ಓದಿದ-

ಅಶ್ ಲೆಗೋ ಅಣ್ ದಾಗ್, ಪಾಗ್ ಲೆಗೋ ಅಣ್ ನಾಮಿ |
ಗೋ ಆಡಾ ಗವಡಾಯ್, ಜಿಕೋ ಬಹತೋ ಘುರ್ ಬಾಮಿ ||
ನವರೋಜೆ ನಹ ಗಯೋ, ನಗೋ ಆತಶಾ ನವಲಿ |
ನ ಗೋ ಝುರೋಖಾ ಹೇಠ್, ಜೇಥ್ ದುನಿಯಾಣ್ ದಹಲ್ಲಿ ||
ಗೃಹಲೋತ್ ರಾಣಾ ಜೀತೀ ಗಯೋ, ದಶನ್ ಮೂಂದ್ ರಶನಾಂ ಡಸಿ |
ನೀಶಾಸ್ ಮೂಕ್ ಭರಿಯಾ, ತೋ ಮೃತ್ ಶಾಹ್ ಪ್ರತಾಪ್ ಸೀ ||

[ಮೇಲ್ಕಾಣಿಸಿದ ಮಾರವಾಡಿ ಭಾಷೆಯ ಕವನದ ಆಶಯ ಹೀಗಿದೆ: ಯಾರು ಎಂದೂ ತಮ್ಮ ಕುದುರೆಗಳನ್ನು ರಾಜ್ಯದ ಸೈನ್ಯದಲ್ಲಿ ಕಳುಹಿಸಿ ಕಳಂಕವನ್ನು ಹಚ್ಚಿಸಿಕೊಳ್ಳಲಿಲ್ಲವೋ [ರಾಜ್ಯದ ಸೈನ್ಯದಲ್ಲಿ ಕುದುರೆಗಳನ್ನು ಕಳಂಕಿತಗೊಳಿಸಲಾಗುತ್ತಿತ್ತು], ಯಾರು ತಮ್ಮ ಪೇಟವನ್ನು ಯಾರೆದುರೂ ಬಾಗಿಸಲಿಲ್ಲವೋ, ಯಾರು ಸದಾ ಶತ್ರುಗಳ ಬಗ್ಗೆ ವ್ಯಂಗ್ಯದ ಪದ್ಯಗಳನ್ನು ಹಾಡುತ್ತಿದ್ದನೋ, ಯಾರು ಸಮಸ್ತ ಭಾರತದ ಭಾರದ ವಾಹನವನ್ನು ಎಡ ಭಾಗದ ಹೆಗಲುಗಳಿಂದ ಎಳೆಯಲು ಸಮರ್ಥನಾಗಿದ್ದನೋ, ಯಾರು ಎಂದೂ ಹೊಸ ವರ್ಷದ ಮೊದಲ ದಿನ ಹೋಗಲಿಲ್ಲವೋ, ಯಾರು ರಾಜ್ಯದ ಶಿಬಿರಗಳಿಗೆ ಹೋಗಲಿಲ್ಲವೋ ಹಾಗೂ ಯಾವ ಅಕ್ಬರನ ಕಿಡಕಿಯ ಪ್ರತಿಷ್ಠೆ ವಿಶ್ವದಲ್ಲಿ ವ್ಯಾಪಿಸಿತ್ತೋ, ಅವನು ಅದರ ಕೆಳಗೆ ಸಹ ಬರಲಿಲ್ಲ. ಇಂಥ ಗಹಲೋತ್ [ಮಹಾರಾಣಾ ಪ್ರತಾಪ್] ವಿಜಯದೊಂದಿಗೆ ಸಾವಿನ ಬಳಿಗೆ ಹೊರಟು ಹೋದ. ಆದ್ದರಿಂದ ಬಾದಶಾಹ ಅಕ್ಬರನ ಕಣ್ಣುಗಳಲ್ಲಿ ಸಹ ಕಣ್ಣೀರು ತುಂಬಿ ಬಂತು. ಅವನಿಗೆ ತುಂಬಾ ಆಶ್ಚರ್ಯವಾಯಿತು. ಹೇ ಪ್ರತಾಪ್! ನಿಮ್ಮ ಸಾವಿನಿಂದ ಹೀಗಾಗಿದೆ.]

ಈ ಛಪ್ಪನ್ ಕೇಳಿದ ನಂತರ ಅಕ್ಬರ್ ಚಾರಣನಿಗೆ ಹೇಳಿದ, 'ನೀನು ನನ್ನ ಮನೋಭಾವನೆಯನ್ನು ಚೆನ್ನಾಗಿ ವ್ಯಕ್ತಪಡಿಸಿದ್ದೀಯ'. ಅದಕ್ಕಾಗಿ ಅವನು ಚಾರಣನಿಗೆ ಪುರಸ್ಕಾರವನ್ನು ಸಹ ಕೊಟ್ಟ.

ಶತ್ರು ಸಹ ಒಬ್ಬನ ಶ್ರೇಷ್ಠತೆಯನ್ನು ಪ್ರಶಂಸಿಸುವುದು ಆ ವ್ಯಕ್ತಿಯ ಮಹಾನತೆಯಾಗಿದೆ. ಪ್ರತಾಪರ ಮಹಾನತೆಗೆ ಇದೇ ಸಾಕ್ಷಿಯಾಗಿದೆ. ವಾಸ್ತವವಾಗಿ ಪ್ರತಾಪರ ಸಾವಿನಿಂದ ಮೇವಾಡ ಮಾತ್ರವಲ್ಲ, ಭಾರತದ ಇತಿಹಾಸದ ಮಹತ್ವದ ಅಧ್ಯಾಯವೊಂದು ಕೊನೆಗೊಂಡಿತು. ಈ ಬಗ್ಗೆ ಡಾ. ಗೋಪಿನಾಥ್ ಶರ್ಮಾರ ಈ ಸಾಲುಗಳು ಉಲ್ಲೇಖನೀಯವಾಗಿವೆ–

"ಪ್ರತಾಪರ ನಿಧನದಿಂದ ಯುಗವೊಂದು ಕೊನೆಗೊಳ್ಳುತ್ತದೆ. ರಜಪೂತ ರಾಜಕೀಯ ವೇದಿಕೆಯಿಂದ ಓರ್ವ ಸುಯೋಗ್ಯ ಮತ್ತು ಚಮತ್ಕಾರದ ವ್ಯಕ್ತಿ ಹೊರಟು ಹೋದ. ತನ್ನ ರಾಜಕೀಯ ದೂರದೃಷ್ಟಿಯಿಂದ ಅವನು ತನ್ನ ನೆರೆಯ ರಾಜ್ಯಗಳೊಂದಿಗೆ ಗೆಳೆತನವನ್ನು ಮಾಡಿಕೊಂಡು ಚಾತುರ್ಯದಿಂದ ಮೊಗಲರ ಗಮನವನ್ನು ಮೇವಾಡದಿಂದ ದೂರಮಾಡಿದ. ಈ ಉಪಾಯ ಫಲಿಸಿತು; ರಾಜಸ್ಥಾನದ ವಿರುದ್ಧ ಕಳುಹಿಸಲಾದ ವಿಭಾಜಿತ

ಸೈನ್ಯದ ಕಡಿಮೆ ಭಾರವನ್ನು ಮೇವಾಡ ಸಹಿಸಬೇಕಾಯಿತು. ಅವನು ಓರ್ವ ಆದರ್ಶವಾದಿಯಾಗಿ ಅದೃಷ್ಟವನ್ನು ಸಂತುಲಿತ ಬುದ್ಧಿಯಿಂದ ಸಹಿಸಿದ. ಅವನು ಸಾಹಸ ಮತ್ತು ಯಶಸ್ಸಿನಿಂದ ತನ್ನ ಸೈನಿಕರಿಗೆ ಕರ್ಮದ ಶ್ರೇಷ್ಠತೆಯ ಪಾಠವನ್ನು ಬೋಧಿಸಿದ; ಪ್ರಜೆಗಳಿಗೆ ಆಶಾವಾದಿಯಾಗಿರಲು ಪ್ರೇರೇಪಿಸಿದ; ಶತ್ರುಗಳಿಗೆ ಅವನ ಬಗ್ಗೆ ಗೌರವವನ್ನು ತೋರುವಂಥ ಶಿಕ್ಷಣವನ್ನು ಕೊಟ್ಟ."

ಹಲ್ದಿಘಾಟಿಯ ಯುದ್ಧದಲ್ಲಿ ಸೋಲಿನ ನಂತರ ಪ್ರತಾಪರು ಸದಾ ಮೊಗಲರ ವಿರುದ್ಧ ಹೋರಾಡುತ್ತಿದ್ದರು ಹಾಗೂ ಮೇವಾಡದ ಗೆಲುವಿನ ನಂತರ ಜನವರಿ 1597 ರಲ್ಲಿ ಚಾವಂಡದಲ್ಲಿ ನಿಧನರಾದರು ಎಂಬ ಸಂಗತಿಯನ್ನು ಎಲ್ಲಾ ಇತಿಹಾಸಕಾರರು ಸಮರ್ಥಿಸಿದ್ದಾರೆ. ಆದರೆ ಶ್ರೀ ರಾಜೇಂದ್ರ ಬೀಡಾ ಅವರು ತಮ್ಮ 'ಮಹಾರಾಣಾ ಪ್ರತಾಪ್' ಪುಸ್ತಕದಲ್ಲಿ, ಬಹುಶಃ ಮಹಾರಾಣಾರ ಸಾವು ಹಲ್ದಿಘಾಟಿಯ ಯುದ್ಧದಲ್ಲಿ ಗಾಯಗೊಂಡ ತಕ್ಷಣ ಸಂಭವಿಸಿತ್ತು ಎಂಬುದನ್ನು ಸಾಬೀತು ಪಡಿಸಲು ಪ್ರಯತ್ನಿಸಿದರು. ಅವರ ಈ ಅಭಿಪ್ರಾಯವನ್ನು ವ್ಯಕ್ತಪಡಿಸುವ ಅವರ ಪುಸ್ತಕದ ಕೆಲವು ಅಂಶಗಳು ಹೀಗಿವೆ–

"ಹಲ್ದಿಘಾಟಿ ಯುದ್ಧದ [ಇದನ್ನು ಖಮನೋರ್ ಯುದ್ಧವೆಂದು ಹೇಳುವುದು ಹೆಚ್ಚು ಉಪಯುಕ್ತವಾಗುವುದು] ನಂತರ ಪ್ರತಾಪರ ಬಗ್ಗೆ ಸೂಕ್ತವಾಗಿ, ಅವರು ಬದುಕಿದ್ದರೋ, ಇಲ್ಲವೋ ಎಂದು ಹೇಳಲಾಗದು. ಇತಿಹಾಸದ ವಿದ್ಯಾರ್ಥಿಗೆ, ಪ್ರತಾಪರು ಹಲ್ದಿಘಾಟಿಯ ಯುದ್ಧದ ನಂತರವೇ ನಿಧನರಾಗಲಿಲ್ಲ ಎಂದು ಅನ್ನಿಸುತ್ತದೆ. ಪೀಥಲ್ ಮತ್ತು ರಾಜಾ ಮಾನಸಿಂಹ ಪ್ರತಾಪರು ಇಲ್ಲದಿದ್ದಾಗಲೂ ಅವರು ಬದುಕಿರುವ ವಿಷಯವನ್ನು ಪ್ರಚಲಿತವಾಗಿಟ್ಟಿರದ ಸಂಭವವಿದೆ."

ಮೊಗಲರ ಸತತ ದಂಡಯಾತ್ರೆಗಳ ನಂತರವೂ ಪ್ರತಾಪರು ಹಿಡಿತಕ್ಕೆ ಸಿಗಲಿಲ್ಲ. ಈ ವಿಷಯದಲ್ಲಿ ಅನುಮಾನವನ್ನು ವ್ಯಕ್ತಪಡಿಸುತ್ತಾ ಶ್ರೀ ಬೀಡಾ ಹೀಗೆ ಬರೆದಿದ್ದಾರೆ–

"ಅಕ್ಬರನ ಈ ಹುಡುಕಾಟದ ನಂತರವೂ ಪ್ರತಾಪರು ಎಲ್ಲೂ ಕಾಣ ಬರದಿರುವುದು ಇತಿಹಾಸದ ವಿದ್ಯಾರ್ಥಿಗಳಿಗೆ ಪ್ರತಾಪರು ಹಲ್ದಿಘಾಟಿಯಲ್ಲಾದ ಗಾಯಗಳಿಂದಾಗಿ ನಿಧನರಾಗಿರಬಹುದು ಎಂಬ ಸಂದೇಹ ಮೂಡುತ್ತದೆ."

ಶ್ರೀ ಬೀಡಾ ಅವರ ಅನುಮಾನ ಸತ್ಯವಾಗಿರಬಹುದು, ಆದರೆ ಪ್ರತಾಪರನ್ನು ಮೊಗಲರು ಹಿಡಿಯದಿದ್ದದ್ದು, ಪ್ರತಾಪರು ಆಗ ಬದುಕಿರಲಿಲ್ಲ ಎಂಬುದಕ್ಕೆ ಸಾಕ್ಷಿಯಾಗದು. ಮೊಗಲರು ಪ್ರತಾಪರನ್ನಲ್ಲ, ಅವರ ಯಾವ ಸಾಮಂತ ಅಥವಾ ಅಮರಸಿಂಹನನ್ನೂ ಹಿಡಿಯದಾದರು, ಇದರಿಂದ ಇವರೆಲ್ಲರೂ ಆಗ ಬದುಕಿರಲಿಲ್ಲ ಎಂದಲ್ಲ.

ಶ್ರೀ ಬೀಡಾ ಅವರ ಅಭಿಪ್ರಾಯ ಏನೆಂದರೆ, ಹಲ್ದಿಘಾಟಿ ಯುದ್ಧದ ನಂತರ ಪ್ರತಾಪರ ಬಗ್ಗೆ ಹೇಳಲಾಗುವ ಹೋರಾಟಗಳ ನೇತೃತ್ವವನ್ನು ಅಮರಸಿಂಹ ವಹಿಸಿದ, ಪ್ರತಾಪರಲ್ಲ. ಮಾನಸಿಂಹ ಮತ್ತು ಅಮರಸಿಂಹರು, ಪ್ರತಾಪರು ಬದುಕಿದ್ದಾರೆ ಎಂದು ಹೇಳುವ ಕಥೆಯಲ್ಲಿ ಅವರ ಸ್ವಾರ್ಥವಿದೆ ಎಂದೂ ತಿಳಿಯಲಾಗುತ್ತದೆ–

"ಪ್ರತಾಪರ ಶವ ಸಿಗದಿರುವುದು ಮತ್ತು ಮಾನಸಿಂಹ ಹಲ್ದಿಘಾಟಿ ಯುದ್ಧದ ನಂತರ ರಾಣಾರನ್ನು ಹಿಂಬಾಲಿಸದಿರುವುದು, ಈ ಎರಡು ಸಂಗತಿಗಳಿಂದ ಪ್ರತಾಪರ ಭೂತವನ್ನು ಇಪ್ಪತ್ತು ವರ್ಷಗಳ ಕಾಲ ನಿಲ್ಲಿಸಿದರು. ಇದೇ ರೀತಿಯಲ್ಲಿ ಬೀರಬಲ್‌ನ ಶವ ಸಿಗದಿದ್ದಾಗಲೂ ಅಕ್ಬರನ ಕಾಲದಲ್ಲಿ ಅನೇಕ ಬೀರಬಲ್‌ರನ್ನು ಸೃಷ್ಟಿಸಲಾಗಿತ್ತು ಎಂದು ಈ ಸಂದರ್ಭದಲ್ಲಿ ಹೇಳುವುದು ಅಪ್ರಾಸಂಗಿಕವಾಗಲಾರದು."

ಮಹಾರಾಣಾ ಪ್ರತಾಪರು ಹಲ್ದಿಘಾಟಿ ಯುದ್ಧದ ತಕ್ಷಣವೇ ದಿವಂಗತರಾಗಿದ್ದರು ಎಂದು ಹೇಳುವುದು ಸಾಬೀತಾಗುವವರೆಗೆ, ಅವರು 1597 ಇಸ್ವಿಯಲ್ಲಿ ನಿಧನರಾದರು ಎಂದೇ ತಿಳಿಯಬೇಕಾಗುತ್ತದೆ.

ಮಹಾರಾಣಾರ ಪುತ್ರರು

ಪ್ರತಾಪರಿಗೆ ಹನ್ನೊಂದು ರಾಣಿಯರಿದ್ದರು, ಇವರಿಂದ ಅವರಿಗೆ ಹದಿನೇಳು ಪುತ್ರರು ಜನಿಸಿದರು. ಅವರ ಪತ್ನಿಯರು ಮತ್ತು ಅವರಿಗೆ ಜನಿಸಿದ ಪುತ್ರರ ವಿವರಣೆ ಹೀಗಿದೆ–

	ರಾಣಿಯರು	**ಅವರಿಗೆ ಜನಿಸಿದ ಪುತ್ರರು**
1.	ಮಹಾರಾಣಿ ಅಜಬಾದೆ ಪಂವಾರ್	ಅಮರಸಿಂಹ ಮತ್ತು ಭಗವಾನದಾಸ್
2.	ಮಹಾರಾಣಿ ಸೋಲಂಖಿಣೀಪೂರ್ ಬಾಯಿ	ಸಹಸಾ ಮತ್ತು ಗೋಪಾಲ್
3.	ಮಹಾರಾಣಿ ಚಂಪಾಬಾಯಿ ಝಾಲಿ	ಕಚರಾ, ಸಾಂವಲದಾಸ್ ಮತ್ತು ದುರ್ಜನಸಿಂಹ
4.	ಮಹಾರಾಣಿ ಜಸೋದಾಬಾಯಿ ಚೌಹಾಣ್	ಕಲ್ಯಾಣದಾಸ್
5.	ಮಹಾರಾಣಿ ಫೂಲಬಾಯಿ ರಾಠೌರ್	ಚಾಂದಾ ಮತ್ತು ಶೇಖಾ
6.	ಮಹಾರಾಣಿ ಶಾಹಮತೀಬಾಯಿ ಹಾಡಾ	ಪೂರಾ
7.	ಮಹಾರಾಣಿ ಖೀಚಣ್ ಆಶಾಬಾಯಿ	ಹಾಥಿ ಮತ್ತು ರಾಮಸಿಂಹ
8.	ಮಹಾರಾಣಿ ಆಲಮದೆಬಾಯಿ ಚೌಹಾನ್	ಜಸವಂತಸಿಂಹ
9.	ಮಹಾರಾಣಿ ರತ್ನಾವತಿಬಾಯಿ ಪರಮಾರ್	ಮಾಲ್
10.	ಮಹಾರಾಣಿ ಅಮರಬಾಯಿ ರಾಠೌರ್	ನಾಥಾ
11.	ಮಹಾರಾಣಿ ಲಾಖಾಬಾಯಿ ರಾಠೌರ್	ರಾಯಭಾಣಾ

ಈ ವಿವರಣೆಯನ್ನು ವೀರ ವಿನೋದದ ಆಧಾರದಿಂದ ಕೊಡಲಾಗಿದೆ. ರಾಣಿಯರೊಂದಿಗೆ ಜಾತಿ ಸೂಚಕ ಶಬ್ದ ಬಹುಶಃ ಅವರ ಪಿತೃಪಕ್ಷವನ್ನು ಸೂಚಿಸುತ್ತವೆ.

ಮಹಾರಾಣಾ ಪ್ರತಾಪರಿಗೆ ಮಗಳಿರಲಿಲ್ಲ ಎಂದು ಇತಿಹಾಸಕಾರರು ಸಹ ಒಪ್ಪುತ್ತಾರೆ.

ಈ ರೀತಿ ಯುಗ ನಿರ್ಮಾಪಕ, ಯುಗ ಪುರುಷ ಮಹಾರಾಣಾ ಪ್ರತಾಪರು ಮೊಗಲರೊಂದಿಗೆ ಸದಾ ಹೋರಾಟ ಮಾಡುತ್ತಿದ್ದರು. ಅವರು ಈ ಹೋರಾಟದ ಸಮಯದಲ್ಲಿ ಒಂದು ಕ್ಷಣ ಸಹ ವಿರಾಮವನ್ನು ಅನುಭವಿಸಲಿಲ್ಲ, ತನ್ನ ವಿರೋಧಿ ಅಕ್ಬರ್‌ನನ್ನು ಸಹ ನೆಮ್ಮದಿಯಿಂದಿರಲು ಬಿಡಲಿಲ್ಲ. ಅಕ್ಬರನ ವಿಶಾಲ ಸಾಮ್ರಾಜ್ಯದ ಶಕ್ತಿ ಸಹ ಅವರ ಸಂಕಲ್ಪವನ್ನು ಅಲುಗಾಡಿಸದಾಯಿತು. ಕೊನೆಗೆ ಅವರು ತಮ್ಮ ಹೋರಾಟದಲ್ಲಿ ಗೆಲುವನ್ನು ಪಡೆದರು. ಗೆಲುವಿನ ನಂತರ ಅವರು ಮೇವಾಡದ ಎಲ್ಲಾ ಸಮಸ್ಯೆಗಳನ್ನು ಪರಿಹರಿಸಿದರು. ಹೊಸ ರಾಜಧಾನಿ ಚಾವಂಡವನ್ನು ನಿರ್ಮಿಸಿದ್ದು, ಇದು ಅವರ ಕಲಾಪ್ರಿಯತೆಗೆ ಸಾಕ್ಷಿಯಾಗಿದೆ. ಕಾಲ ಅಲ್ಪ ಸಮಯದಲ್ಲಿಯೇ ಅವರನ್ನು ಮೇವಾಡದಿಂದ ಕಸಿದುಕೊಂಡಿತು. ಅವರ ಗುಣಗಳಿಂದ ಪ್ರಭಾವಿತರಾಗಿ ಅವರ ಶತ್ರುಗಳು ಸಹ ಅವರನ್ನು ಪ್ರಶಂಸಿಸುತ್ತಿದ್ದರು.

ಏಳನೆಯ ಅಧ್ಯಾಯ
ಮೌಲ್ಯಾಂಕನ

ಮಹಾರಾಣಾ ಪ್ರತಾಪರ ಹೆಸರು ಹೇಳುತ್ತಲೇ ನಮ್ಮ ಮನಸ್ಸಿನಲ್ಲಿ ದೇಶಪ್ರೇಮಿ, ಸ್ವಾತಂತ್ರ್ಯದ ಉಪಾಸಕ, ಶೌರ್ಯದ ಮುಖ ಹಾಗೂ ಉದ್ದನೆಯ ಮೀಸೆಗಳ, ಕೈಯಲ್ಲಿ ಭಲ್ಲೆ ಹಿಡಿದ ಕುದುರೆ ಸವಾರನ ಚಿತ್ರ ಮೂಡುತ್ತದೆ. ಪ್ರತಿಯೊಬ್ಬ ಭಾರತೀಯ, ಅವರನ್ನು ಶ್ರದ್ಧೆಯಿಂದ, ಜನ್ಮಭೂಮಿಯ ಸ್ವಾತಂತ್ರ್ಯಕ್ಕಾಗಿ ಹೋರಾಡಿದ ಪ್ರತೀಕವೆಂದು ತಿಳಿಯುತ್ತಾನೆ. ಅಲ್ಲದೆ ಅವರ ಚಾರಿತ್ರ್ಯದಲ್ಲಿ ಓರ್ವ ಕುಶಲ ಅದ್ಭುತ ರಾಜಕೀಯತಜ್ಞ, ಆದರ್ಶ ಸಂಘಟನಾಕಾರ ಮುಂತಾದ ವಿಶೇಷತೆಗಳಿದ್ದವು. ಇಲ್ಲಿ ಅವರ ಗುಣಗಳ ಬಗ್ಗೆ ಒಂದು ವಿಹಂಗಮ ನೋಟವಿದೆ

ಸ್ವಾತಂತ್ರ್ಯದ ಪರಮ ಭಕ್ತ

ಸ್ವಾತಂತ್ರ್ಯವಿಲ್ಲದಿದ್ದಾಗ ಯಾವುದೇ ಸುಖಕ್ಕೂ ಅರ್ಥವಿರುವುದಿಲ್ಲ. ಸ್ವಾತಂತ್ರ್ಯವಿದ್ದಾಗ ವನವಾಸಿ ಜೀವನ ಸಹ ಸಂತಸದಾಯಕವಾಗಿರುತ್ತದೆ. ಪ್ರತಾಪರು ಇದನ್ನೇ ದೃಷ್ಟಿಯಲ್ಲಿಟ್ಟುಕೊಂಡು ಜೀವನಪರ್ಯಂತ ಹೋರಾಟದ ಮಾರ್ಗವನ್ನು ಸ್ವೀಕರಿಸಿದರು. ಆಗಿನ ಕಾಲದ ಎಲ್ಲಾ ಹಿಂದೂ ರಾಜರು ತಮ್ಮ ಕಿರೀಟವನ್ನು ಸಾಮ್ರಾಟ ಅಕ್ಬರನ ಪಾದಗಳಲ್ಲಿಟ್ಟಿದ್ದರು, ಇದಕ್ಕೆ ಪ್ರತಿಯಾಗಿ ಅವರಿಗೆ ಜೀವನದ ಎಲ್ಲಾ ಸುಖ–ಸಂಪತ್ತು ಲಭಿಸಿದವು; ಮೊಗಲ್ ಸಾಮ್ರಾಟನ ದರಬಾರಿನಲ್ಲಿ ಅವರಿಗೆ ಉನ್ನತ ಪದವಿಗಳು ಲಭಿಸಿದವು. ಪ್ರತಾಪರು

ಬಯಸಿದ್ದರೆ ಅವರೂ ಸಹ ಸುಖದ ಜೀವನವನ್ನು ಸಾಗಿಸಬಹುದಿತ್ತು, ಆದರೆ ಅವರು ಹೀಗೆ ಮಾಡಲಿಲ್ಲ. ಒಂದು ವೇಳೆ ಹಾಗೆ ಮಾಡಿದ್ದರೆ, ಇಂದು ಪ್ರತಾಪರು, ಪ್ರತಾಪರಾಗಿ ಉಳಿಯುತ್ತಿರಲಿಲ್ಲ; ಅವರೂ ಮೊಗಲರ ಅಧೀನದಲ್ಲಿದ್ದು ಜೀವನವನ್ನು ಸಾಗಿಸುವ ಇನ್ನಿತರ ರಜಪೂತ ರಾಜರುಗಳಂತೆ ಅವರೂ ಸಹ ಮರೆತು ಹೋಗುತ್ತಿದ್ದರು.

ಭಾರತೀಯ ಸಂಸ್ಕೃತಿ ಮತ್ತು ತಮ್ಮ ಸ್ವಾಭಿಮಾನದ ರಕ್ಷಣೆಗಾಗಿ ಪ್ರತಾಪರು ವನವಾಸದ ಜೀವನವನ್ನು ಸಾಗಿಸುವುದು ಉತ್ತಮವೆಂದು ತಿಳಿದರು, ಆದರೆ ದಿಲ್ಲಿ ದರಬಾರಿಗೆ ಹೋಗುವ ಯೋಚನೆಯನ್ನು ಸಹ ಮಾಡಲಿಲ್ಲ. ಅವರ ಈ ವಿಶೇಷತೆಯ ಬಗ್ಗೆ ತಮ್ಮ ಶ್ರದ್ಧೆಯನ್ನು ವ್ಯಕ್ತಪಡಿಸುತ್ತಾ ರಘುವೀರಸಿಂಹರು ಬರೆಯುತ್ತಾರೆ–

"ಭಾರತದ ರಾಜಕೀಯ, ಧಾರ್ಮಿಕ ಮತ್ತು ಸಾಂಸ್ಕೃತಿಕ ಏಕತೆಗಾಗಿ ಪ್ರಯತ್ನಿಸುವ ಅಕ್ಬರನ ಬದಲು, ತಮ್ಮ ಚಿಕ್ಕ ರಾಜ್ಯ ಮೇವಾಡದ ಸ್ವತಂತ್ರ ಅಸ್ತಿತ್ವದ ರಕ್ಷಣೆಗಾಗಿ ಜೀವ ತೆತ್ತ ಪ್ರತಾಪರು ಸದಾ ಭಾರತೀಯ ಸ್ವಾತಂತ್ರ್ಯದ ಸೈನಿಕರಿಗೆ ಆದರ್ಶವಾಗಿದ್ದರು."

ಸ್ವಾತಂತ್ರ್ಯದ ರಕ್ಷಣೆಗಾಗಿ ಪ್ರತಾಪರು ಹೋರಾಟದ ಕಠಿಣ ಮಾರ್ಗವನ್ನು ತುಳಿಯಬೇಕಾಯಿತು. ಒಂದು ಸ್ಥಳದಿಂದ ಇನ್ನೊಂದು ಸ್ಥಳಕ್ಕೆ ಓಡುವುದು, ಅವಕಾಶ ಲಭಿಸಿದ ಕೂಡಲೇ ಶತ್ರುವಿನ ಮೇಲೆ ಆಕ್ರಮಣವೆಸಗುವುದು ಅವರ ಜೀವನವೇ ಆಗಿತ್ತು. ಅವರು ಮೇವಾಡದಲ್ಲಿ ತಮ್ಮ ಈ ಹೋರಾಟಕ್ಕೆ ಜನಸಂಘರ್ಷದ ರೂಪ ಕೊಡುವಲ್ಲಿ ಯಶಸ್ಸನ್ನು ಪಡೆದರು, ಇದಕ್ಕೆ ಅವರಿಗೆ ಅವರ ಪ್ರಜೆಗಳ ಸಕ್ರಿಯ ಸಹಕಾರ ಲಭಿಸಿತು. ಮೊಗಲರ ಸಾಮ, ದಾಮ, ದಂಡ ಮತ್ತು ಭೇದ ಎಲ್ಲವೂ ವ್ಯರ್ಥವಾದವು. ಪ್ರತಾಪರ ಒಬ್ಬ ವ್ಯಕ್ತಿ ಸಹ ದೇಶದ್ರೋಹದ ಕಾರ್ಯವೆಸಗಿದ ಒಂದು ಉದಾಹರಣೆ ಸಹ ಲಭಿಸುವುದಿಲ್ಲ.

ತಮ್ಮ ಈ ಹೋರಾಟದಿಂದ ಅವರು ಮೊಗಲ್ ಸಾಮ್ರಾಜ್ಯಕ್ಕೆ, ಜನ ಮತ್ತು ಹಣದ ಬಲವೇ ಎಲ್ಲವೂ ಅಲ್ಲ ಎಂಬುದನ್ನು ಯೋಚಿಸಲು ಬಾಧ್ಯಗೊಳಿಸಿತು. ವ್ಯಕ್ತಿಯ ಆತ್ಮಶಕ್ತಿ ಸರಿಯಿದ್ದರೆ, ಅವನು ಯಾವುದೇ ಕಷ್ಟವನ್ನು ಎದುರಿಸಬಲ್ಲ ಹಾಗೂ ತನ್ನ ಸ್ವಾತಂತ್ರ್ಯವನ್ನು ಸುರಕ್ಷಿತವಾಗಿಟ್ಟುಕೊಳ್ಳಬಲ್ಲ. ಪ್ರತಾಪರು ಸ್ವಾತಂತ್ರ್ಯದ ಪರಮ ಉಪಾಸಕರಾಗಿದ್ದರು, ಅವರು ಸ್ವಾತಂತ್ರ್ಯಕ್ಕಾಗಿ ಬದುಕಿದ್ದರು, ಸದಾ ಸ್ವತಂತ್ರವಾಗಿಯೂ ಇದ್ದರು. ಅವರು ಮೊಗಲರೊಂದಿಗಿನ ಯುದ್ಧಗಳಲ್ಲಿ ಸೋತಿದ್ದಾಗ್ಯೂ ಅದನ್ನು ತಮ್ಮ ಸೋಲೆಂದು ಒಪ್ಪಿಕೊಳ್ಳಲಿಲ್ಲ. ಒಂದು ವೇಳೆ ಪ್ರತಾಪರು ಅದನ್ನು ಸೋಲು ಎಂದು ತಿಳಿದಿದ್ದರೆ, ತಮ್ಮ ಹೋರಾಟದ ಮಾರ್ಗವನ್ನು ತ್ಯಜಿಸುತ್ತಿದ್ದರು; ಆದ್ದರಿಂದ ಹಲ್ದಿಘಾಟಿ ಅಥವಾ ಯಾವುದೇ ಇತರ ಯುದ್ಧದಲ್ಲಿ ಅವರು ಸೋತರು ಎಂದು ತಿಳಿಯುವುದು ಉಚಿತವಾಗಲಾರದು.

ಕುಶಲ ಸಂಘಟಕ

ಪ್ರತಾಪರು ಕುಶಲ ಸಂಘಟಕರಾರರಾಗಿದ್ದರು, ಇದು ಅವರ ಅನನ್ಯ ವಿಶೇಷತೆಯಾಗಿದೆ.

ಅವರ ಜೀವನದ ಹೆಚ್ಚು ಭಾಗ ಕಾಡುಗಳು ಮತ್ತು ಪರ್ವತ-ಗುಡ್ಡಗಳಲ್ಲಿ ಕಳೆಯಿತು. ಅವರಿಗೆ ಕಾಡುಗಳ ಕಣಿವೆಗಳು ಮತ್ತು ಗುಹೆಗಳೇ ಅರಮನೆಗಳಾದವು. ವನವಾಸಿಗಳಾದ ಭೀಲರು ಸಹ ಅವರ ಸ್ವಾತಂತ್ರ್ಯ-ಯಜ್ಞದಲ್ಲಿ ತಮ್ಮ ಅಪೂರ್ವ ಕೊಡುಗೆಯನ್ನು ಕೊಟ್ಟಿದ್ದು ಅವರ ಅದ್ಭುತ ಸಂಘಟನೆಯ ಪರಿಣಾಮವಾಗಿತ್ತು. ಪ್ರತಾಪರಿಗೆ ವನವಾಸಿಗಳು ಮತ್ತು ಬೆಟ್ಟ-ಗುಡ್ಡ-ಗುಹೆಗಳ ಪರಿಚಯ ಚೆನ್ನಾಗಿತ್ತು. ಭೀಲರ ಸಹಕಾರ ಸಿಗದಿದ್ದರೆ ಪ್ರತಾಪರಿಗೆ ಅಷ್ಟು ಯಶಸ್ಸು ಲಭಿಸುತ್ತಿರಲಿಲ್ಲ. ಭೀಲರನ್ನು ಸಂಘಟಿಸಿ ಸಾಕಷ್ಟು ಲಾಭವನ್ನು ಪಡೆದರು. ಭೀಲರು ಅವರಿಗೆ ಗೂಢಚಾರರ ಕೆಲಸವನ್ನು ಮಾಡುತ್ತಿದ್ದರು, ಸೈನಿಕರ ಮತ್ತು ಕಾವಲುಗಾರರ ಕೆಲಸವನ್ನು ಸಹ ಮಾಡುತ್ತಿದ್ದರು.

ಅಲ್ಲದೆ ಪ್ರತಾಪರು ಮೊಗಲರೊಂದಿಗೆ ಹೋರಾಡುವಾಗ ತಮ್ಮ ನೆರೆಯ ರಾಜ್ಯಗಳೊಂದಿಗೂ ಗೆಳೆತನವನ್ನು ಮಾಡಿಕೊಳ್ಳಲು ಸದಾ ಪ್ರಯತ್ನಿಸುತ್ತಿದ್ದರು. ಇದರಲ್ಲಿ ಅವರಿಗೆ ಯಶಸ್ಸು ಸಹ ಲಭಿಸಿತು. ಅವರ ಸಂಘಟನೆಯ ಕೌಶಲದ ಬಗ್ಗೆ ಶ್ರೀ ರಾಜೇಂದ್ರಶಂಕರ್ ಭಟ್ಟರು ಹೀಗೆ ಬರೆದಿದ್ದಾರೆ-

"ಪ್ರತಾಪರು ಮೊಗಲ್ ಸಾಮ್ರಾಟರನ್ನು ವಿರೋಧಿಸಲು ಸಂಘಟನೆಯನ್ನು ಮಾಡಿದರು, ಅದರೊಂದಿಗೆ ತಮ್ಮ ಸಮೀಪದ ರಾಜರುಗಳೊಂದಿಗೂ ಸಂಬಂಧವನ್ನು ಬೆಳೆಸಿದರು; ಅವರು ಸ್ವಾತಂತ್ರ್ಯದ ಹೋರಾಟದಲ್ಲಿ ತಮ್ಮ ಬಲಿ ಕೊಡಲು ಸಿದ್ಧರಾಗಿರಲಿ ಎಂಬುದು ಅವರ ಉದ್ದೇಶವಾಗಿತ್ತು. ಇದರಲ್ಲಿ ಹಿಂದೂ, ಮುಸಲ್ಮಾನರು ಎಂಬ ಪ್ರಶ್ನೆಯೇ ಇರಲಿಲ್ಲ. ಈ ಯುದ್ಧ ಹಿಂದೂ ಮತ್ತು ಇಸ್ಲಾಮ್ ಧರ್ಮದ ನಡುವೆಯಾಗಿರಲಿಲ್ಲ, ಇದು ಸಾಮ್ರಾಜ್ಯವಾದ ಮತ್ತು ಸ್ವಾಧೀನತೆಯ ಯುದ್ಧವಾಗಿತ್ತು. ಇದರಿಂದ ಪ್ರತಾಪರ ಸಮರ್ಥಕರಲ್ಲಿ ಮುಸಲ್ಮಾನ ರಾಜರು ಸಹ ಇದ್ದರು ಎಂಬುದು ತಿಳಿಯುತ್ತದೆ. ಅಕ್ಬರನ ಆಕ್ರಮಣದಿಂದಾಗಿ ಒಂದು ಗೆಳೆತನದ ಕೊಂಡಿ ಮುರಿದರೆ, ಪ್ರತಾಪರು ಇನ್ನೊಂದು ಕೊಂಡಿಯನ್ನು ಸೇರಿಸಿಕೊಳ್ಳುತ್ತಿದ್ದರು. ಒಮ್ಮೆ ಪ್ರತಾಪರ ಪ್ರಭಾವಕ್ಕೊಳಗಾದವರು, ಅಕ್ಬರನ ಬಿಡಾರಕ್ಕೆ ಹೋದರೂ ಸಹ, ಅವರು ಅವಕಾಶ ಲಭಿಸುತ್ತಲೇ ಮತ್ತೆ ಮರಳಿ ಬರುತ್ತಿದ್ದರು."

ಪ್ರತಾಪರ ಯುದ್ಧನೀತಿ

ಹಲ್ದಿಘಾಟಿ ಯುದ್ಧದಲ್ಲಿ ಪ್ರತಾಪರು ಸೋತ ಕಾರಣಕ್ಕೆ ಸಂಬಂಧಿಸಿದಂತೆ ಜನ ಅವರ ಯುದ್ಧದ ಶೈಲಿಯ ಬಗ್ಗೆ ಪರಾಮರ್ಶೆ ಮಾಡುತ್ತಾರೆ; ಅವರ ಯುದ್ಧದ ಶೈಲಿ ದೋಷಪೂರ್ಣವಾಗಿತ್ತು ಎನ್ನುತ್ತಾರೆ. ಇದನ್ನು ಪೂರ್ಣವಾಗಿ ಸತ್ಯ ಎನ್ನಲಾಗದು. ಈ ಯುದ್ಧದ ನಂತರ ಪ್ರತಾಪರು 'ಅನಿರೀಕ್ಷಿತವಾಗಿ ಯುದ್ಧ ಮಾಡುವ ಶೈಲಿ'ಯನ್ನು ಅನುಸರಿಸಿದ್ದರು, ಇದು ಕೊನೆಯಲ್ಲಿ ಅವರ ಯಶಸ್ಸಿಗಗೆ ಕಾರಣವಾಯಿತು. ಈ

ಪದ್ಧತಿಯಿಂದ ಅವರು ಅಕ್ಬರನಂಥ ಬಲಿಷ್ಠ ಶತ್ರುವನ್ನು ಒಂದು ದಶಕಕ್ಕಿಂತ ಹೆಚ್ಚು ಕಾಲ ಎದುರಿಸಿದರು. ಈ ನಿಜಾಂಶದ ಬಗ್ಗೆ ಸಂಕೇತ ಮಾಡುತ್ತಾ ಡಾ. ಗೋಪಿನಾಥ್ ಶರ್ಮಾ ಹೀಗೆ ಬರೆದಿದ್ದಾರೆ–

"ಹಲ್ದಿಘಾಟಿಯ ಸೋಲನ್ನು ಪ್ರತಾಪರು ಎಂದೂ ಸೋಲೆಂದು ಒಪ್ಪಲಿಲ್ಲ, ಪ್ರತಿಯಾಗಿ ಈ ಸೋಲಿನ ನಂತರ ಅವರು ಪರ್ವತದ ಜೀವನ ಮತ್ತು ಯುದ್ಧನೀತಿಯ ಹೊಸ ಅಧ್ಯಾಯವೊಂದನ್ನು ಆರಂಭಿಸಿದರು. ಗೋಗೂಂದೆಯಲ್ಲಿ ಮೊಗಲರ ಸೈನ್ಯವನ್ನು ತಡೆಯುವುದು ಈ ನೀತಿಯ ಒಂದು ಅಂಗವಾಗಿತ್ತು. ಪ್ರತಾಪರ ಅನಿರೀಕ್ಷಿತ ಧಾಳಿಯು ಮೊಗಲರ ಶಕ್ತಿಯನ್ನು ವಿಫಲಗೊಳಿಸಿತು. ಅವರು ಕುಂಭಲಗಢದಿಂದ ಸಹಾಡಾವರೆಗೆ ಹಾಗೂ ಗೋಡವಾಡದಿಂದ ಆಸೀಂದ್ ಮತ್ತು ಭೈಂಸರೋಗಢದ ಪರ್ವತಗಳ ಪ್ರವೇಶದ್ವಾರದಲ್ಲಿ ಭೀಲರ ನಂಬಿಕಸ್ತ ಮುಖಂಡರುಗಳನ್ನು ನೇಮಿಸಿದರು, ಅವರು ಹಗಲು–ರಾತ್ರಿ ಮೇವಾಡವನ್ನು ಶತ್ರುಗಳು ಒಳ ನುಸುಳದಂತೆ ಎಚ್ಚರಿಕೆಯಿಂದ ಕಾಯುತ್ತಿದ್ದರು. ಈ ಭೀಲರ ಗುಂಪುಗಳೊಂದಿಗೆ ಇನ್ನಿತರ ಸೈನಿಕರಿದ್ದು, ಇವರು ಶತ್ರುಗಳು ಮೇವಾಡದೊಳಗೆ ನುಸುಳುವುದನ್ನು ತಡೆಯುತ್ತಿದ್ದರು. ಈ ವ್ಯವಸ್ಥೆಯನ್ನು ಯಶಸ್ವಿಗೊಳಿಸಲು ಪ್ರತಾಪರು ತಮ್ಮ ಸುಖ–ಜೀವನಕ್ಕೆ ತಿಲಾಂಜಲಿಯನ್ನು ಕೊಡಬೇಕಾಯಿತು. ಅವರು ಬೆಟ್ಟ–ಗುಡ್ಡಗಳ ಕಂದಕಗಳು ಮತ್ತು ಕಾಡುಗಳಲ್ಲಿ ತಮ್ಮ ಪರಿವಾರದೊಂದಿಗೆ ಅಲೆದರು. ಜೀವನದ ಅನಾನುಕೂಲತೆಗಳು ಮತ್ತು ಕಷ್ಟಗಳನ್ನು ತಮ್ಮ ಜೀವನದ ಅಂಗವನ್ನಾಗಿ ಮಾಡಿಕೊಂಡರು. ಒಮ್ಮೆ ಒಂದು ಪರ್ವತ–ಪ್ರದೇಶದಲ್ಲಿದ್ದರೆ, ಇನ್ನೊಮ್ಮೆ ಇನ್ನೊಂದು ಪರ್ವತ–ಪ್ರದೇಶದಲ್ಲಿರುತ್ತಿದ್ದರು. ಈ ಪದ್ಧತಿಯಲ್ಲಿ ತಳವೂರಿ ಯುದ್ಧ ಮಾಡಲು ಯಾರೂ ಮಹತ್ವವನ್ನು ಕೊಡುತ್ತಿರಲಿಲ್ಲ. ಹೀಗಾಗಿ ಬಯಲಿನಲ್ಲಿ ಯುದ್ಧ ಮಾಡಲು ಅಭ್ಯಾಸ ಹೊಂದಿದ್ದ ಮೊಗಲರು ಈ ಪದ್ಧತಿಯನ್ನು ಎದುರಿಸುವಲ್ಲಿ ಅಸಫಲರಾದರು."

ಅವರ ಯುದ್ಧದ ಪದ್ಧತಿಯಲ್ಲಿ ಶತ್ರುವನ್ನು ನೇರವಾಗಿ ಎದುರಿಸುವುದು ಉಚಿತವಾಗಿರಲಿಲ್ಲ, ಪ್ರತಿಯಾಗಿ ಶತ್ರುಗಳು ಬರುವ ಮಾರ್ಗಗಳನ್ನು ತಡೆಯುವುದು, ಅಡಗಿ ಕೂತು ಹೊಂಚುಹಾಕಿ ಆಕ್ರಮಣವೆಸಗುವುದು ಹಾಗೂ ಮತ್ತೆ ಪಲಾಯನ ಮಾಡುವುದು ಇತ್ಯಾದಿ ರಣನೀತಿಗಳನ್ನು ಕೈಗೊಳ್ಳಲಾಗುತ್ತಿತ್ತು. ಇದು ಪ್ರತಾಪರ ಕ್ರಾಂತಿಕಾರಿ ಕಾರ್ಯವಾಗಿತ್ತು; ಇಲ್ಲದಿದ್ದಲ್ಲಿ ಸೋಲು ನಿಶ್ಚಿತವಾದಾಗ ಸಾಯುವುದು ರಜಪೂತರ ಪರಂಪರೆಯಾಗಿತ್ತು. ಪ್ರತಾಪರು ಈ ಆತ್ಮಘಾತುಕ ಸಿದ್ಧಾಂತಕ್ಕೆ ತಿಲಾಂಜಲಿಯನ್ನು ಕೊಟ್ಟು ತಮ್ಮ ಕುಶಲ ರಣನೀತಿಯನ್ನು ಪರಿಚಯಿಸಿದರು.

ಆದರ್ಶ ಶಾಸಕ

ಪ್ರತಾಪರಲ್ಲಿ ಓರ್ವ ಆದರ್ಶ ಶಾಸಕನ ಎಲ್ಲಾ ಗುಣಗಳಿದ್ದವು. ತಮ್ಮ ದೇಶದ

ಪ್ರಭುತ್ವವನ್ನು ರಕ್ಷಿಸುವುದು ಯಾವುದೇ ಶಾಸಕನ ಪ್ರಥಮ ಮತ್ತು ಶ್ರೇಷ್ಠ ಕರ್ತವ್ಯವಾಗಿದೆ. ಈ ಪರೀಕ್ಷೆಯಲ್ಲಿ ಪ್ರತಾಪರಿಗಿಂತ ಬೇರಾವ ಶಾಸಕನೂ ಕಾಣ ಬರುವುದಿಲ್ಲ. ತನ್ನ ರಾಜ್ಯದ ರಕ್ಷಣೆಗಾಗಿ ನೆರೆಯ ರಾಜ್ಯಗಳೊಂದಿಗೆ ಗೆಳೆತನದ ಸಂಬಂಧ ಅಥವಾ ಅವರನ್ನು ತಮ್ಮ ಪರವಾಗಿ ಸೆಳೆಯುವುದು ರಾಜನ ಯೋಗ್ಯತೆಯ ಒಂದು ಅಭಿನ್ನ ಅಂಗವಾಗಿದೆ. ಪ್ರತಾಪರು ವಿಷಮ ಪರಿಸ್ಥಿತಿಯಲ್ಲೂ ಇದಕ್ಕೆ ಸದಾ ಪ್ರಯತ್ನಿಸಿದರು ಎಂಬುದಕ್ಕೆ ಇತಿಹಾಸ ಸಾಕ್ಷಿಯಾಗಿದೆ. ಮೊಗಲರೊಂದಿಗೆ ಹೋರಾಟದ ಸಮಯದಲ್ಲೂ ರಾಜಸ್ಥಾನದ ತಮ್ಮ ನೆರೆಯ ರಾಜ್ಯಗಳು ಈಡರ್, ಸಿರೋಹಿ ಮುಂತಾದವುಗಳೊಂದಿಗೆ ತಮ್ಮ ಕೂಟನೀತಿಯ ಸಂಬಂಧವನ್ನು ಕಾಯ್ದಿಟ್ಟುಕೊಂಡರು. ಈಡರ್‌ನ ನಾರಾಯಣದಾಸ್ ಮೊಗಲ್ ಸಾಮ್ರಾಟನ ಮಿತ್ರನಾಗಿದ್ದ. ಪ್ರತಾಪರು ಅವನನ್ನು ತಮ್ಮ ಪರ ಮಾಡಿಕೊಂಡರು. ಪ್ರತಾಪರ ಪ್ರೇರಣೆಯಿಂದ ಅವನು ಬಲಿಷ್ಠ ಮೊಗಲ್ ಸಾಮ್ರಾಜ್ಯದ ವಿರುದ್ಧ ಬಂಡಾಯವೆದ್ದಿದ್ದ. ಸಿರೋಹಿಯ ರಾವ್ ಸುರತ್ರಾಣನನ್ನು ಪ್ರತಾಪರು ತಮ್ಮವನನ್ನಾಗಿ ಮಾಡಿಕೊಂಡರು; ಅವನನ್ನು ತಮ್ಮ ಸಹಾಯಕ್ಕಾಗಿ ಕರೆದರು. ಜೋಧಪುರದ ರಾವ್ ಚಂದ್ರಸೇನನನ್ನು ತಮ್ಮ ಪರ ಮಾಡಿಕೊಳ್ಳುವುದು ಸಹ ಪ್ರತಾಪರ ರಾಜಕೀಯ ಕೌಶಲ ಎನ್ನಲಾಗುವುದು. ಇದೇ ಚಂದ್ರಸೇನ ನಾಡೌಲ್‌ನಲ್ಲಿ ಮೊಗಲ್ ಸಾಮ್ರಾಟನ ವಿರುದ್ಧ ದಂಗೆಯೆದ್ದಿದ್ದ. ಇದರ ಹಿಂದೆ ಪ್ರತಾಪರ ಪ್ರೇರಣೆಯಿತ್ತು ಎಂಬುದು ಸ್ಪಷ್ಟ.

ಮೇವಾಡದ ಸ್ವಾತಂತ್ರ್ಯದ ನಂತರ ಪ್ರತಾಪರ ಹೊಸ ರೂಪವೊಂದು ನಮ್ಮೆದುರು ಬರುತ್ತದೆ. ದೀರ್ಘ ಹೋರಾಟದ ನಂತರ ಮೇವಾಡಕ್ಕೆ ಸ್ವಾತಂತ್ರ್ಯ ಲಭಿಸಿತು. ಮೊಗಲರ ಯುದ್ಧಗಳಿಂದ ಮೇವಾಡ ಅಸ್ತವ್ಯಸ್ತಗೊಂಡಿತ್ತು, ಅದು ನಿರ್ಜನವಾಗಿತ್ತು. ಪ್ರತಾಪರು ತಮ್ಮ ಗಮನವನ್ನು ಮೇವಾಡದ ಮೇಲೆ ಕೇಂದ್ರೀಕರಿಸಿದರು. ಅವರು ಚಾವಂಡವನ್ನು ತಮ್ಮ ಹೊಸ ರಾಜಧಾನಿ ಮಾಡಿಕೊಂಡರು; ಅಲ್ಲಿ ಸುಂದರ ಭವನಗಳನ್ನು ನಿರ್ಮಿಸಲಾಯಿತು. ಈ ಭವನಗಳ ಸದೃಢತೆ ಅದ್ಭುತವಾಗಿದೆ. ಇದರ ನಿರ್ಮಾಣ-ಶೈಲಿಯಲ್ಲಿ ರಾಣಾ ಕುಂಭ ಮತ್ತು ಉದಯಸಿಂಹರ ಶೈಲಿಯ ಸ್ಪಷ್ಟ ಪ್ರಭಾವವಿದೆ. ಇವುಗಳಲ್ಲಿ ಯುದ್ಧಕಾಲದ ಭಯಾನಕತೆ ಸ್ಪಷ್ಟ ರೂಪದಲ್ಲಿ ಕಾಣ ಬರುತ್ತದೆ. ಸಮಸ್ತ ನಿರ್ಮಾಣ ಕಾರ್ಯದಲ್ಲಿ ಆಕಾರ, ಪ್ರಕಾರ, ಸಮಯದ ಆವಶ್ಯಕತೆ ಮುಂತಾದವುಗಳ ಬಗ್ಗೆ ಗಮನವಹಿಸಲಾಗಿದೆ. ಇವುಗಳ ಭಗ್ನಾವಶೇಷ ಇಂದಿಗೂ ಕುಶಲ ಶಿಲ್ಪಕಲೆಯ ಕಥೆಗಳನ್ನು ಹೇಳುತ್ತವೆ.

ಶ್ರೀ ಗೋಪಿನಾಥ್ ಶರ್ಮಾ ಅವರು ತಮ್ಮ ಪುಸ್ತಕ 'ಮೇವಾಡ ಮೊಗಲರ ಸಂಬಂಧ' ದಲ್ಲಿ ಹೀಗೆ ಬರೆದಿದ್ದಾರೆ-

"ಚಾವಂಡದ ಮಹಿಮೆ ಈ ಭಗ್ನಾವಶೇಷಗಳಲ್ಲಿ ಶಾಶ್ವತವಾಗಿ ಪ್ರಕಟವಾಗಿದೆ ಎಂಬುದರಲ್ಲಿ ಯಾವ ಸಂದೇಹವಿಲ್ಲ. ಇದರೊಂದಿಗೆ ಅಲ್ಲಿ ಲಲಿತಕಲೆ, ವಾಣಿಜ್ಯ, ವ್ಯಾಪಾರ ಮತ್ತು ವಿದ್ಯೋನ್ನತಿ ಸಹ ನಡೆಯುತ್ತಿತ್ತು. ಪ್ರತಾಪರು ಮತ್ತು ಅಮರಸಿಂಹನ ಕಾಲದಲ್ಲಿ

ಅಲ್ಲಿ ಸಂಸ್ಕೃತ ಭಾಷೆಗೆ ಹೆಚ್ಚು ಪ್ರೋತ್ಸಾಹ ಲಭಿಸಿತು; ಇದು ಆಗಿನ ಕೆಲವು ಗ್ರಂಥಗಳಿಂದ ತಿಳಿದುಬರುತ್ತದೆ. ಮೇವಾಡದ ಚಿತ್ರಕಲೆಯ ಪ್ರಾರಂಭ ಇಲ್ಲಿಂದಲೇ ಆರಂಭವಾಯಿತು ಎಂದರೆ ಅತಿಶಯೋಕ್ತಿಯಾಗದು. ಭಾಗವತದ ಕೆಲವು ಚಿತ್ರಗಳನ್ನು ಮುಸ್ಲಿಮ್ ಚಿತ್ರಕಾರ ಸಿಲಹಾದ್ದೀನ್ ಚಿತ್ರಿಸಿದ್ದ. ಚಿತ್ರದಲ್ಲಿ ಮೇವಾಡ ಶೈಲಿಯ ಸುಂದರ ರೂಪ ಕಾಣ ಬರುತ್ತದೆ. ಅವುಗಳಲ್ಲಿ ಮನದ ಭಾವನೆಗಳ ಪ್ರದರ್ಶನದೊಂದಿಗೆ ಪ್ರಾಕೃತಿಕ ವಸ್ತುಗಳನ್ನು ಸಹ ಚಿತ್ರಿಸಲಾಗಿದೆ. ಬಣ್ಣಗಳಲ್ಲಿ ಸರಳತೆ ಮತ್ತು ದಟ್ಟತೆಯಿದೆ. ಈ ಚಿತ್ರಗಳಿಂದ, ಮೇವಾಡಿ-ಚಿತ್ರಕಲೆಯ ಆರಂಭಿಕ ಪ್ರದೇಶ ಚಾವಂಡ ಇರಬಹುದು ಎಂಬುದು ಸ್ಪಷ್ಟವಾಗುತ್ತದೆ.”

ಪ್ರತಾಪರು ಹೋರಾಟಕ್ಕೆ ಪರ್ವತ-ಬೆಟ್ಟಗಳ ಜೀವನವನ್ನು ಒಪ್ಪಿಕೊಳ್ಳುವಾಗ ರಾಜ್ಯದ ಕೆಲವು ಭಾಗಗಳನ್ನು ಖಾಲಿ ಮಾಡಿಸಿದ್ದರು. ಆ ಸ್ಥಳಗಳನ್ನು ಮೊಗಲ್ ಆಕ್ರಮಣಕಾರಿಗಳು ನಾಶ ಮಾಡಿದ್ದರು. ಮೇವಾಡ ಸ್ವತಂತ್ರವಾದಾಗ ಪ್ರತಾಪರು ಅವುಗಳನ್ನು ಮತ್ತೆ ನೆಲಸಲು ಯೋಗ್ಯ ಮಾಡುವುದನ್ನು ತಮ್ಮ ಕರ್ತವ್ಯವೆಂದು ತಿಳಿದರು. ಪೀಪಲಿ, ಢೋಲಾನ್, ಟೀಕಡ್ ಮುಂತಾದ ಹಳ್ಳಿಗಳನ್ನು ಮತ್ತೆ ನಿರ್ಮಿಸಿದರು. ಅವುಗಳನ್ನು ಮತ್ತೆ ಫಲವತ್ತಾಗಿ ಮಾಡಲು ಕೃಷಿಕರಿಗೆ ಭೂಮಿಯ ಹೊಸ ಒಡೆತನವನ್ನು ಕೊಡಲಾಯಿತು. ಹಳೆಯ ಮಾಲೀಕರ ಪಟ್ಟಾ ನಾಶವಾಗಿತ್ತು ಅಥವಾ ಸುಟ್ಟು ಹಾಕಲಾಗಿತ್ತು, ಅವರಿಗೆ ಹೊಸ ಪಟ್ಟಾ ಕೊಡಲಾಯಿತು. ಇದರಿಂದ ಮೇವಾಡದ ಆರ್ಥಿಕ ವ್ಯವಸ್ಥೆಯಲ್ಲಿ ಹೊಸ ಹುರುಪಿನ ಸಂಚಾರವಾಯಿತು. ಸಾಮಾನ್ಯರ ಜನ-ಜೀವನ, ವ್ಯಾಪಾರ, ಉದ್ಯೋಗ-ಕಸುಬು ಮುಂತಾದವುಗಳು ಕ್ರಮೇಣ ಹಿಂದಿನ ಸ್ಥಿತಿಗೆ ಬಂದವು.

ರಾಜಕೀಯ ತಜ್ಞರಾದ ಆಚಾರ್ಯ ವಿಷ್ಣುಗುಪ್ತ ಕೌಟಿಲ್ಯರು ಯೋಗ್ಯ ಶಾಸಕನಲ್ಲಿ ಸದಾ ಕ್ರಿಯಾಶೀಲತೆ, ಕಷ್ಟಗಳಲ್ಲಿ ಧೈರ್ಯದಿಂದಿರುವುದು, ಸಚ್ಚಾರಿತ್ರ್ಯ, ವೀರರು-ವಿದ್ವಾಂಸರನ್ನು ಗೌರವಿಸುವುದು – ಈ ಗುಣಗಳಿರಬೇಕೆಂದು ಹೇಳಿದ್ದಾರೆ. ಪ್ರತಾಪರಲ್ಲಿ ಈ ಎಲ್ಲಾ ಗುಣಗಳನ್ನು ನೋಡಬಹುದು. ತಮ್ಮ ಸತತ ಕ್ರಿಯಾಶೀಲತೆ ಮತ್ತು ಕಷ್ಟಗಳಲ್ಲೂ ಸ್ಥಿರವಾಗಿರುವುದು-ಈ ಗುಣಗಳಿಂದಾಗಿ ಪ್ರತಾಪರು ಅಷ್ಟು ದೀರ್ಘ ಕಾಲದವರೆಗೆ ಶತ್ರುಗಳೊಂದಿಗೆ ಹೋರಾಡಿದರು; ಕಡೆಗೆ ತಮ್ಮ ಗುರಿಯನ್ನು ಮುಟ್ಟುವಲ್ಲಿ ಯಶಸ್ವಿಯಾದರು. ಪ್ರತಾಪರ ಜೀವನವನ್ನು ಅವಲೋಕಿಸಿದಾಗ, ಅವರ ಉಜ್ವಲ ಚಾರಿತ್ರ್ಯಕ್ಕೆ ಕಳಂಕ ಹಚ್ಚುವ ಯಾವುದೇ ಉದಾಹರಣೆ ಲಭಿಸುವುದಿಲ್ಲ. ಅವರ ಈ ಗುಣಗಳು ಅವರ ತಂದೆ ಉದಯಸಿಂಹ ಮತ್ತು ಪುತ್ರನಲ್ಲಿ ಸಹ ಇರಲಿಲ್ಲ. ಉದಯಸಿಂಹ ಅಲವರ್‌ನ ರಾಜ ಹಾಜಿ ಖಾನನ ದುರ್ದಿನಗಳಲ್ಲಿ ಸಹಾಯ ಮಾಡಿದ್ದರು; ತಮ್ಮ ಈ ಉಪಕಾರಕ್ಕೆ ಪ್ರತಿಯಾಗಿ ಅವನ ಪ್ರೇಯಸಿಯನ್ನು ಯಾಚಿಸುವಲ್ಲಿ ಅವರು ಹಿಂಜರಿದಿರಲಿಲ್ಲ. ಎಲ್ಲಾ ಸಾಮಂತರು ವಿರೋದಿಸಿದ್ದಾಗ್ಯೂ ಅವನು ಹಾಜಿ ಖಾನನ ವಿರುದ್ಧ ಆಕ್ರಮಣವೆಸಗಿದ್ದ. ಅವನು ಯುದ್ಧದಲ್ಲಿ ಸೋಲಬೇಕಾಯಿತು. ಅಮರಸಿಂಹ ತನ್ನ ವಿಲಾಸ ಗುಣಗಳಿಂದ

ಕೃತಘ್ನತೆಯ ಗಡಿಯನ್ನೂ ದಾಟಿ ಹೋದ. ಭಾಮಾಶಾಹ ಮತ್ತು ಅವನ ಸಹೋದರ ತಾರಾಚಂದ್ರ ಕಷ್ಟದ ಕಾಲದಲ್ಲೂ ಪ್ರತಾಪರಿಗೆ ಯಾವ ಅಪೇಕ್ಷೆಯಿಲ್ಲದೆ ಅವರ ಸೇವೆಯನ್ನು ಮಾಡಿದ್ದರು. ಪ್ರತಾಪರು ನಿಧನರಾದ ನಂತರ ಅಮರಸಿಂಹ ಮೇವಾಡದ ಸಿಂಹಾಸನದಲ್ಲಿ ಕೂತ. ಆಗ ತಾರಾಚಂದ್ರ ಗೋಡವಾಡದ ಸಾಮಂತನಾಗಿದ್ದ. ಅವನು ಓರ್ವ ಅದ್ವಿತೀಯ ಸುಂದರಿ ಖವಾಸನಳನ್ನು ಇಟ್ಟುಕೊಂಡಿದ್ದ. ಅಮರಸಿಂಹ ಅವಳ ಸೌಂದರ್ಯದ ಬಗ್ಗೆ ಕೇಳಿದಾಗ, ಅವಳನ್ನು ಯಾಚಿಸಿದ, ಅದಕ್ಕೆ ತಾರಾಚಂದ್ರ ಒಪ್ಪಲಿಲ್ಲ. ಅಮರಸಿಂಹ ರೇಗಿ ತಾರಾಚಂದ್ರನನ್ನು ಉದಯಪುರಕ್ಕೆ ಕರೆಯಿಸಿ ಅವನನ್ನು ಹತ್ಯೆ ಮಾಡಿಸಿದ.

ಆದರೆ ಪ್ರತಾಪರು ಉಜ್ವಲ ಗುಣಗಳನ್ನು ಹೊಂದಿದ್ದರು. ಇಂದ್ರಿಯಗಳನ್ನು ಗೆದ್ದ ಮನುಷ್ಯ ತನ್ನ ಎಲ್ಲಾ ಆಸೆಗಳನ್ನು ಪೂರ್ಣಗೊಳಿಸಿಕೊಳ್ಳುತ್ತಾನೆ ಎಂಬುದನ್ನು ಗಮನದಲ್ಲಿಟ್ಟುಕೊಂಡು ಪ್ರತಾಪರು ಸದಾ ತಮ್ಮ ಉನ್ನತ ಮಟ್ಟದ ಚಾರಿತ್ರ್ಯವನ್ನು ಪರಿಚಯಿಸಿದರು. ರಾಜ ಕೆಟ್ಟವನಾಗಿದ್ದರೆ, ಪ್ರಜೆಗಳು ಅವನನ್ನು ಎದುರಿಗೆ ವಿರೋಧಿಸದಿದ್ದರೂ, ಅವನ ಅವಗುಣಗಳು ಕ್ರಮೇಣ ಬಂಡಾಯಕ್ಕೆ ಕಾರಣವಾಗುತ್ತವೆ ಎಂಬುದು ಪ್ರತಾಪರಿಗೆ ತಿಳಿದಿತ್ತು. ಅಮರಸಿಂಹ ಖಾನಾಖಾನಾನ ಪರಿವಾರವನ್ನು ಬಂಧಿಸಿದ್ದ. ಇದು ತಿಳಿದಾಗ ಪ್ರತಾಪರು ಅಮರಸಿಂಹನಿಗೆ, ಬಂಧಿಸಲ್ಪಟ್ಟ ಮಹಿಳೆಯರೊದಿಗೆ ಅನುಚಿತವಾಗಿ ವರ್ತಿಸಬೇಡ, ಅವರನ್ನು ಗೌರವದಿಂದ ಅವರ ಮನೆಗೆ ಕಳುಹಿಸು ಎಂದು ಆದೇಶಿಸಿದರು. ಹೀಗೆ ಆಜ್ಞಾಪಿಸಿ ಪ್ರತಾಪರು ತಮ್ಮ ಉಚ್ಚ ಚಾರಿತ್ರ್ಯವನ್ನು ಪರಿಚಯಿಸಿದರು.

ರಾಷ್ಟ್ರದ ಬಗ್ಗೆ ತ್ಯಾಗ ಮಾಡುವ ವೀರರನ್ನು ಗೌರವಿಸುವುದು ವಾಸ್ತವವಾಗಿ ರಾಷ್ಟ್ರವನ್ನು ಗೌರವಿಸಿದಂತೆ. ಪ್ರತಾಪರ ಜೀವನದ ಬಹುತೇಕ ಸಮಯ ಹೋರಾಟಗಳಲ್ಲಿಯೇ ಕಳೆಯಿತು, ಅವರಿಗೆ ತಮ್ಮ ವೀರ ಯೋಧರನ್ನು ಗೌರವಿಸುವ ಅವಕಾಶ ಕಡಿಮೆ ಲಭಿಸಿತು. ಅವರು ಮೇವಾಡ ಸ್ವತಂತ್ರಗೊಂಡಾಗ ವಿಶಾಲ ಸಭೆಯೊಂದನ್ನು ಆಯೋಜಿಸಿ, ಮೇವಾಡದ ಸ್ವಾತಂತ್ರ್ಯಕ್ಕಾಗಿ ಹೋರಾಡುವ ವೀರರನ್ನು ಹಾಗೂ ಹುತಾತ್ಮರಾದವರ ಉತ್ತರಾಧಿಕಾರಿಗಳನ್ನು ಅನೇಕ ವಿಧದ ಪುರಸ್ಕಾರಗಳಿಂದ ಸನ್ಮಾನಿಸಿದರು.

ಪ್ರತಾಪರ ರಾಜಕೀಯದಲ್ಲಿ ಧಾರ್ಮಿಕ ಸಂಕೀರ್ಣತೆಗೆ ಸ್ಥಾನವಿರಲಿಲ್ಲ. ಪ್ರತಾಪರು ಧಾರ್ಮಿಕ ಆಧಾರದಲ್ಲಿ ಪಕ್ಷಪಾತ ಮಾಡಿದರು ಎಂಬುದಕ್ಕೆ ಯಾವುದೇ ಸಾಕ್ಷಿ ಲಭಿಸುವುದಿಲ್ಲ. ಅವರ ಸಂಘರ್ಷ ವಾಸ್ತವವಾಗಿ ಮೊಗಲರೊಂದಿಗೆ ತಮ್ಮ ಪ್ರಭುತ್ವದ ರಕ್ಷಣೆಗಾಗಿ ನಡೆದಿತ್ತು. ಈ ಸಂಘರ್ಷವನ್ನು ಹಿಂದೂ ಧರ್ಮ ಮತ್ತು ಇಸ್ಲಾಮ್ ಧರ್ಮದ ಸಂಘರ್ಷವೆಂದು ಹೇಳಲಾಗದು. ಹಲ್ದಿಘಾಟಿ ಯುದ್ಧದಲ್ಲಿ ಮೊಗಲರ ಸೈನ್ಯಾಧಿಪತಿಯಾಗಿ ಮಾನಸಿಂಹ ಓರ್ವ ಹಿಂದೂ [ರಜಪೂತ] ಆಗಿದ್ದ; ಮೇವಾಡದ ಹರಾವಲ್ ಸೈನಿಕರ ತಂಡದ ಸೈನ್ಯಾಧಿಪತಿ ಹಾಕಿಮ್ ಖಾನ್ ಸೂರ್ ಓರ್ವ ಮುಸಲ್ಮಾನನಾಗಿದ್ದ. ವಾಸ್ತವವಾಗಿ

ಅದೊಂದು ಸಿದ್ಧಾಂತಗಳ ಸಂಘರ್ಷವಾಗಿತ್ತು. ಒಂದೆಡೆ ಮೊಗಲ್ ಸಾಮ್ರಾಜ್ಯವಾದದ ಅಹಂಕಾರವಿತ್ತು, ಇನ್ನೊಂದೆಡೆ ತಮ್ಮ ರಾಜ್ಯ ಮೇವಾಡವನ್ನು ರಕ್ಷಿಸುವ ಭಾವನೆಯಿತ್ತು; ಇದು ಮೊಗಲ್ ಸಾಮ್ರಾಜ್ಯಕ್ಕೆ ಕರೆಯನ್ನು ಕೊಡುತ್ತಿತ್ತು.

ಈ ಐತಿಹಾಸಿಕ ಸತ್ಯವನ್ನು ಸ್ಪಷ್ಟ ಪಡಿಸುತ್ತಾ ಡಾ. ರಾಮಪ್ರಸಾದ್ ತ್ರಿಪಾಠಿ ತಮ್ಮ ಪುಸ್ತಕ [ರೈಸ್ ಅಂಡ್ ಫಾಲ್ ಆಫ್ ಮೊಗಲ್ಸ್] ದಲ್ಲಿ ಹೀಗೆ ಬರೆದಿದ್ದಾರೆ–

ರಾಣಾ ಪ್ರತಾಪರ ಶೌರ್ಯ, ಉತ್ಕೃಷ್ಟ ದೇಶಪ್ರೇಮ, ಕಷ್ಟವನ್ನು ಸಹಿಸುವ ಸಾಮರ್ಥ್ಯ ಹಾಗೂ ತ್ಯಾಗವನ್ನು ಅನೇಕ ಆಧುನಿಕ ಲೇಖಕರು, ವಾಸ್ತವಿಕತೆಯಿಂದ ದೂರವಿರುವ ನಿಜಾಂಶಗಳಿಂದ ಮುಚ್ಚುವ ಪ್ರಯತ್ನವನ್ನು ಮಾಡಿದರು. ಅಬುಲಫಜಲ್ ಮತ್ತು ಕೆಲವು ಫಾರ್ಸಿ ಲೇಖಕರು ವೀರ ರಾಣಾರ ಅವಹೇಳನ ಮಾಡಿದ್ದಾರೆ. ಇದು ಹಿಂದೂ-ಮುಸ್ಲಿಮರ ಪ್ರಶ್ನೆಯಾಗಿರಲಿಲ್ಲ; ಹಿಂದೂ ಮತ್ತು ಇಸ್ಲಾಮ್ ಧರ್ಮದ ಸಂಘರ್ಷ ಸಹ ಆಗಿರಲಿಲ್ಲ. ಇದು ನೇರವಾಗಿ ಮೊಗಲ್ ಸಾಮ್ರಾಜ್ಯ ಮತ್ತು ಮೇವಾಡದ ನಡುವಿನ ಸಂಘರ್ಷವಾಗಿತ್ತು. ಹೀಗಾಗದಿದ್ದರೆ, ಪ್ರತಾಪರು ತಮ್ಮದೊಂದು ಸೈನ್ಯದ ತುಕಡಿಯ ನೇತೃತ್ವವನ್ನು ಹಕೀಮ್ ಖಾನ್ ಸೂರನಿಗೆ ವಹಿಸುತ್ತಿರಲಿಲ್ಲ, ಅಕ್ಬರ್ ತನ್ನ ಸಮಸ್ತ ಸೈನ್ಯದ ನೇತೃತ್ವವನ್ನು ಮಾನಸಿಂಹನಿಗೆ ವಹಿಸುತ್ತಿರಲಿಲ್ಲ. ಯಾವ ಭಾವನೆ, ಅಕ್ಬರನನ್ನು ಮಾಲವಾದ ಬಾಜಬಹಾದುರನನ್ನು, ಗುಜರಾತಿನ ಮುಜಫ್ಫರ್‌ನನ್ನು, ಬಂಗಾಳದ ದಾವುದ್‌ನನ್ನು, ಸಿಂಧ್‌ನ ಮಿರ್ಜಾ ಜಾನಿವೇಗನನ್ನು ಮತ್ತು ಕಾಶ್ಮೀರದ ಯುಸುಫ್‌ನನ್ನು ಸೋಲಿಸಲು ಪ್ರೇರೇಪಿಸಿತೋ, ಅದೇ ಅವನನ್ನು ಮೇವಾಡದೊಂದಿಗೆ ಸಂಘರ್ಷಕ್ಕಿಳಿಯಲು ಪ್ರೇರೇಪಿಸಿತು. ಒಂದು ವೇಳೆ ಮೇವಾಡದ ರಾಜ ಮುಸಲ್ಮಾನನಾಗಿದ್ದರೂ, ಆಗಲೂ ಅಕ್ಬರ್ ಹೀಗೆಯೇ ಮಾಡುತ್ತಿದ್ದ. ಮೇವಾಡದ ಮೇಲಿನ ಆಕ್ರಮಣದ ಹಿಂದೆ ರಾಜಕೀಯವನ್ನು ಹೊರತುಪಡಿಸಿ ಬೇರೊಂದು ಉದ್ದೇಶವಿತ್ತು ಎಂಬುದಕ್ಕೆ ಯಾವ ಸಾಕ್ಷಿಯೂ ಲಭ್ಯವಾಗುವುದಿಲ್ಲ. ಸಾಮ್ರಾಜ್ಯವಾದವನ್ನು ಉಚಿತವೆಂದು ಹೇಳುವುದೋ ಅಥವಾ ಅನುಚಿತವೆನ್ನುವುದೋ, ಆದರೆ ಹಿಂದೂ ಮತ್ತು ಮುಸಲ್ಮಾನರು ಇಬ್ಬರೂ ಅದಕ್ಕೆ ಯೂರೋಪಿಯನ್ನರು ಮಾನ್ಯತೆ ಕೊಟ್ಟಂತೆಯೇ ಕೊಟ್ಟರು ಎಂಬುದನ್ನು ಒಪ್ಪದಿರಲು ಸಾಧ್ಯವಿಲ್ಲ."

ಡಾ. ಧೀರೇಂದ್ರಸ್ವರೂಪ್ ಭಟನಾಗರ್ ಈ ವಿಷಯವನ್ನು ಇನ್ನಷ್ಟು ಸ್ಪಷ್ಟಪಡಿಸುತ್ತಾ ಹೀಗೆ ಬರೆದಿದ್ದಾರೆ–

"ಪ್ರತಾಪರ ನೀತಿಯಲ್ಲಿ ಎಲ್ಲೂ ಸಂಕೀರ್ಣ ಭಾವನೆಗಳಿರಲಿಲ್ಲ. ಅವರ ಹೋರಾಟ ಸಿದ್ಧಾಂತಗಳ ಹೋರಾಟವಾಗಿತ್ತು. ಅವರಿಗೆ ಇಸ್ಲಾಮ್ ಬಗ್ಗೆ ವೈರತ್ವವಿರಲಿಲ್ಲ. ಹಲ್ದಿಘಾಟಿಯ ಯುದ್ಧದಲ್ಲಿ ಅವರ ಅರ್ಧ ಸೈನ್ಯದ ನೇತೃತ್ವವನ್ನು ಹಕೀಮ್ ಖಾನ್ ಸೂರ್ ಅಫಗಾನ್ ವಹಿಸಿದ್ದ; ಅವನು ಮೊಗಲ್ ಸೈನ್ಯದ ಮೇಲೆ ಹರಾವಲ್‌ನಲ್ಲಿ ಆಕ್ರಮಣವೆಸಗಿದ್ದ; ತದನಂತರವೂ ಜಾಲೌರಿನ ತಾಜ್ ಖಾನ್ ಅವನಿಗೆ ಸಹಕರಿಸಿದ್ದ. ಅವರ ಮೊಗಲ್

ವಿರೋಧಿ ನೀತಿ ಮೂಲಭೂತ ಅಧಿಕಾರಕ್ಕಾಗಿ ಇತ್ತು; ಅದು ಸದಾ ಶ್ರೇಷ್ಠ ಮತ್ತು ನಿರ್ಭೀಕ ವ್ಯಕ್ತಿಗಳನ್ನು ಗೌರವಿಸಿದೆ. ಪ್ರತಾಪರ ನೀತಿಯಿಂದ ಮೇವಾಡದ ರಜಪೂತರಲ್ಲಿ ಮಾತ್ರವಲ್ಲ, ಇಡೀ ದೇಶದಲ್ಲಿ ಗೌರವ ಹೆಚ್ಚಿತು; ಮೊಗಲರು ಸಹ ಮೇವಾಡವನ್ನು ಗೌರವದಿಂದ ನೋಡಲಾರಂಭಿಸಿದರು."

ಧರ್ಮದಲ್ಲಿ ರಾಜಕೀಯದ ಹಸ್ತಕ್ಷೇಪವನ್ನು ಪ್ರತಾಪರು ಮತ್ತು ಅಕ್ಬರ್ ಇಬ್ಬರೂ ಅನುಚಿತವೆಂದು ತಿಳಿಯುತ್ತಿದ್ದರು, ಆದರೆ ಅವರ ಪ್ರತಿಷ್ಠೆ ಅವರನ್ನು ಸಂಘರ್ಷಕ್ಕೆ ಪ್ರೇರೇಪಿಸಿತು. ಅವರು ಹೀಗೆ ಮಾಡುವುದು ಉಚಿತವಾಗಿತ್ತೋ ಅಥವಾ ಅನುವಿತವಾಗಿತ್ತೋ ಎಂಬ ಪ್ರಶ್ನೆ ವಿವಾದಕ್ಕೆ ಕಾರಣವಾಗಬಹುದು.

ವಿಭಿನ್ನ ವಿದ್ವಾಂಸರ ದೃಷ್ಟಿಯಲ್ಲಿ ಪ್ರತಾಪರು

ಪ್ರತಾಪರು ಭಾರತೀಯ ಇತಿಹಾಸದ ನಾಯಕರಾಗಿದ್ದು ಅವರು ತಮ್ಮ ಅನನ್ಯ ವಿಶಿಷ್ಟತೆಗಳಿಂದಾಗಿ ಭಾರತೀಯರಷ್ಟೇ ಅಲ್ಲ, ವಿದೇಶಿ ಲೇಖಕರು ಮತ್ತು ಕವಿಗಳು ಸಹ ಅವರ ಬಗ್ಗೆ ಬರೆದರು, ಅವರನ್ನು ತಮ್ಮ ಕಾವ್ಯದ ವಿಷಯವನ್ನಾಗಿ ಮಾಡಿದ್ದಾರೆ. ಕೆಳಗೆ ಅನೇಕ ವಿದ್ವಾಂಸರು ಅವರ ಬಗ್ಗೆ ವ್ಯಕ್ತಪಡಿಸಿದ ವಿಚಾರಗಳನ್ನು ಪ್ರಸ್ತುತಪಡಿಸಲಾಗುತ್ತಿದೆ–

ಪ್ರಸಿದ್ಧ ಇತಿಹಾಸಕಾರರಾದ ಡಾ. ಗೌರಿಶಂಕರ್ ಹೀರಾಚಂದ್ ಓಝಾ ಅವರು ಪ್ರತಾಪರ ತ್ಯಾಗ, ದೇಶಪ್ರೇಮ ಮುಂತಾದ ಗುಣಗಳ ಬಗ್ಗೆ ತಮ್ಮ ಶ್ರದ್ಧಾಂಜಲಿಯನ್ನು ವ್ಯಕ್ತಪಡಿಸುತ್ತಾ ಹೀಗೆ ಬರೆದಿದ್ದಾರೆ–

"ಪ್ರಾತಃಸ್ಮರಣೀಯ ಹಿಂದೂಪತಿ, ವೀರ ಶಿರೋಮಣಿ ರಾಣಾ ಪ್ರತಾಪರ ಹೆಸರು ರಾಜಸ್ಥಾನದ ಇತಿಹಾಸದಲ್ಲಿ ತುಂಬಾ ಮಹತ್ವದ್ದಾಗಿದೆ. ಅವರು ಸ್ವದೇಶಾಭಿಮಾನಿ, ಸ್ವಾತಂತ್ರ್ಯದ ಪೂಜಾರಿ, ರಣಕುಶಲ, ನಿಸ್ವಾರ್ಥಿ, ನೀತಿಜ್ಞ, ದೃಢ ಪ್ರತಿಜ್ಞೆಯುಳ್ಳ ನಿಜವಾದ ವೀರ, ಉದಾರ ಕ್ಷತ್ರಿಯನಾಗಿದ್ದು ಕವಿ ಸಹ ಆಗಿದ್ದರು. ವಪ್ಪಾ ರಾವಲ್‌ನ ವಂಶಜರು ಯಾರಿಗೂ ತಲೆಬಾಗುವುದಿಲ್ಲ ಎಂಬುದು ಅವರ ಪ್ರತಿಜ್ಞೆಯಾಗಿತ್ತು. ರಾಣಾ ಸಾಂಗಾ ಮತ್ತು ನನ್ನ ನಡುವೆ ಬೇರಾರೂ ಇರದಿದ್ದರೆ, ಚಿತ್ತೌಡ್ ಎಂದೂ ಮೊಗಲರ ವಶಕ್ಕೆ ಹೋಗುತ್ತಿರಲಿಲ್ಲ ಎಂದು ಅವರು ಹೇಳುತ್ತಿದ್ದರು. ಅವರು ಮೇವಾಡದ ಸಿಂಹಾಸನದಲ್ಲಿ ಕೂತಾಗ ಚಿತ್ತೌಡ್ ಮತ್ತು ಸಮಸ್ತ ಸಮತಟ್ಟಾದ ಭೂಮಿ ಮೊಗಲರ ವಶಕ್ಕೆ ಹೋಗಿತ್ತು. ಮೇವಾಡದ ದೊಡ್ಡ-ದೊಡ್ಡ ಅಧಿಕಾರಿಗಳು ವಧಿಸಲ್ಪಟ್ಟಿದ್ದರು. ಅಂಥ ಪರಿಸ್ಥಿತಿಯಲ್ಲಿ ಅವರ ವಿರುದ್ಧ ಬಾದಶಾಹ ಅಕ್ಬರ್ ಅವರನ್ನು ನಾಶ ಮಾಡಲು ತನ್ನ ಬುದ್ಧಿಶಕ್ತಿ, ಹಣಬಲ ಮತ್ತು ಬಾಹುಬಲವನ್ನು ಹಾಕಿದ್ದ. ಪ್ರತಾಪರು ಬಯಸಿದ್ದರೆ ಅವರೂ ಸಹ ಅಕ್ಬರನ ಅಧೀನತೆಯನ್ನು ಒಪ್ಪಿಕೊಂಡು ತನ್ನ ವಂಶದ ಮಗಳನ್ನು ಅವನಿಗೆ ಕೊಟ್ಟು ಸಾಮ್ರಾಜ್ಯದಲ್ಲಿ

ಒಂದು ಪ್ರತಿಷ್ಠಿತ ಪದವಿಯಲ್ಲಿ ಸುಖವಾಗಿರಬಹುದಿತ್ತು. ಆದರೆ ಸ್ವಾತಂತ್ರ್ಯದ ಪೂಜಾರಿ, ದೇಶಭಕ್ತ ಮತ್ತು ಕರ್ತವ್ಯನಿಷ್ಠರಾದ ರಜಪೂತರು ಮತ್ತು ಭೀಲರ ಸಹಾಯದಿಂದ ತಮ್ಮ ದೇಶದ ಸ್ವಾತಂತ್ರ್ಯದ ರಕ್ಷಣೆಗಾಗಿ ಕಟಿಬದ್ಧರಾದರು. ಈ ಗುಣಗಳಿಂದಾಗಿ ಆಗಿನ ಅತ್ಯಂತ ಬಲಿಷ್ಠ ಮತ್ತು ಸಂಪದ್ಭರಿತ ಸಾಮ್ರಾಟ ಅಕ್ಬರ್‌ನನ್ನು ವರ್ಷಗಟ್ಟಲೆ ಆಶ್ಚರ್ಯಕ್ಕೀಡು ಮಾಡಿದರು ಹಾಗೂ ಅವನ ಅಧೀನಕ್ಕೊಳಪಡಲಿಲ್ಲ. ಅವರು ನಿಜವಾದ ಕ್ಷತ್ರಿಯರಾಗಿದ್ದರು. ಬೇಟೆಗೆ ಹೋಗುವಾಗ ಮಾನಸಿಂಹನ ಮೇಲೆ ಮೋಸದಿಂದ ಆಕ್ರಮಣ ಮಾಡಲಿಲ್ಲ. ಅಮರಸಿಂಹ ಬಂಧಿಸಿದ ಬೇಗಮ್‌ರನ್ನು ಗೌರವದಿಂದ ಬೀಳ್ಕೊಟ್ಟು ತಮ್ಮ ವಿಶಾಲ ಹೃದಯದ ಪರಿಚಯ ಮಾಡಿದರು. ಅಕ್ಬರನ ಕೂಟನೀತಿಗೆ ಪ್ರತಾಪರು ಉತ್ತರ ಕೊಡುವ ಏಕಮಾತ್ರ ರಾಜರಾಗಿದ್ದರು. ಜಗತ್ತಿನಲ್ಲಿ ವೀರರ ಪೂಜೆ ನಡೆಯುವವರೆಗೆ ಪ್ರತಾಪರ ಉಜ್ವಲ ಮತ್ತು ಅಮರ ಹೆಸರು ಜನರಿಗೆ ಸ್ವಾತಂತ್ರ್ಯ ಮತ್ತು ದೇಶಭಕ್ತಿಯ ಪಾಠವನ್ನು ಬೋಧಿಸುತ್ತಿರುತ್ತದೆ."

ಅಕ್ಬರ್ ಸಮಗ್ರ ಭಾರತದ ಏಕಮಾತ್ರ ಸಾಮ್ರಾಟನಾಗಲು ಬಯಸುತ್ತಿದ್ದ, ಆದರೆ ಪ್ರತಾಪರು ಅವನ ಅಧೀನತೆಯನ್ನು ಒಪ್ಪಲಿಲ್ಲ. ಅಕ್ಬರನ ಈ ಆಕಾಂಕ್ಷೆಯನ್ನು, ಭಾರತವನ್ನು ಒಗ್ಗಟ್ಟಿನ ಸೂತ್ರದಲ್ಲಿ ಹೆಣೆಯುವ ಪ್ರಯತ್ನವೆಂದು ಹೇಳಬಹುದೆ? ಪ್ರತಾಪರು ಅವನ ಅಧೀನತೆಯನ್ನು ಒಪ್ಪಿಕೊಳ್ಳದಿದ್ದದ್ದು ಭಾರತದ ಏಕತೆಗೆ ವಿಘ್ನವಾಯಿತೆಂದು ತಿಳಿಯಲಾಗುವುದೇ? ಈ ಪ್ರಶ್ನೆಗಳನ್ನು ವಿಶ್ಲೇಷಿಸುತ್ತಾ ಡಾ. ಗೋಪಿನಾಥ್ ಶರ್ಮಾ ಅವರು ತಮ್ಮ ಪುಸ್ತಕ 'ಮೇವಾಡ್ ಮೊಗಲ್ ಸಂಬಂಧ್' ದಲ್ಲಿ ಹೀಗೆ ಬರೆದಿದ್ದಾರೆ–

"ಪ್ರತಾಪರು ಓರ್ವ ಮಹಾನ್ ಯೋಧರಾಗಿದ್ದರು ಎಂಬುದರಲ್ಲಿ ಸಂದೇಹವಿಲ್ಲ. ಆದರೂ ಅವರ ಸಂಘರ್ಷದ ನೀತಿ ಪ್ರಜೆಗಳಿಗೆ ಉಪಯುಕ್ತವಾಗಿತ್ತೆ ಎಂಬ ಅನುಮಾನ ಕಾಡುತ್ತದೆ. ಅಥವಾ ಮೇವಾಡವನ್ನು ವಿನಾಶದೆಡೆಗೆ ತಳ್ಳಿತೇ? ಒಂದು ದೃಷ್ಟಿಯಿಂದ ನೋಡಿದಾಗ ಅಕ್ಬರನಂಥ ಮಹಾನ್ ಮತ್ತು ಉದಾರಿ ರಾಜನ ಭಾರತದ ರಾಜಕೀಯ ಮತ್ತು ಸಾಂಸ್ಕೃತಿಕ ನೀತಿಗೆ ಪ್ರತಾರು ಅಡ್ಡಿ ಮಾಡಿದ್ದು ಅನುಚಿತವೆಂದು ಕಾಣ ಬರುತ್ತದೆ. ಇಂಥ ಸ್ಥಿತಿಯಲ್ಲಿ, ಪ್ರತಾಪರು ಮೊಗಲರಿಗೆ ಸಹಕರಿಸಿದ್ದರೆ ಮೇವಾಡ ನಾಶವಾಗುವುದರಿಂದ ಪಾರಾಗಬಹುದಿತ್ತು, ಭಾರತೀಯ ಏಕತೆ ಹೆಚ್ಚು ಸುದೃಢವಾಗುತ್ತಿತ್ತು ಎಂಬ ಸಂಭಾವ್ಯ ನಿರ್ಣಯವನ್ನು ಮಾಡಬಹುದು. ಪ್ರತಾಪರಿಗೆ ತಮ್ಮ ವೀರ ಯೋಧರನ್ನು ಗೌರವಿಸುವ ಅವಕಾಶ ಲಭಿಸಿದ್ದು ಕಡಿಮೆಯೇ. ಒಂದು ವೇಳೆ ಇದೇ ಅವಕಾಶವನ್ನು ಮೊದಲು ಕೊಟ್ಟಿದ್ದರೆ, ಮೇವಾಡದ ಹಿಂದುಳಿವಿಕೆಯಲ್ಲಿ ಸ್ವಲ್ಪ ಮಟ್ಟದ ಸುಧಾರಣೆಯನ್ನು ತರಬಹುದಿತ್ತು. ಪ್ರತಾಪರ ನೀತಿಯ ಈ ಸಮೀಕ್ಷೆ ರಾಜಕೀಯ ದೃಷ್ಟಿಯಿಂದ ಉಪಯುಕ್ತವಾಗಬಹುದು, ಆದರೆ ಅದರ ಔಚಿತ್ಯ ಪ್ರತಾಪರ ಆದರ್ಶಗಳೆದುರು ನಗಣ್ಯವಾಗಿದೆ. ಸ್ವಾತಂತ್ರ್ಯ ಸೈನಿಕನಾಗಿ ಪ್ರತಾಪರ ಹೆಸರು ಇಂದಿಗೂ ಅಮರವಾಗಿದೆ, ಏಕೆಂದರೆ ತಮ್ಮ ಮಾತೃಭೂಮಿಯ ಸ್ವಾತಂತ್ರ್ಯವನ್ನು ಕಾಯ್ದಿಟ್ಟುಕೊಳ್ಳಲೋಸುಗ ತಮ್ಮ

ಭೌತಿಕ ಲಾಭಗಳನ್ನು ಉಪೇಕ್ಷಿಸಿ ಮೊಗಲರೊಂದಿಗೆ ನಿರಂತರವಾಗಿ ಯುದ್ಧವನ್ನು ಮಾಡುತ್ತಾ ಹಿಂದೂಗಳ ಗೌರವವನ್ನು ಹೆಚ್ಚಿಸಿದರು. ಹಿಂದೂ ಜಾತಿ ಇರುವವರೆಗೆ, ತಮ್ಮೆಲ್ಲವನ್ನೂ ಬಲಿಕೊಟ್ಟು ವಿಧರ್ಮಿಗಳೊಂದಿಗೆ ಹೋರಾಟ ಮಾಡಿದ ವೀರರೆಂದು ಪ್ರತಾಪರನ್ನು ಗೌರವದಿಂದ ನೆನಪಿಸಿಕೊಳ್ಳಲಾಗುತ್ತದೆ. ಸ್ವಾತಂತ್ರ್ಯದ ಯೋಧ, ನ್ಯಾಯದ ಪರವಿದ್ದು ನೈತಿಕ ಜೀವನದ ಆದರ್ಶಗಳನ್ನು ಹೊಂದಿದ್ದ ಪ್ರತಾಪರು ಇಂದಿಗೂ ಲಕ್ಷಾಂತರ ವ್ಯಕ್ತಿಗಳಿಗೆ ಆಶಾದೀಪವಾಗಿದ್ದಾರೆ.

ಕೆಲವು ಇತಿಹಾಸಕಾರರು ಪ್ರತಾಪರ ಹೋರಾಟವನ್ನು ಔಚಿತ್ಯಹೀನವೆಂದು ಸಾಬೀತು ಮಾಡಿದ್ದಾರೆ. ಅವರ ಪ್ರಕಾರ ಮಹಾರಾಣಾರ ಸಂಘರ್ಷ ಭಾವುಕತೆಯಿಂದ ಕೂಡಿತ್ತು. ರಜಪೂತ ರಾಜರುಗಳು ಮೊಗಲ್ ಸಾಮ್ರಾಟನಿಗೆ ಸಹಾಯವನ್ನು ಮಾಡುವುದೇ ತತ್ಕಾಲದ ಅಪೇಕ್ಷೆಯಾಗಿತ್ತು ಎಂಬುದು ಸಹ ಅವರ ಅಭಿಪ್ರಾಯವಾಗಿದೆ. ಈ ಬಗ್ಗೆ ಡಾ. ರಾಮಪ್ರಸಾದ್ ತ್ರಿಪಾಠಿಯವರು ತಮ್ಮ ತರ್ಕವನ್ನು ಹೀಗೆ ಬರೆಯುತ್ತಾರೆ–

"ರಾಣಾ ಪ್ರತಾಪರ ಸಾಹಸ, ದೃಢ ನಿಶ್ಚಯ ಮತ್ತು ಅಜೇಯ ಆತ್ಮದ ಶಕ್ತಿಯ ಬಗ್ಗೆ ನಮ್ಮ ಶ್ರದ್ಧೆ ಎಷ್ಟೇ ಇರಲಿ, ಅವರು ಯಾವ ಸಿದ್ಧಾಂತದ ಬಗ್ಗೆ ಹೇಳುತ್ತಿದ್ದರೋ, ಅವರು ಅದಕ್ಕಿಂತ ಭಿನ್ನವಾಗಿದ್ದರು ಎಂಬುದನ್ನು ನಂಬಲೇ ಬೇಕಾಗುತ್ತದೆ. ಅವರು ಮೇವಾಡದ ಸ್ವಾತಂತ್ರ್ಯ ಮತ್ತು ಸಿಸೌದಿಯಾ ವಂಶದ ಪ್ರಭುತ್ವಕ್ಕಾಗಿ ಹೋರಾಡುತ್ತಿದ್ದರು; ಆದರೆ ಬೇರೆ ರಾಜರು ಸಿಸೌದಿಯಾ ಸಾಮ್ರಾಜ್ಯದ ಪರ ಪ್ರೇರಿತರಾಗಲು ಸಾಧ್ಯವಾಗಲಿಲ್ಲ, ಏಕೆಂದರೆ ಮೇವಾಡದ ಪ್ರಭುತ್ವವುಳ್ಳ ರಾಜರುಗಳ ನೀತಿ ಅವರಿಗೆ ಸಂತಸದ ಅನುಭವವಾಗಿರಲಿಲ್ಲ. ಇನ್ನಿತರ ರಜಪೂತರು ಹೇಡಿಗಳಾಗಿದ್ದರು, ಅವರು ನಿರ್ಬಲರಾಗಿದ್ದು, ಭೌತಿಕ ಸುಖಕ್ಕಾಗಿ ತಮ್ಮ ಸ್ವಾತಂತ್ರ್ಯವನ್ನು ಮಾರಲು ಸಿದ್ಧರಾದರು ಎಂದು ಸಾಬೀತು ಪಡಿಸುವುದು ನಿರರ್ಥಕವಾಗುವುದು. ಒಂದು ವೇಳೆ ಅವರಿಗೆ ಮನೆ-ಮಠ ಮತ್ತು ಧರ್ಮದ ಸ್ವಾತಂತ್ರ್ಯ ಮತ್ತು ರಕ್ಷಣೆಯ ವಿಷಯದಲ್ಲಿ ಅಕ್ಬರನ ಬಗ್ಗೆ ಅನುಮಾನವಿದ್ದಿದ್ದರೆ, ಅವರು ಮೊದಲಿನಂತೆ ರಾಣಾರ ಹೆಗಲಿಗೆ ಹೆಗಲು ಕೊಟ್ಟು ಅಕ್ಬರನ ವಿರುದ್ಧ ಅವಶ್ಯವಾಗಿ ಹೋರಾಡುತ್ತಿದ್ದರು. ಅವರು ಹೊಸ ಸಾಮ್ರಾಜ್ಯದ ಪ್ರಭುತ್ವವನ್ನು ಒಪ್ಪಲಿ ಎಂದಷ್ಟೇ ಅಕ್ಬರ್ ಬಯಸುತ್ತಿದ್ದ. ಅವನ ಪ್ರಭುತ್ವಕ್ಕೆ ನಾಲ್ಕು ಅರ್ಥಗಳಿರುತ್ತಿದ್ದವು. ಮೊದಲನೆಯದು, ತೆರಿಗೆ ರೂಪದಲ್ಲಿ ರಾಜರು ಕೇಂದ್ರೀಯ ಆಡಳಿತಕ್ಕೆ ಸ್ವಲ್ಪ ಹಣವನ್ನು ಕೊಡುತ್ತಿರಬೇಕು. ಎರಡನೆಯದು, ಅವರು ಬಾಹ್ಯನೀತಿ, ಯುದ್ಧ ಮತ್ತು ಸ್ವಂತದ ರಕ್ಷಣೆಯ ಜವಾಬ್ದಾರಿಯನ್ನು ಕೇಂದ್ರೀಯ ಆಡಳಿತಕ್ಕೆ ಒಪ್ಪಿಸಬೇಕು. ಮೂರನೆಯದು, ಅವರು ಅವಶ್ಯಕತೆ ಬಿದ್ದಾಗ ಕೇಂದ್ರೀಯ ಆಡಳಿತಕ್ಕೆ ಸೈನ್ಯದ ಸಹಾಯವನ್ನು ಕೊಡುತ್ತಿರಬೇಕು. ನಾಲ್ಕನೆಯದು, ಅವರು ಕೇಂದ್ರೀಯ ಸಾಮ್ರಾಜ್ಯದ ಅಂಗವೆಂದು ತಿಳಿಯಬೇಕು, ಪ್ರತ್ಯೇಕ ಅಂಗವಾಗಿರಬಾರದು. ಇದಕ್ಕೆ ಪ್ರತಿಯಾಗಿ ಅವರಿಗೆ ಪ್ರಭುತ್ವದಲ್ಲಿ ಸರ್ವೋಚ್ಚ ಪದವಿ

ಲಭಿಸುತ್ತಿತ್ತು; ಧರ್ಮ ಮತ್ತು ಜಾತಿಯಲ್ಲಿ ಭೇದವಿದ್ದಾಗ್ಯೂ ಪದವಿಯ ಆಧಾರದಲ್ಲಿ ಎಲ್ಲರಿಗೂ ಒಂದೇ ಸಮನಾದ ಗೌರವ ಲಭಿಸುತ್ತಿತ್ತು. ಈ ವಿಷಯದಲ್ಲಿ, ಅಕ್ಬರ್ ಪ್ರತಿಯೊಂದು ಮುಸ್ಲಿಮ್ ರಾಜ್ಯದ ಮೇಲೆ ಪೂರ್ಣ ಅಧಿಕಾರವನ್ನು ಸ್ಥಾಪಿಸಿದ್ದ ಎಂದು ಉಲ್ಲೇಖಿಸುವುದು ಸಹ ಅವಶ್ಯಕವಾಗಿದೆ. ಆದರೆ ಅವನು ಯಾವುದೇ ದೊಡ್ಡ ಹಿಂದೂ ರಾಜ್ಯವನ್ನು ತನ್ನ ಪ್ರಭುತ್ವದೊಳಗೆ ಸೇರಿಸಿಕೊಳ್ಳಲಿಲ್ಲ. ಮೊಗಲರ ಆಡಳಿತದಲ್ಲಿ ಸೇರಿಕೊಂಡಾಗ ಅಕ್ಬರ್ ರಜಪೂತ ರಾಜ್ಯಗಳಿಗೆ ಸಾಮಾಜಿಕ ಮತ್ತು ಆರ್ಥಿಕ ಸ್ವಾತಂತ್ರ್ಯದೊಂದಿಗೆ ಆಂತರಿಕ ಆಡಳಿತದ ಬಗ್ಗೆ ಕೊಟ್ಟ ಮಾತನ್ನು ಒಪ್ಪದಿರಲು ಯಾವುದೇ ನೆಪ ಉಳಿದಿರಲಿಲ್ಲ. ನಿರಂತರ ಯುದ್ಧ ಮತ್ತು ಅರಾಜಕತೆಯಿಂದ ನೊಂದ ರಜಪೂತ ರಾಜರುಗಳು ಈಗ ಹೊಸ ವಿಧಾನದಿಂದ ಶಾಂತಿ, ವ್ಯವಸ್ಥೆ ಮತ್ತು ಸಮೃದ್ಧಿಯನ್ನು ಬಯಸಬಹುದಿತ್ತು. ಈ ಮೊದಲು ಮೇವಾಡ ಕೊಡಲಾಗದ ನಿಧಿಯನ್ನು ಮೊಗಲರ ಪ್ರಭುತ್ವ ಅವರಿಗೆ ಕೊಟ್ಟಿತು. ರಜಪೂತರಿಗೆ ತಮ್ಮ ರಣಕೌಶಲ ಮತ್ತು ಆಡಳಿತಾತ್ಮಕ ಯೋಗ್ಯತೆಯ ಉಪಯೋಗ ಮಾಡಿಕೊಳ್ಳುವ ಅವಕಾಶ ಸಿಗಬಾರದು ಎಂಬುದು ಸಹ ಸಂಘದ ನೀತಿಯಾಗಿರಲಿಲ್ಲ. ಮೊಗಲ್ ಬಾದಶಾಹ ವೈವಾಹಿಕ ಸಂಬಂಧಗಳಿಗೆ ರಜಪೂತರನ್ನು ವಿವಶಗೊಳಿಸಿದ ಎಂಬುದೂ ಅಲ್ಲ, ಏಕೆಂದರೆ ಮೇವಾಡದ ವಂದಿ ಮಾಗಧರ ಹಾಡುಗಳನ್ನು ಹೊರತುಪಡಿಸಿ ನಮಗೆ, ವೈವಾಹಿಕ ಸಂಬಂಧಗಳ ವಿಷಯದಲ್ಲಿ ಯಾವುದೇ ವ್ಯಾಪಕ ನೀತಿ ಇರಲಿಲ್ಲ, ಅಲ್ಲದೆ ರಜಪೂತ ರಾಜರುಗಳ ಮೇಲೆ ಕ್ರೂರ ನೀತಿಯನ್ನು ಹೇರುವ ಬಗ್ಗೆ ಯಾವ ಸಾಕ್ಷಿ ಲಭ್ಯವಾಗುವುದಿಲ್ಲ. ಗುಜರಾತ್, ಮಾಲವಾ ಮತ್ತು ದಕ್ಷಿಣದ ಇತಿಹಾಸದಲ್ಲಿ ಇಂಥ ಅನೇಕ ಸಂಬಂಧಗಳ ಬಗ್ಗೆ ಉಲ್ಲೇಖಗಳು ಲಭಿಸುತ್ತವೆ. ಅಕ್ಬರ್ ಈ ಸಂಬಂಧಗಳಿಗೆ ಬಲಾತ್ಕರಿಸಿದ ಅಥವಾ ರಜಪೂತರ ನಡುವೆ ಈ ವೈವಾಹಿಕ ಸಂಬಂಧದ ಬಗ್ಗೆ ದಂಗೆ ಎದ್ದ ಬಗ್ಗೆ ನಮಗೆ ಯಾವುದೇ ಪ್ರತ್ಯಕ್ಷ ಪ್ರಮಾಣ ಲಭಿಸುವುದಿಲ್ಲ. ವಿವಾಹದಲ್ಲಿ ಹೆಣ್ಣನ್ನು ಕೊಡುವುದು ಅಥವಾ ಕೊಡದಿರುವ ವಿಷಯದಲ್ಲಿ ರಜಪೂತರು ಸ್ವತಂತ್ರರಾಗಿದ್ದರು...ಯಥಾರ್ಥ ಮತ್ತು ಬುದ್ಧಿವಂತ ಮೊಗಲ್ ಸಾಮ್ರಾಜ್ಯ ಸಂಘದ ಪರವಾಗಿತ್ತು; ಭಾವುಕತೆಯು ಅತೀತವಾದ ರಾಣಾರೊಂದಿಗಿತ್ತು."

ಡಾ. ತ್ರಿಪಾಠಿಯವರು ರಜಪೂತರು ಮೊಗಲ್ ಸಾಮ್ರಾಜ್ಯದ ಪ್ರಭುತ್ವವನ್ನು ಒಪ್ಪಿಕೊಳ್ಳಲು ಇನ್ನಿತರ ರಜಪೂತ ರಾಜರುಗಳನ್ನು ಪ್ರಶಂಸಿಸಿದರು. ಈ ಕಾರ್ಯವನ್ನು ಔಚಿತ್ಯಪೂರ್ಣವೆಂದು ಸಾಬೀತು ಪಡಿಸುವ ಪ್ರಯತ್ನವನ್ನು ಮಾಡಿದರು. ಒಂದು ಕಡೆ ಅವರು ಪ್ರತಾಪರ ಹೋರಾಟದ ಉದ್ದೇಶ ಸಿಸೌದಿಯಾ ವಂಶದ ಪ್ರಭುತ್ವವನ್ನು ಸ್ಥಾಪಿಸುವುದು ಎಂಬುದನ್ನು ಒಪ್ಪಿದ್ದಾರೆ; ಇನ್ನೊಂದು ಕಡೆ ಅಕ್ಬರನ ಸಾಮ್ರಾಜ್ಯವಾದವನ್ನು ಮೊಗಲ್ ಆಡಳಿತ ಸಂಘ ಮತ್ತು ಸಾಮ್ರಾಜ್ಯ ಸಂಘದಂಥ ಶಬ್ದಗಳಿಂದ ಅಲಂಕರಿಸಿದ್ದಾರೆ. ಪ್ರತಾಪರ ಕೆಲಸ ಸಿಸೌದಿಯಾ ವಂಶದ ಪ್ರಭುತ್ವನ್ನು ಸ್ಥಾಪಿಸುವುದಾಗಿತ್ತು ಎನ್ನುವುದಾದರೆ

ಅಕ್ಬರನ ವಿಸ್ತಾರವಾದದ ನೀತಿ ಬಾಬರ್ ವಂಶದ ಪ್ರಭುತ್ವವನ್ನು ಸ್ಥಾಪಿಸುವುದಾಗಿರಲಿಲ್ಲ ಎನ್ನಲಾಗುವುದೇ? ಅಕ್ಬರನ ಉದ್ದೇಶ ಸಹ ತನ್ನ ವಂಶದ ರಾಜ್ಯವನ್ನು ಸ್ಥಾಪಿಸುವುದೇ ಆಗಿತ್ತು, ಗಣರಾಜ್ಯವನ್ನು ಸ್ಥಾಪಿಸುವುದಾಗಿರಲಿಲ್ಲ ಎಂಬ ನಿಜಾಂಶವನ್ನು ಡಾ. ತ್ರಿಪಾಠಿಯವರು ಮರೆತಿದ್ದಾರೆಂದು ಅನ್ನಿಸುತ್ತದೆ. ಒಂದು ವೇಳೆ ಅಕ್ಬರ್ ಸಮಸ್ತ ಭಾರತವನ್ನು ಒಂದುಗೂಡಿಸಿ ಪ್ರಜಾಪ್ರಭುತ್ವನ್ನು ಸ್ಥಾಪಿಸಿದ್ದರೆ, ಪ್ರತಾಪರ ಕೆಲಸವನ್ನು ಔಚಿತ್ಯಹೀನವೆಂದೇ ಹೇಳಲಾಗುತ್ತಿತ್ತು. ಅಕ್ಬರ್ ಧರ್ಮನಿರಪೇಕ್ಷ ರಾಜನಾಗಿದ್ದ ಎಂಬುದು ನಿಜ. ಆದರೆ ಅವನ ಉತ್ತರಾಧಿಕಾರಿಗಳು ಸಹ ಅವನ ನೀತಿಯನ್ನೇ ಅನುಸರಿಸುತ್ತಾರೆ ಎಂಬುದಕ್ಕೆ ಅವನಿಂದ ಖಚಿತತೆ ಸಿಗುತ್ತಿತ್ತೆ? ಅವನ ಉತ್ತರಾಧಿಕಾರಿಗಳು ಅವನ ನೀತಿಗೆ ಬದ್ಧರಾಗಿದ್ದರೆ? ನಂತರದಲ್ಲಿ [ಔರಂಗಜೇಬನ ಕಾಲದಲ್ಲೂ] ಅಧೀನತೆಯನ್ನು ಒಪ್ಪಿಕೊಳ್ಳುವ ರಾಜರುಗಳೊಂದಿಗೆ ಅಕ್ಬರನ ನೀತಿಯನ್ನೇ ಪಾಲಿಸಲಾಯಿತೇ? ಅಧೀನತೆಯನ್ನು ಒಪ್ಪಿಕೊಳ್ಳುವ ರಾಜರುಗಳಿಗೆ ತಮ್ಮ ರಾಜ್ಯದ ಆಡಳಿತದಲ್ಲಿ ಪೂರ್ಣ ಸ್ವಾಯತ್ತತೆ ಇತ್ತೆ? ಅವರಿಗೆ ಯುದ್ಧದಲ್ಲಿ ರಣಕೌಶಲವನ್ನು ತೋರಿಸುವ ಅವಕಾಶವನ್ನು ಕೊಡಲಾಗುತ್ತಿತ್ತೆ? ಆದಾಗ್ಯೂ ಅವರು ತಾವೂ ಅಕ್ಬರನಿಗೆ ಸರಿಸಮಾನರು ಎಂದು ಹೇಳಲು ಸಾಧ್ಯವಿತ್ತೆ? ಯುದ್ಧದಲ್ಲಿ ರಣಕೌಶಲವನ್ನು ತೋರಿಸುವ ಅವಕಾಶವೇ ಸರ್ವವೂ ಆಗುವುದೇ? ಈ ಯುದ್ಧಗಳಲ್ಲಿ ಗೆಲುವಿನ ಫಲ ಯಾರಿಗೆ ಲಭಿಸುತ್ತಿತ್ತು? ಡಾ. ತ್ರಿಪಾಠಿ ಬರೆಯುತ್ತಾರೆ– "ಅಕ್ಬರ್ ಸುಮಾರಾಗಿ ಎಲ್ಲಾ ಮುಸ್ಲಿಮ್ ರಾಜ್ಯಗಳ ಮೇಲೆ ಅಧಿಕಾರವನ್ನು ಹೊಂದಿದ್ದ, ಆದರೆ ಅವನು ಯಾವುದೇ ದೊಡ್ಡ ಹಿಂದೂ ರಾಜ್ಯವನ್ನು ಸಾಮ್ರಾಜ್ಯದಲ್ಲಿ ಸೇರಿಸಲಿಲ್ಲ." ಅದರ ಅರ್ಥವೇನು? ದೊಡ್ಡ ಹಿಂದೂ ರಾಜ್ಯಗಳನ್ನು ಸಾಮ್ರಾಜ್ಯದಲ್ಲಿ ಸೇರಿಸಿಕೊಳ್ಳುವುದರಿಂದ ಅಕ್ಬರನಿಗೆ ಅವರ ರಾಜರುಗಳು ಬಂಡಾಯವೇಳುವ ಭಯವಿತ್ತೆ? ಇಲ್ಲದಿದ್ದರೆ ಇದನ್ನು ಸಂಘ ಎನ್ನುವುದು ಎಷ್ಟು ಸರಿ? ಒಂದೇ ಸಂಘದಲ್ಲಿ ಈ ಎರಡು ವಿಧ'ದ ನೀತಿ ಏಕೆ? ಮೇಲಿನ ಸಾಲುಗಳಲ್ಲಿ ಅಕ್ಬರ್ ರಜಪೂತರ ರಾಜಕುಮಾರಿಯವರೊಂದಿಗಿನ ವೈವಾಹಿಕ ನೀತಿಯನ್ನು ಸಹ ಅತಿರಂಜಿತವಾಗಿ ಪ್ರಶಂಸಿಸಲಾಗಿದೆ. ಅಂತರ್ಜಾತೀಯ ಅಥವಾ ಅಂತರ್ಧಾರ್ಮಿಕ ವಿವಾಹ ಅವಶ್ಯವಾಗಿ ಆಗಬೇಕು ಎಂಬುದನ್ನು ನಾವು ಒಪ್ಪುತ್ತೇವೆ. ಆದರೆ ಅಕ್ಬರ್ ರಜಪುತರೊಂದಿಗೆ ಮಾತ್ರ ವೈವಾಹಿಕ ಸಂಬಂಧವನ್ನು ಏಕೆ ಮಾಡಿಕೊಂಡ? ಅವನು ಕೆಳ ಜಾತಿಯ ಯಾವುದೇ [ಹಿಂದೂ ಅಥವಾ ಮುಸಲ್ಮಾನ್] ಜಾತಿಯಲ್ಲಿ ವೈವಾಹಿಕ ಸಂಬಂಧವನ್ನು ಬೆಳೆಸಿದ್ದನೇ? ಇಲ್ಲದಿದ್ದಲ್ಲಿ, ಅಕ್ಬರನ ಈ ವಿವಾಹ–ನೀತಿಯನ್ನು ಅವನ ರಾಜಕೀಯ ಯುಕ್ತಿ ಎನ್ನಲಾಗುವುದಿಲ್ಲವೇ?"

ಬಹುಶಃ ಓದುಗರ ಗಮನವನ್ನು ಸೆಳೆಯಲು ಜನರು ಕೆಲವು ಹೊಸ ಅಥವಾ ವಿವಾದಾಸ್ಪದ ವಿಷಯಗಳನ್ನು ಹೇಳಲು ಬಯಸುತ್ತಾರೆ, ಆದ್ದರಿಂದ ಡಾ, ತ್ರಿಪಾಠಿಯವರು ಏಕಪಕ್ಷೀಯವಾಗಿ ಮಾತ್ರ ಸಮರ್ಥನೆಯನ್ನು ಮಾಡಿದ್ದಾರೆ. ಅವರು ಮಹಾರಾಣಾರ

ಸಂಘರ್ಷವನ್ನು 'ಭಾವುಕತೆಯ ಅತೀತವಾದ' ಎಂದು ಹೇಳಿ ಮಹತ್ವಹೀನವಾದುದನ್ನು ಸಾಬೀತು ಪಡಿಸಲು ಬಯಸಿದ್ದಾರೆ, ಆದರೆ ಅವರೇ ಭಾವುಕತೆಯಲ್ಲಿ ಹರಿದು ಹೋಗಿ ನಿಜಾಂಶಗಳನ್ನು ನೋಡದಂತೆ ಮಾಡಿದ್ದಾರೆ.

ಡಾ. ತ್ರಿಪಾಠಿಯವರು ಮೇಲಿನ ಸಾಲುಗಳಲ್ಲಿ ಪ್ರತಾಪರ ಸಂಘರ್ಷದ ಬಗ್ಗೆ ಪರಾಮರ್ಶೆ ಮಾಡಿದ್ದಾರೆ, ಆದರೆ ಬೇರೆಡೆಗಳಲ್ಲಿ ಅವರು ಖುದ್ದು, ಪ್ರತಾಪರು ವೀರರ ಶೌರ್ಯದ ಹಾಡನ್ನು ರಚಿಸಿ ಹೋಗಿದ್ದಾರೆ ಎಂಬ ಈ ನಿಜವನ್ನು ಒಪ್ಪಿದ್ದಾರೆ–

"ರಾಜಸ್ಥಾನದ ಪ್ರತಿಯೊಂದು ಕಣಿವೆ ಪ್ರತಾಪರ ಕೊಡುಗೆಗಳಿಂದ ಕಂಗೊಳಿಸಿದೆ. ಪ್ರತಿಯೊಬ್ಬ ನಿಜವಾದ ರಜಪೂತನ ಮನಸ್ಸಿನಲ್ಲಿ ಅವರು ನೆಲೆಸಿದ್ದಾರೆ. ಯಾರು ಪ್ರತಾಪರ ಚಮತ್ಕಾರದ ಕಾರ್ಯಗಳ ಕಥೆಗಳನ್ನು ಹೇಳುವ–ಕೇಳುವ ಪ್ರದೇಶದಲ್ಲಿ ಸಂಚರಿಸಿರುವರೋ, ತಮ್ಮ ಪೂರ್ವಿಕರ ಕಥೆಗಳನ್ನು ಹೇಳುವಾಗ ಯಾರ ಕಣ್ಣುಗಳು ಇಂದಿಗೂ ತುಂಬಿ ಬರುವವೋ, ಅವರು ಬಹುಶಃ ಪ್ರತಾಪರ ವೀರ–ಕಥೆಗಳನ್ನು ಕಥೆಯೆಂದೇ ತಿಳಿಯುತ್ತಾರೆ. ಯಾರು ಅದೃಷ್ಟದ ಯುಗದಲ್ಲಿ ರಾಜ್ಯವನ್ನು ನಡೆಸುವರೋ, ಅವರು ಮೇವಾಡದ ರಾಣಾರ ಭಾವನೆಗಳ ಆಳವನ್ನು ಅಂದಾಜಿಸಬೇಕು. ಪ್ರತಾಪರು ಆಗಿನ ಕಾಲದಲ್ಲಿ ಜಗತ್ತಿನ ಅತ್ಯಂತ ಬಲಿಷ್ಠ ಸಾಮ್ರಾಜ್ಯವನ್ನು ಎದುರಿಸಲು ಸಿದ್ಧರಾಗಿದ್ದರು. ಅವರಲ್ಲಿ ಅದಮ್ಯ ಶೌರ್ಯ, ಅಸೀಮ ಧೈರ್ಯ, ನಿಷ್ಠೆ ಮತ್ತು ದೇಶಪ್ರೇಮದ ಭಾವನೆಗಳಿದ್ದವು. ಆದರೆ ಪರಾಕ್ರಮಿ ರಾಜನ ಮಹಾತ್ವಾಕಾಂಕ್ಷೆ, ಅಪಾರ ಸಾಮರ್ಥ್ಯ, ಅಪರಿಮಿತ ಸಾಧನಗಳು, ಧಾರ್ಮಿಕ ಉತ್ಸಾಹ ಎಲ್ಲವೂ ಪ್ರತಾಪರನ್ನು ಎದುರಿಸುವಲ್ಲಿ ಸಾಕಷ್ಟು ಪ್ರಮಾಣದಲ್ಲಿ ಸಾಬೀತಾಗಲಿಲ್ಲ. ಪ್ರತಾಪರ ಗೆಲುವಿನಿಂದ ಅಥವಾ ಅವರ ಕೀರ್ತಿಮಯ ಸೋಲಿನಿಂದ ಅವರಾವಲಿಯ ಒಂದೊಂದು ಕಣಿವೆ ಧನ್ಯವಾಯಿತು.

ಶ್ರೀ ರಾಜೇಂದ್ರ ಶಂಕರ್ ಭಟ್ಟರು ತಮ್ಮ 'ಮಹಾರಾಣಾ ಪ್ರತಾಪ್' ಪುಸ್ತಕದಲ್ಲಿ ಹೀಗೆ ಬರೆಯುತ್ತಾರೆ–

"ಪ್ರತಾಪರ ವಿಶಿಷ್ಟತೆಗಳ ಬಗ್ಗೆ ಪರಾಮರ್ಶೆ ಮಾಡುವುದಕ್ಕೆ ಮೊದಲು, ಅವರೇ ಖುದ್ದು ವಿಶಿಷ್ಟ ವ್ಯಕ್ತಿಗಳಾಗಿದ್ದರು ಎಂಬುದನ್ನು ಅರ್ಥ ಮಾಡಿಕೊಳ್ಳಬೇಕು. ಅವರ ಸಮಕಾಲೀನರಲ್ಲಿ ಅವರಂಥ ಆದರ್ಶ ರಾಜರು ಕಾಣ ಬರುತ್ತಿಲ್ಲ. ಅವರಷ್ಟು ಯಶಸ್ಸನ್ನು ಸಹ ಯಾರೂ ಪಡೆಯಲಿಲ್ಲ. ತಮ್ಮ ಅಸಾಧಾರಣ ದೇಶಾಭಿಮಾನ, ಶೌರ್ಯ ಮತ್ತು ಚಾರಿತ್ರ್ಯದ ದೃಢತೆಯಿಂದಾಗಿ ಪ್ರತಾಪರು ಭಾರತೀಯ ಸಾಂಸ್ಕೃತಿಕ ಪರಂಪರೆಯ ಪ್ರತೀಕರು ಮತ್ತು ಅದರ ಸಂರಕ್ಷಕರೂ ಆಗಿದ್ದಾರೆ. ಭೌತಿಕ ಅಥವಾ ರಾಜಕೀಯ ದೃಷ್ಟಿಯಿಂದ ಅವರಿಗೆ ಅಷ್ಟು ಉತ್ಸಾಹಕರ ಪರಿಣಾಮ ಸಿಗದಿದ್ದಾಗ್ಯೂ, ಅವರ ಅಸಫಲತೆಗಳನ್ನು ಅವರ ಹೆಚ್ಚು ಉಪಲಬ್ಧಿಗಳು ಮುಚ್ಚಿಹಾಕಿದವು." ಅವರು ಯಶಸ್ಸನ್ನು ಪಡೆಯದಿದ್ದರೂ, ಪ್ರತಿಯೊಂದು ಯುದ್ಧದ ನಂತರ ಅವರು ಉನ್ನತ ಶಿಖರಕ್ಕೇರುತ್ತಾ ಹೋದರು; ಕಡೆಗೆ

ಅವರು ಅದೆಷ್ಟು ಎತ್ತರಕ್ಕೆ ಏರಿದರೆಂದರೆ, ಇಷ್ಟು ವರ್ಷಗಳ ನಂತರವೂ ಅವರನ್ನು ಪ್ರಾತಃ ಸ್ಮರಣೀಯರೆಂದು ಹೇಳಿ ನೆನಪಿಸಿಕೊಳ್ಳಲಾಗುತ್ತಿದೆ. ಅಂಥ ಅಸಾಧಾರಣ ಜನರ ವ್ಯಕ್ತಿತ್ವವನ್ನು ಅವರ ಅಸ್ಥಿರ ಸಫಲತೆ-ಅಸಫಲತೆಯನ್ನು ಆಧಾರವಾಗಿಟ್ಟುಕೊಂಡು ಮೌಲ್ಯಾಂಕನ ಮಾಡಲಾಗುವುದಿಲ್ಲ. ಅವರ ಸಂಪೂರ್ಣ ಜೀವನವನ್ನು ಗಮನಿಸಬೇಕಾಗುತ್ತದೆ. ಪ್ರತಾಪರು ಸೋತು ಸಹ ಗೆದ್ದ ವ್ಯಕ್ತಿಗಳಲ್ಲಿ ಒಬ್ಬರಾಗಿದ್ದರು. ಇಂದಿಗೂ ಸ್ವಾತಂತ್ರ್ಯಕ್ಕಾಗಿ ತಮ್ಮ ಜೀವನವನ್ನೇ ಬಲಿಕೊಡುವವರ ಸಾಲಿನಲ್ಲಿ ಪ್ರತಾಪರ ಹೆಸರು ಮೊದಲು ಬರುತ್ತದೆ. ಪ್ರತಾಪರು ಬಯಸಿದ್ದರೆ ಅಕ್ಬರನೊಂದಿಗೆ ಸಂಧಿಯನ್ನು ಮಾಡಿಕೊಂಡು ಸುಖದ ಜೀವನವನ್ನು ಸಾಗಿಸಬಹುದಿತ್ತು. ಆದರೆ ಅವರು ಹಾಗೆ ಮಾಡಲಿಲ್ಲ. ತಾವು ಮತ್ತು ತಮ್ಮ ಪರಿವಾರ, ಪರಿಜನರು ಮತ್ತು ಪ್ರಜೆಗಳು, ಸಾಮಂತರು ಮತ್ತು ಅಧಿಕಾರಿಗಳು-ಹೀಗೆ ಎಲ್ಲರಿಗೂ ಕಷ್ಟ ಮತ್ತು ತ್ಯಾಗದ, ಬಲಿದಾನದ ಮಾರ್ಗವನ್ನು ಆಯ್ಕೆ ಮಾಡಿಕೊಂಡರು. ಅವರು ಖುದ್ದು ಒಂದು ಜೀವಂತ ಪ್ರೇರಣೆಯಾದರು, ಇದರಿಂದ ಅವರ ಸಂಗಡಿಗರು ಮತ್ತು ಸೇವಕರು ನಗು-ನಗುತ್ತಾ ಕಷ್ಟಗಳನ್ನು ಸಹಿಸಿದರು. ಪ್ರತಾಪರ ಪರಿವಾರದ ಕೆಲವು ಸದಸ್ಯರು ಅಕ್ಬರನೊಂದಿಗೆ ಸೇರಿಕೊಂಡಿದ್ದರು- ಅವರಲ್ಲಿ ಅವರ ಸಹೋದರ ಶಕ್ತಿಸಿಂಹ, ಸಗರ್ ಮತ್ತು ಜಗಮಾಲನೂ ಇದ್ದ. ಆದರೆ ಅವರ ಸಂಖ್ಯೆ ಹೆಚ್ಚಿರಲಿಲ್ಲ. ಪ್ರತಾಪರ ರಾಜ್ಯದ ಬಹುತೇಕ ಜನರು ಅವರಿಗೇ ಸಹಕರಿಸಿದರು; ಹೆಚ್ಚು ಸಹಕರಿಸಿದರು."

ಪ್ರತಾಪರು ಓರ್ವ ಕುಶಲ ಸೈನ್ಯ-ನಾಯಕರಾಗಿದ್ದರು, ಉತ್ತಮ ಆಡಳಿತಗಾರರಾಗಿದ್ದರು, ಪರಮ ಸ್ವಾತಂತ್ರ್ಯ ಪ್ರೇಮಿಗಳಾಗಿದ್ದರು. ಅವರಲ್ಲಿ ಉತ್ತಮ ಗುಣಗಳಿದ್ದವು. ಅವರ ಅಪ್ರತಿಮ ಸಂಘರ್ಷ ಭಾರತದ ಜನರಿಗೆ ಪ್ರೇರಣೆ ಕೊಡುತ್ತಿರುತ್ತದೆ. ಓರ್ವ ಯೋಗ್ಯ ಸೈನ್ಯಾಧಿಪತಿ ಮತ್ತು ಆಡಳಿತಗಾರರಲ್ಲಿ ಪ್ರತಾಪರ ಹೆಸರನ್ನು ಆದರಪೂರ್ವಕ ಹೇಳಲಾಗುತ್ತದೆ. ಈ ಬಗ್ಗೆ ಶ್ರೀ ಮಿಶ್ರೀಲಾಲ್ ಮಾಂಡೋಲ್ ಹೀಗೆ ಬರೆದಿದ್ದಾರೆ-

"ಪ್ರತಾಪರು ಓರ್ವ ಉತ್ತಮ ಸೈನ್ಯ-ನಾಯಕರಷ್ಟೇ ಅಲ್ಲ, ಓರ್ವ ಉತ್ತಮ ವ್ಯವಸ್ಥಾಪಕರೂ ಆಗಿದ್ದರು. ಸ್ವಾತಂತ್ರ್ಯಕ್ಕಾಗಿ ದೃಢ ನಿಶ್ಚಯ, ಅಪ್ರತಿಮ ತ್ಯಾಗ ಮತ್ತು ಬಲಿದಾನ ಅವರನ್ನು ಭಾರತೀಯ ಇತಿಹಾಸದಲ್ಲಿ ವಿಶಿಷ್ಟ ವ್ಯಕ್ತಿಯನ್ನಾಗಿಸಿದೆ. ಪ್ರತಾಪರನ್ನು ರಾಷ್ಟ್ರನಾಯಕನೆಂದು ಹೇಳುವುದು ಅನುಚಿತವಾಗದು. ಪ್ರತಾಪರು ತಮ್ಮ ಕೊನೆಯ 11 ವರ್ಷಗಳಲ್ಲಿ, ಅವರಿಗೆ ಸಂಘರ್ಷದಿಂದ ಮುಕ್ತಿ ಲಭಿಸಿದಾಗ, ಅವರು ಮೇವಾಡದಲ್ಲಿ ಮತ್ತೆ ಉತ್ತಮ ಆಡಳಿತವನ್ನು ಸ್ಥಾಪಿಸಿದರು. 1597 ರಲ್ಲಿ ಸಂಭವಿಸಿದ ಪ್ರತಾಪರ ಸಾವು ಒಂದು ಯುಗದ ಸಮಾಪ್ತಿಯ ಪ್ರತೀಕವಾಗಿದೆ."

ಪ್ರತಾಪರ ಬಾಹ್ಯ ವ್ಯಕ್ತಿತ್ವ ಸಹ ಅವರ ಆಂತರಿಕ ವ್ಯಕ್ತಿತ್ವದಂತೆಯೇ ಪ್ರಭಾವಶಾಲಿಯಾಗಿತ್ತು. ಡಾ. ಗೋಪಿನಾಥ್ ಶರ್ಮಾ ಹೀಗೆ ಬರೆದಿದ್ದಾರೆ-

"ನಾವು ಪ್ರತಾಪರನ್ನು ಸ್ಮರಿಸಿದಾಗ, ನಮ್ಮೆದುರು ಉಚ್ಚ ವಿಚಾರಗಳ ಜಗತ್ತು ಮತ್ತು

ಅಭಿನಂದನೆಗಳ ವ್ಯಕ್ತಿತ್ವ ಒಮ್ಮೆಲೆ ಮೂಡುತ್ತದೆ. ಪ್ರತಾಪರು ಅಜಾನುಬಾಹುಗಳಾಗಿದ್ದು ಅವರ ಆಕೃತಿ ವೈಭವಪೂರ್ಣವಾಗಿತ್ತು. ಅವರದು ಉನ್ನತ ಹಣೆ, ಅವರ ಕಣ್ಣುಗಳಲ್ಲಿ ತೇಜಸ್ಸು ಸ್ಪುರಿಸುತ್ತಿತ್ತು. ಅವರದು ತುಂಬಿದ ಮೀಸೆ. ಅವರ ಸಂಪೂರ್ಣ ಶಾರೀರಿಕ ಆಕಾರ ಅವರ ದೃಢ ಸಂಕಲ್ಪವನ್ನು ಸಾರುತ್ತಿತ್ತು. ಸಮಕಾಲೀನ ಚಿತ್ರಗಳ ಪ್ರಕಾರ ಚಿಕ್ಕ ಪೇಟಾ, ಹಳದಿಯ ಉದ್ದ ನಿಲುವಂಗಿ ಹಾಗೂ ಸೊಂಟದಪಟ್ಟಿ ಅವರ ಉಡುಪುಗಳ ಮುಖ್ಯ ಭಾಗಗಳಾಗಿದ್ದವು. ಅವರ ಜೀವನ ಕಾಡುಗಳು, ಗುಡ್ಡ-ಬೆಟ್ಟಗಳು ಮತ್ತು ಕಣಿವೆಳಗಲ್ಲಿ ಅಲೆದು ನಿರ್ಮಾಣಗೊಂಡಿತ್ತು. ಕಷ್ಟಗಳು ಅವರಿಗೆ ಧೈರ್ಯ, ಶಾಂತಿ, ಸಾಹಸ ಮತ್ತು ನಿಷ್ಠೆಯ ಪಾಠಗಳನ್ನು ಬೋಧಿಸಿತ್ತು. ಅವರಲ್ಲಿ ತಮ್ಮ ದೇಶದ ಬಗ್ಗೆ ಶ್ರದ್ಧೆ ಮತ್ತು ನಂಬಿಕೆಗಳು ಅನಾಯಾಸವಾಗಿಯೇ ಜಾಗ್ರತಗೊಂಡಿದ್ದವು. ಸಂಕ್ಷೇಪದಲ್ಲಿ, ಪ್ರತಾಪರ ಜೀವನದ ಆರಂಭಿಕ ವಾತಾವರಣ ಅವರಲ್ಲಿ ಒಂದು ಚಾರಿತ್ರ್ಯಬಲ ಮತ್ತು ಜೀವನ-ದರ್ಶನವನ್ನು ಸೃಷ್ಟಿಸಿತ್ತು; ಇದು ಆಗಿನ ಇನ್ನಿತರ ರಜಪೂತರಿಗಿಂತ ಪ್ರತಾಪರಿಗಿರುವ ವಿಶಿಷ್ಟತೆಯನ್ನು ಪ್ರದರ್ಶಿಸುತ್ತದೆ."

ಶೌರ್ಯ, ತ್ಯಾಗ, ದೇಶಪ್ರೇಮ ಮತ್ತು ನಿಸ್ವಾರ್ಥ ಭಾವನೆಯಿಂದ ಕರ್ತವ್ಯವನ್ನಷ್ಟೇ ಪಾಲಿಸುವುದು ಶ್ರೇಷ್ಠ ಮತ್ತು ಪುರುಷೋಚಿತ ಗುಣಗಳಾಗಿವೆ, ಇಂಥ ಗುಣಗಳನ್ನು ಮಾನವ ಸಮಾಜ ಸದಾ ಮತ್ತು ಸರ್ವತ್ರ ಗೌರವಿಸುತ್ತಾ ಬಂದಿದೆ. ಈ ಗುಣಗಳೊಂದಿಗೆ ಒಂದು ಅದಮ್ಯ ಮನೋಬಲ ಪ್ರತಾಪರ ಅತ್ಯಂತ ವಿಶೇಷತೆಯಾಗಿದೆ. ಇದರಿಂದಾಗಿಯೇ ಅವರು ಆ ಪ್ರಶಂಸನೀಯ ಗೌರವವನ್ನು ಪಡೆಯಲು ಸಮರ್ಥರಾದರು, ಇಂಥ ಗೌರವವನ್ನು ಇನ್ನಿತರ ಸಮಕಾಲೀನ ರಾಜರು ಪಡೆಯದಾದರು. ಅದಕ್ಕೇ ಪ್ರತಾಪರು ದಿವಂಗತರಾಗಿ ಸುಮಾರು ನಾಲ್ಕು ನೂರು ವರ್ಷಗಳ ನಂತರವೂ ಭಾರತದ ಜನ-ಮಾನಸದಲ್ಲಿ ಅವರು ಶ್ರದ್ಧೆಗೆ ಪಾತ್ರರಾಗಿದ್ದಾರೆ, ಭವಿಷ್ಯದಲ್ಲೂ ಪಾತ್ರರಾಗಿರುತ್ತಾರೆ. ಅವರು ಭೌತಿಕವಾಗಿ ಇಲ್ಲದಿದ್ದಾಗ್ಯೂ ಅವರ ಆದರ್ಶ ಭಾರತೀಯರಿಗೆ ಯುಗ-ಯುಗಗಳವರೆಗೆ ದೇಶಪ್ರೇಮ, ಸ್ವಾತಂತ್ರ್ಯದ ಪ್ರೀತಿ, ಸಂಘರ್ಷ ಮುಂತಾದವುಗಳಿಗೆ ಪ್ರೇರಣೆಯನ್ನು ಕೊಡುತ್ತಿರುತ್ತದೆ. ಕೊನೆಯಲ್ಲಿ ಪ್ರಸಿದ್ಧ ಸಾಹಿತಿಗಳಾದ ಡಾ. ಸಂಪೂರ್ಣಾನಂದರ ಶಬ್ದಗಳಲ್ಲಿ-

"ಕೆಲವರು ಸದಾ ಅಮರರು ಅಂದರೆ ಅವರು ಒಂದು ಕಲ್ಪದವರೆಗೆ ಜೀವಂತವಾಗಿರುತ್ತಾರೆ ಎಂಬ ಮಾತನ್ನು ಕೆಲವರ ಬಗ್ಗೆ ನಂಬಲಾಗುತ್ತದೆ. ಈ ಮಾತನ್ನು ನಂಬುವುದು ಅಸಂಭವ. ಪ್ರತಾಪರು ಸಮಾಜದಲ್ಲಿ ಅವತರಿಸಿದ ಪುರುಷರು ಅಥವಾ ಋಷಿ-ಮುನಿಗಳಲ್ಲಿ ಒಬ್ಬರೆಂದು ಪರಿಗಣಿಸುವ ವ್ಯಕ್ತಿಗಳ ಸಾಲಿನಲ್ಲಿ ಇಲ್ಲ. ಉದಾಹರಣೆಗೆ ಅಶ್ವತ್ಥಾಮಾನಂಥ ವ್ಯಕ್ತಿಯನ್ನು ಮಹಾನ್ ವ್ಯಕ್ತಿಯೆಂದು ಚರ್ಚಿಸಲಾಗುವುದಿಲ್ಲ.

"ಆದರೆ ಕೆಲವರು ನಿಜವಾದ ಅರ್ಥದಲ್ಲಿ ಅಮರರು ಎನ್ನಿಸಿಕೊಳ್ಳುತ್ತಾರೆ. ಅವರ ಪಂಚ ಭೌತಿಕ ಶರೀರವಂತೂ ಇರುವುದಿಲ್ಲ, ಆದರೆ ಅವರ ಯಶಸ್ಸಿನ ಕಾರ್ಯಗಳು

ನೂರಾರು, ಸಾವಿರಾರು ವರ್ಷಗಳವರೆಗೆ, ಅದೂ ಒಮ್ಮೊಮ್ಮೆ ಹೇಗಿತ್ತೋ ಹಾಗೆಯೇ ಕಾಯ್ದಿಟ್ಟುಕೊಂಡು ಬರುತ್ತಿರುತ್ತದೆ ಹಾಗೂ ಕಾಲದೊಂದಿಗೆ ಇನ್ನಷ್ಟು ವೃದ್ಧಿಸುತ್ತದೆ. ಅಂಥವರ ಬಗ್ಗೆ ಅನೇಕ ಕಥೆಗಳು ಸೃಷ್ಟಿಯಾಗುತ್ತವೆ, ಅಂಥವರ ಜೀವನ ಚರಿತ್ರೆ ಒಂದು ಅಭಿನ್ನ ಅಂಗವಾಗುತ್ತದೆ. ಇಂಥ ಮಹಾಪುರುಷರಲ್ಲಿ ಮಾಹಾರಾಣಾ ಪ್ರತಾಪರು ಬರುತ್ತಾರೆ...ಪ್ರತಾಪರ ಕೀರ್ತಿ ಅಮರವಾಗಿದೆ. ದೇಶ–ಕಾಲದಲ್ಲಿ ಅನೇಕ ಬದಲಾವಣೆಗಳಾಗಿವೆ; ಮಾನವ ಸಮಾಜದಲ್ಲಿ ಶ್ರೇಷ್ಠ ಗುಣಗಳು, ತ್ಯಾಗ, ಶೌರ್ಯ ಮತ್ತು ನಿಸ್ವಾರ್ಥತೆಗೆ ಗೌರವವಿರುವವರೆಗೆ ಪ್ರತಾಪರು ಆದರ್ಶ ಪುರುಷರಾಗಿ ಗೌರವಕ್ಕೆ ಪಾತ್ರರಾಗಿರುತ್ತಾರೆ."

ಎಂಟನೆಯ ಅಧ್ಯಾಯ

ಮಹಾರಾಣಾ ಪ್ರತಾಪರ ಉತ್ತರಾಧಿಕಾರಿಗಳು

ಮಹಾರಾಣಾ ಪ್ರತಾಪರ ಮಹಾಪ್ರಯಾಣ ಒಂದು ರಾಜವಂಶದ ಘನತೆಯ ಇತಿಹಾಸವಾಗಿದ್ದು, ಸ್ವಾತಂತ್ರ್ಯ ಪ್ರೇಮಿಗಳಿಗೆ ಪ್ರೇರಣೆಯನ್ನು ಕೊಟ್ಟಿದೆ. ಪ್ರತಾಪರಂಥ ಶ್ರೇಷ್ಠ ಸ್ವಾಭಿಮಾನಿ ಮತ್ತು ಸ್ವಾತಂತ್ರ್ಯ ಪ್ರೇಮಿ ಜನಿಸುವುದು ವಿರಳ. ಸಿಸೌದಿಯಾ ವಂಶದಲ್ಲಿ ವಪ್ಪಾ ರಾವಲ್, ರಾಣಾ ಕುಂಭಾ, ಮಹಾರಾಣಾ ಹಮೀರ್, ರಾಣಾ ಸಾಂಗಾ, ಮಹಾರಾಣಾ ಪ್ರತಾಪ್‌ರಂಥ ಮಹಾನ್ ವೀರರು ಜನಿಸಿದರು. ಸಿಸೌದಿಯಾ ರಾಜರುಗಳಲ್ಲಿ ಯಾರಲ್ಲೂ ಪ್ರತಾಪರಂಥ ಸಂಕಲ್ಪ ಶಕ್ತಿ, ಸ್ವಾತಂತ್ರ್ಯದ ಬಗ್ಗೆ ಪ್ರೀತಿ ಮುಂತಾದವುಗಲು ಕಾಣ ಬರುವುದಿಲ್ಲ. 'ವೀರ ವಿನೋದ' ದಲ್ಲಿ ಪ್ರತಾಪರ ನಂತರ ಅವರ ಪುತ್ರ ಅಮರಸಿಂಹನಿಂದ ಹಿಡಿದು ಸಜ್ಜನಸಿಂಹ [1859–84] ನ ಆಡಳಿತದವರೆಗಿನ ಇತಿಹಾಸವನ್ನು ಕೊಡಲಾಗಿದೆ. ವೀರ ವಿನೋದವನ್ನು ಬರೆದ ಚಾರಣ್ ಶ್ಯಾಮಲದಾಸ್ ಮಹಾರಾಣಾ ಸಜ್ಜನಸಿಂಹರ ಆಶ್ರಯದಲ್ಲಿದ್ದರು.

ಮಹಾರಾಣಾ ಅಮರಸಿಂಹ ಪ್ರಥಮ

ಮಹಾರಾಣಾರ ನಿಧನದ ನಂತರ ಮಾಘ ಶುಕ್ಲ ಏಕಾದಶಿ, 1653 ವಿಕ್ರಮಿಯಂದು [29 ಜನವರಿ, 1597 ಇಸ್ವಿ] ಚಾವಂಡದಲ್ಲಿ ಅಮರಸಿಂಹರ ಪಟ್ಟಾಭಿಷೇಕವಾಯಿತು. ಸಿಂಹಾಸನದಲ್ಲಿ ಕೂರುತ್ತಲೇ ಅವರಿಗೆ ತಮ್ಮ ತಂದೆಯ ಮಾತು 'ಯಾವುದೇ ಪರಿಸ್ಥಿತಿಯಲ್ಲಿ

ಅಧೀನತೆಯನ್ನು ಒಪ್ಪಿಕೊಳ್ಳಬಾರದು' ಎಂದು ಹೇಳಿದ್ದು ನೆನಪಾಯಿತು. ಅವರ ಮತುಗಳನ್ನು ಗೌರವಿಸಲು ಅಮರಸಿಂಹರು ಮೇವಾಡವನ್ನು ವಶಪಡಿಸಿಕೊಳ್ಳಲು ತಮ್ಮ ಕಾರ್ಯಕ್ರಮಗಳನ್ನು ಮುಂದುವರೆಸಿದರು. ಅವರು ಮೇವಾಡದ ಮೊಗಲರ ಅನೇಕ ಠಾಣೆಗಳನ್ನು ತೆಗೆಸಿದರು; ಅಲ್ಲಿ ತಮ್ಮ ಠಾಣೆಗಳನ್ನು ನಿರ್ಮಿಸಿದರು. ಇದರಿಂದ 1598 ರಲ್ಲಿ ಅಕ್ಬರ್ ಮೇವಾಡದ ಮೇಲೆ ಮತ್ತೆ ಆಕ್ರಮಣವೆಸಗಿದ. ಅಮರಸಿಂಹರು ಮೊಗಲರ ಅನೇಕ ಪ್ರದೇಶಗಳನ್ನು ಲೂಟಿಗೈದು ಪರ್ವತಗಳಿಗೆ ಹೋದರು. ಅಕ್ಬರ್ ಶಹಜಾದ ಸಲೀಮನನ್ನು ಮಾನಸಿಂಹ ಕಛವಾಹನೊಂದಿಗೆ ಅಜಮೇರಿನಲ್ಲಿ ಬಿಟ್ಟ; ಅವನ ಮೇವಾಡದ ಮೇಲಿನ ದಂಡಯಾತ್ರೆ ಸುಸೂತ್ರವಾಗಲಿ ಎಂಬುದು ಅವನ ಉದ್ದೇಶವಾಗಿತ್ತು. ಹೀಗಾಗಿ ಊಂಟಾಲಾಪ್, ಮೋಹಿ, ಮದಾರಿಯಾ, ಕೋಶೀಥಲ್, ಬಾಗೌರ್, ಮಾಂಡಲ್, ಮಾಂಡಲಗಢ್ ಮತ್ತು ಚಿತ್ತೌಡಿನಲ್ಲಿ ಮೊಗಲರ ಠಾಣೆಗಳು ಸ್ಥಾಪನೆಗೊಂಡವು. ಅಮರಸಿಂಹ ಊಂಟಾಲಾದ ಮೇಲೆ ಆಕ್ರಮಣ ಮಾಡಿದರು. ಭಯಾನಕ ಯುದ್ಧ ನಡೆಯಿತು, ಆದರೆ ಪರಿಣಾಮ ಶೂನ್ಯವಾಯಿತು.

ಜಗಮಾಲನ ತಮ್ಮ ಸಗರ್ ಸಹ ಪ್ರತಾಪರಿಂದ ರೇಗಿ ಮಾನಸಿಂಹನ ಬಳಿಗೆ ಹೋಗಿದ್ದ. ಮಾನಸಿಂಹನ ಹೆಂಡತಿ ಅವನ ತಾಯಿಯ ಸಹೋದರಿಯಾಗಿದ್ದಳು. ಮಾನಸಿಂಹ ಅವಳನ್ನು ಸಹ ಮೊಗಲರ ಸೇವೆಗೆ ಕರೆದೊಯ್ದ. ಅಕ್ಬರನ ನಿಧನದ ನಂತರ ಜಹಾಂಗೀರ್ ಮೊಗಲರ ಸಾಮ್ರಾಟನಾದ. ನವೆಂಬರ್ 1605 ರಲ್ಲಿ ಅವನು ಶಹಜಾದೆ ಪರವೇಜನನ್ನು ಆಸಫ್ ಖಾನ್, ಮಗರ್ ಮುಂತಾದವರೊಂದಿಗೆ ಅಮರಸಿಂಹನನ್ನು ಹತ್ತಿಕ್ಕಲು ಕಳುಹಿಸಿದ. ಮೊಗಲರು ಆಕ್ರಮಣ ಮಾಡಿದಾಗ ಅಮರಸಿಂಹ ತನ್ನ ಅಧಿಕೃತ ಪ್ರದೇಶಗಳನ್ನು ನಾಶ ಮಾಡಿ ಪರ್ವತಗಳಿಗೆ ಹೋದ. ಮೊಗಲ್ ಸೈನ್ಯ ಅಜಮೇರಿನಿಂದ ಮೇವಾಡಕ್ಕೆ ಹೊರಟಾಗ, ಮೇವಾಡದ ವೀರರು ದೇಸೂರಿ, ಬದನೌರ್, ಮಾಂಡಲ್, ಮಾಂಡಲಗಢ್ ಮತ್ತು ಚಿತ್ತೌಡಿನ ಬಯಲು ಸೀಮೆಗಳಲ್ಲಿ ಮೊಗಲರ ಮೇಲೆ ಆಕ್ರಮಣ ಮಾಡಿ ಅವರನ್ನು ಸೋಲಿಸಿದ. ಪರವೇಜ್ ಸಗರನನ್ನು ಚಿತ್ತೌಡಿನ ಮಹಾರಾಣಾ ಎಂದು ಘೋಷಿಸಿ ಅವನ ಪಟ್ಟಾಭಿಷೇಕ ಮಾಡಿದ.

ರಜಪೂತರು ಸದಾ ರಾಜ್ಯದ ಸೈನ್ಯದ ಮೇಲೆ ಆಕ್ರಮಣ ಮಾಡುತ್ತಿದ್ದರು. ಮಾರ್ಚ್ 1606 ರಲ್ಲಿ ಒಮ್ಮೆ ಈ ಆಕ್ರಮಣಗಳಿಂದಾಗಿ ಪರವೇಜನಿಗೆ ಊಂಟಾಲಾ ಮತ್ತು ದೈಬಾರಿಯಿಂದ ಮಾಂಡಲದೆಡೆಗೆ ಪಲಾಯನ ಮಾಡ ಬೇಕಾಯಿತು. ಸಗರ್ ಚಿತ್ತೌಡಿನಲ್ಲಿ ಹೊಸ ಸಾಮಂತರನ್ನು ನೇಮಿಸಿದ. ಅವನು ಶಕ್ತಿಸಿಂಹನ ಮರಿಮಗ ನಾರಾಯಣ್ ದಾಸನಿಗೂ ಜಹಗೀರನ್ನು ಕೊಟ್ಟ. 1608 ಇಸ್ವಿಯಲ್ಲಿ ಜಹಾಂಗೀರನು ಒಂದು ವಿಶಾಲ ಸೈನ್ಯವನ್ನು ಜಗನ್ನಾಥ್ ಕಛವಾಹನ ಅಧೀನದಲ್ಲಿ ಮತ್ತೆ ಅಮರಸಿಂಹನ ವಿರುದ್ಧವಾಗಿ ಕಳುಹಿಸಿದ. ಅವನು ರಾಜ್ಯದ ಠಾಣೆಗಳನ್ನು ನಿರ್ಮಿಸುತ್ತಾ ಊಂಟಾಲಾಕ್ಕೆ ಹೋದ. ಎರಡು-ಮೂರು ದಿನಗಳಲ್ಲಿಯೇ ಅಮರಸಿಂಹ, ಉದಯಪುರಕ್ಕೆ ಹೋಗಿ ರಾಜ್ಯದ ಸೈನ್ಯದ ಮೇಲೆ ಆಕ್ರಮಣ ಮಾಡಲು ತನ್ನ ಸೈನ್ಯಕ್ಕೆ ಆದೇಶಿಸಿದ. ಅಮರಸಿಂಹರ ಸಾಮಂತ ರಾವ್ ಮೇಘಸಿಂಹ

ತುಂಬಾ ಯುಕ್ತಿಯಿಂದ ವರ್ತಿಸಿದ. ಅವನು ಹತ್ತಿಪ್ಪತ್ತು ರಜಪೂತರಿಗೆ ಹಸುಗಳು, ಎಮ್ಮೆಗಳು ಇತ್ಯಾದಿಗಳೊಂದಿಗೆ ಕರಬೂಜಾ ಹಣ್ಣುಗಳನ್ನು ಮಾರುವ ನೆಪದಲ್ಲಿ ರಾಜ್ಯದ ಸೈನ್ಯದಲ್ಲಿ ಕಳುಹಿಸಿದ. ಹಸು–ಎಮ್ಮೆಗಳ ಮೇಲೆ ಸ್ಫೋಟಕ ವಸ್ತುಗಳನ್ನು ಹೇರಲಾಗಿತ್ತು, ಅವು ಹೊರನೋಟಕ್ಕೆ ಕರಬೂಜಾಗಳಂತೆ ಕಾಣ ಬರುತ್ತಿದ್ದವು. ಈ ರಜಪೂತರೊಂದಿಗೆ ರಾಜ್ಯದ ಸೈನ್ಯ, ತಮ್ಮ ಮೇಲೆ ನಾಲ್ಕೂ ಕಡೆಗಳಿಂದ ವಿಶಾಲ ಸೈನ್ಯ ಆಕ್ರಮಣಮಾಡಿದೆ ಎಂದು ತಿಳಿಯಿತು. ಹೀಗಾಗಿ ಯಾರಿಗೆ ಎಲ್ಲಿ ಜಾಗ ಸಿಕ್ಕಿತೋ, ಅದೇ ಮಾರ್ಗದಲ್ಲಿ ಪಲಾಯನ ಮಾಡಿದರು. ಸನ್ 1609 ರಲ್ಲಿ ಜಗನ್ನಾಥ ಕಛವಾಹ ನಿಧನನಾದ; ಅವನಿಗೆ ಮೇವಾಡದ ದಂಡಯಾತ್ರೆಗಳ ಬಗ್ಗೆ ಉತ್ತಮ ಅನುಭವಗಳಾಗಿದ್ದವು. ಅವನ ಸಾವಿನಿಂದ ಜಹಾಂಗೀರನಿಗೆ ತುಂಬಾ ದುಃಖವಾಯಿತು. ನಂತರ ಜಹಾಂಗೀರ್ ಒಂದು ವಿಶಾಲ ಸೈನ್ಯದೊಂದಿಗೆ ಅಬ್ದುಲ್ಲಾ ಖಾನನನ್ನು ಅಮರಸಿಂಹರಿಗೆ ವಿರುದ್ಧವಾಗಿ ಕಳುಹಿಸಿದ. ಅಮರಸಿಂಹರ ಪತ್ನಿಯರು ಮತ್ತು ಮಕ್ಕಳು ಜೋಧಪುರದ ರಾಜ ಸೂರಸಿಂಹನ ರಾಜ್ಯದಲ್ಲಿದ್ದಾರೆ ಎಂಬ ಸೂಚನೆ ಅವನಿಗೆ ಸಿಕ್ಕಿತು. ಅವನು ಜೋಧಪುರ ರಾಜನಿಂದ ಸೋಜತ್ನ ಪ್ರದೇಶಗಳನ್ನು ಮುಟ್ಟುಗೋಲು ಹಾಕಿಕೊಂಡು ಅವುಗಳನ್ನು ರಾಠೌರಿನ ಚಂದ್ರಸೇನನಿಗೆ ಕೊಟ್ಟ. ಅಮರಸಿಂಹರು ಅಲ್ಲಿಗೆ ಹೋದ ಕೂಡಲೇ ನನಗೆ ಸೂಚನೆಯನ್ನು ಕೊಡಬೇಕೆಂದು ಚಂದ್ರಸೇನನಿಗೆ ಆದೇಶಿಸಿದ.

ಅಮರಸಿಂಹರು ಸಹ ಸದಾ ಅವಕಾಶಗಳನ್ನು ನೋಡುತ್ತಿದ್ದರು. 1611 ಇಸ್ವಿಯಲ್ಲಿ ಒಮ್ಮೆ ಅವರಿಗೆ, ಮೊಗಲರ ಖಜಾನೆಯೊಂದನ್ನು ಅಹಮದಾಬಾದಿನಿಂದ ಆಗರಾಕ್ಕೆ ಕಳುಹಿಸಲಾಗುತ್ತಿದೆ ಎಂಬ ಸೂಚನೆ ಸಿಕ್ಕಿತು. ಅವರು ತಮ್ಮ ಹಿರಿಯ ಮಗ ಕುಂವರ್ ಕರ್ಣಸಿಂಹನನ್ನು ಖಜಾನೆಯನ್ನು ಕೊಳ್ಳೆಹೊಡೆಯಲು ಕಳುಹಿಸಿದರು. ಮಾಜಾನನ್ ಮತ್ತು ಮಾಲಗಢದ ಸಮೀಪದಲ್ಲಿ ಕರ್ಣಸಿಂಹನ ಸೈನ್ಯ ಖಜಾನೆಗಾಗಿ ಆಕ್ರಮಣ ಮಾಡಿತು. ಖಜಾನೆಯೊಂದಿಗೆ ಮೊಗಲ್ ಸೈನ್ಯದ ತುಕಡಿಗಳೂ ಇದ್ದವು. ರಜಪೂತರು ಮತ್ತು ಸೈನ್ಯದ ನಡುವೆ ಹೋರಾಟ ನಡೆಯಿತು, ಆದರೆ ಹೋರಾಟದಲ್ಲಿ ಕರ್ಣಸಿಂಹನಿಗೆ ಯಶಸ್ಸು ಲಭಿಸಿತು. ಅವರು ಪರ್ವತಗಳಿಗೆ ಪಲಾಯನ ಮಾಡಬೇಕಾಯಿತು.

ಅಮರಸಿಂಹ ಸಹ ಸದಾ ಅವಕಾಶಗಳ ನಿರೀಕ್ಷೆಯಲ್ಲಿರುತ್ತಿದ್ದರು. 1611 ಇಸ್ವಿಯಲ್ಲಿ ಒಮ್ಮೆ ಅವನಿಗೆ, ಮೊಗಲರ ಒಂದು ಖಜಾನೆ ಅಮದಾಬಾದಿನಿಂದ ಆಗರಾಕ್ಕೆ ಕಳುಹಿಸಲಾಗುತ್ತಿದೆ ಎಂಬ ಸೂಚನೆ ಸಿಕ್ಕಿತು. ಅವನು ತನ್ನ ಜ್ಯೇಷ್ಠ ಪುತ್ರ ಕುಂವರ್ ಕರ್ಣಸಿಂಹನಿಗೆ ಅದನ್ನು ಲೂಟಿಗೈಯ್ಯಲು ಕಳುಹಿಸಿದ. ಕರ್ಣಸಿಂಹ ಒಂದು ಸೈನ್ಯದೊಂದಿಗೆ ಹೊರಟ. ಮಾಜಾನನ್ ಮತ್ತು ಮಾಲಗಢದ ಸಮೀಪ ಅವನು ಖಜಾನೆಯನ್ನು ವಶಪಡಿಸಿಕೊಳ್ಳಲು ಆಕ್ರಮಣ ಮಾಡಿದ. ಖಜಾನೆಯೊಂದಿಗೆ ಸೈನ್ಯದ ತುಕಡಿಗಳೂ ಇದ್ದವು; ರಜಪೂತರಿಗೂ ತುಕಡಿಗಳಿಗೂ ಹೋರಾಟ ನಡೆಯಿತು, ಆದರೆ ಕರ್ಣಸಿಂಹನಿಗೆ ಯಶಸ್ಸು ಲಭಿಸಲಿಲ್ಲ. ಅವನು ಪರ್ವತಗಳಿಗೆ ಓಡಿ ಹೋಗಬೇಕಾಯಿತು.

ಅಮರಸಿಂಹರನ್ನು ವಶಪಡಿಸಿಕೊಳ್ಳಲು ಜಹಾಂಗೀರನಿಗೆ ಯಶಸ್ಸು ಲಭಿಸುತ್ತಿರಲಿಲ್ಲ. ಹೀಗಾಗಿ 16 ಸೆಪ್ಟಂಬರ್, 1613 ರಂದು ಜಹಾಂಗೀರ್ ಖುದ್ದು ಅಜಮೇರಿಗೆ ಬಂದ.

ಅಲ್ಲಿಂದ ಅವನು ಶಹಜಾದಾ ಖುರ್ರಮ್‌ಗೆ ಮೇವಾಡಕ್ಕೆ ಹೋಗಲು ಆದೇಶಿಸಿದ. ಖುರ್ರಮ್ ಯೋಗ್ಯನಾಗಿದ್ದು, ಉತ್ಸಾಹದ ಯುವಕನಾಗಿದ್ದ. ಅವನು ಅಮರಸಿಂಹರನ್ನು ಪರ್ವತಗಳಲ್ಲಿಯೇ ನುಗ್ಗಿ ಹೋಗಿ ಹಿಡಿಯಲು ಬಯಸುತ್ತಿದ್ದ. ಫೆಬ್ರವರಿ 1614 ರಂದು ಅವನು ತನ್ನ ಸೈನ್ಯವನ್ನು ನಾಲ್ಕು ಭಾಗಗಳಾಗಿ ವಿಂಗಡಿಸಿ, ಅಮರಸಿಂಹರನ್ನು ಪರ್ವತಗಳಲ್ಲಿ ಹುಡುಕಲು ಆದೇಶಿಸಿದ. ನಾಲ್ಕೂ ದಳಗಳು ಹೊರಟವು. ಸೈನ್ಯ ಮಾರ್ಗದಲ್ಲಿ ಸಿಕ್ಕ-ಸಿಕ್ಕವರನ್ನೆಲ್ಲಾ ಲೂಟಿ ಮಾಡಿ, ಅಲ್ಲಿಯ ಪ್ರದೇಶಗಳನ್ನು ನಾಶ ಮಾಡಿತು, ಅನೇಕ ನಿರ್ದೋಷ ಪ್ರಜೆಗಳನ್ನು ವಧಿಸಿತು, ಅನೇಕರನ್ನು ಸೆರೆಹಿಡಿಯಿತು.

ಅಮರಸಿಂಹರು ಸಹ ರಜಪೂತರನ್ನು ದಳಗಳಲ್ಲಿ ವಿಭಜಿಸಿ, ಅವರನ್ನು ಮೊಗಲರು ನುಗ್ಗುವ ಪರ್ವತಗಳಲ್ಲಿ ನೇಮಕ ಮಾಡಿದರು. ಮೊಗಲರು ಪರ್ವತಗಳಲ್ಲಿ ಪ್ರವೇಶಿಸದಂತೆ ಎಚ್ಚರಿಕೆ ವಹಿಸಲು ಆದೇಶಿಸಿದರು. ಮೊಗಲರ ಪ್ರಭಾವ ಹೆಚ್ಚುತ್ತಿತ್ತು. ಈ ನಡುವೆ ಅವರ ಅನೇಕ ತುಕಡಿಗಳು ಮೊಗಲರನ್ನು ಎದುರಿಸಿದವು. ಅವರ ಅನೇಕ ಆನೆಗಳನ್ನು ಲೂಟಿ ಮಾಡಲಾಯಿತು, ಮೊಗಲ್ ಸೈನಿಕರು ಆ ಆನೆಗಳನ್ನು ಖುರ್ರಮ್ ಬಳಿಗೆ ಕಳುಹಿಸಿದರು.

ಈ ದೀರ್ಘಕಾಲದ ಸಂಘರ್ಷದಿಂದ ಅಮರಸಿಂಹರೊಂದಿಗೆ ಅವರ ಸಂಗಡಿಗರಾಗಿದ್ದ ರಜಪೂತರ ಜೀವನ ಸಹ ಅಸ್ತವ್ಯಸ್ತಗಾಗಿತ್ತು, ಆದರೆ ಯಶಸ್ಸು ಲಭಿಸುವ ಆಸೆಯಿರಲಿಲ್ಲ, ಹೀಗಾಗಿ ರಜಪೂತರಲ್ಲೂ ಒಂದು ರೀತಿಯ ನಿರಾಸೆ ಮತ್ತು ಉದಾಸೀನತೆ ಕವಿಯುತ್ತಿತ್ತು. ಅವರು ಕಾಲದೊಂದಿಗೆ ಒಪ್ಪಂದವನ್ನು ಮಾಡಿಕೊಂಡು ಇನ್ನಿತರ ರಜಪೂತರಂತೆ ಮೊಗಲರೊಂದಿಗೆ ಸಂಧಿಯನ್ನು ಮಾಡಿಕೊಳ್ಳಲು ಬಯಸುತ್ತಿದ್ದರು. ಅನೇಕ ಸಾಮಂತರು ಅಮರಸಿಂಹರೆದುರು ಈ ಪ್ರಸ್ತವವನ್ನಿಟ್ಟರು. ದೀರ್ಘ ಸಮಾಲೋಚನೆಯ ನಂತರ ಅಮರಸಿಂಹರು ಅಬ್ದುಲ್ ರಹೀಮ್ ಖಾನಖಾನಾನಿಗೆ ಪತ್ರವೊಂದನ್ನು ಬರೆದರು, ಅದರಲ್ಲಿ ಕೆಳಕಾಣಿಸಿದ ದೋಹಾ [ಎರಡು ಸಾಲಿನ ಪದ್ಯ] ವನ್ನು ಬರೆಯಲಾಗಿತ್ತು-

ಗೋಡ್ ಕಛಾಹಾ ರಾವಠಡ ಗೋಖ್ ಕರಂತ್ ।
ಕಹ ಜೋ ಖಾನಾಂ ಖಾನ್ ನೆ ಬನಚರ್ ಹುಆ ಫಿರಂತ್ ॥

ಅಂದರೆ ಗೌಡ, ಕಛವಾಹಾ, ರಾಠೌರ್ ಮುಂತಾದ ರಜಪೂತ ರಾಜರುಗಳು ಮೊಗಲರ ಅಧೀನತೆಯನ್ನು ಒಪ್ಪಿಕೊಂಡು ಸುಖದ ಜೀವನವನ್ನು ಮಾಡುತ್ತಿದ್ದಾರೆ. ನಾನು ವನಚರರಂತೆ ಕಾಡು-ಮೇಡುಗಳಲ್ಲಿ ಅಲೆಯುತ್ತಿದ್ದೇನೆ.

ಅಮರಸಿಂಹರು ಒಮ್ಮೆ ಖಾನಖಾನಾನ ಹೆಂಡತಿಯರನ್ನು ಬಂಧಿಸಿದ್ದರು. ಆದರೆ ಪ್ರತಾಪರು ಅವರನ್ನು ಗೌರವದೊಂದಿಗೆ ಖಾನಖಾನಾನ ಬಳಿಗೆ ಕಳುಹಿಸಿದ್ದರು. ಇದರಿಂದ ಖಾನಖಾನಾರಿಗೆ, ಆ ಪರಿವಾರದೊಂದಿಗೆ ಗೌರವದ ಭಾವನೆಯಿತ್ತು. ಆ ಪತ್ರ ನೋಡಿ ಖಾನಖಾನಾ ಉತ್ತರದಲ್ಲಿ ಕೆಳಗಿನ ದೋಹಾವನ್ನು ಬರೆದ-

ಧರ್ ರಹಸಿ ರಹಸಿ ಧರಮ್ ಖಪ್ ಜಾಸಿ ಖುರಮಾಣ್ ।
ಅಮರ್ ವಿಸಂಭರ್ ಊಪರೋ ರಾಖೋಂ ನಿಹಜೋ ರಾಣ್ ॥

ಅಂದರೆ ಧರ್ಮವಿರುವುದು, ಭೂಮಿ ಇರುವುದು, ಆದರೆ ಮೊಗಲರು ನಾಶವಾಗುವರು. ಈಗ ದೇವರ ಇಚ್ಛೆ ಇದೇ ಆಗಿದೆ. ಹೇ ಅಮರಸಿಂಹ! ನೀವು ಮೊಗಲರ ಅಧೀನತೆಯನ್ನು ಒಪ್ಪಿಕೊಳ್ಳಿ. ಆಗಲೂ ನಿಮ್ಮ ಯಶಸ್ಸು ಅಮರವಾಗಿರುವುದು.

ರಜಪೂತರು ದಯನೀಯ ಜೀವನವನ್ನು ಸಾಗಿಸುತ್ತಿದ್ದರು. ಅವರು ತಮ್ಮ ಪರಿಸ್ಥಿತಿಯ ಬಗ್ಗೆ ಯುವರಾಜ ಕರ್ಣಸಿಂಹನಿಗೆ ಹೇಳಿದರು. ಕರ್ಣಸಿಂಹ ಸಹ ಸಂಘರ್ಷವನ್ನು ಇನ್ನಷ್ಟು ಹೆಚ್ಚಿಸಲು ಬಯಸುತ್ತಿರಲಿಲ್ಲ. ಅವನು ಅಮರಸಿಂಹರನ್ನು ಕೇಳದೆಯೇ ತನ್ನಿಬ್ಬರು ವ್ಯಕ್ತಿಗಳನ್ನು ಸಂಧಿ ಪ್ರಸ್ತಾವದೊಂದಿಗೆ ಖುರ್ರಮ್ ಬಳಿಗೆ ಕಳುಹಿಸಿದ. ಖುರ್ರಮ್‌ಗೆ ತುಂಬಾ ಸಂತೋಷವಾಯಿತು. ಅವನು ಈ ಸುದ್ದಿಯನ್ನು ಸಮ್ರಾಟ್ ಜಹಾಂಗೀರನಿಗೆ ಕಳುಹಿಸಿದ. ಜಹಾಂಗೀರನಿಗೂ ಸಂತೋಷವಾಯಿತು. ಅವನು ಅಮರಸಿಂಹರನ್ನು ಸತಾಯಿಸುವುದಿಲ್ಲ ಎಂದು ಆಶ್ವಾಸನೆಯನ್ನು ಕೊಟ್ಟ; ಯುವರಾಜ ಕರ್ಣಸಿಂಹನನ್ನು ಮೊಗಲ್ ದರಬಾರಿಗೆ ಕಳುಹಿಸಲು ಹೇಳಿದ

ಈ ಸಂದೇಶಗಳ ಕೊಡು–ಕೊಳ್ಳುವಿಕೆ ಕರ್ಣಸಿಂಹ ಮತ್ತು ಮೊಗಲ್ ಸಾಮ್ರಾಟನ ನಡುವೆ ನಡೆಯುತ್ತಿತ್ತು. ಅಮರಸಿಂಹರಿಗೆ ಈ ವಿಷಯವೇ ತಿಳಿದಿರಲಿಲ್ಲ. ಕರ್ಣಸಿಂಹನೇ ಈ ಸುದ್ದಿಯನ್ನು ಅಮರಸಿಂಹರಿಗೆ ಹೇಳಿದ. ಸುದ್ದಿಯನ್ನು ಕೇಳುತ್ತಲೇ ಅವರು ಗಂಭೀರನಾದರು, ಅವರ ಮುಖದಲ್ಲಿ ಉದಾಸೀನತೆ ಆವರಿಸಿತು. ಬಾಯಿಯಿಂದ ಮಾತು ಬರಲಿಲ್ಲ. ಕಡೆಗೆ ಅವರು ಹೇಳಿದರು–"ಇದೇ ನಿನ್ನಾಸೆ ಆಗಿದ್ದರೆ, ಇದನ್ನು ನಾನು ಸಹಿಸಬೇಕಾಗುತ್ತದೆ. ಒಂಟಿಯಾಗಿ ನಾನೇನು ತಾನೇ ಮಾಡಬಲ್ಲೆ? ನನ್ನ ಹಿರಿಯರು–ವೃದ್ಧರು ಮೊಗಲರ ಸೇವೆ, ಅವರ ಆದೇಶಗಳನ್ನು ಪಾಲಿಸಲಿಲ್ಲ, ಅವರು ಕೊಟ್ಟ ಉಡುಪುಗಳನ್ನು ಎಂದೂ ಧರಿಸಲಿಲ್ಲ, ಇದನ್ನು ನಾನು ಮಾಡಬೇಕಿದೆ..."

ನಂತರ ಅವರೇ ಖುದ್ದು ಶಹಜಾದಾ ಖುರ್ರಮ್ ಬಳಿಗೆ ಹೋದರು. ಅವರಿಗೆ ಮೊಗಲರ ಬಗ್ಗೆ ಸಂಪೂರ್ಣ ವಿಶ್ವಾಸವಿರಲಿಲ್ಲ. ಹೀಗಾಗಿ ಅವರು ಕರ್ಣಸಿಂಹನನ್ನು ಒಂಟಿಯಾಗಿ ಕಳುಹಿಸಲಿಲ್ಲ. ಅವರೇ ಒಂಟಿಯಾಗಿ ಖುರ್ರಮ್ ಬಳಿಗೆ ಹೋಗಲು ಬಯಸುತ್ತಿದ್ದರು, ಆದರೆ ಅನೇಕ ರಜಪೂತರು ಅವರೊಂದಿಗೆ ಹೊರಟರು. ಅವರಲ್ಲಿ ಅವರ ಮೂವರು ಪುತ್ರರೊಂದಿಗೆ ಭೀಮಸಿಂಹ, ಸೂರಜಮಲ್, ಬಾಗಸಿಂಹ ಸಹಸಮಲ್ಲ ಹಾಗೂ ಇನ್ನಿತರ ನೂರು ರಜಪೂತರೂ ಇದ್ದರು. ಅವರು ಖುರ್ರಮ್‌ನನ್ನು ಗೋಗೂಂದಾದಲ್ಲಿ ಭೇಟಿಯಾದರು. ಶಹಜಾದಾ ಖುರ್ರಮ್ ಖುದ್ದು ಅವರನ್ನು ಸ್ವಾಗತಿಸಿದ. ಅಮರಸಿಂಹರು ಖುರ್ರಮ್‌ಗೆ ಅನೇಕ ಉಡುಗೊರೆಗಳನ್ನು ಕೊಟ್ಟರು. ನಂತರ ಅಮರಸಿಂಹ ಮರಳಿ ಬಂದರು. ಕರ್ಣಸಿಂಹನನ್ನು ಖುರ್ರಮ್ ಬಳಿಗೆ ಕಳುಹಿಸಲಾಯಿತು. 18 ಫೆಬ್ರವರಿ, 1615 ರಂದು ಶಹಜಾದಾ ಖುರ್ರಮ್, ಯುವರಾಜ ಕರ್ಣಸಿಂಹನನ್ನು ಅಜಮೇರಿನಲ್ಲಿದ್ದ ಸಾಮ್ರಾಟ ಜಹಾಂಗೀರನ ಬಳಿಗೆ ಕರೆದೊಯ್ದ. ಜಹಾಂಗೀರ್ ಕರ್ಣಸಿಂಹನಿಗೆ ಅನೇಕ ಪುರಸ್ಕಾರಗಳನ್ನು ಕೊಟ್ಟು ನಂತರ 'ಪಾಂಚ್ ಹಜಾರಿ ಮನಸಬ್' [ಹುದ್ದೆ, ಪದವಿ] ಕೊಟ್ಟ, ನಂತರ ಕರ್ಣಸಿಂಹ ಉದಯಪುರಕ್ಕೆ ಮರಳಿ ಬಂದ.

ಬದಲಾದ ಈ ರಾಜಕೀಯ ಪರಿಸ್ಥಿತಿಗಳಲ್ಲಿ ಕರ್ಣಸಿಂಹ ಉದಯಪುರಕ್ಕೆ ಬಂದಾಗ ಸಗರ್, ಪರಿವಾರ ಸಮೇತ ಚಿತ್ತೌಡನ್ನು ತ್ಯಜಿಸಿ ಬಾದಶಾಹನ ಬಳಿಗೆ ಹೋದ. ಬಾದಶಾಹ ಅವನಿಗೆ ಬಿರುದು ಮತ್ತು ಭದೌರಾ ಪ್ರದೇಶಗಳನ್ನು ಜಹಗೀರಾಗಿ ಕೊಟ್ಟ. ಹೀಗೆ ಅಮರಸಿಂಹರು ಮೊಗಲರೊಂದಿಗೆ ಸಾಧ್ಯವಾದಷ್ಟೂ ಹೋರಾಡಿದರು, ಆದರೆ ಅವರಲ್ಲಿ ಮಹಾರಾಣಾ ಪ್ರತಾಪರಂತೆ ಸಂಕಲ್ಪ–ಶಕ್ತಿಯ ಅಭಾವವಿತ್ತು. ಅವರು ಪರಿಸ್ಥಿತಿಗಳೆದುರು ತಲೆಬಾಗುವುದೇ ಉಚಿತವೆಂದು ತಿಳಿದರು. ಅವರು ಶತಮಾನಗಳಿಂದ ನಡೆದು ಬರುತ್ತಿದ್ದ ಮೇವಾಡದ ಪರಂಪರಾಗತ ಗೌರವವನ್ನು ಛಿದ್ರಗೊಳಿಸಿದರು. ಅವರು ಮೊಗಲರ ಅಧೀನತೆಯನ್ನು ಒಪ್ಪಿಕೊಂಡರು. 30 ಅಕ್ಟೂಬರ್, 1620 ರಂದು ಉದಯಪುರದಲ್ಲಿ ಅವರು ನಿಧನರಾದರು.

ಮಹಾರಾಣಾ ಕರ್ಣಸಿಂಹ

ಅಮರಸಿಂಹರ ನಿಧನದ ನಂತರ 7 ಫೆಬ್ರವರಿ, 1620 ರಂದು ಅವರ ಜ್ಯೇಷ್ಠ ಪುತ್ರ ಕರ್ಣಸಿಂಹ ಮೇವಾಡದ ಸಿಂಹಾಸನದಲ್ಲಿ ಕೂತರು. ಮೊಗಲರ ಅಧೀನತೆಯನ್ನು ಒಪ್ಪಿಕೊಳ್ಳುವದರ ಹಿಂದೆ ಕರ್ಣಸಿಂಹರ ಪ್ರಮುಖ ಭೂಮಿಕೆಯಿತ್ತು. ಕರ್ಣಸಿಂಹರ ಆಡಳಿತ ವ್ಯವಸ್ಥೆ ತುಂಬಾ ತೃಪ್ತಿಕರವಾಗಿತ್ತು. ಜಹಾಂಗೀರನೊಂದಿಗೆ ಮನಸ್ತಾಪವಾದಾಗ ಶಹಜಾದಾ ಖುರ್ರಮ್ ಉದಯಪುರದಲ್ಲಿಯೇ ಇದ್ದ. 1626 ಇಸ್ವಿಯಲ್ಲಿ ಖುರ್ರಮ್ ಮತ್ತು ಜಹಾಂಗೀರನಲ್ಲಿ ಒಪ್ಪಂದವಾಗಿತ್ತು. ಹೀಗಾಗಿ ಖುರ್ರಮ್ ದಾರಾಶಿಕೋಹ್ ಮತ್ತು ಔರಂಗಜೇಬ್ ತನ್ನ ಈ ಇಬ್ಬರು ಪುತ್ರರನ್ನು ಜಹಾಂಗೀರ ಸೇವೆ ಮಾಡಲು ಕಳುಹಿಸಿದ. ನಂತರ ಜಹಾಂಗೀರನ ನಿಧನದ ನಂತರ ಖುರ್ರಮ್ ದಕ್ಷಿಣದಿಂದ ಗುಜರಾತ್‌ಗೆ ಹಾದು ಹೋಗುತ್ತಾ ಆಗ್ರಾಕ್ಕೆ ಹೊಗುತ್ತಿದ್ದ, ಆಗ ಅವನು ಗೋಗೂಂದೆಯಲ್ಲಿ ಉಳಿದ. ಇದರಿಂದ ಕರ್ಣಸಿಂಹ ಮತ್ತು ಖುರ್ರಮ್ ಇಬ್ಬರಲ್ಲಿ ಆತ್ಮೀಯ ಸಂಬಂಧವಿತ್ತು ಎಂಬುದು ಸ್ಪಷ್ಟವಾಗುತ್ತದೆ. ನಂತರ ಖುರ್ರಮ್ ಆಗ್ರಾಕ್ಕೆ ಹೋದಾಗ, ಕರ್ಣಸಿಂಹ ತಮ್ಮ ಕಿರಿಯ ಸಹೋದರ ಅರ್ಜುನಸಿಂಹನನ್ನು ಅವನೊಂದಿಗೆ ಕಳುಹಿಸಿ, ತಾವು ಉದಯಪುರಕ್ಕೆ ಬಂದರು. ನಂತರ ಕರ್ಣಸಿಂಹರು ನಿಧನರಾದರು.

ಮಹಾರಾಣಾ ಜಗತಸಿಂಹ ಪ್ರಥಮ

ಕರ್ಣಸಿಂಹರ ನಂತರ 9 ಮೇ, 1928 ರಲ್ಲಿ ಜಗತಸಿಂಹ ಪ್ರಥಮ ಮೇವಾಡದ ಸಿಂಹಾಸನದಲ್ಲಿ ಕೂತರು. ಅವರು ಬಾಲ್ಯದಿಂದಲೇ ಅತ್ಯಂತ ಬುದ್ಧಿವಂತರಾಗಿದ್ದರು. ದೇವಲಿಯಾ, ಡೂಂಗರಪುರ, ಸಿರೋಹಿಯ ಮೇಲೆ ಸೈನಿಕ–ಕಾರ್ಯಗಳು ಮತ್ತು ಬಾಂಸವಾಡೆಯ ರಾವಲ್‌ಗೆ ದಂಡ ಇತ್ಯಾದಿ ಅವರ ಜೀವನದ ಮುಖ್ಯ ಕೆಲಸಗಳಾಗಿದ್ದವು. ಸನ್ 1652 ರಲ್ಲಿ ಅವರು ತೀರ್ಥಯಾತ್ರೆಗೆ ಹೋಗಲು ಬಯಸುತ್ತಿದ್ದರು; ಅದೇ ವರ್ಷ 25 ಅಕ್ಟೂಬರ್‌ರಂದು ಅವರು ನಿಧನರಾದರು.

ಮಹಾರಾಣಾ ರಾಜಸಿಂಹ ಪ್ರಥಮ

14 ಫೆಬ್ರವರಿ, 1653 ರಂದು ಮೇವಾಡದ ಸಿಂಹಾಸನದಲ್ಲಿ ಮಹಾರಾಣಾ ರಾಜಸಿಂಹ ಪ್ರಥಮ– ಇವರ ಪಟ್ಟಾಭಿಷೇಕವಾಯಿತು. ಈ ಸಮಯದಲ್ಲಿ ಸಾಮ್ರಾಟ ಶಾಹಜಹಾನ್ ಸಹ ಉಡುಗರೆಯನ್ನು ಕಳುಹಿಸಿದ್ದ. ಈಗ ಮೇವಾಡದ ರಾಜವಂಶ ಮೊಗಲರ ಅಧೀನಕ್ಕೆ ಬಂದಿದ್ದಾಗ್ಯೂ, ಮಹಾರಾಣಾ ರಾಜಸಿಂಹರು ಮಹಾರಾಣಾ ಪ್ರತಾಪರ ಆದರ್ಶಗಳನ್ನು ಅನುಸರಿಸುತ್ತಿದ್ದ ಸ್ವಾಭಿಮಾನಿ ಸಿಸೌದಿಯಾದ ರಾಜರಾಗಿದ್ದರು. ಅವರು ಅಮರಸಿಂಹರು ಮೊಗಲರ ಅಧೀನತೆಯನ್ನು ಒಪ್ಪಿಕೊಂಡ ಕಳಂಕವನ್ನು ತೊಳೆಯಲು ಬಯಸುತ್ತಿದ್ದರು.

ರಾಜಸಿಂಹ ಸಿಂಹಾಸನದಲ್ಲಿ ಕೂರುತ್ತಲೇ ಚಿತ್ತೌಡಿನ ಕೋಟೆಯನ್ನು ದುರಸ್ತಿ ಮಾಡಿಸಲು ಆರಂಭಿಸಿದರು. ಆಗ ಮೊಗಲ್ ಸಾಮ್ರಾಟರ ಅನುಯಾಯಿಗಳು ಮಾಲವಾ ಮತ್ತು ಅಜಮೇರಿನ ಮಂದಿರಗಳಲ್ಲಿ ಗೋವಧೆ ಇತ್ಯಾದಿಗಳನ್ನು ಮಾಡುತ್ತಿದ್ದ ಘಟನೆಗಳು ಮಹಾರಾಣಾರ ಕ್ರೋಧಕ್ಕೆ ಕಾರಣವಾದವು. ಅವರ ಸೇವಕರು ಸಹ ಮೊಗಲರನ್ನು ಛೇಡಿಸಲಾರಂಭಿಸಿದರು. ರಾಜಸಿಂಹರು ಮೊಗಲ್ ಸಾಮ್ರಾಟನ ವಿರುದ್ಧ ಬಂಡಾಯ ಏಳುವ ಸಿದ್ಧತೆಯಲ್ಲಿ ತೊಡಗಿದ್ದಾರೆ ಎಂಬ ಸೂಚನೆ ಶಾಹಜಹಾನನಿಗೆ ಸಿಕ್ಕಿತು. ಶಾಹಜಹಾನ್ ರಾಜಸಿಂಹನ ಚಿಕ್ಕಪ್ಪ ಗರೀಬದಾಸನಿಗೆ ಅನೇಕ ಅಧಿಕಾರ ಮತ್ತು ಜಹಗೀರುಗಳನ್ನು ಕೊಟ್ಟು, ಒಂದು ಸೈನ್ಯದೊಂದಿಗೆ ರಾಜಸಿಂಹರ ವಿರುದ್ಧವಾಗಿ ಕಳುಹಿಸಿದ. ಗರೀಬದಾಸ್ ಆ ದಿನಗಳಲ್ಲಿ ಮೊಗಲ್ ದರಬಾರಿನಲ್ಲಿದ್ದರು. ಗರೀಬದಾಸರು ಮೇವಾಡಿಗೆ ಹೋದಾಗ, ಅವರು ರಾಜಸಿಂಹರ ವಿರುದ್ಧ ಯುದ್ಧವನ್ನು ಮಾಡದೆ ನೇರವಾಗಿ ರಾಜಸಿಂಹರ ಬಳಿಗೆ ಹೋದರು; ಅವರಿಗೆ ಎಲ್ಲಾ ವಿಷಯಗಳನ್ನು ಮನದಟ್ಟು ಮಾಡಿಸಿದರು. ರಾಜಸಿಂಹರು ಅವರನ್ನು ತನ್ನ ಸಲಹೆಗಾರರಾಗಿ ಮಾಡಿಕೊಂಡರು.

16 ಅಕ್ಟೂಬರ್, 1654 ರಲ್ಲಿ ಶಾಹಜಹಾನ್ ಅಜಮೇರಿನ ಚಿಶ್ತಿಯ ಸಮಾಧಿಯ ದರ್ಶನ ಮಾಡುವ ನೆಪದಲ್ಲಿ ಮೇವಾಡದ ದಂಡಯಾತ್ರೆಗೆ ಹೊರಟ. ಅವನು ಇಪ್ಪತ್ತು ಸಾವಿರ ಅಶ್ವಾರೋಹಿ ಸೈನಿಕರೊಂದಿಗೆ ಮೌಲವಿ ಸಾದುಲ್ಲಾ ಖಾನನನ್ನು ಚಿತ್ತೌಡಿನ ಕಡೆಗೆ ಕಳುಹಿಸಿದ; ಜೊತೆಗೆ ಮುಂಶಿ ಚಂದ್ರಭಾನ್ ಎಂಬ ಬ್ರಾಹ್ಮಣನನ್ನು ದೂತನನ್ನಾಗಿ ಮಾಡಿ ಅನಾವಶ್ಯಕವಾಗಿ ರಕ್ತಪಾತವಾಗುವುದನ್ನು ತಡೆಯಲು ರಾಜಸಿಂಹರಿಗೆ ತಿಳಿ ಹೇಳಲು ಸಹ ಕಳುಹಿಸಿದ. ಸಾದುಲ್ಲಾ ಖಾನ್ ಚಿತ್ತೌಡಿಗೆ ಹೋದಾಗ, ಚಿತ್ತೌಡಿನ ಕೋಟೆ ಖಾಲಿಯಿತ್ತು. ರಾಜಸಿಂಹರು ಕೋಟೆಯನ್ನು ಮೊದಲೇ ಖಾಲಿ ಮಾಡಿಸಿದ್ದರು. ಅವರು ಪ್ರಜೆಗಳನ್ನು ಪರ್ವತಗಳಿಗೆ ಕಳುಹಿಸಿ ಚಿತ್ತೌಡನ್ನು ನಾಶ ಮಾಡಲು ಆರಂಭಿಸಿದ್ದರು.

ಚಂದ್ರಭಾನ್ ಮಹಾರಾಣಾ ರಾಜಸಿಂಹರ ಬಳಿಗೆ ಬಂದಾಗ, ಮಹಾರಾಣಾ ಅವನನ್ನು ಸ್ವಾಗತಿಸಿ ಸತ್ಕರಿಸಿದ. ಚಂದ್ರಭಾನ್ ಮಹಾರಾಣಾರಿಗೆ ಅನೇಕ ವಿಧದಲ್ಲಿ ತಿಳಿ ಹೇಳಿದ; ರಾಜಕುಮಾರನನ್ನು ಬಾದಶಾಹನ ಬಳಿಗೆ ಕಳುಹಿಸಬೇಕೆಂದು ಮತ್ತು ಇದರಲ್ಲಿ ಮೇವಾಡದ

ಹಿತವಿದೆ ಎಂದು ಸಲಹೆಯಿತ್ತ. ಇಬ್ಬರ ನಡುವೆ ಧೀರ್ಘ ಮಾತುಕತೆ ನಡೆಯಿತು. ಕುಂವರ್ ಸುಲ್ತಾನಸಿಂಹನ ವಯಸ್ಸು 5–6 ಆಗಿತ್ತು. ದಾರಾಶಿಕೋಹ ಕುಂವರ್ ಸುಲ್ತಾನಸಿಂಹನನ್ನು ಬಾದಶಾಹನ ಬಳಿಗೆ ಕಳುಹಿಸಿದ. ಅವನು 2 ಡಿಸೆಂಬರ್, 1654 ರಂದು ಬಾದಶಾಹನ ಬಳಿಗೆ ಹೋದ. ಬಾದಶಾಹ ಕುಂವರನಿಗೆ ಖಿಲ್ಲತ್ [ರಾಜ ಕೊಡುವ ಉಡುಪು] ಕೊಟ್ಟ. ಮರುದಿನ ಕುಂವರ್ ಸುಲ್ತಾನಸಿಂಹ ಉದಯಪುರಕ್ಕೆ ಮರಳಿ ಹೋದ.

ಮಹಾರಾಣಾ ರಾಜಸಿಂಹರು ಕುಶಲ ರಾಜಕೀಯ ತಜ್ಞನಾಗಿದ್ದರು. ಅವರು ಮೌಲವಿ ಸಾದುಲ್ಲಾ ಖಾನನ ಬಳಿಗೆ ಮೊದಲೇ ಮಧುಸೂದನ್ ಭಟ್ಟ ಮತ್ತು ರಾಯಸಿಂಹ ಝಾಲಾನನ್ನು ಕಳುಹಿಸಿದ್ದರು. ಈ ಇಬ್ಬರು ಸಾದುಲ್ಲಾ ಖಾನನಿಗೆ ಅನೇಕ ವಿಧದಲ್ಲಿ ತಿಳಿ ಹೇಳಿದರು, ಆದರೆ ಗರೀಬದಾಸರ ಘಟನೆಯಿಂದಾಗಿ ಅವರು ರಾಜಸಿಂಹರ ಬಗ್ಗೆ ತುಂಬಾ ಕೋಪಿಷ್ಟರಾಗಿದ್ದರು. ಪರಿಸ್ಥಿತಿಗಳು ಪ್ರತಿಕೂಲವಾಗಿರುವುದನ್ನು ನೋಡಿದ ಮಹಾರಾಣಾ ಆಗ ಮೌನವಾಗಿರುವುದೇ ಉಚಿತವೆಂದು ತಿಳಿದರು. ಏಕೆಂದರೆ ಅವರು ಮೇವಾಡ ಹಾಳಾಗಿದ್ದುದರಿಂದ ತುಂಬಾ ರೇಗಿದ್ದರು. ಹೀಗಾಗಿ ಅವರು ಮೊಗಲರೊಂದಿಗೆ ಸೇಡು ತೀರಿಸಿಕೊಳ್ಳುದಕ್ಕೆ ಪ್ರತಿಯಾಗಿ ತಮ್ಮ ಪರಿಸ್ಥಿತಿಯನ್ನು ಸದೃಢಗೊಳಿಸಿಕೊಳ್ಳಲು ವಿಶಾಲ ಸೈನ್ಯವೊಂದನ್ನು ಕಟ್ಟಲು ಯೋಚಿಸಿದರು.

ಔರಂಗಜೇಬನ ನಂತರ ಶಾಹಜಹಾನ್ ಮೊಗಲ್ ಸಾಮ್ರಾಟನದ; ಅವನು ಮೇವಾಡದ ಪ್ರಸಿದ್ಧ ಸ್ಥಳ ಮಾಂಡಲಗಢವನ್ನು ಕೃಷ್ಣಗಢದ ರಾಜ ರೂಪಸಿಂಹನಿಗೆ ಕೊಟ್ಟ. ಇದರಿಂದ ರಾಜಸಿಂಹ ಬೇಸರಗೊಳ್ಳುವುದು ಸಹಜವಾಗಿತ್ತು. ಅವರು ಈ ಅವಮಾನವನ್ನು ಸಹಿಸದಾದರು. ಅವರು ಸೈನ್ಯವನ್ನು ಕಳುಹಿಸಿ ಮಾಂಡಲಗಢವನ್ನು ತಮ್ಮ ವಶಕ್ಕೆ ತೆಗೆದುಕೊಂಡರು. ಅಲ್ಲದೆ 18 ಅಕ್ಟೂಬರ್ 1657 ರ ದಸರಾ ಹಬ್ಬದಲ್ಲಿ ಅವರು ತಮ್ಮ ಹೊಸ ಸೈನ್ಯದ ಭವ್ಯತೆಯನ್ನು ಪ್ರದರ್ಶಿಸಿದರು. ಈ ಹೊಸ ಸೈನ್ಯವನ್ನು ಅವರು ಮೊಗಲರಿಂದ ವಶಕ್ಕೆ ಪಡೆದ ಪ್ರದೇಶಗಳನ್ನು ಅವರ ಆಡಳಿತದಿಂದ ಬಿಡಿಸಲು ಕಳುಹಿಸಿದರು. ಸೈನ್ಯ ತನ್ನ ಗುರಿಯೆಡೆಗೆ ಸಾಗಿತು. 12 ಮೇ, 1658 ರಲ್ಲಿ ಖೈರಾಬಾದ್, ಮಾಂಡಲ್ ಮತ್ತು ದರೀಬಾವನ್ನು ವಶಪಡಿಸಿಕೊಳ್ಳಲಾಯಿತು. ಈ ಸ್ಥಳಗಳಿಂದ ಮೊಗಲರನ್ನು ಹೊರ ಹಾಕಿದ ನಂತರ ಅಲ್ಲಿ ಮೇವಾಡದ ಠಾಣೆಗಳನ್ನು ನಿರ್ಮಿಸಲಾಯಿತು. ಈ ಸುದ್ದಿಗಳು ಶಾಹಜಹಾನನಿಗೆ ತಿಳಿದಾಗ, ಅವನು ಕೆಂಡವಾದ, ಆದರೆ ಆಗ ಅವನೇನೂ ಮಾಡದಾದ, ಏಕೆಂದರೆ ಅವನ ಪುತ್ರರು ದಂಗೆ ಎದ್ದಿದ್ದರು.

ಮಹಾರಾಜ ರಾಜಸಿಂಹರು ಅವಕಾಶದ ಲಾಭ ಪಡೆದು ಔರಂಗಜೇಬನಿಗೆ ಗೆಳೆತನದ ಪ್ರಸ್ತಾವವಿಟ್ಟರು. ಇಬ್ಬರಲ್ಲಿ ಪತ್ರಗಳ ಕೊಡು–ಕೊಳ್ಳುವಿಕೆ ನಡೆಯಿತು. ಔರಂಗಬೇಬ ಸಹ ಆಗ ತನ್ನ ಪರಿಸ್ಥಿತಿಯನ್ನು ಸಶಕ್ತಗೊಳಿಸಿಕೊಳ್ಳಲು ಬಯಸುತ್ತಿದ್ದ. ಆದ್ದರಿಂದ ಅವನು ರಾಜಸಿಂಹರೊಂದಿಗೆ ಗೆಳೆತನವನ್ನು ಮಾಡಿಕೊಂಡ. ಔರಂಗಜೇಬ ಶುಜಾನನ್ನು ಹತ್ತಿಕ್ಕಲು ಬಂಗಾಳಕ್ಕೆ ಹೋದಾಗ, ಅವನು ರಾಜಸಿಂಹರ ಸಹಯವನ್ನು ಬೇಡಿದ. ರಾಜಸಿಂಹರು

ತಮ್ಮ ಕಿರಿಯ ಮಗ ಸರದಾರಸಿಂಹನನ್ನು ಅವನೊಂದಿಗೆ ಕಳುಹಿಸಿದರು. ಶುಜಾನನ್ನು ಹತ್ತಿಕ್ಕಿದ ನಂತರ ಔರಂಗಜೇಬ್ ಪ್ರಯಾಗಕ್ಕೆ ಮರಳಿ ಹೋದ, ಅದೇ ವೇಳೆಗೆ ದಾರಾಶಿಕೋಹ ಪಂಜಾಬಿನಿಂದ ಸಿಂಧ್, ಕಚ್ಛದಿಂದ ಹಾದು ಗುಜರಾತಿಗೆ ಬಂದಿದ್ದ. 23 ಫೆಬ್ರವರಿ 1659 ರಂದು ಅವನು ಸಹ ರಾಜಸಿಂಹರಿಂದ ಸಹಾಯವನ್ನು ಯಾಚಿಸಲು ಅವರಿಗೆ ಪತ್ರವನ್ನು ಬರೆದ. ರಾಜಸಿಂಹ ಇಬ್ಬರು ಸಹೋದರರ ಮಧ್ಯೆ ಯುದ್ಧ ಮಾಡಿಸಿ ಮೊಗಲ್ ಸಾಮ್ರಾಜ್ಯವನ್ನು ದುರ್ಬಲಗೊಳಿಸಲು ಬಯಸುತ್ತಿದ್ದರು. ಹೀಗಾಗಿ ಅವರು ದಾರಾಶಿಕೋಹನಿಗೆ ಯಾವ ಉತ್ತರವನ್ನು ಕೊಡಲಿಲ್ಲ. ಆಗ ಮಾಂಡಲಗಢ ಮತ್ತು ಬದನೌರ್ ಅವರ ವಶಕ್ಕೆ ಬಂದಿದ್ದವು. ಔರಂಗಜೇಬ್ ಸಹ ಅವರನ್ನು ಸರ್ವವಿಧದಲ್ಲೂ ಸಂತೋಷಪಡಿಸಲು ಬಯಸುತ್ತಿದ್ದ, ಹೀಗಾಗಿ ಅವನು ಡೂಂಗರಪುರ್, ಬಾಂಸಲವಾಡಾ, ಗಯಾಸಪುರ್, ಬಸಾವರ್ ಮುಂತಾದವುಗಳ ಮೇಲೂ ಮಹಾರಾಣಾರ ಅಧಿಕಾರವನ್ನು ಒಪ್ಪಿಕೊಂಡ. ಇದಕ್ಕಾಗಿ ಅವನು ತನ್ನ ಆದೇಶವನ್ನು ಕಳುಹಿಸಿದ.

ಉಚಿತ ಸಮಯ ನೋಡಿ ಮಹಾರಾಣಾರು ತಮ್ಮ ರಾಜ್ಯವನ್ನು ವಿಸ್ತರಿಸಲು ಆರಂಭಿಸಿದರು. ಈ ಪ್ರಸಂಗದಲ್ಲಿ ಅವರು ಬೀಸಲವಾಡೆಯನ್ನು ತಮ್ಮ ವಶಕ್ಕೆ ತೆಗೆದುಕೊಳ್ಳಲು ಸೈನ್ಯವನ್ನು ಕಳುಹಿಸಿದರು. ಬೀಸಲವಾಡೆಯ ರಾವಲ್ ಸಮರಸಿಂಹ ಮಹಾರಾಣಾರ ಅಧೀನತೆಯನ್ನು ಒಪ್ಪಿದ. ಅವನು ಪರಿಹಾರವಾಗಿ ಮೇವಾಡದ ಹತ್ತು ಲಕ್ಷ ಹಣವನ್ನು ಕೊಟ್ಟ. ಮೇವಾಡದ ಸೈನ್ಯಾಧಿಪರಿ ಫತಹಚಂದ್ರ ಇಪ್ಪತ್ತು ಸಾವಿರ ಹಣವನ್ನು ತೆಗೆದುಕೊಂಡು ಉಳಿದ ಹಣವನ್ನು ಮತ್ತು ಹಳ್ಳಿಯನ್ನು ರಾವಲ್ ಸರಮಸಿಂಹನಿಗೆ ಮರಳಿ ಕೊಟ್ಟ. ನಂತರ ಅವನು ಮಹಾರಾಣಾರ ಬಳಿಗೆ ಮರಳಿ ಬಂದ. ಬೀಸಲವಾಡಾದ ನಂತರ ಮೇವಾಡದ ಸೈನ್ಯ ಡೂಂಗರಪುರಕ್ಕೆ ಹೊರಟಿತು. ಅಲ್ಲಿಯ ರಾವಲ್ ಗಿರಿಧರ ಸಹ ಮೇವಾಡದ ಅಧೀನತೆಯನ್ನು ಒಪ್ಪಿದ.

ಆಗ ತಂದೆ ಶಾಹಜಹಾನ್‌ರನ್ನು ಬಂಧಿಸಿ, ಸಹೋದರರನ್ನು ಕೊಲೆಗೈದ ನಂತರ ಔರಂಗಜೇಬ್ ಮೊಗಲ್ ಸಾಮ್ರಾಟನಾಗಿದ್ದ. ಅವನನ್ನು ಪ್ರಸನ್ನಗೊಳಿಸಲು ರಾಜಸಿಂಹ ಅವನ ಬಳಿಗೆ ಉಡುಗೊರೆಯಾಗಿ ಒಂದು ಹೆಣ್ಣಾನೆ ಮತ್ತು ವಜ್ರ ಇತ್ಯಾದಿಗಳನ್ನು ಕಳುಹಿಸಿದ. ಈ ಉಡುಗೊರೆಗಳೊಂದಿಗೆ ಉದಯಕರ್ಣ ಚೌಹಾನ್ 9 ಡಿಸೆಂಬರ್, 1659 ರಂದು ಔರಂಗಜೇಬನ ಬಳಿಗೆ ದಿಲ್ಲಿಗೆ ಹೋದ. ಔರಂಗಜೇಬ್ ಈ ಉಡುಗೊರೆಗಳನ್ನು ಸಂತೋಷದಿಂದ ತೆಗೆದುಕೊಂಡ; ಅವನೂ ಸಹ ಉದಯಕರ್ಣ ಚೌಹಾನನ ಮೂಲಕ ಮಹಾರಾಣಾ ರಾಜಸಿಂಹನಿಗೆ ಒಂದು ಕುದುರೆ ಮತ್ತು ಚಳಿಗಾಲದ ಖಿಲ್ಲತ್ ಕಳುಹಿಸಿದ.

ಅದುವರೆಗೆ ಮಹಾರಾಣಾ ಸಮರಸಿಂಹ ಮತ್ತು ಔರಂಗಜೇಬನ ಸಂಬಂಧ ಸದ್ಭಾವನೆಯಿಂದ ಕೂಡಿತ್ತು. ಆದರೆ ಔರಂಗಜೇಬ್‌ನಂಥ ಅಂಧವಿಶ್ವಾಸಿ ಮತ್ತು ಸಂಕೀರ್ಣ ಸ್ವಭಾವದ ಸಾಮ್ರಾಟನೊಂದಿಗೆ ಉದಾರಿ ಮತ್ತು ಸ್ವಾಭಿಮಾನಿ ರಾಜ ಸದಾಕಾಲಕ್ಕೂ ಸದ್ಭಾವನೆಯಿಂದಿರುವುದು ಸಾಧ್ಯವಿರಲಿಲ್ಲ ಎಂಬುದು ಮೇಲಿನ ವಿವರಣೆಗಳಿಂದ

ಸ್ಪಷ್ಟವಾಗುತ್ತದೆ. ಶೀಘ್ರವೇ ಔರಂಗಜೇಬನೊಂದಿಗೆ ಅವರ ಸಂಬಂಧ ಕಹಿಯಾಯಿತು. ಸಾಮ್ರಾಟ ಜಹಾಂಗೀರ್ ಒಂದು ನಿಯಮವನ್ನು ಮಾಡಿದ್ದು, ಅದರ ಪ್ರಕಾರ ಮೊಗಲ್ ಸಾಮ್ರಾಜ್ಯದ ಅಧೀನ ರಜಪೂತ ರಾಜರು ಸಾಮ್ರಾಟನ ಆಜ್ಞೆಯಿಲ್ಲದೆ ಪರಸ್ಪರ ವೈವಾಹಿಕ ಸಂಬಂಧವನ್ನು ಬೆಳೆಸಲು ಸಾಧ್ಯವಿರಲಿಲ್ಲ. ಇದರ ಹಿಂದೆ, ಪರಂಪರಾಗತ ವೈವಾಹಿಕ ಸಂಬಂಧಗಳಿಂದ ಈ ರಾಜರುಗಳು ಪ್ರರಸ್ಪರ ಸಂಬಂಧಗಳಲ್ಲಿ ಬೆಸೆದುಕೊಂಡು ಮೊಗಲ್ ಸಾಮ್ರಾಜ್ಯಕ್ಕೆ ಘಾತಕರಾಗುವ ಸಾಧ್ಯತೆಯಿತ್ತು ಎಂಬ ಪ್ರಮುಖ ಕಾರಣವಿತ್ತು. ಅಲ್ಲದೆ ಮತ್ತೊಂದು ಮಹತ್ವದ ಕಾರಣವೇನೆಂದರೆ, ಮೊಗಲ್ ಸಾಮ್ರಾಟರು ಸುಂದರ ರಜಪೂತ ಕುಮಾರಿಯರ ಪಲ್ಲಕ್ಕಿಗಳನ್ನು ತಮ್ಮಲ್ಲಿಗೆ ಕರೆಯಿಸಿಕೊಳ್ಳುತ್ತಿದ್ದರು.

ರೂಪನಗರ ರಾಜ್ಯದ ಪುತ್ರಿ ಚಾರುಮತಿ ಅತ್ಯಂತ ಸುಂದರಿಯಾಗಿದ್ದಳು. ಅವಳ ಸೌಂದರ್ಯದ ಬಗ್ಗೆ ಕೇಳಿದ ಔರಂಗಜೇಬ್ ಅವಳನ್ನು ವಿವಾಹವಾಗಲು ಬಯಸುತ್ತಿದ್ದ. ಚಾರುಮತಿಯ ಸಹೋದರ ಮಾನಸಿಂಹ ಸಹ ಔರಂಗಜೇಬನ ದರಬಾರಿನಲ್ಲಿದ್ದ. ಅವನು ತನ್ನ ಸಹೋದರಿಯ ವಿವಾಹವನ್ನು ಔರಂಗಜೇಬನೊಂದಿಗೆ ನೆರವೇರಿಸಲು ಒಪ್ಪಿದ, ಈ ಬಗ್ಗೆ ಮಾತೂ ಕೊಟ್ಟ. ಆದರೆ ಅವನ ತಂದೆ-ತಾಯಿ ಈ ವಿವಾಹವನ್ನು ಬಯಸುತ್ತಿರಲಿಲ್ಲ. ಅವರೂ ಔರಂಗಜೇಬನ ಅಧೀನದಲ್ಲಿದ್ದರು; ಅವರು ಈ ಸಂಬಂಧವನ್ನು ಒಪ್ಪಿಕೊಳ್ಳದೆ ಅವನ ಕೋಪಕ್ಕೆ ಭಾಜನರಾಗಲು ಬಯಸುತ್ತಿರಲಿಲ್ಲ. ಅವರು ಒಂದು ಯುಕ್ತಿಯನ್ನು ಮಾಡಿದರು. ಅವರು ಮಹಾರಾಣಾ ರಾಜಸಿಂಹನಿಗೆ ರಾಜಕುಮಾರಿ ಚಾರುಮತಿಯ ಕೈಯಿಂದ ವಿವಾಹ-ಪ್ರಸ್ತಾವದ ಪತ್ರವನ್ನು ಬರೆಯಿಸಿದರು. ಒಬ್ಬ ಬ್ರಾಹ್ಮಣ ಆ ಪತ್ರವನ್ನು ಮಹಾರಾಣಾರಿಗೆ ತಲುಪಿಸಿದ. ಮಹಾರಾಣಾ ರೂಪನಗರಕ್ಕೆ ಬಂದು ಚಾರುಮತಿಯನ್ನು ವಿವಾಹವಾದರು. ಇಲ್ಲಿಂದಲೇ ಔರಂಗಜೇಬನೊಂದಿಗಿನ ಅವರ ಸಂಬಂಧ ಹದಗೆಟ್ಟಿತು. ಔರಂಗಜೇಬ್ ರೇಗಿ ಗಯಾಸಪುರ ಮತ್ತು ಬಸಾವಪುರವನ್ನು ಉದಯಪುರದಿಂದ ಬೇರೆ ಮಾಡಿ, ರಾವತ್ ಹರಿಸಿಂಹನಿಗೆ ಕೊಟ್ಟ. ರಾಜಸಿಂಹ ಸಾಮ್ರಟನ ಈ ಕೃತ್ಯಕ್ಕೆ ತನ್ನ ಸಿಟ್ಟನ್ನು ವ್ಯಕ್ತಪಡಿಸಿದ; ಈ ವಿಷಯದಲ್ಲಿ ಒಂದು ಪತ್ರವನ್ನು ಸಹ ಬರೆದ, ಆದರೆ ಯಾವುದೇ ಪರಿಣಾಮವಾಗಲಿಲ್ಲ.

ಮಹಾರಾಣಾರು ಅನೇಕ ಹೊಸ ಮಂದಿರಗಳನ್ನು ನಿರ್ಮಿಸಿದರು. ಮಥುರಾದ ಗೋಸಾಯಿಗಳಿಗೂ ಸಹ ತನ್ನ ರಾಜ್ಯದಲ್ಲಿ ಆಶ್ರಯ ಕೊಟ್ಟರು. ಈ ಕಾರ್ಯಗಳನ್ನು ನೋಡಿ ಔರಂಗಜೇಬ್ ರಾಜಸಿಂಹರ ಬಗ್ಗೆ ಕುಪಿತನಾದ. ಅವನು 20 ಜನವರಿ, 1679 ರಂದು ತೀರ್ಥಯಾತ್ರೆಯ ನೆಪದಲ್ಲಿ ಚಿಶ್ತಿಯ ಸಮಾಧಿಯಿದ್ದ ಅಜಮೇರಿಗೆ ಮಾರ್ಚ್ 1 ರಂದು ಹೋದ. ರಾಜಸಿಂಹರಿಗೆ ಅವನ ಅಭಿಪ್ರಾಯ ತಿಳಿದಿತ್ತು. ಅವರು ತಮ್ಮ ವಕೀಲರನ್ನು ಅವನ ಬಳಿಗೆ ಕಳುಹಿಸಿದರು. ಆಗ ಔರಂಗಜೇಬ ವಕೀಲರಿಗೆ ಹೇಳಿದ ಆದೇಶಗಳನ್ನೆಲ್ಲಾ ಮಹಾರಾಣಾರು ಒಪ್ಪಿದರು.

ಆಗಲೇ ಔರಂಗಜೇಬ್ ಹಿಂದೂಗಳ ಮೇಲೆ ತಲೆಗಂದಾಯವನ್ನು ವಿಧಿಸಿದ. ರಾಜಸಿಂಹರು ಇದನ್ನು ಹಿಂದೂಗಳೊಂದಿಗಿನ ಧಾರ್ಮಿಕ ಅನ್ಯಾಯವೆಂದು ತಿಳಿದರು.

ಅವರು ಇದು ಅನುಚಿತವೆಂದು ಹೇಳುತ್ತಾ ತಮ್ಮ ದುಃಖವನ್ನು ವ್ಯಕ್ತಪಡಿಸಿ ಔರಂಗಜೇಬನಿಗೆ ಪತ್ರವನ್ನು ಬರೆದರು. ಆ ಪತ್ರದಲ್ಲಿ ಅವರು, 'ದೇವರ ಎದುರು ಹಿಂದೂ ಮತ್ತು ಮುಸಲ್ಮಾನರು ಇಬ್ಬರೂ ಸಮಾನರು. ಸಾಮ್ರಾಟರು ಅವರ ಪ್ರತಿನಿಧಿಗಳಾಗಿರುತ್ತಾರೆ. ದೇವರ ಹೆಸರಿನಲ್ಲಿ ಇಂಥ ಭೇದಭಾವನೆ ಸರಿಯಲ್ಲ. ಇದರಿಂದ ನಿಮ್ಮ ಯಶಸ್ಸು ನಾಶವಾಗುವುದು' ಎಂದು ಬರೆದಿದ್ದರು. ಪತ್ರವನ್ನು ಓದಿ ಔರಂಗಜೇಬ್ ಕೆಂಡವಾದ. ಅವನು ಕೂಡಲೇ ಉದಯಪುರದ ಮೇಲೆ ಆಕ್ರಮಣ ಮಾಡಲು ಆದೇಶಿಸಿದ. 15 ಸೆಪ್ಟಂಬರ್, 1679 ರಲ್ಲಿ ಅವನು ಸೈನ್ಯದ ಸಮೇತ ಉದಯಪುರಕ್ಕೆ ಹೊರಟ. 18 ಜನವರಿ. 1680 ರಂದು ಮೊಗಲರ ಸೈನ್ಯ ಮೇವಾಡವನ್ನು ತಲುಪಿತು. ಸೈನ್ಯಕ್ಕೆ ಉದಯಪುರದ ಮೇಲೆ ಆಕ್ರಮಣವೆಸಗಲು ಆದೇಶಿಸಲಾಯಿತು.

ರಾಜಸಿಂಹರಿಗೆ ಔರಂಗಜೇಬರ ಕಾರ್ಯಕಲಾಪಗಳ ಬಗ್ಗೆ ತಿಳಿದಾಗ ಅವರು ತಮ್ಮ ಪ್ರಜೆ, ಮಕ್ಕಳು ಮತ್ತು ಹೆಂಡತಿಯರನ್ನು ಮಕಾಮ್ ದೇವಿ ಮಾತಾ ಮುಂತಾದ ಬೆಟ್ಟಗಳಿಗೆ ಕಳುಹಿಸಿದರು. ತಮ್ಮ ಸಾಮಂತರು, ವೀರರು ಮತ್ತು ಭೀಲರಿಗೆ, 'ಸಮಯ ಸಿಗುತ್ತಲೇ ಮೊಗಲ್ ಸೈನಿಕರಿಗೆ ಬರುವ ಸಾಮಗ್ರಿಗಳನ್ನು ಕೊಳ್ಳೆ ಹೊಡೆಯಿರಿ' ಎಂದು ಆದೇಶಿಸಿದರು. ಮೊಗಲ್ ಸೈನ್ಯಾಧಿಪತಿಗಳು ಈ ವಿಷಯವನ್ನು ಔರಂಗಜೇಬನಿಗೆ ಹೇಳಿದರು. ಯಕ್ಕಾ, ತಾಜ್ ಖಾನ್ ಮುಂತಾದ ಮೊಗಲ್ ಸೈನ್ಯಾಧಿಪತಿಗಳು ಹಿಂದೂಗಳ ಮಂದಿರಗಳನ್ನು ಕೆಡವುತ್ತಾ ಉದಯಪುರಕ್ಕೆ ಹೋದರು. 27 ಜನವರಿಯಂದು ಮೊಗಲ್ ಶಹಜಾದಾ ಅಕ್ಬರ್ ವಿಶಾಲ ಸೈನ್ಯದೊಂದಿಗೆ ಹೊರಟ. ಅವನು ಮಹಾರಾಣಾರನ್ನು ಹಿಂಬಾಲಿಸಲು ಸೈನ್ಯವನ್ನು ಪರ್ವತಗಳೆಡೆಗೆ ಹೋಗಲು ಆದೇಶಿಸಿದ. 5 ಮಾರ್ಚ್‌ರಂದು ಔರಂಗಜೇಬ್ ಸಹ ಚಿತ್ತೌಡಿನ ಕಡೆಗೆ ಹೊರಟ. ಅವನು 63 ಮಂದಿರಗಳನ್ನು ಒಡೆಸಿ ಹಾಕಿದ, ನಂತರ ಖಾನೆಜಹಾಂ ಎಂಬ ಸೈನ್ಯಾಧಿಪತಿ ಚಿತ್ತೌಡಿಗೆ ಹೋದ. ನಂತರ ಶಹಜಾದಾ ಅಕ್ಬರನಿಗೆ, 'ನೀನು ಸೈನ್ಯದ ಸಮೇತ ಚಿತ್ತೌಡಿನ ಕೋಟೆಯಲ್ಲಿ ಬಿಡಾರ ಹಾಕು' ಎಂಬ ಆದೇಶ ಲಭಿಸಿತು. ಅಕ್ಬರ್ ಚಿತ್ತೌಡಿನ ಕೋಟೆಯಲ್ಲಿರಲು ಆರಂಭಿಸಿದ. ರಜಪೂತರು ಅನೇಕ ಬಾರಿ ಮೊಗಲರೊಂದಿಗೆ ಭಯಾನಕ ಯುದ್ಧ ಮಾಡಿದರು; ಅನೇಕ ಬಾರಿ ಮೊಗಲ್ ಸೈನ್ಯ ಸೋಲಬೇಕಾಯಿತು. ಆದರೆ ಕಡೆಗೆ ಮೊಗಲರ ಪ್ರಾಬಲ್ಯವೇ ಮೇಲಾಯಿತು.

ನಂತರ ಅಕ್ಬರನನ್ನು ತನ್ನ ಸ್ಥಾನದಲ್ಲಿ ನೇಮಿಸಿ ಔರಂಗಜೇಬ್ ಅಜಮೇರಿಗೆ ಹೋದ. ರಾಜಸಿಂಹ ವಾಸ್ತವಿಕ ಅರ್ಥದಲ್ಲಿ ಮಹಾರಾಣಾ ಪ್ರತಾಪರ ಉತ್ತರಾಧಿಕಾರಿಗಳಾಗಿದ್ದರು. ಅವರು ಜೀವನಪರ್ಯಂತ ಮೊಗಲರೊಂದಿಗೆ ಹೋರಾಡಿದರು. ಸೋಲು-ಗೆಲುವು ಮನಸ್ಸಿನ ಸ್ಥಿತಿಯಾಗಿದೆ, ಶರೀರದ್ದಲ್ಲ. ಅವರು ಮನಸ್ಸಿನಲ್ಲಿ ಎಂದೂ ಸೋಲನ್ನು ಒಪ್ಪಲಿಲ್ಲ. ಈ ಮಹಾನ್ ಸ್ವಾತಂತ್ರ್ಯ ಪ್ರೇಮಿ ವೀರನ ನಿಧನ 3 ನವೆಂಬರ್ 1680 ರಂದು ಕುಂಭಲಗಢ ಪ್ರದೇಶದ ಓಡಾ ಹಳ್ಳಿಯಲ್ಲಾಯಿತು. ಅವರು ಯಾವ ಕಾಹಿಲೆಯಿಲ್ಲದೆ ಆಕಸ್ಮಿಕವಾಗಿ ಸಾವನ್ನಪ್ಪಿದ್ದರು. ಈ ಬಗ್ಗೆ, ಅವರಿಗೆ ವಿಷವನ್ನು ಕೊಡಲಾಗಿತ್ತು, ಏಕೆಂದರೆ

ಅವರ ಸ್ವಭಾವ ಅತ್ಯಂತ ತೀವ್ರವಾಗಿತ್ತು, ಅವರ ಬಗ್ಗೆ ಎಲ್ಲರೂ ಕೋಪಿಸಿಕೊಳ್ಳುತ್ತಿದ್ದರು ಎಂದೂ ಹೇಳಲಾಗುತ್ತದೆ. ಆದರೆ ಮಹಾರಾಣಾ ರಾಜಸಿಂಹ ಸ್ವಾಭಿಮಾನಿ, ಸ್ವಾತಂತ್ರ್ಯ ಪ್ರೇಮಿ ರಜಪೂತ ರಾಜರಾಗಿದ್ದರು ಎಂಬುದಂತೂ ನಿಶ್ಚಿತ. ಅವರು ಮೇವಾಡದ ಮುಳುಗಿದ ಸೂರ್ಯನನ್ನು ಮತ್ತೆ ಪ್ರತಿಷ್ಠಾಪಿಸಿದ್ದು ಸರ್ವಥಾ ಪ್ರಶಂಸನೀಯವಾಗಿದೆ. ಅವರಿಗೆ ತಮ್ಮ ಉದ್ದೇಶದಲ್ಲಿ ಯಶಸ್ಸು ಲಭಿಸದಿದ್ದಾಗ್ಯೂ, ಅವರ ಕಾರ್ಯದ ಮಹತ್ವ ಕಡಿಮೆಯಾಗುವುದಿಲ್ಲ. ಒಂದು ವೇಳೆ ಅವರಿಗೆ ತಮ್ಮ ಕಾರ್ಯಗಳಲ್ಲಿ ಯಶಸ್ಸು ಲಭಿಸಿದ್ದರೆ, ಮೇವಾಡ ಮತ್ತು ಭಾರತದ ಇತಿಹಾಸ ಇಂದು ಯಾವ ರೂಪದಲ್ಲಿರುತ್ತಿತ್ತೋ!

ಮಹಾರಾಣಾ ಜಯಸಿಂಹ

ರಾಜಸಿಂಹರ ನಿಧನದ ವೇಳೆಯಲ್ಲಿ ಜಯಸಿಂಹ ಕುರುಜ್ ಹಳ್ಳಿಯಲ್ಲಿ ಮೊಗಲ್ ಸೈನ್ಯವನ್ನು ಎದುರಿಸುತ್ತಿದ್ದರು. ಅಲ್ಲಿಯೇ 3 ನವೆಂಬರ್‌ನಲ್ಲಿ ಅವರ ಪಟ್ಟಾಭಿಷೇಕವಾಯಿತು. ಅವರು 15 ಫೆಬ್ರವರಿ 1653 ರಂದು ಹುಟ್ಟಿದ್ದರು. ಅವರು ಮಹಾರಾಣಾರಾದ ಅದೇ ಸಮಯದಲ್ಲಿ ಶಹಜಾದಾ ಅಕ್ಬರ್, ಔರಂಗಜೇಬನ ವಿರುದ್ಧ ಬಂಡಾಯವೆದ್ದು ತಾನೇ ಸಾಮ್ರಾಟನೆಂದು ಘೋಷಿಸಿದ್ದ. ಅವನ ಈ ಕಾರ್ಯಕ್ಕೆ ರಜಪೂತರು ಸಹ ಧ್ವನಿಗೂಡಿಸುತ್ತಿದ್ದರು. ಅವನ ಬಳಿ 70 ಸಾವಿರಕ್ಕಿಂತ ಹೆಚ್ಚು ಸೈನಿಕರಿದ್ದರು. ಔರಂಗಜೇಬ ಬರುವ ಸುದ್ದಿ ಕೇಳಿ ಅವನನ್ನು ಎದುರಿಸಲು ಸಿದ್ಧನಾದ. ಆಗ ಔರಂಗಜೇಬ ಕೂಟನೀತಿಯನ್ನು ಮಾಡಿದ. ಅವನು ಅಕ್ಬರನ ಹೆಸರಿಗೆ ಒಂದು ಪತ್ರ ಬರೆದು, ಧೂರ್ತತೆಯಿಂದ ಆ ಪತ್ರವನ್ನು ರಜಪೂತರ ಮೂಲಕ ತಲುಪಿಸಿದ. ಪತ್ರವನ್ನು ಓದಿದ ರಜಪೂತರು, ಅಕ್ಬರ್ ಔರಂಗಜೇಬನ ಹೇಳಿಕೆ ಮೇರೆಗೆ ತಮ್ಮೊಂದಿಗೆ ಮೋಸ ಮಾಡುತ್ತಿದ್ದಾನೆ ಎಂದು ತಿಳಿದರು. ಔರಂಗಜೇಬನ ಉಪಾಯ ಫಲಿಸಿತು. 28 ಜನವರಿ 1631 ರಲ್ಲಿ ಅಕ್ಬರ್ ಓಡಿ ಹೋದ. ನಂತರ ಜಯಸಿಂಹ ಮತ್ತು ಔರಂಗಜೇಬನ ನಡುವೆ ಒಪ್ಪಂದವಾಯಿತು.

ಸಿಸೌದಿಯಾ ಪ್ರಜೆಗಳು ಮದ್ಯವನ್ನು ಸೇವಿಸುತ್ತಿರಲಿಲ್ಲ, ಆದರೆ ಜಯಸಿಂಹನ ಹಿರಿಯ ಮಗ ಅಮರಸಿಂಹನ ಹೆಂಡತಿಯೊಬ್ಬಳು ಮದ್ಯದ ವ್ಯಸನಿಯಾಗಿದ್ದಳು. ಅವಳು ಅಮರಸಿಂಹನಿಗೂ ಮದ್ಯದ ಚಟ ಹಿಡಿಸಿದಳು. ಅಮರಸಿಂಹ ಮದ್ಯವನ್ನು ಸೇವಿಸಲಾರಂಭಿಸಿದ. ಇದರಿಂದ ಜಯಸಿಂಹನಿಗೆ ನಿರಾಸೆಯಾಯಿತು. ಅವರು ಅಮರಸಿಂಹನನ್ನು ಗದರಿಸಿದರು, ಆದರೆ ಉಪಯೋಗವಾಗಲಿಲ್ಲ. ಪ್ರತಿಯಾಗಿ ಅವನು ಜಯಸಿಂಹರಿಗೆ ಅವಮಾನ ಮಾಡಲು ಯತ್ನಿಸಿದ. ರಾಜಸ್ಥಾನದ ಒಂದು ಪದ್ಧತಿಯಂತೆ ತಂದೆ ಬದುಕಿರುವಾಗ ಮಗ ಬಿಳಿ ಪೇಟಾವನ್ನು ಧರಿಸುವಂತಿಲ್ಲ, ಆದರೆ ಅಮರಸಿಂಹ ಒಮ್ಮೆ ತಾನು ಮತ್ತು ತನ್ನ ಮಗನ ತಲೆಗೆ ಪೇಟಾ ಹಾಕಿಕೊಂಡು ಜಯಸಿಂಹನ ಎದುರು ಬಂದ. ಆಗ ಜಯಸಿಂಹ ಜಯಸಮುದ್ರಕ್ಕೆ ಹೋಗಿದ್ದರು. ಮಗನ ಈ ಆಚರಣೆಯಿಂದ

ಅವರು ತುಂಬಾ ನೊಂದರು. ಅವರು ಅಮರಸಿಂಹನಿಗೆ ಉದಯಪುರವನ್ನು ತ್ಯಜಿಸಲು ಆದೇಶಿಸಿದರು. ಅಮರಸಿಂಹ ಉದಯಪುರದ ಪೂರ್ವದಲ್ಲಿ ಸುಮಾರು ಹದಿನಾರು ಮೈಲಿಗಳ ದೂರದಲ್ಲಿದ್ದ ಕರ್ಣಪುರ ಹಳ್ಳಿಗೆ ಹೋದ. ಮೇವಾಡದ ಬಹುತೇಕ ಸಾಮಂತರು ಅಮರಸಿಂಹನ ಪರವಾಗಿದ್ದರು. ಪರಿಸ್ಥಿತಿ ತನ್ನ ವಿರುದ್ಧವಾಗಿರುವುದನ್ನು ನೋಡಿ ಜಯಸಿಂಹ ಉದಯಪುರವನ್ನು ತ್ಯಜಿಸಬೇಕಾಯಿತು. ಅಲ್ಲಿಂದ ಅವನು ನಾಡೌಲ್‌ನ ಕಾಡಿಗೆ ಹೋದರು. ಅಮರಸಿಂಹ ಹಾಡಾ ರಜಪೂತರ ಸಹಾಯದಿಂದ ತಮ್ಮ ಸಿಸೌದಿಯಾ ರಜಪೂತರನ್ನು ಕರೆದೊಯ್ದು ಉದಯಪುರವನ್ನು ವಶಪಡಿಸಿಕೊಂಡ. ಅಲ್ಲಿ ತಮ್ಮ ಪಟ್ಟಾಭಿಷೇಕವನ್ನು ಮಾಡಿಸಿಕೊಂಡ ನಂತರ ಅವನೇ ಖುದ್ದು ಮಹಾರಾಣಾ ಆದ. ನಂತರ ಅವನು ಜೀಲವಾಡಾಕ್ಕೆ ಹೋದ.

ಅಮರಸಿಂಹರ ಈ ಕೆಲಸದಿಂದ ಮಹಾರಾಣಾ ಜಯಸಿಂಹರು ಚಿಂತಿತರಾಗುವುದು ಸಹಜವಾಗಿತ್ತು. ಮನೆಯ ಜಗಳದ ಲಾಭ ಮೊಗಲರಿಗೆ ಲಭಿಸುತ್ತಿತ್ತು. ಇದನ್ನೆಲ್ಲಾ ಯೋಚಿಸಿ ಜಯಸಿಂಹರ ಸಾಮಂತರು ಅಮರಸಿಂಹರ ಬಳಿಗೆ ಕೆಲವು ರಜಪೂತರನ್ನು ಕಳುಹಿಸಿದರು. ಸಾಕಷ್ಟು ತಿಳಿ ಹೇಳಿದ ನಂತರ ಕಡೆಗೆ ರಾಜಕುಮಾರ ಅಮರಸಿಂಹ ಒಪ್ಪಿದ. ಅವನ ಖರ್ಚಿಗೆ 3 ಲಕ್ಷ ಹಣವನ್ನು ವಾರ್ಷಿಕ ಜಹಗೀರಾಗಿ ಕೊಡಲಾಯಿತು. ಅಲ್ಲದೆ, ಮಹಾರಾಣಾ ಜಯಸಿಂಹರು ಉದಯಪುರದಲ್ಲಿ ಮತ್ತು ಮಹಾರಾಣಾ ರಾಜನಗರದಲ್ಲಿರುವವರು ಎಂಬುದು ಸಹ ನಿರ್ಧಾರವಾಯಿತು. ಕಡೆಗೆ ಅಂದಿನಿಂದ ರಾಜಕುಮಾರ ರಾಜನಗರದಲ್ಲಿ ಮತ್ತು ಮಹಾರಾಣಾ ಉದಯಪುರದಲ್ಲಿರಲು ಆರಂಭಿಸಿದರು. 1692 ರಲ್ಲಿ ಅಮರಸಿಂಹರ ಈ ಬಂಡಾಯದ ಅಂತ್ಯವಾಯಿತು. ಮಹಾರಾಣಾ ಜಯಸಿಂಹರು 5 ಅಕ್ಟೂಬರ್, 1698 ರಲ್ಲಿ ನಿಧನರಾದರು.

ಮಹಾರಾಣಾ ಅಮರಸಿಂಹ ದ್ವಿತೀಯ

ಜಯಸಿಂಹ 11 ಅಕ್ಟೂಬರ್ 1672 ರಲ್ಲಿ ಜನಿಸಿದ್ದರು. ಅವರ ಸಾವಿನ ಸುದ್ದಿಯನ್ನು ಕೇಳುತ್ತಲೇ ಅವರು ಉದಯಪುರಕ್ಕೆ ಹೊರಟರು. ಉದಯಪುರಕ್ಕೆ ಹೋದ ನಂತರ ಅಕ್ಟೂಬರ್ 10 ರಂದು ಅಮರಸಿಂಹರು ಮೇವಾಡದ ಸಿಂಹಾಸನದಲ್ಲಿ ಕೂತರು. ಅವರು ತಮ್ಮ ವಿರೋಧಿಗಳಿಗೂ ಈ ಸಮಯದಲ್ಲಿ ಪುರಸ್ಕಾರಗಳನ್ನು ಕೊಟ್ಟು ತಮ್ಮ ಮಿತ್ರರಾಗಿ ಮಾಡಿಕೊಂಡರು.

ವೀರ ವಿನೋದ ಮಹಾಮಹೋಪಾಧ್ಯಾಯ ಕವಿರಾಜರು ಹೀಗೆ ಬರೆದಿದ್ದಾರೆ: 1708 ಇಸ್ವಿಯಲ್ಲಿ ಜೋಧಪುರ ಮತ್ತು ಜಯಪುರದ ರಾಜರುಗಳು ಉದಯಪುರಕ್ಕೆ ಬಂದರು. ಇಬ್ಬರೂ ಮಹಾರಾಣಾ ಅಮರಸಿಂಹರೆದುರು, 'ಎಲ್ಲಾ ರಜಪೂತ ರಾಜರು ಅಮರಸಿಂಹರ ಪರವಾಗಿ ಮೊಗಲ್ ಸಾಮ್ರಾಜ್ಯವನ್ನು ನಾಶ ಮಾಡಿ, ಅಮರಸಿಂಹರನ್ನು ಭಾರತದ ಸಾಮ್ರಾಟರನ್ನಾಗಿ ಮಾಡಿ' ಎಂಬ ಪ್ರಸ್ತಾವವನ್ನಿಟ್ಟರು. ಅದರೊಂದಿಗೆ ರಜಪೂತ

ರಾಜಕುಮಾರಿಯರ ಪಲ್ಲಕ್ಕಿಗಳು ಮೊಗಲರ ಬಳಿಗೆ ಕಳುಹಿಸದಿರುವ ಬಗ್ಗೆ ಸಹ ಚರ್ಚಿಸಲಾಯಿತು.

22 ಡಿಸೆಂಬರ್ 1710 ರಂದು ಮಹಾರಾಣಾ ಅಮರಸಿಂಹ ದ್ವಿತೀಯರು ನಿಧನರಾದರು.

ಮಹಾರಾಣಾ ಸಂಗ್ರಾಮಸಿಂಹ ದ್ವಿತೀಯ

22 ಡಿಸೆಂಬರ್ 1710 ರಂದು ಮಹಾರಾಣಾ ಸಂಗ್ರಾಮಸಿಂಹರ ರಾಜ್ಯಾಭಿಷೇಕ ನೆರವೇರಿತು. ಅಭಿಷೇಕ ಮಹೋತ್ಸವವನ್ನು 8 ಮೇ, 1711 ರಂದು ಆಚರಿಸಲಾಯಿತು.

ಮೊಗಲ್ ಸಾಮ್ರಾಟ, ಪುರ ಮಂಡಲ ಮುಂತಾದ ಅಧಿಕಾರವನ್ನು ರಣಬಾಜ್ ಖಾನ್ ಮೇವಾತಿಗೆ ಕೊಟ್ಟಿದ್ದ, ಹೀಗಾಗಿ ಮಹಾರಾಣಾ ಸಂಗ್ರಾಮಸಿಂಹ ರಣಬಾಜ್ ಖಾನನ ಮೇಲೆ ಆಕ್ರಮಣ ಮಾಡಿ, ಗೆಲುವನ್ನು ಪಡೆದ. ಮಾಧವಸಿಂಹ ಉದಯಪುರಕ್ಕೆ ಬಂದದ್ದು ಇತ್ಯಾದಿಗಳು ಸಂಗ್ರಾಮಸಿಂಹನ ಆಡಳಿತದ ಕಾಲದ ಘಟನೆಗಳಾಗಿವೆ.

ಮೇಲ್ಕಾಣಿಸಿದ ಘಟನೆಗಳಲ್ಲದೆ, ಮಹಾರಾಣಾ ಸಂಗ್ರಾಮಸಿಂಹರ ಜೀವನದಲ್ಲಿ ಬೇರೆ ಯಾವುದೇ ವಿಶೇಷ ಉಪಲಬ್ಧತೆಗಳಿಲ್ಲ. ಅವರು 23 ಜನವರಿ 1734 ಇಸ್ವಿಯಲ್ಲಿ ನಿಧನರಾದರು. 1 ಏಪ್ರಿಲ್, 1690 ರಲ್ಲಿ ಅವರು ಹುಟ್ಟಿದ್ದರು. ಅವರಿಗೆ ಹದಿನಾರು ರಾಣಿಯರಿದ್ದರು ಎಂದು ಚರಿತ್ರೆಯ ಪುಸ್ತಕಗಳಲ್ಲಿ ಉಲ್ಲೇಖವಿದೆ, ಆದರೆ ಅವರ ಆರು ರಾಣಿಯರ ಹೆಸರು ಮಾತ್ರ ಸಿಗುತ್ತವೆ, ಅವು ಹೀಗಿವೆ– ಅತರಕುಂವರ್, ಸೂರಜಕುಂವರ್, ಉಮ್ಮೇದಕುಂವರ್, ರಾಮಕುಂವರ್, ಇಂದ್ರಕುಂವರ್, ಮಹಾಕುಂವರ್ ಇತ್ಯಾದಿ. ಅವರಿಗೆ ನಾಲ್ವರು ಪುತ್ರರಿದ್ದರು: ಜಗತಸಿಂಹ್, ನಾಥಸಿಂಹ್, ಬಾಘಸಿಂಹ್ ಮತ್ತು ಅರ್ಜುನಸಿಂಹ್. ಜಗತಸಿಂಹ ತಂದೆಯ ನಿಧನದ ನಂತರ ಮಹಾರಾಣಾ ಆದರು.

ಮಹಾರಾಣಾ ಜಗತಸಿಂಹ ದ್ವಿತೀಯ

2 ಫೆಬ್ರವರಿ, 1734 ರಂದು ಜಗತಸಿಂಹರ ರಾಜ್ಯಾಭಿಷೇಕ ಮತ್ತು ಅಭಿಷೇಕ ಮಹೋತ್ಸವ ಇದೇ ವರ್ಷ ಜೂನ್ 15 ರಂದು ನಡೆದಿತ್ತು. ಜಗತಸಿಂಹ ದ್ವಿತೀಯ ಮರಾಠರ ಪ್ರಭಾವದಿಂದ ಮೊದಲೇ ಚಿಂತಿತರಾಗಿದ್ದರು. ಹೀಗಾಗಿ ರಾಜಸ್ಥಾನದಲ್ಲಿ ಮರಾಠರ ಪ್ರಭಾವವನ್ನು ಕಡಿಮೆಗೊಳಿಸಲು ಉದಯಪುರ ಇನ್ನಿತರ ರಾಜ್ಯಗಳೊಂದಿಗೆ ಮಾತುಕತೆ ನಡೆಸಿದರು. ಈ ರಾಜ್ಯಗಳು ಸಹ ಮಹಾರಾಣಾರ ಅಭಿಪ್ರಾಯಕ್ಕೆ ಒಪ್ಪಿದ್ದರು. ಆದ್ದರಿಂದ ಇವರು ಮರಾಠರೊಂದಿಗೆ ದೀರ್ಘ ಪತ್ರ-ವ್ಯವಹಾರವನ್ನು ಮಾಡಿದ್ದರು. ಮಹಾರಾಣಾರ ಶಾಹಪುರದ ಮೇಲೆ ಆಕ್ರಮಣ, ಮಹಾರಾಣಾ ಮತ್ತು ಕುಂವರ್ ಪ್ರತಾಪಸಿಂಹರ ಪರಸ್ಪರ ವಿರೋಧ; ಮಹಾರಾಣಾ ಅವರು ಜಯಪುರದ ಮೇಲೆ ಸೈನಿಕ ದಂಡಯಾತ್ರೆ ಮಾಡಿದ್ದು, ಜಗನ್ನಿವಾಸದ ನಿರ್ಮಾಣ, ಮಹಾರಾಣಾರ ಸೈನ್ಯ, ಜಯಪುರದ

ಸೈನ್ಯದೊಂದಿಗೆ ಯುದ್ಧ ಮಾಡಿದ್ದು- ಎಲ್ಲವೂ ಜಗತಸಿಂಹರ ರಾಜ್ಯಕಾಲದಲ್ಲಿ ಸಂಭವಿಸಿದ ಮಹತ್ವದ ಘಟನೆಗಳಾಗಿವೆ.

16 ಜೂನ್, 1751 ರಲ್ಲಿ ಮಹಾರಾಣಾ ಜಗತಸಿಂಹರ ನಿಧನವಾಯಿತು. ಆಗ ಅವರ ವಯಸ್ಸು ಸುಮಾರು 42 ವರ್ಷವಾಗಿತ್ತು. ಅವರು 29 ಸೆಪ್ಟಂಬರ್, 1709 ರಲ್ಲಿ ಜನಿಸಿದ್ದರು. ಅವರಿಗೆ ಪ್ರತಾಪಸಿಂಹ ಮತ್ತು ಅರಿಸಿಂಹ ಎಂಬ ಇಬ್ಬರು ಪುತ್ರರಿದ್ದರು. ಅವರ ನಿಧನದ ನಂತರ ಪ್ರತಾಪಸಿಂಹರೇ ಅವರ ಉತ್ತರಾಧಿಕಾರಿಗಳಾದರು.

ಮಹಾರಾಣಾ ಪ್ರತಾಪಸಿಂಹ ದ್ವಿತೀಯ

ಮಹಾರಾಣಾ ಪ್ರತಾಪಸಿಂಹ ದ್ವಿತೀಯ–ಇವರ ಪಟ್ಟಾಭಿಷೇಕ 16 ಜೂನ್, 1751 ಇಸ್ವಿಯಲ್ಲಿ ನೆರವೇರಿತು. ಅವರು 8 ಅಗಸ್ಟ್, 1724 ರಂದು ಜನಿಸಿದ್ದರು. ಇವರ ತಾಯಿ ನಾಹರಸಿಂಹ ಸೋಲಂಕಿಯ ಪುತ್ರಿಯಾಗಿದ್ದು, ಇವರ ತಂದೆ ಮಹಾರಾಣಾ ಜಗತಸಿಂಹರಾಗಿದ್ದರು. ಜಗತಸಿಂಹರು ಕಾಹಿಲೆ ಬಿದ್ದಾಗ ನಾಗೌರ್‌ನ ರಾಜ ನಾಥಸಿಂಹ, ದೇವಗಢದ ರಾವತ್ ಜಶವಂತಸಿಂಹ, ದೇಲವವಾಡಾದ ರಾಜ ರಾಘವವೇದ್, ಸನವಾಡದ ಭಾರತಸಿಂಹ ಮತ್ತು ಶಾಹಪುರಾದ ರಾಜ ಉಮ್ಮೇದಸಿಂಹರು ಇವರನ್ನು ಬಂಧಿಸಿದ್ದರು, ಏಕೆಂದರೆ ಇವರೆಲ್ಲಾ ಪ್ರತಾಪಸಿಂಹರನ್ನು ಮಹಾರಾಣಾ ಮಾಡಲು ಬಯಸುತ್ತಿರಲಿಲ್ಲ, ಆದರೆ ಜಗತಸಿಂಹ ಅವರಿಗೆ ಹೀಗೆ ಮಾಡಲು ಬಿಡಲಿಲ್ಲ. ಪ್ರತಾಪಸಿಂಹರು ಮಹಾರಾಣಾ ಆದ ನಂತರ ಈ ಐವರನ್ನು ತನ್ನ ಬಳಿಗೆ ಕರೆಯಿಸಿಕೊಂಡರು. ಪ್ರತಾಪಸಿಂಹರು ತುಂಬಾ ಬುದ್ಧವಂತರಾಗಿದ್ದರು ಮತ್ತು ವೀರರಾಗಿದ್ದರು ಎನ್ನಲಾಗುತ್ತದೆ.

ಮಹಾರಾಣಾ ಪ್ರತಾಪಸಿಂಹ ದ್ವಿತೀಯ ಜನವರಿ 1754 ಇಸ್ವಿಯಲ್ಲಿ ನಿಧನರಾದರು. ಅವರಿಗೆ ನಾಲ್ವರು ರಾಣಿಯರಿದ್ದರು. ಮೊದಲ ರಾಣಿ ಮಹಾರಾಣಾರ ಜೀವಿತ ಅವಧಿಯಲ್ಲಿಯೇ ನಿಧನಳಾಗಿದ್ದಳು. ಎರಡನೆಯ ರಾಣಿ ಬನೆಕುಂವರ್ ಮತ್ತು ಮೂರನೆಯ ರಾಣಿ ಮಾಯಾಕುಂವರ್ ಪತಿಯೊಂದಿಗೆ ಸತಿಯಾದರು. ನಾಲ್ಕನೆಯ ರಾಣಿ ವಖ್ತಾವರ್ ಕುಂವರ್‌ಳಿಂದ ರಾಜಸಿಂಹ ಜನಿಸಿದ.

ಮಹಾರಾಣಾ ರಾಜಸಿಂಹ ದ್ವಿತೀಯ

ಪ್ರತಾಪಸಿಂಹ ದ್ವಿತೀಯರ ನಂತರ ರಾಜಸಿಂಹ ದ್ವಿತೀಯ ಮೇವಾಡದ ಮಹಾರಾಣಾ ಆದರು. ಅವರ ರಾಜ್ಯಾಭಿಷೇಕ 10 ಜನವರಿ, 1764 ರಲ್ಲಿ ನೆರವೇರಿತು. ಇವರು 17 ಮೇ, 1754 ರ ಇಸ್ವಿಯಲ್ಲಿ ಜನಿಸಿದರು; ಇವರು ಸಿಂಹಾಸನದಲ್ಲಿ ಕೂರುವ ವೇಳೆಯಲ್ಲಿ ಇವರಿಗೆ ಹತ್ತು ವರ್ಷ ಮಾತ್ರವಾಗಿತ್ತು. ಆಗ ಇಡೀ ಉತ್ತರ ಭಾರತದಲ್ಲಿ ಮರಾಠರ ಪ್ರಾಬಲ್ಯವಿತ್ತು. ಚಿಕ್ಕ ವಯಸ್ಸಿನ ಮಹಾರಾಣಾನಿಂದಾಗಿ ರಾಜ್ಯದಲ್ಲಿ ತುಂಬಾ ಅವ್ಯವಸ್ಥೆ ಹಬ್ಬಿತು. ರಾಜ್ಯದಲ್ಲಿ ಮರಾಠರ ಆಟೋಪ ಆವರಿಸಿತು. ಪ್ರತಾಪಸಿಂಹರ ಆಡಳಿತದ ಅವಧಿಯಲ್ಲಿ ರಾಜ

ನಾಥಸಿಂಹರು ಉದಯಪುರವನ್ನು ತ್ಯಜಿಸಬೇಕಾಗಿತ್ತು. ಅವರ ನಿಧನದ ನಂತರ ಪ್ರತಾಪರು ಸಹ ಉದಯಪುರಕ್ಕೆ ಬಂದರು. ಆ ದಿನಗಳಲ್ಲಿ ಸಿಂಧಿಯಾ ಮಾರವಾಡದ ಮೇಲೆ ಆಕ್ರಮಣ ಮಾಡಿದ. ರಾವತ್ ಜೈತಸಿಂಹನನ್ನು ಉದಯಪುರನೊಂದಿಗೆ ಸಂಧಿಗಾಗಿ ಸಿಂಧಿಯಾರ ಬಳಿಗೆ ಕಳುಹಿಸಲಾಯಿತು. ಆಗ ರಜಪೂತನೊಬ್ಬ ಸಿಂಧಿಯಾ ಅವರನ್ನು ಮೋಸದಿಂದ ಕೊಂದ. ಈ ಕೆಲಸ ಉದಯಪುರದವರದ್ದು ಎಂದು ಮರಾಠರು ತಿಳಿದರು. ಹೀಗಾಗಿ ಮರಾಠರು ಜೈತಸಿಂಹನ ಮೇಲೆ ಆಕ್ರಮಣ ಮಾಡಿದರು. ಜೈತಸಿಂಹರೊಂದಿಗೆ ಅನೇಕ ವೀರರು ಕೊಲ್ಲಲ್ಪಟ್ಟರು. ಇದರಿಂದ ಉದಯಪುರದವರಿಗೆ ಅತೀವ ದುಃಖವಾಯಿತು. ಅದೇ ವೇಳೆಗೆ ಶಾಹಪುರಾದ ರಾಜ ಉದಯಪುರದ ಅಧೀನತೆಯನ್ನು ಒಪ್ಪಿಕೊಂಡ. ಮಹಾರಾಣಾ ರಾಜಸಿಂಹ ದ್ವಿತೀಯರು 3 ಏಪ್ರಿಲ್ 1761 ರಲ್ಲಿ ನಿಧನರಾದರು.

ಮಹಾರಾಣಾ ಅರಿಸಿಂಹ ತೃತೀಯ

ಚಿಕ್ಕ ವಯಸ್ಸಿನಲ್ಲಿಯೇ ರಾಜಸಿಂಹರು ನಿಧನರಾದ್ದರಿಂದ ರಾಜ್ಯದಲ್ಲಿ ಮೌನ ಕವಿಯಿತು. ಅವರ ಉತ್ತರಾಧಿಕಾರಿ ಇರಲಿಲ್ಲ. ಹೀಗಾಗಿ ಮಹಾರಾಣಾ ಜಗತಸಿಂಹ ದ್ವಿತೀಯರ ಕಿರಿಯ ಪುತ್ರ ಅರಿಸಿಂಹ ತೃತೀಯನನ್ನು ಮೇವಾಡದ ಸಿಂಹಾಸನದಲ್ಲಿ ಕೂರಿಸಲಾಯಿತು. ಈ ರಾಜ್ಯಾಭಿಷೇಕ 3 ಏಪ್ರಿಲ್, 1761 ರಲ್ಲಿ ನೆರವೇರಿತು. ಅರಿಸಿಂಹ ತೃತೀಯ ಉದ್ದಂಡ ಸ್ವಭಾವದ ರಾಜನಾಗಿದ್ದ. ಒಮ್ಮೆ ಅವನು ಭಗವಾನ್ ಏಕಲಿಂಗನ ದರ್ಶನಕ್ಕೆ ಹೋಗುತ್ತಿರುವಾಗ, ಎದುರಿನಿಂದ ಬರುತ್ತಿದ್ದ ಸಾಮಂತರ ಸೈನ್ಯದ ತುಕಡಿಗಳಿಗೆ ಮಾರ್ಗದಿಂದ ಸರಿಯುವಂತೆ ಆದೇಶಿಸಿದ, ಆದರೆ ಮಾರ್ಗ ತುಂಬಾ ಸಂಕೀರ್ಣವಾಗಿದ್ದು, ಇದು ಸಾಧ್ಯವಿರಲಿಲ್ಲ. ಅರಿಸಿಂಹನ ಆದೇಶದಂತೆ ಸಾಮಂತರ ಮೇಲೆ ದೊಣ್ಣೆಗಳಿಂದ ಪ್ರಹಾರ ಮಾಡಲಾಯಿತು. ಅವರು ಆಡಳಿತದ ಸ್ಥಾನಗಳಲ್ಲೂ ಕಪಟವೆಸಗಿದ. ಇದರಿಂದ ಇನ್ನಷ್ಟು ಅವ್ಯವಸ್ಥೆಯಾಯಿತು. ಜನವರಿ 1769 ರಲ್ಲಿ ಮರಾಠರು ಮೇವಾಡದ ಮೇಲೆ ಆಕ್ರಮಣ ಮಾಡಿದರು. ಮೂರು ದಿನಗಳ ಭಯಾನಕ ಯುದ್ಧದ ನಂತರ 16 ಜನವರಿಯಂದು ಮರಾಠರು ಓಡಿ ಹೋದರು. ಇದು ಮೇವಾಡದ ಸೈನ್ಯದ ಕೊನೆಯ ಯುದ್ಧವಾಗಿತ್ತು ಎನ್ನಲಾಗುತ್ತದೆ. ನಂತರದಲ್ಲಿ ಮಹಾರಾಣಾ ಮತ್ತು ಮರಾಠರ ಸಂಬಂಧಗಳಲ್ಲಿ ಸುಧಾರಣೆ ಬಂದಿತ್ತು. 9 ಮಾರ್ಚ್, 1773 ರಲ್ಲಿ ಅರಿಸಿಂಹ ತೃತೀಯ ನಿಧನನಾದ. ಅವನ ಸಾವು ಬೂಂದಿ ರಾಜ ಅಜೀತಸಿಂಹನ ವಿಶ್ವಾಸಘಾತುಕತನದಿಂದಾಗಿ ಸಂಭವಿಸಿತು.

ಮಹಾರಾಣಾ ಹಮೀರಸಿಂಹ ದ್ವಿತೀಯ

ಅಮರಸಿಂಹ ತೃತೀಯನ ನಂತರ 11 ಮಾರ್ಚ್, 1773 ರಲ್ಲಿ ಅವರ ಹಿರಿಯ ಪುತ್ರ ಹಮೀರಸಿಂಹ ದ್ವಿತೀಯರು ಮೇವಾಡದ ಸಿಂಹಾಸನದಲ್ಲಿ ಕೂತರು. ಹಮೀರಸಿಂಹರು 13 ಜೂನ್, 1761 ರಲ್ಲಿ ಜನಿಸಿದದ್ದರು, ಆಗ ಅವರಿನ್ನೂ ಬಾಲಕರಾಗಿದ್ದರಿಂದ ಮಹಾರಾಜ

ಬಾಘಸಿಂಹ ಮತ್ತು ಅರ್ಜುನಸಿಂಹ ಎಂಬ ಇಬ್ಬರು ಸರದಾರರು ಸ್ವಾಮಿಭಕ್ತಿಯೊಂದಿಗೆ ಆಡಳಿತವನ್ನು ನೋಡಿಕೊಳ್ಳಲಾರಂಭಿಸಿದರು. ಹಮೀರಸಿಂಹರು ಸಿಂಹಾಸನದಲ್ಲಿ ಕೂರುವಾಗ ಮೇವಾಡದ ರಾಜ್ಯದ ಖಜಾನೆ ಖಾಲಿಯಾಗಿತ್ತು. ಮೇವಾಡದ ಮರಾಠಾ ಸೈನ್ಯ ತನ್ನ ವೇತನವನ್ನು ಕೇಳಿತು, ಅವರಿಗೆ ಅನೇಕ ವಿಧದಲ್ಲಿ ತಿಳಿ ಹೇಳಲಾಯಿತು. ಆದರೆ ಮಾಧವರಾವ್ ಸಿಂಧಿಯಾರ ಅಳಿಯ ವೈರಜಿ ತಾಕಪೀರ್ ಚಿತ್ತೌಡಿನ ಪರ್ವತದ ಕೆಳಗಿನ ನಗರವನ್ನು ಲೂಟಿ ಮಾಡಿದ. ಈ ಅವಮಾನವನ್ನು ನೋಡಿದ ಮೇವಾಡದ ವೀರರು ಅವನ ಸೈನ್ಯದ ಮೇಲೆ ಆಕ್ರಮಣ ಮಾಡಿದರು. ಮರಾಠರು ಓಡಿ ಹೋದರು. ಡಿಸೆಂಬರ್ 1777 ಇಸ್ವಿಯಂದು ಮಹಾರಾಣಾ ಹಮೀರಸಿಂಹ ಬೇಟೆಯಾಡಲು ಹೋದರು, ಆಗ ಅವರ ಬಂದೂಕು ಅವರ ಕೈಯಲ್ಲಿದ್ದಾಗಲೇ ಸಿಡಿಯಿತು. ವಿಷ ಹಬ್ಬಿದ್ದರಿಂದ ಅವರು 6 ಜನವರಿ, 1778 ರಂದು ನಿಧನರಾದರು.

ಮಹಾರಾಣಾ ಭೀಮಸಿಂಹ ದ್ವಿತೀಯ

ಅಷ್ಟು ಕಡಿಮೆ ವಯಸ್ಸಿನಲ್ಲಿ ಹಮೀರಸಿಂಹ ನಿಧನರಾದ್ದರಿಂದ ಮೇವಾಡ ಶೋಕದಲ್ಲಿ ಮುಳುಗಿತು. 7 ಜನವರಿ, 1778 ರಂದು ಹಮೀರಸಿಂಹನ ಹತ್ತು ವರ್ಷದ ಕಿರಿಯ ಸಹೋದರ ಭೀಮಸಿಂಹನನ್ನು ಮೇವಾಡದ ಸಿಂಹಾಸನದಲ್ಲಿ ಕೂರಿಸಲಾಯಿತು. ಭೀಮಸಿಂಹ 10 ಮಾರ್ಚ್ 1768 ರಂದು ಜನಿಸಿದ್ದ. ಭೀಮಸಿಂಹ ಮಹಾರಾಣಾ ಆದಾಗ ಮರಾಠರು ಮೇವಾಡವನ್ನು ಇನ್ನಷ್ಟು ನಾಶ ಮಾಡಿದರು. ರಾಜ್ಯದ ಅನೇಕ ಜಿಲ್ಲೆಗಳು ಸಹ ಕೈಬಿಟ್ಟು ಹೋದವು. ಸಾಮಂತರು ಮತ್ತು ಜಹಗೀರುದಾರರು ಮನಸ್ಸಿಗೆ ಬಂದಂತೆ ವರ್ತಿಸಿದರು. ಅಲ್ಲಲ್ಲಿ ದಂಗೆಗಳಾದವು.

ಜನವರಿ 1788 ರಲ್ಲಿ ಮರಾಠರ ಸೈನ್ಯ ಮಂದಸೌರ್‌ನಿಂದ ಮೇವಾಡದ ಮೇಲೆ ಆಕ್ರಮಣವೆಸಗಲು ಹೊರಟಿತು. ಅನೇಕ ರಜಪೂತ ವೀರರು ಒಂದಾಗಿ ಮರಾಠರನ್ನು ಎದುರಿಸಿದರು, ಅನೇಕರು ವಧಿಸಲ್ಪಟ್ಟರು, ಕೆಲವರು ಗಾಯಗೊಂಡರು, ಕೆಲವರನ್ನು ಬಂಧಿಸಲಾಯಿತು. ಒಟ್ಟಿನಲ್ಲಿ ಭೀಮಸಿಂಹರ ಆಡಳಿತ ಅಶಾಂತಿಮಯವಾಗಿತ್ತು, ಅವರ ಜೀವಿತದ ಅವಧಿಯಲ್ಲಿಯೇ ಅವರ ಜ್ಯೇಷ್ಠ ಪುತ್ರ ಅಮರಸಿಂಹ ನಿಧನನಾಗಿದ್ದ. ಕಡೆಗೆ 30 ಮಾರ್ಚ್, 1828 ರಂದು ಭೀಮಸಿಂಹರು ನಿಧನರಾದರು.

ಮಹಾರಾಣಾ ಜವಾನಸಿಂಹ

ಮಹಾರಾಣಾ ಭೀಮಸಿಂಹರ ನಿಧನದ ನಂತರ 31 ಮಾರ್ಚ್, 1828 ಇಸ್ವಿಯಂದು ಅವರ ಪುತ್ರ ಜವಾನಸಿಂಹ ಮೇವಾಡದ ಮಹಾರಾಣಾ ಆದರು. ಅವರು ಪಿತೃಭಕ್ತರು, ಉದಾರಿಗಳು ಮತ್ತು ಪ್ರಜಾ–ಪ್ರೇಮಿಗಳಾಗಿದ್ದರು. ಅವರ ಸಿಬ್ಬಂದಿಗಳು ಖರ್ಚು–ವೆಚ್ಚದ

ಸರಿಯಾದ ವಿವರಣೆಯನ್ನು ಕೊಡುತ್ತಿರಲಿಲ್ಲ. ಮಹಾರಾಣಾರು ಅವರ ಮಾತುಗಳನ್ನು ನಂಬುತ್ತಿದ್ದರು. ನಾಥದ್ವಾರಾದವರು ಪ್ರತಿನಿಧಿಯಾಗಲು ಏಜೆಂಟ್ ಗವರ್ನಲ್–ಜನರಲ್ ರಾಜಸ್ಥಾನದಿಂದ ಪತ್ರ–ವ್ಯವಹಾರ ಇತ್ಯಾದಿಗಳು, ಕೋಟಾ ಮತ್ತು ಜಯಪುರದ ರಾಜರುಗಳೊಂದಿಗೆ ಭೇಟಿ, ಬೊಂಬಾಯಿ ಪ್ರಾಂತ್ಯದ ಗರ್ವನರ್ ಉದಯಪುರಕ್ಕೆ ಆಗಮಿಸಿದ್ದು ಮುಂತಾದವುಗಳು ಜವಾನಸಿಂಹರ ಆಡಳಿತದ ಅವಧಿಯ ಮುಖ್ಯ ಘಟನೆಗಳಾಗಿವೆ. 24 ಅಗಸ್ಟ್, 1838 ರ ರಾತ್ರಿ ಜವಾನಸಿಂಹ ತಮ್ಮ ಅರಮನೆಯಲ್ಲಿ ಮಲಗಿರುವಾಗ ಅವರ ತಲೆಯಲ್ಲಿ ಅತೀವ ನೋವು ಕಾಣಿಸಿಕೊಂಡಿತು. ಅನೇಕ ಚಿಕಿತ್ಸೆಯನ್ನು ಮಾಡಿಸಿದ ನಂತರವೂ ಅವರು 30 ಅಗಸ್ಟ್‌ರಂದು ನಿಧನರಾದರು.

ಮಹಾರಾಣಾ ಸರದಾರಸಿಂಹ

ಮಹಾರಾಣಾ ಜವಾನಸಿಂಹರಿಗೆ ಮಕ್ಕಳಿರಲಿಲ್ಲ. ಹೀಗಾಗಿ ಮೇವಾಡದ ಸಾಮಂತರು ಪರಸ್ಪರ ಸಮಾಲೋಚಿಸಿ 7 ಸೆಪ್ಟಂಬರ್, 1838 ರಂದು ಸರದಾರಸಿಂಹರನ್ನು ಮೇವಾಡದ ಮಹಾರಾಣಾ ಮಾಡಿದರು. ಅವರು 29 ಅಗಸ್ಟ್, 1798 ರಲ್ಲಿ ಜನಿಸಿದ್ದರು. ಸರದಾರಸಿಂಹರ ರಾಜ್ಯಾಭಿಷೇಕವಾಗುತ್ತಲೇ ಮೇವಾಡದಲ್ಲಿ ಆಂತರಿಕ ಕಲಹ ಆರಂಭವಾಯಿತು. ಕೆಲವರು ಸರದಾರಸಿಂಹರನ್ನು ಮಹಾರಾಣಾ ಮಾಡಲು ಬಯಸುತ್ತಿರಲಿಲ್ಲ, ಅವರು ವಿರೋಧಿಸಿದರು.

ಗೋಡವಾಡವನ್ನು ಮೇವಾಡದೊಂದಿಗೆ ಸೇರಿಸುವ ಪ್ರಯತ್ನ, ಶೇರಸಿಂಹ ಮಹತಾನನ್ನು ಬಂಧಿಸಿದ್ದು ಮತ್ತು ರಾಮಸಿಂಹನನ್ನು ಪ್ರಧಾನನ್ನಾಗಿ ಮಾಡಿದ್ದು, ಕುಂವರ ಸ್ವರೂಪಸಿಂಹನನ್ನು ದತ್ತು ತೆಗೆದುಕೊಂಡಿದ್ದು ಇತ್ಯಾದಿಗಳು ಸರದಾರಸಿಂಹನ ಕಾಲದಲ್ಲಿ ಘಟಿಸಿದ ಮುಖ್ಯ ಘಟನೆಗಳಾಗಿವೆ.

ಸ್ವರೂಪಸಿಂಹನನ್ನು ದತ್ತು ತೆಗೆದುಕೊಂಡ ನಂತರ ಸರದಾರಸಿಂಹರ ಕಾಹಿಲೆ ಹೆಚ್ಚಿತು. ಅವರು ವೃಂದಾವನದ ಯಾತ್ರೆಗೆ ಹೊರಟರು. ಮರಳಿ ಬಂದಾಗ 13 ಜುಲೈ 1842 ರಂದು ಅವರು ನಿಧನರಾದರು.

ಮಹಾರಾಣಾ ಸ್ವರೂಪಸಿಂಹ

ಸ್ವರೂಪಸಿಂಹರು 8 ಜನವರಿ, 1815 ರಂದು ಜನಿಸಿದರು. ಮಹಾರಾಣಾ ಸರದಾರಸಿಂಹರ ನಿಧನದ ನಂತರ 15 ಜುಲೈ 1842 ರಂದು ಅವರ ಅಭಿಷೇಕವಾಯಿತು. ಸಿಂಹಾಸನದಲ್ಲಿ ಕೂರುತ್ತಲೇ ಅವರು ತುಂಬಾ ಬುದ್ಧಿವಂತಿಕೆಯಿಂದ ಆಡಳಿತವನ್ನು ನಡೆಸಬೇಕಾಯಿತು. ಏಕೆಂದರೆ ಮುಖಸ್ತುತಿ ಮಾಡುವ ಕೆಲವರು ಮತ್ತು ಸ್ವಾರ್ಥಿಗಳು ಅವರನ್ನು ತಮ್ಮ ಪರವಾಗಿ ಮಾಡಿಕೊಳ್ಳಲು ಬಯಸುತ್ತಿದ್ದರು.

ಕೋಟಾದ ರಾಮಸಿಂಹರು ಉದಯಪುರಕ್ಕೆ ಬರುವುದು, ಸಲೂಂಬರ್ ಕುಂವರ್

ಕೇಸರಿಸಿಂಹನ ಬಗ್ಗೆ ಮಹಾರಾಣಾರ ಕೋಪ, ಮೇಹತಾ ಶೇರಸಿಂಹರು ಪ್ರಧಾನನನ್ನು ಭೇಟಿಯಾದದ್ದು, ಮಹಾರಾಣಾ ಅವರು ಏಕಲಿಂಗದಲ್ಲಿ ಮದ್ಯವನ್ನು ತ್ಯಜಿಸಿದ್ದು, ಮಂದಿರಗಳು ಮತ್ತು ಗ್ರಾಮಗಳ ಪ್ರದೇಶಗಳಿಗೆ ವ್ಯವಸ್ಥೆಯನ್ನು ಮಾಡಲು ಮಹಾರಾಣಾ ಅವರು ಮೇವಾಡಕ್ಕೆ ಹೋಗುವುದು, ಹೆನರಿ ಲಾರೆನ್ಸ್ ಉದಯಪುರಕ್ಕೆ ಬರುವುದು, ದೇವಲಿಯಲ್ಲಿ ಛತ್ರಗಳು ಮತ್ತು ರಾಜ್ಯದ ಠಾಣೆಗಳನ್ನು ನಿರ್ಮಿಸುವುದು, ದಂಗೆಯೆದ್ದ ಭೀಲರಿಗೆ ಶಿಕ್ಷಿಸುವುದು ಇತ್ಯಾದಿಗಳು ಇವರ ಆಡಳಿತದ ಅವಧಿಯಲ್ಲಾದ ಪ್ರಮುಖ ಘಟನೆಗಳಾಗಿವೆ. ಕಡೆಗೆ ನಾಡಿವ್ರಣದ ಭಯಾನಕ ವೇದನೆಯಿಂದ ಅವರು 16 ನವೆಂಬರ್, 1861 ರಲ್ಲಿ ಸ್ವರೂಪಸಿಂಹರು ನಿಧನರಾದರು.

ಮಹಾರಾಣಾ ಶಂಭುಸಿಂಹ

ಸ್ವರೂಪಸಿಂಹರ ನಿಧನದ ನಂತರ 17 ನವೆಂಬರ್, 1862 ರಂದು ಮೇವಾಡದ ಸಿಂಹಾಸನದಲ್ಲಿ ಶಂಭುಸಿಂಹರ ಅಭಿಷೇಕವಾಯಿತು. ಆಗ ರಾಜಸ್ಥಾನದ ಏಜೆಂಟ್ ಗವರ್ನರ್-ಜನರಲ್ ಜಾರ್ಜ್ ಲಾರೆನ್ಸ್ ಉದಯಪುರಕ್ಕೆ ಬಂದರು. ಅವರು ಮಹಾರಾಣಿ ವಿಕ್ಟೋರಿಯಾಳ ಪರವಾಗಿ ಶಂಭುಸಿಂಹರಿಗೆ ಖಿಲ್ಲತ್ ಕೊಟ್ಟರು.

ಶಂಭುಸಿಂಹನ ಆಡಳಿತದ ಅವಧಿಯಲ್ಲಿ ರಾಜ್ಯದ ವ್ಯವಸ್ಥೆಗೆ ಐವರು ಸರದಾರರ ಪರಿಷದ್‌ನ್ನು ರಚಿಸಲಾಯಿತು. ಹಿಂದಿನ ಏಜೆಂಟ್ ಗವರ್ನರ್-ಜನರಲ್‌ರ ಜಾಗದಲ್ಲಿ ಈಡನ್ ಈ ಪದವಿಗೆ ನೇಮಕವಾಗುವುದು, ಮಹಾರಾಣಾ ಅವರು ಸಲೂಂಬರ್‌ಗೆ ಬರುವುದು, ಸನ್ 1862 ರ ಕ್ಷಾಮ, ಮಹಾರಾಣಾ ಅವರು ಅಜಮೇರಿಗೆ ಬರುವುದು, ಅವರು ಲಾರ್ಡ್ ಮೆಯೋರನ್ನು ಭೇಟಿಯಾಗುವುದು, ಕೋಟಾದ ಮಹಾರಾವ್ ಶತ್ರುಶಾಲ್ ಉದಯಪುರಕ್ಕೆ ಬರುವುದು, ಮಹಾರಾಣಾ ಅವರಿಗೆ ಜಿ.ಸಿ.ಎಸ್.ಐ. ಪದಕ ಲಭಿಸುವುದು, ಕರ್ನಲ್ ಹ್ಯೆಚಿನ್ಸನ್ ಉದಯಪುರಕ್ಕೆ ಬರುವುದು ಇತ್ಯಾದಿಗಳು ಶಂಭುಸಿಂಹರ ಆಡಳಿತದ ಅವಧಿಯ ಪ್ರಮುಖ ಘಟನೆಗಳಾಗಿವೆ.

ಸನ್ 1874 ರಲ್ಲಿ ಗ್ರೀಷ್ಮ ಋತುವಿನಲ್ಲಿ ಶಂಭುಸಿಂಹರು ಸಪರಿವಾರ ಗೋವರ್ಧನ ವಿಲಾಸದಲ್ಲಿದ್ದರು. ಅಲ್ಲಿಯೇ ಜುಲೈ 16 ರಂದು ಅವರಿಗೆ ಹೊಟ್ಟೆ ನೋವು ಆರಂಭವಾಯಿತು. ಆಗ ಎಲ್ಲಾ ರಾಣಿಯರನ್ನು ಉದಯಪುರಕ್ಕೆ ಕಳುಹಿಸಲಾಯಿತು. ಮಹಾರಾಣಾ ಅವರು ಗೋವರ್ಧನ ವಿಲಾಸದಲ್ಲಿಯೇ ಇದ್ದರು. ಅವರಿಗೆ ಚಿಕಿತ್ಸೆ ಆರಂಭವಾಯಿತು. ವೈದ್ಯರು ರೋಗಕ್ಕೆ ಚಿಕಿತ್ಸೆ ಮಾಡದಾದರು, ಕಡೆಗೆ 7 ಅಕ್ಟೂಬರ್ 1874 ರಲ್ಲಿ ಅವರು ನಿಧನರಾದರು.

ಮಹಾರಾಣಾ ಸಜ್ಜನಸಿಂಹ

ಮಹಾರಾಣಾ ಶಂಭುಸಿಂಹ ಮಕ್ಕಳಿಲ್ಲದೆ ನಿಧನರಾಗಿದ್ದರು. ಹೀಗಾಗಿ ಬೇದಲಾದ

ರಾವ್ ಬಖ್ತಸಿಂಹರು ಶಕ್ತಿಸಿಂಹರ ಪುತ್ರ ಸಜ್ಜನಸಿಂಹರನ್ನು ಮೇವಾಡದ ಮಹಾರಾಣಾ ಮಾಡುವ ಪ್ರಸ್ತಾವವನ್ನಿಟ್ಟರು. ಇದನ್ನು ಎಲ್ಲರೂ ಒಪ್ಪಿದರು. ಅರಮನೆಯ ರಾಣಿವಾಸದಿಂದಲೂ ಇದಕ್ಕೆ ಅನುಮತಿ ಸಿಕ್ಕಿತು. 8 ಅಕ್ಟೂಬರ್ 1874 ರಂದು ಮೇವಾಡದ ಸಿಂಹಾಸನದಲ್ಲಿ ಸಜ್ಜನಸಿಂಹರ ಅಭಿಷೇಕವಾಯಿತು. ಅವರು 8 ಜುಲೈ 1859 ರಲ್ಲಿ ಜನಿಸಿದ್ದರು.

ಮಹಾರಾಣಾರ ಸಂರಕ್ಷಕರಾಗಿ ಜಾನಿ ಬಿಹಾರಿಲಾಲಾ ನೇಮಕಗೊಳ್ಳುವುದು, ಚಾರ್ಲ್ಸ್ ಹರ್ಬಟ್ ಉದಯಪುರಕ್ಕೆ ಬರುವುದು, ಪ್ರಿನ್ಸ್ ಆಫ್ ವೇಲ್ಸ್‌ರನ್ನು ಭೇಟಿಯಾಗಲು ಮಹಾರಾಣಾ ಅವರು ಬೊಂಬಾಯಿಗೆ ಹೋಗುವುದು, ಗರ್ವನರ್ ಜನರಲ್ ನಾರ್ಥ್‌ಬ್ರಕ್ ಉದಯಪುರಕ್ಕೆ ಬರುವುದು, ನಾಥದ್ವಾರೆಯಲ್ಲಿ ಸೈನ್ಯದ ಕಾರ್ಯಾಚರಣೆ, ನಾಥದ್ವಾರೆಗೆ ಹೊಸ ವ್ಯವಸ್ಥೆ ಕಲ್ಪಿಸುವುದು, ಗೋಸ್ವಾಮಿ ಗಿರಿಧರ ಗೋಪಾಲನನ್ನು ಪದಚ್ಯುತಗೊಳಿಸಿ ವೃಂದಾವನಕ್ಕೆ ಕಳುಹಿಸುವುದು, ಮಹಾರಾಣಾ ಅವರು ಲಾರ್ಡ್ ಲಿಟನ್‌ರನ್ನು ಭೇಟಿಯಾಗುವುದು, ಪರ್ವತದ ಪ್ರದೇಶಗಳಿಗೆ ಹೊಸ ವ್ಯವಸ್ಥೆಯನ್ನು ಮಾಡುವುದು, ಮಹಾರಾಣಾ ಅವರು ಕುಂಭಲಗಢ ಮುಂತಾದ ಪ್ರದೇಶಗಳಿಗೆ ಭೇಟಿಕೊಡುವುದು, ಪೋಲೀಸ್‌ನ ಹೊಸ ವ್ಯವಸ್ಥೆ, ಮೇವಾಡಕ್ಕೆ ಯಾತ್ರೆ, ಜಯಪುರ, ಜೋಧಪುರ ಮುಂತಾದ ಸ್ಥಳಗಳಿಗೆ ಪ್ರಯಾಣ ಹೋಗುವುದು, ರೈತರ ಬಂಡಾಯ, ಭೀಲರ ಬಂಡಾಯ, ಲಾರ್ಡ್ ರಿಪನ್ ಚಿತ್ತೌಡಿಗೆ ಬರುವುದು ಹಾಗೂ ಮಹಾರಾಣಾ ಅವರಿಗೆ ಜಿ.ಸಿ.ಎಸ್.ಐ. ಪದಕ ಕೊಡುವುದು ಇತ್ಯಾದಿಗಳು ಮಹಾರಾಣಾ ಸಜ್ಜನಸಿಂಹರ ಆಡಳಿತದ ಅವಧಿಯಲ್ಲಾದ ಮುಖ್ಯ ಘಟನೆಗಳಾಗಿವೆ.

10 ಡಿಸೆಂಬರ್, 1884 ರಂದು ರಾತ್ರಿ ವೇಳೆಯಲ್ಲಿ ಸಜ್ಜನಸಿಂಹರಿಗೆ ಮೂರ್ಛೆ ಬಂತು. 23 ಡಿಸೆಂಬರ್, 1884 ರಂದು ಅವರು ನಿಧನರಾದರು.

ಪರಿಶಿಷ್ಟ-1
ಕಾಲಾನುಕ್ರಮ

1. ಗುಹಾದಿತ್ಯರಿಂದ ಮೇವಾಡದ ರಾಜವಂಶದದ ಸ್ಥಾಪನೆ ಆರನೆಯ ಶತಮಾನದಲ್ಲಾಯಿತು.
2. ವಪ್ಪಾ ರಾವಲ್‌ನ ಆಡಳಿತದ ಕಾಲ 734–53
3. ಖುಮಾಣ್ ದ್ವಿತೀಯರ ಆಡಳಿತದ ಕಾಲ 812–36 ಇಸ್ವಿ
4. ಹಮೀರರ ಆಡಳಿತದ ಕಾಲ 1326–64
5. ಲಾಖಾರ ರಾಜ್ಯಾರೋಹಣ 1382 ಇಸ್ವಿ
6. ಮೋಕಾಲರ ರಾಜ್ಯಾರೋಹಣ 1428 ಇಸ್ವಿ
7. ಮಹಾರಾಣಾ ಕುಂಭಾ ಸಿಂಹಾಸನದಲ್ಲಿ ಕೂತಿದ್ದು 1433 ಇಸ್ವಿ
8. ರಾಯಮಲ್ ಮೇವಾಡವನ್ನು ವಶಪಡಿಸಿಕೊಂಡಿದ್ದು 1473 ಇಸ್ವಿ
9. ರಾಣಾ ಸಾಂಗಾರ ಅಭಿಷೇಕ 1508 ಇಸ್ವಿ
10. ರತ್ನಸಿಂಹರ ರಾಜ್ಯಾವರೋಹಣ 1528 ಇಸ್ವಿ
11. ವಿಕ್ರಮಾಜೀತರ ರಾಜ್ಯಾವರೋಹಣ 1531 ಇಸ್ವಿ
12. ವನವೀರರು ರಾಜರಾದದ್ದು 1536 ಇಸ್ವಿ
13. ಉದಯಸಿಂಹರ ಅಭಿಷೇಕ 1540 ಇಸ್ವಿ
14. ಮಹಾರಾಣಾ ಪ್ರತಾಪರ ಜನನ:
    ವೀರವಿನೋದದ ಪ್ರಕಾರ 31 ಮೇ, 1539 ಇಸ್ವಿ
    ನೈನಸಿ ಪ್ರಕಾರ 4 ಮೇ, 1540 ಇಸ್ವಿ
    ಕರ್ನಲ್ ಟಾಡ್ ಪ್ರಕಾರ 9 ಮೇ, 1549 ಇಸ್ವಿ

15.	ಪ್ರತಾಪರ ರಾಜ್ಯಾಭಿಷೇಕ	28 ಫೆಬ್ರವರರಿ, 1572 ಇಸ್ವಿ
16.	ಜಲಾಲ್ ಖಾನ್ ಕೋರಚಿ ಮೂಲಕ ಸಂಧಿ ಪ್ರಸ್ತಾವ	ಸೆಪ್ಟಂಬರ್, 1572 ಇಸ್ವಿ
17.	ಮಾನಸಿಂಹರ ಮೂಲಕ ಸಂಧಿ ಪ್ರಸ್ತಾವ	1573 ಇಸ್ವಿ
18.	ಭಗವಾನದಾಸ್ ಮೂಲಕ ಸಂಧಿ ಪ್ರಸ್ತಾವ	ಸೆಪ್ಟಂಬರ್-ಅಕ್ಟೂಬರ್, 1573 ಇಸ್ವಿ
19.	ಟೋಡರಮಲ್ ಮೂಲಕ ಸಂಧಿ ಪ್ರಸ್ತಾವ	ಡಿಸೆಂಬರ್, 1573 ಇಸ್ವಿ
20.	ಅಕ್ಬರ್ ಅಜಮೇರ್‌ಗೆ ಹೋದದ್ದು	ಮಾರ್ಚ್, 1576 ಇಸ್ವಿ
21.	ಮಾನಸಿಂಹರು ಮೇವಾಡಕ್ಕೆ ಹೋದದ್ದು	3 ಏಪ್ರಿಲ್, 1576 ಇಸ್ವಿ
22.	ಹಲ್ದಿಘಾಟಿ ಯುದ್ಧ	21 ಜೂನ್, 1576 ಇಸ್ವಿ
23.	ಗೋಗೂಂದಾದ ಮೇಲೆ ಮೊಗಲರ ಅಧಿಕಾರ	23 ಜೂನ್, 1576 ಇಸ್ವಿ
24.	ಮಹಾರಾಣಾ ಗೋಗೂಂದಾವನ್ನು ಮರಳಿ ಪಡೆದದ್ದು	ಜುಲೈ, 1576 ಇಸ್ವಿ
25.	ಅಕ್ಬರ್ ಮೇವಾಡವನ್ನು ತಲುಪಿದ್ದು	13 ಅಕ್ಟೂಬರ್, 1576 ಇಸ್ವಿ
26.	ಉದಯಪುರ-ಗೋಗೂಂದಾ ಮೇಲೆ ಮತ್ತೆ ಪ್ರತಾಪರ ಅಧಿಕಾರ	ಮೇ-ಜೂನ್, 1577 ಇಸ್ವಿ
27.	ಶಾಹಬಾಜ್ ಖಾನ್‌ನ ಮೇವಾಡದ ಮೇಲೆ ದಂಡಯಾತ್ರೆ	ಅಕ್ಟೂಬರ್, 1577 ಇಸ್ವಿ
28.	ಕುಂಭಲಗಢದ ಮೇಲೆ ಮೊಗಲರ ಅಧಿಕಾರ	13 ಏಪ್ರಿಲ್, 1578 ಇಸ್ವಿ
29.	ಉದಯಪುರದ ಮೇಲೆ ಮತ್ತೆ ಮೊಗಲರ ಅಧಿಕಾರ	14 ಏಪ್ರಿಲ್,1578 ಇಸ್ವಿ
30.	ಶಾಹಬಾಜ್ ಖಾನ್‌ನ ಅದ್ವಿತೀಯ ಮೇವಾಡ ದಂಡಯಾತ್ರೆ	15 ಡಿಸೆಂಬರ್, 1578 ಇಸ್ವಿ
31.	ಚಂದ್ರಸೇನರು ಮೊಗಲರ ವಿರುದ್ಧ ದಂಗೆಯೆದ್ದದ್ದು	ಡಿಸೆಂಬರ್, 1578 ಇಸ್ವಿ
32.	ಶಾಹಬಾಜ್ ಖಾನನ ಮೂರನೆಯ ಮೇವಾಡ ದಂಡಯಾತ್ರೆ	9 ನವೆಂಬರ್, 1579 ಇಸ್ವಿ
33.	ಖಾನ್‌ಖಾನಾನ ಮೇವಾಡದ ಮೇಲೆ ಡಂಡಯಾತ್ರೆ	ಜೂನ್, 1580 ಇಸ್ವಿ
34.	ಜಗನ್ನಾಥ್ ಕಛವಾಹಾನ ಮೇವಾಡದ ಮೇಲೆ ದಂಡಯಾತ್ರೆ	6 ಡಿಸೆಂಬರ್, 1584 ಇಸ್ವಿ
35.	ಮತ್ತೆ ಮೇವಾಡದ ಸ್ವಾಯತ್ತತೆ	1585 ಇಸ್ವಿ
36.	ಮಹಾರಾಣಾ ಪ್ರತಾಪರ ನಿಧನ	19 ಜನವರಿ, 1597 ಇಸ್ವಿ

ಪರಿಶಿಷ್ಟ-2

ಶ್ರೀಮದ್ಭಾಗವತದಲ್ಲಿ ಮೇವಾಡದ ರಾಜವಂಶ

ಭಾರತದ ಅನೇಕ ಇನ್ನಿತರ ರಾಜವಂಶಗಳಂತೆ ಮೇವಾಡದ ರಾಜವಂಶದ ಸಂಬಂಧ ಸಹ ಪ್ರಾಚೀನ ಇಕ್ಷ್ವಾಕು ವಂಶದೊಂದಿಗೆ ಇದೆ ಎಂದು ತಿಳಿಯಲಾಗುತ್ತದೆ. ವಿಭಿನ್ನ ಪುರಾಣಗಳಲ್ಲಿನ ಇವರ ವಂಶಾವಳಿಯಲ್ಲಿ ಸಾಕಷ್ಟು ಭಿನ್ನತೆಯಿದೆ. ಈ ವಂಶಾವಳಿಯನ್ನು ಪೂರ್ಣವಾಗಿ ಪ್ರಾಮಾಣಿಕವೆಂದು ಹೇಳಲಾಗುವುದಿಲ್ಲ.
ಆಧುನಿಕ ವಿದ್ವಾಂಸರ ಪ್ರಕಾರ, ಕಾಲಾಂತರದಲ್ಲಿ ಈ ಭಾರತೀಯ ರಾಜವಂಶಗಳು ತಮ್ಮ ವಂಶದ ಸಂಬಂಧವನ್ನು ಪ್ರಾಚೀನ ಸೂರ್ಯ ಮತ್ತು ಚಂದ್ರವಂಶದೊಂದಿಗೆ ಇದೆ ಎಂದು ಸಾಬೀತು ಪಡಿಸಲು ಈ ಪುರಾಣಗಳ ವಂಶಾವಳಿಯನ್ನು ಮನಸ್ಸಿಗೆ ಬಂದಂತೆ ರಚಿಸಿವೆ. ಇವುಗಳ ಪ್ರಾಮಾಣಿಕತೆ ಅಥವಾ ಅಪ್ರಾಮಾಣಿಕತೆಯನ್ನು ಸಾಬೀತು ಪಡಿಸುವುದು ನಮ್ಮ ಉದ್ದೇಶವಲ್ಲ. ನಾವು ಓದುಗರ ಅರಿವಿಗಾಗಿ ಶ್ರೀಮದ್ಭಾಗವತದ ಆಧಾರದಲ್ಲಿ ಸಿಸೌದಿಯಾ ವಂಶದ ಪ್ರಾಚೀನ ವಂಶಾವಳಿಯನ್ನು ಇಲ್ಲಿ ಪ್ರಸ್ತುತಪಡಿಸುತ್ತಿದ್ದೇವೆ:

1.	ಆದಿ ನಾರಾಯಣ	7.	ಇಕ್ಷ್ವಾಕು
2.	ಬ್ರಹ್ಮಾ	8.	ವಿಕುಕ್ಷಿ
3.	ಮರೀಚಿ	9.	ಪುರಂಜಯ [ಕಕುಸ್ಥ]
4.	ಕಶ್ಯಪ್	10.	ಅನೇನಾ [ವೇನ್]
5.	ವಿವಸ್ವಾನ್ [ಸೂರ್ಯ]	11.	ಪೃಥು
6.	ವೈವಸ್ವತ ಮನು	12.	ವಿಶ್ವರಂಧ್ರಿ

13. ಚಂದ್ರ
14. ಯುವನಾಶ್ವ [ಪ್ರಥಮ]
15. ಶಾಶ್ವತ್
16. ಬುಹದಶ್ವ
17. ಕುವಲಯಾಶ್ವ
18. ದೃಢಾಶ್ವ
19. ಹರ್ಯಶ್ವ [ಪ್ರಥಮ್]
20. ನಿಕುಂಭ
21. ಬರ್ಹಣಾಶ್ವ
22. ಕೃಶಾಶ್ವ
23. ಸೇನಜಿತ್
24. ಯುವನಾಶ್ವ [ದ್ವಿತೀಯ]
25. ಮಾಂಧಾತಾ
26. ಪುರುಕುತ್ಸ್
27. ತ್ರಸದ್ದಸ್ಯು
28. ಅನರಣ್ಯ
29. ಹರ್ಯಶ್ವ [ದ್ವಿತೀಯ]
30. ಅರುಣ್
31. ತ್ರಿಬಂಧನ್
32. ಸತ್ಯವ್ರತ [ತ್ರಿಶಂಕು]
33. ಹರಿಶ್ಚಂದ್ರ
34. ರೋಹಿತ್
35. ಹರಿತ್
36. ಚಂಪ್
37. ಸುದೇವ್
38. ವಿಜಯ್
39. ಭರೂಕ್
40. ವೃಕ
41. ಬಾಹುಕ್
42. ಸಗರ್
43. ಅಸಮಂಜಸ್
44. ಅಂಶುಮಾನ್
45. ದಿಲೀಪ್
46. ಭಗೀರಥ್\
47. ಶ್ರುತ್
48. ನಾಭ್
49. ಸಿಂಧುದ್ವೀಪ್
50. ಅಯುತಾಯು
51. ಋತುಪರ್ಣ
52. ಸರ್ವಕಾಮ
53. ಸುದಾಸ್
54. ಮಿತ್ರಸಿಂಹ [ಕಲ್ಮಾಷಪಾದ್]
55. ಅಶ್ಮಕ್
56. ಮೂಲಕ್ [ನಾರೀಕವಚ್]
57. ದಶರಥ [ಪ್ರಥಮ]
58. ಐಡವಿಡ್
59. ವಿಶ್ವಸಿಂಹ
60. ಖಟವಾಂಗ್
61. ದೀರ್ಘಬಾಹು [ದಿಲೀಪ್]
62. ರಘು
63. ಅಜ
64. ದಶರಥ [ದ್ವಿತೀಯ]
65. ರಾಮಚಂದ್ರ
66. ಕುಶ್
67. ಅತಿಥಿ
68. ನಿಷದ್
69. ನಭ್
70. ಪುಂಡರೀಕ

71. ಕ್ಷೇಸಧನ್ವಾ
72. ದೇವನೀಕ್
73. ಅನೀದ್ರ
74. ಪರಿಯಾತ್ರ
75. ಬಲ್
76.. ಸ್ಥಲ್
77.ವಜ್ರನಾಭ
78. ಖಗಣ್
79. ವಿಧೃತಿ
80.ಹಿರಣ್ಯನಾಭ
81. ಪುಷ್ಯ
82. ಧ್ರುವ ಸಂಧಿ
83. ಸುದರ್ಶನ್
84. ಅಗ್ನಿವರ್ಣ
85. ಶೀಘ್ರ
86. ಮರು
87. ಪ್ರಸುಶ್ರುತ
88. ಸಂಧಿ
89. ಅಮರ್ಷಣ
90. ಸಹಸ್ವಾನ್
91. ವಿಶ್ವಸಹ
92. ಪ್ರಸೇನಜಿತ್ [ಪ್ರಥಮ]
93. ತಕ್ಷಕ್
94. ಬೃಹದವಲ್
95. ಬೃಹದ್ರಣ್
96. ಉರುಕ್ರಿಯ
97. ವತ್ಸವೃದ್ಧ
98. ಪ್ರತಿವ್ಯೋಮ
99. ಭಾನು
100. ದೀವಾಂಕ್
101. ಸಹದೇವ
102.ಬೃಹದಶ್ವ
103. ಭಾನುಮಾನ್
104. ಪ್ರತೀಕಾಶ್ವ
105. ಸುಪ್ರತೀಕ್
106. ಮರುದೇವ್
107. ಸುತಕ್ಷತ್ರ
108. ಪುಷ್ಕರ
109. ಅಂತರಿಕ್ಷ್
110. ಸುತಪಾ
111. ಅಮಿತ್ರಜಿತ
112. ಬೃಹದ್ರಾಜ್
113. ವರ್ಹಿ
114. ಕೃತಂಜಯ
115. ರಣಂಜಯ
116. ಸಂಜಯ
117. ಶಾಕ್ಯ
118. ಶುದ್ಧೋದ
119. ಲಾಂಗಲ್
120. ಪ್ರಸೇನಜಿತ್ [ದ್ವಿತೀಯ]
121. ಶೂದ್ರಕ್
122. ರಣಕ್
123. ಸುರಥ್
124. ಸುಮಿತ್ರ

ಪರಿಶಿಷ್ಟ-೩

ಸಾಗುವಳಿದಾರರಲ್ಲಿ ಉದಯಪುರದ ರಾಜವಂಶದ ವಂಶಾವಳಿ

1. ವೀರ್ಯನಾಮ್
2. ಮಹಾರಥಿ
3. ಅತಿರಥಿ
4. ಅಚಲಸೇನ
5. ಕನಕಸೇನ
6. ಮಹಾಸೇನ
7. ದಿಗ್ವಿಜಯಸೇನ
8. ಆಜಾಸೇನ
9. ಅಭಂಗಸೇನ
10. ಮಹಾಮದನಸೇನ
11. ಸಿದ್ಧರಥ
12. ವಿಜಯಭೂಪ
13. ಪದ್ಯಾದಿತ್ಯ
14. ಶಿವಾದಿತ್ಯ
15. ಹರಾದಿತ್ಯ
16. ಸುಯಶಾದಿತ್ಯ
17. ಸೋಮಾದಿತ್ಯ
18. ಶಿಲಾದಿತ್ಯ
19. ಕೇಶವಾದಿತ್ಯ
20. ನಾಗಾದಿತ್ಯ
21. ಭೋಗಾದಿತ್ಯ
22. ದೇವಾದಿತ್ಯ
23. ಆಶಾದಿತ್ಯ
24. ಭೋಜಾದಿತ್ಯ
25. ಗ್ರಹಾದಿತ್ಯ

****

SELF HELP

DIAMOND BOOKS X-30, Okhla Industrial Area, Phase-II New Delhi-110020
Tel : 011-40712200 email : sales@dpb.in
Shop online at www.diamondbook.in

NEW PUBLICATIONS